महाराष्ट्रातील सर्व विद्यापीठातील व महाविद्यालयातील
सामाजिकशास्त्राचे विद्यार्थी व अभ्यासकांसाठी उपयुक्त

शैक्षणिक संशोधन पद्धती

(दुसरी सुधारित आवृत्ती)

डॉ. वि. रा. भिंताडे

डायमंड पब्लिकेशन्स

शैक्षणिक संशोधन पद्धती
डॉ. वि. रा. भिंताडे

Shekshanik Sanshodhan Padhati
Dr. V. R. Bhintade

पहिली आवृत्ती : १९९९, नूतन प्रकाशन
दुसरी आवृत्ती : ऑगस्ट , २०१८, डायमंड पब्लिकेशन्स

ISBN 978-93-86401-48-9

मुखपृष्ठ
शाम भालेकर

अक्षरजुळणी
संध्या कामत

प्रकाशक
डायमंड पब्लिकेशन्स
२६४/३ शनिवार पेठ, ३०२ अनुग्रह अपार्टमेंट
ओंकारेश्वर मंदिराजवळ, पुणे-४११ ०३०
☎ ०२०-२४४५२३८७, २४४६६६४२
info@diamondbookspune.com

प्रमुख वितरक
डायमंड बुक डेपो
६६१ नारायण पेठ, अप्पा बळवंत चौक
पुणे-४११ ०३० ☎ ०२०-२४४८०६७७

प्रस्तावना

शैक्षणिक संशोधन या विषयावर मराठीत थोडीच पुस्तके उपलब्ध आहेत. खरे पाहता, या महत्त्वपूर्ण विषयावर अधिकाधिक पुस्तके लिहिली जाणे आवश्यक आहे.

मी एम.एड.चा अभ्यास करताना, महाराष्ट्र राज्य पाठ्यपुस्तक निर्मिती व अभ्यासक्रम संशोधन मंडळाचा एक संशोधन प्रकल्प पुरा करताना आणि पीएच.डी.साठी संशोधन करताना 'शैक्षणिक संशोधन' या विषयाचे वाचन केले. विविध, शैक्षणिक संशोधनाशी संबंधित कृतिसत्रांमध्ये मान्यवरांचे विचार ऐकले. अनेक तज्ज्ञांशी या विषयाच्या संबंधात चर्चा करण्याची संधी मिळाली. या सर्वांचा परिणाम म्हणजे या विषयासंबंधी माझी एक निश्चित स्वरूपाची विचारमालिका तयार झाली. ती या पुस्तकरूपाने साकार झाली.

हे पुस्तक लिहिताना मी पुढील चार उद्देश समोर ठेवले होते. पहिला उद्देश म्हणजे एम.एड. आणि शिक्षणशास्त्र विषयात एम.फिल. व पीएच.डी. करताना, हे पुस्तक वाचल्यानंतर संशोधनासंबंधी कोणतीही सामान्य शंका शिल्लक राहू नये. महाराष्ट्रात अशी अनेक खेडी, गावे, शहरे आहेत जेथे शैक्षणिक संशोधनपर ग्रंथांची व मार्गदर्शकांची, तज्ज्ञांची उणीव आहे. तेथील संशोधकाला संशोधन करताना संशोधनप्रक्रियेची एक निश्चित रूपरेषा समजावी. तसेच जेथे या सर्व सुविधा उपलब्ध आहेत, तेथील संशोधकाला हे पुस्तक वाचून शैक्षणिक संशोधनाची संकल्पना स्पष्ट व्हावी. माझा दुसरा उद्देश म्हणजे 'शैक्षणिक संशोधन' हा विषय कसलीही क्लिष्टता न आणता सुलभ पद्धतीने वाचकांसमोर ठेवावा. तिसरा उद्देश म्हणजे एम.एड.च्या अभ्यासक्रमातील या विषयाचा अभ्यास करण्यासाठी एम.एड.च्या विद्यार्थी-मित्रांना याची मदत व्हावी व चौथा उद्देश म्हणजे शिक्षणशास्त्र हे एक सामाजिक शास्त्र असल्याने सामाजिक शास्त्र या विषयांतर्गत संशोधन करणाऱ्यांना संशोधनप्रक्रियेची संकल्पना स्पष्ट व्हावी.

आज आपल्या देशात शिक्षणक्षेत्रात विविध बदल होताना दिसून येतात. या बदलांना जर आपल्या देशात केलेल्या संशोधनाचा आधार मिळाला, तर बदलांमुळे मिळणाऱ्या यशाची शक्यता वृद्धिंगत होते. परदेशातून आयात केलेल्या शैक्षणिक

संकल्पना, येथील संशोधनाशिवाय, जशाच्या तशा राबविल्या तर त्या यशस्वी होण्याची शक्यता कमी. त्यासाठी अनेकांनी हे संशोधनाचे कार्य हाती घेणे आवश्यक आहे. हे पुस्तक त्या अनेकांना उद्युक्त करेल, उपयुक्त ठरेल या नम्र अपेक्षेतून हे पुस्तक आपल्या हाती देत आहे.

आता या पुस्तकाच्या वैशिष्ट्यांसंबंधी आणि वेगळेपणासंबंधी नम्रपणे काही सांगत आहे. इंग्रजी पुस्तकात Glossary-A list of hard words with explanations असा जो भाग असतो, त्यामधील माहितीपेक्षा अधिक सविस्तरपणे शैक्षणिक संशोधनातील विविध संज्ञांची संकल्पना स्पष्ट करून त्यांचा समावेश पहिल्या प्रकरणात केलेला आहे. संशोधनप्रक्रियेत ज्या क्रमाने विविध संज्ञांशी संबंध येतो तो क्रम इथे ठेवला आहे. या सलगतेमुळे या संज्ञा एकट्या, एकाकी, स्वतंत्र वाटणार नाहीत. तसेच विषयाचा नवीन परिचय करून घेणाऱ्या वाचकाला त्या बोजड वाटणार नाहीत. उलट, पुढील प्रकरणातील विषयाची माहिती घेण्यास उपयुक्त ठरतील अशी खात्री आहे.

या पुस्तकातील विविध प्रकरणांतील माहिती ही संशोधकाच्या आवश्यकतेच्या दृष्टिकोनातून दिली आहे. तसेच ही माहिती देताना सैद्धांतिक चर्चेपेक्षा वास्तविकतेच्या, प्रात्यक्षिक गरजेच्या दृष्टिकोनावर अधिक भर दिला आहे.

यातील प्रकरणांची व त्यातील माहितीची रचना ही संशोधनप्रक्रिया ज्या क्रमाने घडते त्यानुसार करण्याचा प्रयत्न केला आहे.

डॉ. वि. रा. भिंताडे

मनोगत

(दुसरी सुधारित आवृत्ती)

'शैक्षणिक संशोधन पद्धती' या माझ्या पुस्तकाचे एम.एड.चे, एम.फिल. व पीएच. डी. शिक्षणशास्त्र विषयाचे विद्यार्थी, प्राध्यापक, शिक्षक, संशोधक तसेच डी. टी. एड.चे विद्यार्थी व प्राध्यापक यांनी भरभरून स्वागत केले. त्यांना मन:पूर्वक धन्यवाद. नोव्हेंबर १९८९मध्ये प्रथमावृत्ती निघाली. तेव्हापासून गेली चोवीस वर्षे असंख्य वाचकांनी प्रत्यक्षपणे, पत्राने, फोनने यासंबंधात माझ्याशी सुसंवाद साधलेला आहे. महाराष्ट्राच्या सर्व भागात म्हणजेच विदर्भात, मराठवाड्यात, कोकणात व पश्चिम महाराष्ट्रात शैक्षणिक संशोधनातील अनेक वाचकांनी या पुस्तकाचे भरपूर स्वागत केलेले आहे. विविध कृतिसंशोधनातील, लघुसंशोधनातील, संशोधनातील संदर्भ पुस्तकांच्या यादीत या पुस्तकाचा समावेश केला गेला आहे. या पुस्तकाच्या पहिल्या आवृत्तिच्या यशाच्या श्रेयनामावलीमध्ये कै. गो. के. जोगळेकर, प्रकाशक यांचा मोलाचा वाटा आहे. जुलै १९९९मध्ये या पुस्तकाची पहिली आवृत्ती प्रकाशित झाली आणि आता डायमंड पब्लिकेशनतर्फे या पुस्तकाची दुसरी सुधारित आवृत्ती निघत आहे. त्या आवृत्तीमध्ये– १) शैक्षणिक संशोधनाचा इतिहास व आढावा २) शैक्षणिक संशोधनातील विविध क्षेत्रे व त्यांची थोडक्यात माहिती ३) शैक्षणिक संशोधनातील व्याख्यांचे प्रकार ४) शैक्षणिक संशोधनातील नीतितत्त्वांची सविस्तर माहिती ५) परिकल्पनांची सविस्तर माहिती – साहाय्यकाची मदत, रचनांचा अर्थ असे पाच घटक व उपघटक यांचा नव्याने समावेश या पुस्तकात केला. वाचकांच्या वेळोवेळी केलेल्या मागणीनुसार ही प्रक्रिया झाली. तसेच त्यानंतरच्या आवृत्त्यांमध्येसुद्धा १) गुणात्मक संशोधन २) कृतिसंशोधन ३) आंतरविद्याशाखीय उपागम ४) संशोधन अहवाल ५) स्वयं मूल्यमापन इ. घटकांचा समावेश केला. या सर्वांमागे वाचकांची आवश्यकता व पुस्तकाची परिपूर्णता हे दोन निकष ठेवले गेले.

कोणतीही ज्ञानशाखा नवनवीन विचारांनी हळूहळू समृद्ध होताना दिसते. या तत्त्वाला शैक्षणिक संशोधनसुद्धा अपवाद नाही. गेल्या दोन दशकांमध्ये शैक्षणिक

संशोधन क्षेत्रात काही नवीन संकल्पना आल्या तसेच काही संकल्पना सुधारित स्वरूपात पुढे आल्या. आपणा सर्वांना त्याची दखल घेणे अपरिहार्य आहे. त्याचा विचार करून पुढील नवीन घटक, उपघटक यांचा समावेश या आवृत्तीत केला आहे. १) संशोधन आणि सिद्धान्त २) संदर्भाची ए. पी. ए. पद्धत ३) गुणात्मक संशोधनाची सखोल माहिती ४) साधन पद्धती. याचबरोबर संशोधनात संख्याशास्त्राचा उपयोग हेही महत्त्वपूर्ण प्रकरण या सुधारित आवृत्तीत समाविष्ट केले आहे.

यांचा समावेश करून न थांबता पूर्ण पुस्तकच सुधारित स्वरूपाचा विचार करून तयार करण्याचा प्रयत्न केला आहे. पहिल्या प्रकरणातील चोपन्न संज्ञांमध्ये वाढ झाली. संदर्भग्रंथसूची अधिक परिपूर्ण केली. शिक्षणशास्त्रातील संशोधकांना हे पुस्तक अधिक समृद्ध विचार देऊ शकेल, असा विश्वास आहे.

हे पुस्तक केवळ शिक्षणशास्त्रातील संशोधकांनाच उपयुक्त ठरेल असे नाही तर सामाजिक शास्त्रातील समाजशास्त्र, मानसशास्त्र, अर्थशास्त्र तसेच व्यवस्थापन, वाणिज्य, शारीरिक शिक्षण, कायदा यांसारख्या विषयातील संशोधकांनाही उपयुक्त ठरेल असा विश्वास आहे. संशोधक अभ्यासकांनी या संबंधीच्या प्रतिक्रिया अवश्य कळवाव्यात.

विविध इंग्रजी पुस्तकांच्या लेखकांनी आपल्या पुस्तकांद्वारे हा महत्त्वपूर्ण विषय स्पष्ट करण्यासाठी प्रचंड लेखन केले आहे. त्यांचे ऋण व्यक्त करणे माझे कर्तव्य आहे. 'डायमंड पब्लिकेशन्स'चे प्रकाशक श्री. दत्तात्रेय पाष्टे यांचाही सल्ला व मार्गदर्शन लाभले. त्यांना धन्यवाद व शुभेच्छा.

डॉ. वि. रा. भिंताडे

ऋणनिर्देश

शैक्षणिक संशोधनावर इंग्रजीत आणि मराठीत लिहिलेली जी पुस्तके मला उपलब्ध होऊ शकली त्यांची यादी शेवटी दिली आहे. त्या पुस्तकांच्या लेखकांचे ऋण मी प्रथमत: व्यक्त करतो. इंग्रजी व मराठीतील नियतकालिकांमधील विविध संशोधनपर लेखांनी ही मनोभूमिका घडविण्यास मदत केली. कस्तुरबाई कॉलेज ऑफ एज्युकेशनचे प्राचार्य श्री. खानापुरे यांचे मार्गदर्शन व सहकाऱ्यांशी केलेली चर्चा उपयुक्त ठरली. ग्रंथपाल श्री. सावंजी यांचे विशेष आभार मानतो. आदर्श कॉंप्रिहेन्सिव्ह कॉलेज ऑफ एज्युकेशन ॲन्ड रिसर्च, पुणे येथील प्राध्यापक, पुणे विद्यापीठाचे शिक्षणशास्त्र शाखेचे माजी अधिष्ठाता व माझे बी.एड., एम.एड. आणि पीएच.डी.चे खरेखुरे मार्गदर्शक डॉ. व्ही. एस. देशपांडे यांचे त्यांच्या मार्गदर्शनाबद्दल मन:पूर्वक आभार मानतो. तसेच याच महाविद्यालयातील डॉ. सुमन करंदीकर यांच्याही मार्गदर्शनाचा लाभ मिळाला, त्यांचेही ऋण व्यक्त करतो. वालचंद इन्स्टिटयूट ऑफ टेक्नॉलॉजीचे प्राचार्य श्री. मादनाईक, संगणक विभाग प्रमुख प्रा. रोंगे आणि ग्रंथपाल श्री. सरसंबे यांच्या सहकार्याबद्दल आभार मानतो. माझ्या घरातील सर्व कौटुंबिक जबाबदारी सांभाळून मला पुरेसा मोकळा वेळ दिला व लेखन तपासण्याचे काम केले म्हणून सौ.दीपा भिंताडे यांचाही उल्लेख करणे आवश्यक वाटते.

डॉ. वि. रा. भिंताडे

अनुक्रम

- प्रस्तावना पाच
- मनोगत सात
- ऋणनिर्देश नऊ

१. शैक्षणिक संशोधनातील विविध संज्ञांचे अर्थ व व्याप्ती १
२. शैक्षणिक संशोधनाचा इतिहास व आढावा १३
३. शैक्षणिक संशोधन : स्वरूप व वैशिष्ट्ये २२
४. विषय निवड व संदर्भ साहित्य परिशीलन ४४
५. संशोधन आणि सिद्धान्त ७३
६. आंतरविद्याशाखीय उपागम ८१
७. शैक्षणिक संशोधनाचा आराखडा व पथदर्शक अभ्यास ९०
८. नमुना निवड पद्धती ११८
९. माहिती संकलनाची तंत्रे व साधने १२७
१०. कृतिसंशोधन १६५
११. शैक्षणिक संशोधनाच्या विविध पद्धती : संख्यात्मक, गुणात्मक का मिश्र? १७५
१२. वर्णनात्मक संशोधन पद्धती १८७
१३. प्रायोगिक पद्धती २१८
१४. गुणात्मक संशोधन २३४
१५. साधन पद्धती २४८
१६. माहिती संकलन, प्रक्रिया, निर्वचन, शिफारशी २५५
१७. संशोधनात संख्याशास्त्राचा उपयोग २६३
१८. अहवाल लेखन व त्याचे मूल्यमापन २८५

- संदर्भसूची ३०३
- निवडक प्रश्न ३०८
- शैक्षणिक संशोधन – पारिभाषिक शब्दावली ३१६
- विषयसूची ३२१
- लेखक-परिचय ३२६

१

शैक्षणिक संशोधनातील विविध संज्ञांचे अर्थ व व्याप्ती

१.१ संज्ञांचा अर्थ व व्याप्ती

१.२ शैक्षणिक संशोधनातील मर्यादा (Limitation) आणि परिमर्यादा (Delimitations) यातील फरक

शैक्षणिक संशोधनात विविध संज्ञा वापरल्या जातात. संशोधकाला त्या संज्ञांचा अर्थ माहीत असणे आवश्यक आहे. प्रस्तुत प्रकरणात अशा एकोणसाठ संज्ञांचा अर्थ व व्याप्ती दिली आहे. या संज्ञांचा क्रम असा ठेवला आहे की, ज्या क्रमानुसार संशोधकाचा संशोधन प्रक्रियेत या संज्ञांशी सर्वसाधारणपणे संबंध येत असतो. संज्ञांचा दिलेला अर्थ हा शैक्षणिक संशोधन या विषयापुरताच मर्यादित आहे. संशोधकाला त्या विशिष्ट संज्ञेची संकल्पना व्यवस्थितपणे स्पष्ट व्हावी हा यामागे हेतू आहे. प्रथमत: अशा एकोणसाठ संज्ञांची यादी दिली आहे व त्यानंतर त्यांचा अर्थ व व्याप्ती आहे.

१) समस्या २) संशोधनाची विविध विषय क्षेत्रे ३) संबंधित साहित्य व संशोधनाचे परिशीलन ४) विषय ५) शीर्षक ६) क्रियात्मक व्याख्या ७) उद्दिष्टे ८) परिकल्पना – गृहीतकृत्य ९) शून्य परिकल्पना १०) गृहीतक ११) व्याप्ती १२) मर्यादा १३) परिमर्यादा १४) महत्त्व १५) पद्धती १६) साधने १७) कालावधी १८) न्यादर्शन, नमुना निवड १९) यादृच्छिक नमुना २०) जनसंख्या २१) संकलित माहिती २२) चल २३) तथ्य व सिद्धान्त २४) मिश्र पद्धती २५) सर्वेक्षण २६) वैज्ञानिक पद्धती २७) मूलभूत संशोधन २८) उपयोजित संशोधन २९) कृतिसंशोधन ३०) आंतरविद्याशाखीय उपागम ३१) ऐतिहासिक पद्धती ३२) वर्णनात्मक पद्धती ३३) प्रायोगिक पद्धती ३४) आराखडा ३५) पथदर्शी, मार्गदर्शक अभ्यास ३६) प्रमुख

आधार, (मूलभूत स्रोत) ३७) दुय्यम आधार (दुय्यम स्रोत) ३८) संकलित माहितीवर प्रक्रिया ३९) संकलित माहितीची तपासणी ४०) संस्करण ४१)सांकेतीकरण ४२) वर्गीकरण ४३) सारणीकरण ४४) वर्णनात्मक सांख्यिकी किंवा संख्याशास्त्र ४५) अनुमानात्मक संख्याशास्त्र ४६) विशदीकरण, निर्वचन ४७) निष्कर्ष ४८) सामान्य विधान ४९) तळटिपा ५०) शिफारशी ५१) पुढील संशोधनासाठी विषय ५२) संदर्भसाहित्यसूची ५३) एपीए स्टाईल ५४) परिशिष्ट ५५) गोशवारा - सारांश ५६) सारांश ५७) प्रबंध ५८) लघुशोध प्रबंध ५९) तोंडी परीक्षा

१.१ संज्ञांचा अर्थ व व्याप्ती

१) समस्या (Problem) : शिक्षणक्षेत्राशी संबंधित एक किंवा अनेक व्यक्तींना भेडसावणारी, प्राप्त मानवी ज्ञानाची निश्चिती, त्यात विस्तार, बदल किंवा नवीन ज्ञान निर्माण करणारी, सैद्धांतिक अथवा प्रात्यक्षिक क्षेत्रातील अडचण किंवा असमाधान म्हणजे 'समस्या.' ही अडचण एखाद्या विशिष्ट विषयापुरती मर्यादित असते. म्हणजेच ती एक अथवा अनेक प्रश्न निर्माण करणारी पण एकसंध असते. या अडचणीचे उत्तर शोधणे म्हणजे शैक्षणिक संशोधन होय.

२) संशोधनाची विषयक्षेत्रे (Fields of Research, Areas of Research): शिक्षणशास्त्र या विषयाचे विविध उपविभाग किंवा विविध अंगे म्हणजे संशोधनाची विविध विषयक्षेत्रे. उदा. शैक्षणिक तत्त्वज्ञान, शिक्षक प्रशिक्षण.

३) संबंधित साहित्य व संशोधनाचे परिशीलन (Review of Related Literature and Research) : संशोधन विषयाच्या संबंधात जे महत्त्वपूर्ण ज्ञान उपलब्ध आहे त्याचा सारांश देणे व त्या विषयात उपलब्ध असलेल्या ज्ञानाचा आधार घेऊन त्यापुढील ज्ञानाचा शोध घेण्यासाठी अथवा उपलब्ध ज्ञानाचा नवीन परिस्थितीमधील बदललेला अर्थ विशद करण्यासाठी, संबंधित संशोधन विषयाचा पाया भक्कम करणे म्हणजे संबंधित साहित्याचे परिशीलन होय. हे महत्त्वपूर्ण ज्ञान संशोधन विषयाच्या संबंधातील विविध ग्रंथांमध्ये, लेखात उपलब्ध असते. त्यातील योग्य त्या घटकांचे वाचन, चिंतन, मनन व उपयोजन म्हणजेच संबंधित साहित्याचा आढावा.

तसेच संशोधन-विषयाशी संबंधित यापूर्वी कोणते संशोधन झाले आहे, त्यांपैकी कोणत्या संशोधनातील कोणते निष्कर्ष प्रस्तुत संशोधनास पूरक आहेत, कोणते वेगळे आहेत, कुठे साम्य आहे, कुठे फरक आहे हे प्रथमत: पाहणे. त्यानंतर याचा योग्य आधार घेऊन त्यापुढील नवीन गोष्टी शोधून काढणे अथवा जुन्या निष्कर्षांना बदलत्या परिस्थितीत नवा अर्थ शोधण्यासाठी आजपर्यंतच्या संबंधित शैक्षणिक संशोधन निष्कर्षांचे वाचन, चिंतन, मनन व उपयोजन करणे म्हणजे संबंधित संशोधनाचे परिशीलन.

४) विषय (Topic) : संशोधकाला भेडसावणारी शैक्षणिक समस्या स्थूलमानाने त्या निश्चित अशा विषय विभागात येते त्यास 'विषय' म्हणतात. जसे सूक्ष्म अध्यापन, उच्च माध्यमिक विभाग प्रशासन.

५) शीर्षक (Title) : संशोधन विषयाची स्पष्ट व अर्थपूर्ण मांडणी म्हणजे संशोधनाचे 'शीर्षक' होय. यामध्ये अतिव्यापकता नसावी, संकुचितपणाही नसावा, तर पर्याप्तता असावी. ज्या घटकांना शास्त्रीय पद्धतीने मोजता येईल अशा घटकांचा यात उल्लेख असतो. संशोधकाचा पूर्वग्रहविरहित दृष्टिकोन दिसावा व साध्या व सरळ भाषेत याचे लेखन करावे. प्रबंधाच्या मुखपृष्ठावर हेच शीर्षक असते. उदा.१) महाराष्ट्रातील पुणे महसूल विभागात काम करणाऱ्या प्राथमिक शिक्षिकांच्या सेवास्थिती आणि व्यावसायिक प्रशिक्षणासंबंधी समस्यांचा शोध. २) महाराष्ट्रातील ज्युनिअर महाविद्यालयातील दुसऱ्या वर्षाच्या स्थितीचा चिकित्सक अभ्यास.

समस्याकथन (Statement of the Problem) : शीर्षक व समस्याकथन यात फरक आहे. संशोधनाचा विषय व शीर्षक याची व्याप्ती व मर्यादा निश्चित ठरवून एक किंवा अनेक प्रश्न, एक किंवा अनेक विधाने, प्रश्न व विधान यांचे एकत्रीकरण यांपैकी एका पद्धतीत मांडणे म्हणजे 'समस्याकथन.' यामध्ये दोन किंवा अधिक चलांचा एकमेकांशी असलेला संबंध स्पष्टपणे दाखविला जातो. यातील सर्व चलांची कार्यात्मक व्याख्या पुढे द्यावी लागते. समस्याकथनाने विषयाला निश्चित स्वरूप प्राप्त होते. शीर्षकातील प्रश्न, समस्या अधिक सविस्तरपणे येथे लिहावी. विषयाचा विस्तार व स्वरूप, त्याची उद्दिष्टे, गृहीतके, मर्यादा यांचाही उल्लेख यात असावा. (Page 300, Essentials of Educational Research by Dr. B. P. Lulla, Dr. K. Murty & Dr. V. Taneja) समस्याकथनाने प्रबंधाच्या प्रस्तावनेची सुरुवात व्हावी.

६) क्रियात्मक व्याख्या (Operational Definition) : शैक्षणिक संशोधनामध्ये एखाद्या चलाचा, संज्ञेचा सर्वसामान्य अर्थ न घेता, त्या विशिष्ट संशोधनप्रक्रियेत एखादा निश्चित अर्थ घेतला जातो. संशोधकाने प्रास्ताविक प्रकरणात तो निश्चित अर्थ शब्दांकित करावा. या निश्चित केलेल्या अर्थास त्या चलाची त्या संशोधन प्रक्रियेतील 'क्रियात्मक व्याख्या' असे म्हणतात. उदा. माध्यमिक शाळेत शिकणारी मुले-मुली, लक्ष्मी-विष्णू, नरसिंग गिरणी व जाम गिरणी या तीन कापड गिरण्यांमधील कामगारांची १९८३-८४ यावर्षी इ. ८ वी, ९ वी, १० वी मध्ये मान्यताप्राप्त मराठी माध्यमाच्या शाळेत शिकणारी मुले-मुली. अशा क्रियात्मक व्याख्या त्या विशिष्ट संशोधनापुरत्याच मर्यादित असतात.

७) उद्दिष्टे (Objectives) : संशोधन-समस्या एक वा अनेक समस्या एकत्रित होऊन बनलेली असते. जी अडचण संशोधकाला वारंवार भेडसावत असते, जी गरज

संशोधकाला सतत अनुभवास येत असते अशा प्रमुख समस्येतून पृथक्करणाने एक वा अनेक छोटे प्रश्न निर्माण होतात. या विविध प्रश्नांना विधानात रूपांतरित केल्याने संबंधित संशोधनाची 'उद्दिष्टे' तयार होतात. याचा आधार घेऊन पुढे परिकल्पना तयार करता येतात. उदा. To study critically the professional, familiar, social and economical conditions of women teachers working in primary schools of Greater Mumbai Municipal Corporation.

८) परिकल्पना, गृहीतकृत्य (Hypothesis) : सर्वसामान्य अनुभव, निरीक्षण, ज्ञान व तर्कांच्या आधारे संशोधन समस्येसंबंधी केलेले व सिद्ध न झालेले विधानात्मक उत्तर म्हणजे 'परिकल्पना.' याची सत्यासत्यता संशोधन–प्रक्रियेनंतर ठरविली जाते. या विधानाने संशोधन प्रक्रियेला एक निश्चित दिशा मिळते. यामध्ये दोन किंवा अधिक चलांचा परस्परांशी असणारा संबंध अनुभव, निरीक्षण, ज्ञान व तर्कांच्या आधारे सांगितला जातो.

९) शून्य परिकल्पना (Null Hypothesis) : शून्य परिकल्पनेत चलांमधील अंतर अजिबात नाही अथवा शून्य आहे असे गृहीत धरले जाते. परिकल्पनेचा हा एक प्रकार असल्याने हेही विधान अनुभव, निरीक्षण, ज्ञान व तर्कांच्या आधारे केलेले व सत्यासत्यता पडताळून पाहण्यापूर्वीचे विधान असते. यालाच सांख्यिकी परिकल्पना असेही म्हणतात. प्रायोगिक पद्धतीप्रमाणे वर्णनात्मक संशोधन पद्धतीमध्येही शून्य परिकल्पनेचा उपयोग करतात. (Page 270; Research in Education; John W. Best; Fourth Edition).

१०) गृहीतक (Assumption) : अनेक संशोधकांनी विविध संशोधनाच्या आधारे काही निष्कर्ष काढले आहेत. ही सत्य विधाने सर्वमान्य असतात. संशोधकाचे संशोधन यांपैकी काही निष्कर्षांवर आधारलेले असते. संशोधक ही विधाने त्या संशोधनात तपासून पाहण्याची प्रक्रिया करणार नसतो अशा विधानास 'गृहीतक' असे म्हणतात.

११) व्याप्ती (Scope) : संशोधन कोणत्या भौगोलिक विषयाशी संबंधित आहे, त्यातील कोणत्या लोकांशी संबंधित आहे, त्यांच्या कोणकोणत्या घटकांशी संबंधित आहे, कोणत्या कालखंडाशी संबंधित आहे व या संशोधनाचे निष्कर्ष कुणाला लागू पडतील याची अचूकपणे माहिती देणे म्हणजे संशोधनाची व्याप्ती स्पष्ट करणे होय.

१.२ शैक्षणिक संशोधनातील मर्यादा (Limitation) आणि परिमर्यादा (Delimitation) यातील फरक

१२) मर्यादा (Limitation): संशोधनात ज्या घटकांवर संशोधकाचे नियंत्रण नसते व जे घटक संशोधनाच्या निष्कर्षांना मर्यादा घालत असतात त्यांचा उल्लेख करणे म्हणजे संशोधनाच्या मर्यादा सांगणे. उदा. १)विशिष्ट शाळेमध्ये संशोधकाला प्रायोगिक

पद्धतीने संशोधन करण्यासाठी एका इयत्तेच्या चार वर्गांची आवश्यकता असेल व प्रत्यक्षात काही अडचणींमुळे दोनच वर्ग मिळाले तर ही त्या संशोधनाची मर्यादा ठरते. २) पत्रद्वारे मागविलेल्या प्रश्नावल्या, अतिशय प्रामाणिक प्रयत्न करूनही फक्त ५५% परत आल्या तर निष्कर्षांवर मर्यादा पडतात. ही त्या संशोधनाची मर्यादा होय.

१३) परिमर्यादा (Delimitations) : संशोधनप्रक्रियेत संशोधकाने संशोधनाला स्वत:हून काही परिमर्यादा घातलेल्या असतात. काही सीमारेषा आखून त्या सीमारेषांच्या बाहेर संशोधक संशोधनप्रक्रिया नेणार नसतो. यांना आपण 'परिमर्यादा' म्हणतो. आपण काही उदाहरणे पाहू या. १) संशोधकाने माध्यमिक शाळा म्हणून फक्त ९ वीचाच वर्ग घेतला. २) संशोधकाने फक्त मराठी माध्यमाचाच वर्ग घेतला. ३) संशोधकाने पाठ्यक्रमातील १० युनिट न घेता फक्त ५ युनिटच संशोधनासाठी घेतली. या तीनही उदाहरणात आपण पाहू शकतो की संशोधकाने स्वत:हून या परिमर्यादा घालून घेतल्या आहेत. प्रत्यक्षात उदाहरण एक मध्ये तो ९ वी, १० वी चा असे दोन्ही वर्ग घेऊ शकतो. उदाहरण दोनमध्ये मराठीबरोबर इंग्रजी माध्यमाचा वर्गही घेऊ शकतो व तीनमध्ये १० युनिटही घेऊ शकतो. परंतु, संशोधकाने संशोधन प्रक्रियेच्या योग्य कार्यवाहीसाठी किंवा काही प्रात्यक्षिक अडचणींमुळे ही बंधने घालून घेतली, मर्यादा घालून घेतल्या. यांनाच आपण परिमर्यादा म्हणतो. हा मर्यादा व परिमर्यादा यामध्ये फरक आहे.

१४) महत्त्व (Significance, Importance) : संशोधनाची निकड, संशोधनाच्या निष्कर्षामुळे शैक्षणिक सिद्धान्तात पडलेली भर व शिक्षणाच्या एकूण कार्यप्रणालीत होणारा बदल 'संशोधनाचे महत्त्व' या सदरात मोडतो. पूर्वी याच विषयावर संशोधन झाले असेल तर नवीन परिस्थितीत पुन्हा वाटणारी संशोधनाची निकड स्पष्ट करणे अथवा पूर्वीच्या संशोधनात राहिलेल्या त्रुटी दाखविणे हेही महत्त्व या सदरात येते.

१५) पद्धती (Method) : संबंधित शैक्षणिक संशोधनात भूतकाळातील परिस्थिती जाणून घेण्याचे उद्दिष्ट ठेवले असेल व त्यानुसार नियोजन केले असेल तर ऐतिहासिक संशोधन पद्धती वापरावी लागते. संशोधनात वर्तमानकाळातील परिस्थिती जाणून घ्यायची असेल तर वर्णनात्मक संशोधनाच्या विविध प्रकारांपैकी एक प्रकार वापरावा लागतो. संशोधनात भविष्यकाळातील परिस्थिती जाणून घ्यायची असेल तर प्रायोगिक पद्धतीचा उपयोग करावा लागतो. याच संशोधनाच्या तीन प्रमुख पद्धती म्हणून ओळखल्या जातात.

१६) साधने (Tools) : प्रत्येक संशोधन प्रक्रियेमध्ये पद्धती, उद्दिष्टे व परिकल्पनांच्या अनुसार विविध प्रकारची संख्यात्मक व गुणात्मक माहिती मिळवावी लागते. हीच माहिती संशोधनाचा प्रमुख आधार असते. ही माहिती जमा करण्यासाठी ज्याचा उपयोग केला जातो त्यास संशोधनातील माहिती जमा करण्याचे साधन असे

म्हणतात. उदा. प्रश्नावली.

१७) कालावधी (Period-Duration) : संशोधन प्रक्रिया सुरू केल्यापासून पूर्ण होण्यापर्यंतच्या वेळास, अवधीस 'कालावधी' असे म्हटले जाते. आराखड्यापासून टंकलेखित अहवाल संबंधित संस्थेला सादर करण्यापर्यंतच्या विविध प्रक्रिया किती अवधीमध्ये, कोणत्या महिन्यात, वर्षात केल्या जातील याचा उल्लेख असतो. कमीत कमी कालावधी किती असतो हे त्या पदवीवर व संस्थेवर अवलंबून असते. उदा. सर्वसाधारण परिस्थितीत पीएच.डी. साठी कमीत कमी कालावधी दोन वर्षांचा असतो.

१८) न्यादर्शन, नमुना निवड (Sampling) : संशोधक आपल्या संशोधनामध्ये ज्या जनसंख्येच्या विशिष्ट चलांचा निरीक्षण व पृथक्करणाद्वारे अभ्यास करणार असतो, त्या संख्येचे छोटे प्रमाण म्हणजे नमुना व त्याची निवड करणे म्हणजे नमुना निवड. उदा. 'महाराष्ट्रातील २०१३-१४ या शैक्षणिक वर्षात एस.एस.सी. ला शिकत असणाऱ्या विद्यार्थी-विद्यार्थिनींना इंग्रजी विषय शिकताना येणाऱ्या अडचणी व त्यावर उपाय शोधणे' या संशोधनामध्ये १६-१७ लाख विद्यार्थी- विद्यार्थिनींचा अभ्यास करणे व तोही एका वर्षात, हे अशक्य नसले तरी एका व्यक्तीला असंभव वाटणारे कार्य आहे. अशा वेळी योग्य पद्धतीने त्यांपैकी प्रातिनिधिक ठरणारे फक्त एक हजार विद्यार्थी, विद्यार्थिनी निवडणे व त्यांच्यापुरतेच संशोधन मर्यादित करणे अशी पद्धत अवलंबिता येते. तेथे १६-१७ लाखांच्याऐवजी एक हजार प्रतिसादक म्हणजे जनसंख्येतून निवडलेला नमुना होय.

१९) यादृच्छिक नमुना (Random Sample) : ज्या निवड पद्धतीत जनसंख्येतील प्रत्येक प्रतिसादकाला समप्रमाणात निवडले जाण्याची शक्यता असते तसेच एकाच्या निवडीने दुसऱ्या एककाच्या निवडीवर कोणताही विपरीत परिणाम होत नाही. त्या नमुना निवड पद्धतीला 'यादृच्छिक नमुना निवड' असे म्हटले जाते.

२०) जनसंख्या (Population) : संशोधकाने नमुना ज्यातून निवडला आहे असा संपूर्ण भाग म्हणजे जनसंख्या. नमुन्याची गुणवैशिष्ट्ये ज्याच्याशी समान आहेत अशा व्यक्ती किंवा वस्तू म्हणजे जनसंख्या होय. नमुन्यावरून संशोधनाच्या अखेरीस काढलेले निष्कर्ष समान गुणवैशिष्ट्यांमुळे जनसंख्येलाही लागू पडतात. जनसंख्या निश्चित किंवा अनंत असू शकते. वरील अठराव्या आकड्यामधील उदाहरणातील १६-१७ लाख एस.एस.सी.चे विद्यार्थी-विद्यार्थिनी म्हणजे जनसंख्या होय.

२१) संकलित माहिती (Data) : शैक्षणिक संशोधनात निष्कर्ष काढताना ज्यांचा आधार घेतला जातो अशा सर्व नोंदी, गुणवैशिष्ट्ये, घटना, माहिती यांचे एकत्रीकरण म्हणजे 'संकलित माहिती' होय.

२२) चल (Variable) : संख्यात्मक अथवा गुणात्मक मूल्यामध्ये व्यक्त करता

येऊ शकणारी कोणतीही संकल्पना याला 'चल' असे म्हणतात.

२३) तथ्य व सिद्धान्त (Fact and Theory) : विशिष्ट हेतू मनात ठेवून शास्त्रीय पद्धतीने मिळविलेली माहिती व ज्याचा पडताळा पाहता येतो अशा माहितीस तथ्य (Fact) असे म्हणतात.

या तथ्यांची अर्थपूर्ण मांडणी केली की त्यातून सिद्धान्त तयार होतो.

२४) मिश्र पद्धती (Mixed Methods) : संख्यात्मक आणि गुणात्मक पद्धतींचे एकत्रीकरण म्हणजे 'मिश्र पद्धती.' केवळ कोणत्याही दोन अथवा अधिक पद्धतींचे एकत्रीकरण म्हणजे 'मिश्र पद्धती' नव्हे. संख्यात्मक आणि गुणात्मक पद्धती एकमेकांत मिसळणे, एकात्म होणे येथे आवश्यक असते. प्रथमतः संख्यात्मक पद्धतीने संशोधन करावयाचे व नंतर गुणात्मक पद्धतीने किंवा उलटा क्रम ठेवला म्हणजे मिश्र पद्धती होत नाही.

२५) सर्वेक्षण (Survey) : ही संशोधनाची एक पद्धत आहे. ही पद्धत वर्तमानकाळाशी संबंधित आहे. संपूर्ण जनसंख्येचा तिर्यक छेद (Cross sectional study) घेऊन नमुना निवडून त्याची मुलाखत, प्रश्नावली इ. साधनांच्या साहाय्याने गुणात्मक व संख्यात्मक माहिती गोळा केली जाते. जनसंख्येचा तिर्यक छेद म्हणजे जनसंख्येतील नमुना निवडून त्याच्या अनेक अवस्थांचा एकाच वेळी अभ्यास करणे.

२६) वैज्ञानिक पद्धती (Scientific Method) : दृश्य पुराव्यावर विश्वास, संबंधित मान्य संकल्पनांचा उपयोग, तथ्यांच्या फेरतपासणीवरील निष्ठा, नैतिक तटस्थता, सामान्य विधानक्षमता, संभाव्य पायावर आधारित भाकिते, प्रयोगाची पुनरावृत्ती क्षमता व निष्कर्षांची तपासणी सामान्य माणसालाही शक्य, या सात तत्त्वांवर जी पद्धती आधारित असते तिला 'वैज्ञानिक पद्धती' असे म्हणतात.

२७) मूलभूत संशोधन (Fundamental Research, Basic Research) : ज्या संशोधनात मूलभूत सिद्धान्त प्रस्थापित केले जातात, संबंधित विषय-विभागाचा अत्यंत मूलगामी, सखोल, सर्वसमावेशक, सर्वव्यापी विचार केला जातो, ज्यामध्ये तात्त्विक चर्चेचा भाग जास्त असतो, नमुना-निवड अत्यंत काळजीपूर्वक केलेली असते व संशोधन प्रक्रियेत तसूभरही दोष नसतो अशाप्रकारच्या संशोधनास 'मूलभूत संशोधन' म्हणतात.

२८) उपयोजित संशोधन (Applied Research) : विशिष्ट अडचणींचे निराकरण करणे हा उपयोजित संशोधनाचा हेतू असतो. उद्दिष्टे, कार्यपद्धती व निष्कर्ष या बाबतीत उपयोजित संशोधनात सर्वसमावेशकता असते.

२९) कृतिसंशोधन (Action Research) : उपयोजित संशोधनातून निघालेल्या होकारात्मक निष्कर्षांची अंमलबजावणी जेव्हा त्या संशोधकाकडून केली जाते, तेव्हा

त्या संशोधनास कृतिसंशोधन म्हणतात.

३०) आंतरविद्याशाखीय उपागम (Interdisciplinary Approach): दोन किंवा अधिक विद्याशाखा एखाद्या समस्येच्या संदर्भात एकात्म होतात, एकरूप होतात तेव्हा आंतरविद्याशाखीय उपागम प्रक्रिया होते. विविध विद्याशाखांमधील विविध चलांचा एकमेकांशी समन्वय साधण्याचा हा प्रयास असतो. उदा. शिक्षण आणि समाजशास्त्र हे एकरूप होऊन शैक्षणिक समाजशास्त्र झाले पण जर दोन्ही किंवा विविध विद्याशाखा एखाद्या समस्येच्या संदर्भात आपापल्या दृष्टिकोनातून विचार करतात, प्रत्येक विद्याशाखा स्वत:ची गृहीत तत्त्वे, सिद्धांत पद्धतीवर ठाम राहून प्रश्नाकडे पाहातात तेव्हा तो बहुविद्याशाखीय उपागम ठरतो.

३१) ऐतिहासिक पद्धती (Historical Method) : भूतकाळात घडलेल्या घटनांच्या वा माहितीच्या संदर्भात ज्या पद्धतीने संशोधन केले जाते, त्या पद्धतीला 'ऐतिहासिक पद्धती' असे म्हणतात.

३२) वर्णनात्मक पद्धती (Descriptive Method) : वर्तमानकाळात घडत असलेल्या घटनांच्या वा माहितीच्या संदर्भात ज्या पद्धतीने संशोधन केले जाते, त्या पद्धतीस 'वर्णनात्मक पद्धती' असे म्हणतात.

३३) प्रायोगिक पद्धती (Experimental Method) : भविष्यकाळात एखाद्या समस्येसंबंधी काय स्थिती असेल याचा अभ्यास ज्या संशोधन पद्धतीत केला जातो, त्या पद्धतीस 'प्रायोगिक पद्धती' असे म्हणतात.

३४) आराखडा (Proposal): संशोधक आपले संशोधन कोणत्या पद्धतीने पूर्ण करणार आहे त्याची लिखित स्वरूपातील पूर्वयोजना म्हणजे 'आराखडा.' यामध्ये प्रास्ताविक, संशोधन समस्या, विषय, क्रियात्मक व्याख्या, उद्दिष्टे, परिकल्पना, गृहीतके, व्याप्ती व मर्यादा परिमर्यादा, महत्त्व, संबंधित साहित्य व संशोधनाचे थोडक्यात परिशीलन, पद्धती, साधने, कालावधी, संख्याशास्त्राचा वापर या सर्व बाबींचा उल्लेख हवा.

३५) पथदर्शी, मार्गदर्शक अभ्यास (Pilot Study) : प्रत्यक्ष संशोधन करताना येणाऱ्या अडचणींचा पूर्वीच अंदाज घेऊन त्या अडचणी दूर करण्यासाठी अत्यंत लहान प्रमाणात पण वैज्ञानिक पद्धतीने संपूर्ण संशोधन-प्रक्रिया पूर्ण करणे म्हणजे पथदर्शी अभ्यास.

३६) प्रमुख अथवा प्रत्यक्ष आधार (मूलभूत स्रोत) (Direct Source) : संशोधकाने स्वत: एखादा अनुभव घेतला असेल, संशोधन केले असेल, प्रत्यक्ष माहिती मिळविली असेल, समक्ष ते ठिकाण पाहिले असेल व या बाबींचा उल्लेख आपल्या संशोधनात केला असेल, तर या आधारास 'प्रमुख अथवा प्रत्यक्ष आधार' असे म्हणतात.

३७) दुय्यम अथवा अप्रत्यक्ष आधार (दुय्यम स्रोत) (Indirect Source) : संशोधकाने दुसऱ्याचा अनुभव, दुसऱ्याचे विचार, दुसऱ्याचे संशोधन, दुसऱ्याने मिळवलेली माहिती याचा संदर्भ आपल्या संशोधनात घेतला असेल, तर त्यास 'दुय्यम अथवा अप्रत्यक्ष आधार' असे म्हणतात.

३८) संकलित माहितीवर प्रक्रिया (Data Processing) : संकलित केलेल्या माहितीवर पूर्ण लक्ष केंद्रित करून त्या माहितीची अशा प्रकारे फेररचना करणे, ज्यायोगे त्या माहितीचे ताबडतोब पृथक्करण करणे शक्य होईल, या प्रक्रियेस संकलित माहितीवर प्रक्रिया करणे असे म्हणतात.

३९) संकलित माहितीची तपासणी (Scrutiny of Data) : संशोधन प्रक्रियेत विविध साधनांच्याद्वारे जी माहिती गोळा केली आहे, त्याची सत्यता व उपयुक्ततेच्या दृष्टीने पाहणी करणे म्हणजेच संकलित माहितीची तपासणी होय.

४०) संस्करण (Editing) : संशोधन प्रक्रियेत विविध साधनांच्याद्वारे जमा केलेली सर्वच माहिती निष्कर्षांच्या व परिकल्पना तपासणीच्या दृष्टिकोनातून महत्त्वाची असतेच असे नाही. अशी माहिती बाजूला टाकावी. समस्येशी संबंधित व अत्यंत बिनचूक माहितीच फक्त उपयोगासाठी ठेवावी. या प्रक्रियेस 'संस्करण' असे म्हणतात.

४१) सांकेतीकरण (Coding) : संशोधनात जमा केलेल्या माहितीचे वर्गीकरण व सारणीकरण व्यवस्थितपणे करता यावे म्हणून मिळालेल्या व संस्करण करून ठेवलेल्या माहितीला ठरावीक चिन्ह (अक्षर, खूण वा अंक) देणे म्हणजे सांकेतीकरण. उदा. ज्यांच्या पालकांचा पगार व इतर उत्पन्न १०,००० रुपयांपर्यंत आहे, त्यांच्या प्रश्नावलीवर गट क्र.१असे लिहिणे, १०,००१ रुपये ते १५,००० रुपये त्यांना गट क्र. २ व १५,००१ च्या पुढे त्यांना गट क्र. ३.

४२) वर्गीकरण (Classification) : संशोधनाची उद्दिष्टे व परिकल्पनांच्या अनुसार जमा केलेल्या सर्व माहितीचे विविध विभाग वा गट पाडणे म्हणजे माहितीचे वर्गीकरण करणे होय.

४३) सारणीकरण (Tabulation) : संशोधनातील विशिष्ट समस्येच्या संदर्भात, एकाच विशिष्ट प्रकारच्या माहितीचा शब्द किंवा अंकांच्या साहाय्याने एकत्रीकरण करून त्यांचे प्रश्न किंवा गटवार कोष्टक तयार करणे म्हणजे 'सारणीकरण' होय.

४४) वर्णनात्मक संख्याशास्त्र (Descriptive Statistics) : संशोधनात प्रतिसादकाचा जो गट घेतला आहे त्याच्या विभाजनाच्या संदर्भात कोणती गुणवैशिष्ट्ये आहेत हे वर्णनात्मक संख्याशास्त्राचा आधार घेऊन सांगता येते. त्यावरून संपूर्ण जनसंख्येविषयी अनुमान काढता येत नाही. जर संशोधन प्रक्रियेमध्ये संपूर्ण जनसंख्या घेतली असेल तरच वर्णनात्मक संख्याशास्त्राच्या आधारे संपूर्ण जनसंख्येच्या

विभाजनाच्या गुणवैशिष्ट्यासंबंधी कथन करता येते. म्हणजेच संशोधनात प्रतिसादकाचा जो गट घेतला आहे फक्त त्याच्याच विभाजनाच्या गुणवैशिष्ट्यासंबंधी ज्या संख्याशास्त्राच्या आधारे वर्णन करता येते, त्यास 'वर्णनात्मक संख्याशास्त्र' असे म्हणतात. उदा. मध्यमान, प्रमाण विचलन, शततमक, सहसंबंधगुणक.

४५) अनुमानात्मक संख्याशास्त्र (Inferential Statistics) : ज्या संख्याशास्त्राच्या साहाय्याने निवडलेल्या नमुन्यावरून संपूर्ण जनसंख्येसंबंधी अनुमान काढता येते. त्या संख्याशास्त्रास 'अनुमानात्मक संख्याशास्त्र' असे म्हणतात. उदा. Chi-square Test, Standard error t-Test इ.

४६) विशदीकरण, निर्वचन (Interpretation) : संशोधकाने संख्याशास्त्राचा आधार घेऊन, स्वत:चे ज्ञान, बुद्धी, तर्क, कल्पना यांचा वापर करून, मिळालेल्या माहितीचा वस्तुनिष्ठपणे अर्थ लावणे म्हणजे विशदीकरण. हे विशदीकरण एकेका सारणीच्या, प्रश्नाच्या प्रतिसादाच्या संदर्भात असते.

४७) निष्कर्ष (Conclusion) : सबळ पुराव्याच्या आधारावर, विशदीकरणाचा आधार घेऊन, अत्यंत काळजीपूर्वक, उद्गामी-अवगामी विचारप्रणालीचा वापर करून, साध्या शब्दात व संशोधन समस्यांच्या संदर्भात उपलब्ध झालेली उत्तरे म्हणजे निष्कर्ष.

४८) सामान्य विधान (Generalization) : निष्कर्षांच्या आधारावर, अत्यंत काळजीपूर्वक व अचूकपणे, संशोधन-समस्येच्या संदर्भात केलेले सामान्य कथन म्हणजे 'सामान्य विधान' होय.

४९) तळटिपा (Footnotes) : संशोधन अहवालात संशोधन विषयाशी संबंधित, इतर लेखकांच्या, महत्त्वपूर्ण अशा साहित्यातील भागाचा अथवा संशोधनाचा उपयोग केला जातो. अवतरणे, अनुवाद, सारांश तसेच त्यावरील मूल्यमापन या प्रकारात असा उल्लेख करता येतो. तथापि, हे दुसऱ्याचे कार्य आहे त्याची कृतज्ञतापूर्वक व योग्य नोंद वाचकांना देणे आवश्यक आहे; म्हणून त्याच पानाच्या शेवटच्या भागात, अहवालातील भागानंतर एक रेघ मारून पुढील बाबींची नोंद करावी- १) लेखकाचे पहिले नाव. वडिलांचे/पतीचे नाव किंवा आद्याक्षरे व आडनाव. २) पुस्तकाचे/लेखाचे नाव. ३) प्रकाशक, आवृत्ती, वर्ष. ४) पान क्रमांक. लेखक/संपादक वेगळा असेल तर तसा उल्लेख करावा. अवतरणे अवतरण चिन्हात द्यावीत, अन्यथा सारांश, अनुवाद असा उल्लेख करावा. अहवालात प्रकरणाप्रमाणे एकपासून क्रमांक द्यावेत व तळटिपेत तो क्रमांक लिहून त्यापुढे वरील नोंद करावी. तळटिपा न देता प्रकरणाच्या शेवटी वरीलप्रमाणे उल्लेख केला तर त्यास तळटिपा न म्हणता संदर्भ म्हणतात.

५०) शिफारशी (Recommendations) : संशोधन प्रक्रियेतून जे निष्कर्ष निघालेले आहेत, त्यावर आधारित, तात्त्विक पद्धती न वापरता, व्यवहार्य अशा ज्या

सूचना आणि सुधारण्याचे मार्ग संशोधकाने सुचविलेले असतात त्यांना शिफारशी असे म्हणतात.

५१)पुढील संशोधनासाठी विषय (Topics for Further Study or Research) : संशोधकाने ज्या विषयावर संशोधन पूर्ण केलेले असते तो विषय म्हणजे एका विशिष्ट विषय-विभागाचा एक घटक असतो. त्याच्या राहिलेल्या व संशोधन न झालेल्या घटकांसंबंधी संशोधन होणे आवश्यक असते. हे संशोधकाने केलेल्या पद्धतीप्रमाणे किंवा वेगळ्या पद्धतीने करता येते. याचबरोबर नमुना निवड, पद्धती, क्षेत्र, कालावधी अशा बाबतीतही विशिष्ट वेळेत व खर्चात संशोधन पूर्ण होणे आवश्यक असल्याने संशोधकावर काही मर्यादा पडतात. या संशोधन न झालेल्या तथापि वरील दोन्ही दृष्टिकोनातून त्या विशिष्ट संशोधनाशी संबंधित असलेल्या विषयांची यादी म्हणजे पुढील संशोधनासाठी विषय.

५२) संदर्भसाहित्यसूची (Bibliography) : संशोधन विषयाच्या व पद्धतीच्या संदर्भात अगदी सुरुवातीपासून-अखेरपर्यंत संशोधकाने जी पुस्तके, नियतकालिके, वृत्तपत्रे, अहवाल, कागदपत्रे असे प्रकाशित व अप्रकाशित साहित्य वाचले असेल व संशोधन प्रक्रियेमध्ये ज्या साहित्याचा प्रत्यक्ष वा अप्रत्यक्ष उपयोग झाला असेल अशा सर्व साहित्याची एका विशिष्ट अशा क्रमाने केलेली यादी म्हणजे संदर्भसाहित्यसूची होय.

५३) एपीए स्टाईल (APA Style) : १९५३मध्ये अमेरिकन सायकॉलॉजिकल असोसिएशनने मानसशास्त्रज्ञांसाठी नीतितत्त्वांची नियमावली प्रथमत: सादर केली. त्यामध्ये वेळोवेळी सुधारणा झाल्या. या प्रक्रियेचा संशोधनाशी संबंध येत गेला. २००१मध्ये यामध्ये काही निश्चित पद्धती सादर करण्यात आली. शैक्षणिक संशोधनाशी याचा संबंध असल्याने या एपीए स्टाईलने रिसर्च प्रक्रिया व रिसर्च रिपोर्ट यासंबंधी केलेल्या सूचना प्रसिद्ध आहेत. प्रामुख्याने संदर्भ देण्याच्या पद्धतीमध्ये केलेले महत्त्वपूर्ण बदल आज अनेक देशांमध्ये, विद्यापीठांमध्ये वापरले जातात.

'There are seven main sections in an APA Style research report manuscript : the title page, abstract, introduction, method, results, discussion and references.' (Bordens & Abbott, Sixth edition, P. 459.)

५४) परिशिष्ट (Appendix) : हा संदर्भग्रंथसूचीनंतर येणारा विभाग असतो. संशोधन अहवालात नसलेला परंतु त्याला पोषक ठरणारा असा सर्व संदर्भ विभाग म्हणजे 'परिशिष्ट' होय. यामध्ये मोठे उतारे, मोठी कोष्टके, प्रश्नावल्या, मुलाखतीचे मुद्दे, नकाशे, संख्याशास्त्राचे तक्ते इ. यांचा समावेश केला जातो.

५५) गोशवारा (Abstract) : संशोधन अहवालाच्या प्रती विद्यापीठास किंवा संबंधित संस्थेस सादर करतेवेळी त्या संशोधनांची, निष्कर्षांची व त्याच्या विशेष व

स्वतंत्र अशा योगदानाची थोडक्यात माहिती तयार करणे म्हणजे गोशवारा किंवा सारांश होय. या सारांशाच्या आवश्यक संख्येत चक्रमुद्रित किंवा छापील प्रती तयार कराव्या लागतात व अहवालाबरोबर विद्यापीठाकडे द्याव्या लागतात. तोंडी परीक्षेच्या वेळी याचाच उपयोग संबंधित आमंत्रित विषयतज्ज्ञांना होतो.

५६) सारांश (Synopsis) : गोशवाऱ्यापेक्षा अधिक मोठी व प्रास्ताविक, समस्या कथनापासून संदर्भग्रंथसूचीपर्यंत सर्व संशोधन प्रक्रियेची थोडक्यात दिलेली माहिती म्हणजे सारांश. संशोधन अहवाल विद्यापीठास सादर करण्यापूर्वी कमीत कमी दोन महिने या सारांशाच्या चक्रमुद्रित अथवा छापील प्रती, अपेक्षित संख्येप्रमाणे विद्यापीठास सादर कराव्यात अशी अट असते.

५७) प्रबंध (Thesis) : पीएच.डी. सारखी उच्च पदवी मिळण्यासाठी एखाद्या विषयावर स्वतंत्र स्वरूपाचे संशोधन करून त्याचा जो टंकलिखित, झेरॉक्स, छापील अहवाल विद्यापीठास किंवा एखाद्या मान्यवर संस्थेस सादर केला जातो, त्यास 'प्रबंध' म्हणतात.

५८) लघुशोध प्रबंध (Dissertation) : लघुशोध प्रबंध (Dissertation) आणि प्रबंध (Thesis) यामध्ये फक्त आकार, प्रमाण, यामध्येच फरक असतो. दोन्हीमध्ये शास्त्रशुद्ध पद्धतीनेच संशोधनप्रक्रिया पूर्ण केली जाते. आपल्याकडे एम. एड. व एम. फिल.साठी केलेल्या संशोधन अहवालास हा शब्द वापरतात.

५९) तोंडी परीक्षा (Viva Voce) : संशोधन प्रक्रिया, पद्धती, निष्कर्ष इ. संशोधनाच्या सर्व बाबीसंबंधी घेतली जाणारी तोंडी परीक्षा. याला आपण मुलाखतही म्हणू शकतो. अनेक विद्यापीठांनी एम.फिल. व पीएच.डी.ची पदवी देण्यापूर्वी मुक्त मुलाखत हा प्रकार आयोजिलेला आहे. यामध्ये चेअरमन, बाह्य परीक्षक, केन्द्रप्रमुख, मार्गदर्शक, तज्ज्ञ व विषयाची आवड असणारे उपस्थित असतात. या मुलाखतीचे पुढील उद्देश असतात– १) अहवालासंबंधी विविध प्रश्न विचारून संशोधनाची प्रक्रिया संपूर्णत: संशोधकाने केलेली आहे याची खात्री करणे. २) अहवालातील आवश्यक मुद्यांचे व वापरलेल्या तंत्राचे संशोधकाकडून स्पष्टीकरण करून घेणे. ३) अहवालात काही किरकोळ चुका राहिल्या असल्यास, तो मान्य करताना, संशोधकाला त्या व पुढील संशोधनासाठी, त्या चुका निदर्शनास आणून देऊन सूचना देणे. दुरुस्त करण्यास सांगणे.

संशोधकाने सर्व संशोधन–प्रक्रिया समजून, स्वत: व्यवस्थितपणे पूर्ण केलेली असेल, मुलाखतीपूर्वी अहवालाचे वाचन केले असेल, काही चुका त्याला स्वत:ला जाणवल्या असल्या तर त्या का राहिल्या याची कारणमीमांसा तयार केल्यास व मुलाखतीच्या वेळी आत्मविश्वासाने व नम्रपणे आपले अहवालासंबंधीच्या प्रश्नासंबंधी विचार स्पष्ट केल्यास या मुलाखतीमध्ये संशोधकाला अपयश येण्याचे कारण नसते.

२

शैक्षणिक संशोधनाचा इतिहास व आढावा

२.१ शैक्षणिक संशोधनाचा इतिहास
२.२ भारतातील शैक्षणिक संशोधनाच्या इतिहासाचा आढावा

२.१ शैक्षणिक संशोधनाचा इतिहास

पाश्चिमात्य राष्ट्रांमधील इंग्लंड व अमेरिका या दोन देशांत शैक्षणिक संशोधनाची प्रक्रिया प्रथम सुरू झाली. हे दोन्ही देश लोकशाही असलेले. त्यामुळे शिक्षणप्रक्रियेत येणाऱ्या समस्या, अडचणी सोडविण्यासाठी सामूहिक विचारविनिमय, प्रयोग या माध्यमातून ही प्रक्रिया सुरू झाली. त्यानंतर रशिया, जपान, ऑस्ट्रेलिया, कॅनडा, इटली, न्यूझीलंड इत्यादी अनेक देशांमध्ये शैक्षणिक संशोधनाचे कार्य विविध स्तरांवर झालेले दिसून येते. आज हा विषय अत्यंत प्रगत अवस्थेत असलेला दिसून येतो. तथापि, या विषयाची सुरुवात १९ व्या शतकाच्या अखेरीस इंग्लंडमध्ये झालेली दिसून येते.

इ.स. १८८८मध्ये इंग्लंडमध्ये सर फ्रान्सिस गाल्टन यांनी मानसिक थकव्याची संकल्पना प्रयोगाद्वारे शोधली. इ.स. १८९६मध्ये इंग्लंडमधील शिक्षण मंडळाने शाळेतील मानसशास्त्रीय संशोधनावर कार्य सुरू केले. या मूलभूत पायावर इ.स. १९०५ मधील बिनेचे बुद्धिमापनाचे संशोधन व इ.स. १९१६-१७ मधील टर्मनने त्यामध्ये केलेल्या सुधारणा या सर्वांच्या आधारे शैक्षणिक संशोधनाची विशाल वास्तू उभी राहिली.

अमेरिकेमध्ये शैक्षणिक संशोधनाची प्रक्रिया इ.स. १९१८मध्ये सुरू झाली व त्यापूर्वीचा काळ हा प्राथमिक तयारीचा होत असे आपणास वाल्टर मन्रोने प्रकाशित केलेल्या टेन इयर्स ऑफ एज्युकेशनल रिसर्च (१९१८-१९२७) या पुस्तकावरून म्हणता येईल.

याचबरोबर उपरोल्लेखित अनेक देशांमध्ये व आपल्याही भारत देशामध्ये शैक्षणिक संशोधनास सुरुवात झाली. या विविध देशांमधील शिक्षणतज्ज्ञांना व संशोधकांना एकत्र येऊन परस्परांमधील शिक्षणविषयक विचारांची, संशोधन पद्धतींची व निष्कर्षांची देवाणघेवाण करण्याची गरज भासू लागली. याचा परिणाम म्हणून इ.स. १९५६ साली अमेरिकेतील ॲटलांटा शहरात पहिली आंतरराष्ट्रीय शैक्षणिक संशोधन परिषद संपन्न झाली. यामध्ये जगातील ११ देशांच्या संशोधकांनी भाग घेतला. त्यानंतर इ.स. १९५९ साली जपानमधील टोकियोत दुसरी आंतरराष्ट्रीय शैक्षणिक संशोधन परिषद आयोजित करण्यात आली. या परिषदेला जगातील ४० सभासदांनी आपली उपस्थिती दर्शवून उत्कृष्ट योगदान दिले. विविध देशांच्या शैक्षणिक नियोजन प्रक्रियेत शैक्षणिक संशोधनाला महत्त्व देण्यात येत नाही, या वास्तवाची त्यांनी पुढील तीन महत्त्वपूर्ण कारणे स्पष्ट केली – १) शैक्षणिक संशोधनाच्या गरजेच्या जाणिवेचा अभाव. २) शैक्षणिक संशोधनाच्या निष्कर्षांवर पूर्ण विश्वास नसणे. ३) शैक्षणिक संशोधनाला लागणाऱ्या पुरेशा निधीचा अभाव. या वास्तवाची विविध देशांना स्पष्ट कल्पना आल्याने वरील तीन कारणे दूर करून विविध देशांनी शैक्षणिक संशोधन करून शिक्षणाचा विकास करण्याचा जाणीवपूर्वक प्रयत्न सुरू केला.

'Essentials of Educational Research' या डॉ. बी. पी. लुल्ला, डॉ. के. मूर्ती आणि डॉ. व्ही. तनेजा यांनी लिहिलेल्या पुस्तकात पाश्चिमात्य राष्ट्रातील शैक्षणिक संशोधनाच्या विकासाची चार कालावधीत विभागणी केली आहे. ती पुढीलप्रमाणे –

१) शैक्षणिक संशोधनाचा सुरुवातीचा कालावधी (१९०० ते १९१५) : या कालावधीत माहिती संकलन व अर्थ निर्वचनासाठी आवश्यक असणारी जी मापन साधने, तंत्रे व प्रक्रिया यांचा विकास झाला. संख्याशास्त्रीय तंत्रे, मानसशास्त्रीय, बौद्धिक, शैक्षणिक अभिवृत्तीमधील मापनाच्या साधनांचा विकास झाला. शैक्षणिक कार्यक्रम आणि प्रक्रिया यांच्या परिणामकारकतेसंबंधी आणि मूल्यमापनासंबंधी विविध तंत्रांचे व पद्धतींचे उपयोजन झाले. संशोधन कार्यक्रमाच्या आयोजनाच्या पद्धतीचा विकास झाला.

२) शैक्षणिक संशोधनाच्या विस्ताराचा कालावधी (१९१६ ते १९३५) : इ.स. १९२५पर्यंत शैक्षणिक अध्ययनाची जवळजवळ सर्व क्षेत्रे शोधली गेली होती. इ.स. १९३०पर्यंत शैक्षणिक संशोधनाच्या विस्तार आणि प्रगतीच्या समालोचनाचे व प्राथमिक मूल्यमापनाचे कार्य सुरू झाले होते. इ.स. १९३५पर्यंत शैक्षणिक संशोधनाचे एकत्रीकरणाचे कार्य पूर्ण झाले होते.

३) मूल्यमापन आणि पुनर्प्रबोधनाचा कालावधी (१९३६ ते १९४६) : इ.स. १९३७पर्यंत शैक्षणिक संशोधनाचे कार्य इतक्या मोठ्या प्रमाणात होऊ लागले की

दरवर्षी ५०००पर्यंत हा आकडा गेला असे मन्रोने म्हटले आहे. इ.स. १९४५पर्यंत शैक्षणिक संशोधनाच्या पद्धतीच्या वापरातील टीकात्मक दृष्टिकोनाचा विकास झाला.

४) आधुनिकीकरणाचा आणि एकत्रीकरणाचा कालावधी (१९४६ पासून आजअखेर) : दुसऱ्या महायुद्धानंतर शैक्षणिक संशोधनशास्त्र हे अधिक आधुनिक व एकत्रीकरणाच्या प्रक्रियेचे झाले. पाश्चिमात्य राष्ट्रात, विशेषत: अमेरिकेत संस्थाबद्ध संशोधनकार्य झाले आणि शैक्षणिक संशोधन हळूहळू शास्त्रीय संशोधन पद्धतीकडे झुकू लागले.

या चार कालावधींचा विचार केल्यानंतर आपल्याला एका मुद्याचा विचार करावयाचा आहे. तो म्हणजे आज जगामध्ये जे शैक्षणिक संशोधन चालते ते कोणकोणत्या विभागांमार्फत चालते हे पाहणे.

पहिला विभाग म्हणजे विद्यापीठे. जगातील विविध विद्यापीठांमध्ये शिक्षणशास्त्र विभागांमार्फत शैक्षणिक संशोधन चालते. दुसरा विभाग म्हणजे शासकीय स्तर. शासनाच्या ज्या विविध शैक्षणिक संस्था आहेत ज्यामध्ये भारतातील यू.जी.सी., एन.सी.ई.आर.टी., एन.सी.टी.ई. सारख्या अनेक संस्थांमध्ये किंवा त्यांच्यामार्फत शैक्षणिक संशोधन आयोजित केले जाते. तिसरा विभाग म्हणजे स्वायत्त खासगी संस्था. चौथा विभाग व्यावसायिक संघटनासुद्धा शैक्षणिक संशोधनाचे कार्य हाती घेतात आणि पाचवा विभाग म्हणजे व्यक्तिगत पातळीवरही शैक्षणिक संशोधनाचे कार्य हाती घेतले जाते.

२.२ भारतातील शैक्षणिक संशोधनाच्या इतिहासाचा आढावा

भारतीय विद्यापीठांमध्ये १९१७पर्यंत शिक्षणशास्त्र असा अभ्यासाचा स्वतंत्र विषय नव्हता. कोलकाता विद्यापीठ आयोग (१९१७-१९) किंवा ज्याला सॅडलर आयोग म्हणून ओळखले जाते, कारण डॉ. मायकेल सॅडलर हे या आयोगाचे अध्यक्ष होते, या आयोगाच्या शिफारशींमध्ये शिक्षणशास्त्र विभागाची निर्मिती प्रत्येक विद्यापीठात व्हावी असे सुचविले आहे. येथून या विषयाचा सखोल अभ्यास सुरू झाला. या आयोगाने असेही सुचविले की शिक्षणशास्त्राने शैक्षणिक मानसशास्त्र, तत्त्वज्ञान, इतिहास, अर्थशास्त्र इत्यादी विषयांशी संपर्क ठेवून शिक्षणशास्त्रातील समस्या सोडविण्याचा प्रयत्न करावा. शैक्षणिक समस्यांचा अभ्यास आता खऱ्या अर्थाने सुरू झाला. बनारस, अलीगढ विद्यापीठांनी शिक्षणशास्त्र विभाग सुरू केले. मुंबई विद्यापीठाने १९३६ साली एम.एड. अभ्यासक्रम सुरू केला. ही पदवी संशोधन प्रक्रिया पूर्ण करून मिळत असे. अलाहाबाद विद्यापीठाने १९४३ साली एम.एड. अभ्यासक्रम सुरू केला. १९५१मध्ये १६ विद्यापीठांमध्ये एम.एड. अभ्यासक्रमाची सोय उपलब्ध होती.

मुंबई विद्यापीठाने सर्वप्रथम म्हणजे १९४१ साली शिक्षणशास्त्र विभागातील पीएच.डी. ची सोय उपलब्ध करून दिली. १९४३ साली त्यांना पहिली पीएच.डी. (शिक्षणशास्त्र) प्रदान केली. हळूहळू इतर विद्यापीठांनाही ही सोय उपलब्ध करून दिली.

डॉ. राधाकृष्णन यांच्या अध्यक्षतेखाली नेमल्या गेलेल्या विद्यापीठ शिक्षण आयोगाच्या शैक्षणिक संशोधनाबद्दलच्या प्रतिक्रिया काय आहेत हे पाहणे आवश्यक ठरेल.

"The requirements for the Master's Degree in Education very but normally include a piece of original work prepared under supervision. Besides these first steps by beginners in original work the staff of some training departments....are seriously engaged in original work. There are also a few centres for advanced work in Education or Educational Psychology e.g. at the Government Centre at Allahabad, and at the University of Patna. The first attempt at educational research at the All India level is to be made by the newly founded Central Institute of Education in Delhi."

"The original work by Professors and Lecturers in Education is sometimes of high quality, but it seems to suffer, so far, from isolation and lack of inter-university planning."

विद्यापीठ शिक्षण आयोगाची शैक्षणिक संशोधनाबद्दलची महत्त्वपूर्ण शिफारस पुढे दिल्याप्रमाणे होती.

a) A Ph.D. student should not become a narrow specialist, but his grasp of his subject should be characterized both by breadth and depth.

b) University teachers should give the community punctuality, efficiency and devotion to duty in relation to their teaching work, and new ideas and newer methods in relation to their research work.

कोठारी आयोग : शिक्षण आयोग १९६४-६६ व्हॉल्यूम ३ एन.सी.ई.आर.टी., १९७० मधील ५९३ पानावरची शैक्षणिक संशोधनासंबंधीची माहिती पुढीलप्रमाणे -

"15 Educational Research. Urgent steps have to be taken to develop educational research and relate it effectively to the formulation of educational policies and improvement of education. From this point of view, the following programmes need to be developed.

1) A documentation centre and a national clearing house in educational research should be developed at the NCERT.

2) Educational research has to be developed in terms and in interdisciplinary fields. While all training colleges should do some research, the restriction of educational research to training colleges has hampered its growth. It will be the special responsibility of schools of Education to develop educational research in a big way in collaboration with other departments.

3) It is desirable to set up a National Academy of Education consisting of eminent educationists, broadly on the lines of the National Institute of Science, to promote educational thought and research. This should essentially be a non-official, professional body. But it should receive adequate financial support from the Government of India.

4) An Education Research Council should be set up in the Ministry of Education for the promotion of research.

5) There is urgent need to provide good specialized training for research work and services for data-processing, statistical analysis and consultation.

6) It would be the responsibility of the NCERT at the national level and the state Institutes of Education at the state level to bridge the serious gap between the educational research and current school practices. A similar role will have to be played by the UGC in the field of higher education.

7) The total expenditure on educational research has to be increased considerably, the goal being to devote about one per cent of the state expenditure on education to it."

कोठारी आयोगाने शैक्षणिक संशोधनविषयक केलेल्या अत्यंत महत्त्वपूर्ण शिफारशी पाहिल्यानंतर १९८६च्या राष्ट्रीय शैक्षणिक धोरणात यासंबंधीची माहिती पाहू.

''संशोधनक्षेत्रात गुणवत्ता टिकविण्यासाठी कार्यक्षमता वाढविणे,आपसात समन्वय असणे व पूर्वनियोजन करणे तसेच अनावश्यक खर्च कमी करणे सोयीचे होईल. आज संशोधनक्षेत्रात अनेक बाबींवर माहिती उपलब्ध होत नाही. उदा. संशोधनावर होणारा खर्च, विद्यावाचस्पती पदवी मिळविण्याकरिता लागणारा वेळ, उपलब्ध साधन सोयींची माहिती, कार्यातील गुणवत्ता इत्यादी. संशोधन साधनांवर आधारित माहिती आणि त्यासाठी लागणारी यंत्रणा यांच्याकरिता केलेले प्रयत्न नियोजित आणि पद्धतशीर असावेत. संशोधन परिषदेकडे अशाप्रकारची माहिती उपलब्ध असावी.''

''विद्यापीठीय संशोधनासाठी भरीव साहित्य दिले जाईल व त्याचा दर्जा चांगला ठेवण्यासाठी उपाययोजना केली जाईल. विविध विद्यापीठांतील संशोधन व अन्य संस्थांतील संशोधन यात समन्वय साधण्यासाठी विद्यापीठ अनुदान मंडळ योग्य अशी यंत्रणा उभारील. राष्ट्रीय पातळीवरील संशोधनाच्या सोयी विद्यापीठांतून उपलब्ध होतील, यासाठीही प्रयत्न केले जातील. या संशोधन संस्थांना व्यवस्थापनासाठी स्वायत्तता दिली जाईल.''(राष्ट्रीय शैक्षणिक धोरण (१९८६) - शैक्षणिक आव्हानाकडून कृतिकार्यक्रमाकडे, मे १९८७, प्रकाशक - डॉ. व. रा. नागपुरे, संचालक, महाराष्ट्र राज्य शैक्षणिक संशोधन व प्रशिक्षण परिषद, पुणे).

डॉ. राधाकृष्णन् यांच्या विद्यापीठ आयोगामधील डॉ. कोठारी यांच्या शिक्षण आयोगामधील आणि १९८६च्या नवीन शैक्षणिक धोरणामधील शैक्षणिक संशोधनविषयक महत्त्वपूर्ण शिफारशी पाहिल्यानंतर आपल्याला पुन्हा थोडे मागे जावे लागेल. आपण मुंबई विद्यापीठाच्या १९४३च्या शिक्षणशास्त्र शाखेतील प्रदान केलेल्या पीएच.डी.पर्यंत आलो होतो. त्यानंतर विविध विद्यापीठांमध्ये अशा प्रकारच्या शैक्षणिक संशोधनाद्वारे पीएच.डी. प्राप्त करणाऱ्यांचे प्रमाण वाढू लागले. पुढील कोष्टकावरून आपल्याला या विधानाचा निश्चित असा पुरावाच मिळेल.

Decade-wise Distribution of Ph.D. Theses in Education		
Years	Number	
1941-50	10	Total 2272
1951-60	62	M.B. Buch
1961-70	216	Fourth Survey
1971-80	887	Volume 1
1981-88	1097	

इ.स. १९४७ साली सेंट्रल इन्स्टिट्यूट ऑफ एज्युकेशन-सीआयई-केंद्रीय शिक्षण संस्था-स्थापन करण्यात आली. शैक्षणिक समस्यांवर संशोधन आयोजित करणे आणि शिक्षक आणि शिक्षण विभागातील अधिकाऱ्यांना प्रशिक्षण देणे ही या संस्थेची कार्ये होती. यानंतर शैक्षणिक संशोधनास फार मोठा हातभार लागला तो स्वातंत्र्यप्राप्तीनंतर भारत सरकारने ज्या विविध पंचवार्षिक योजना कार्यान्वित केल्या होत्या त्यांचा. पहिली पंचवार्षिक योजना १९५१ ते ५६ या कालावधीमधील. या योजनेत प्रशिक्षण संस्थांना मोठ्या प्रमाणात आर्थिक मदत देऊन त्यांना विविध संशोधन प्रकल्प हाती घेण्यास सांगण्यात आले. विद्यापीठ शिक्षण आयोगाने विद्यापीठ अनुदान

मंडळ (यू.जी.सी.) स्थापण्याची शिफारस केली होती. त्यानुसार१९५३ साली विद्यापीठ अनुदान मंडळ सुरू झाले. या मंडळाने शैक्षणिक संशोधनविषयक अशा विविध योजना तयार केल्या, संशोधन प्रकल्पांसाठी आर्थिक मदत, पीएच.डी. साठी शिष्यवृत्ती तसेच स्वतंत्र अनुदान देणे या गोष्टी केल्यामुळे संपूर्ण देशभर शैक्षणिक संशोधन प्रकल्पांना गती मिळाली. यू.जी.सी.ने १९६३ साली बडोदा येथे सेंटर फॉर ॲडव्हान्स्ड स्टडीज इन एज्युकेशन – CASE ची स्थापना करून त्या संस्थेमार्फत प्रगत अभ्यास व संशोधनाचे कार्य केले. ही संस्था महाराजा सयाजीराव विद्यापीठाच्या शिक्षण आणि मानसशास्त्र विद्याशाखेला जोडली आहे. तिसऱ्या पंचवार्षिक योजनेतील (१९६१–६६) आपल्या संशोधन विषयाच्या दृष्टिकोनातून महत्त्वपूर्ण घटना म्हणजे १ सप्टेंबर १९६१ पासून राष्ट्रीय शैक्षणिक संशोधन व प्रशिक्षण मंडळ National Council of Educational Research and Training NCERT ची स्थापना. शिक्षणक्षेत्रातील संशोधन कार्यास प्रोत्साहन देणे, शिष्यवृत्ती देणे, आर्थिक मदत देणे व तज्ज्ञांकडून संशोधन कार्य करवून घेणे हे एन.सी.ई.आर.टी.चे एक प्रमुख कार्य आहे. दुसऱ्या व तिसऱ्या पंचवार्षिक योजनेत संशोधन प्रकल्पांचा विस्तार व त्यांना आर्थिक मदतीत वाढ दिसते. या संबंधातील आणखी एक महत्त्वपूर्ण संस्था म्हणजे भारतीय समाज विज्ञान संशोधन परिषद – Indian Council of Social Science Research-ICSSR.

या संस्थेने संशोधनाला प्रोत्साहन आणि आर्थिक मदत देण्याचे कार्य चालू ठेवले आहे. UGC, NCERT आणि ICSSR यांचा परिचय करून घेतल्यानंतर पुढे आपण फक्त काही महत्त्वपूर्ण संस्थांचा नामनिर्देश करणार आहोत की ज्यांनी शैक्षणिक संशोधन प्रक्रियेत महत्त्वपूर्ण योगदान दिले.

संदर्भ

- Indian Association of Teacher Educators IATE १९५० व्यावसायिक 'लोकांची ऐच्छिक संघटना यांनी टीचर एज्युकेशन' हे नियतकालिक सुरू केले.
- All India Association of Principals of Training Colleges.
- The Indian Association for Programmed Learning IAPL 1967.
- South India Teachers' Union SITU.
- राष्ट्रीय स्तरावरील NCERT प्रमाणे विविध राज्यांत आणि केंद्रशासित प्रदेशात State Institutes of Education राज्य शिक्षणशास्त्र संस्था.
- State Council of Educational Research and Training- SCERT.
- National Institute of Educational Planning & Administration (NIEPA) ही दिल्लीमधील संस्था.

- Indian Institute of Education-IIE ही पुण्यातील संस्था.
- Regional Colleges of Education. अजमेर, भुवनेश्वर, भोपाळ आणि म्हैसूर या ठिकाणी आहेत.
- The Central Institute of English, Hyderabad.
- The Central Pedagogical Institute, Allahabad.
- The Indian Institute of Education, Bombay.
- विविध राज्यांमधील पाठ्यपुस्तक निर्मिती आणि अभ्यासक्रम निर्मिती मंडळे आणि माध्यमिक आणि उच्च माध्यमिक परीक्षा मंडळे.

या आणि यांसारख्या असंख्य संस्थांमधून शैक्षणिक संशोधनाचे कार्य फार मोठ्या प्रमाणात सुरू आहे. तसेच NCTE (National Council for Teacher Education) या संस्थेनेही शैक्षणिक संशोधन प्रकल्प घेण्यास सुरुवात केली आहे.

यानंतर आपण शैक्षणिक संशोधनासाठी महत्त्वपूर्ण योगदान दिलेल्या काही प्रकाशन संस्थांचा व प्रामुख्याने नियतकालिकांचा फक्त उल्लेख करणार आहोत.

प्रकाशन संस्था व नियतकालिके

१) Education and Psychology/shiksha aur Manovigyan दिल्लीच्या मानसायन संस्थेमार्फत १९५४ ते १९६०पर्यंत प्रकाशित झालेले त्रैमासिक.

२) The Journal of Education and Psychology - बडोद्याच्या एम.एस. विद्यापीठातर्फे पूर्वी प्रकाशित होणारे त्रैमासिक. या विद्यापीठाच्या शिक्षणशास्त्र विभागातर्फे प्रकाशित होत असे.

३) The Indian Journal of Educational Research - १९४९ पासून सुरू झालेले आणि इन्स्टिट्यूट ऑफ एज्युकेशन मुंबईतर्फे प्रकाशित होणारे (पण फार काळ टिकू न शकलेले) नियतकालिक.

४) Indian Journal of Educational Administration and Research. १९६० साली सुरू झालेले त्रैमासिक. भारत सरकारच्या शिक्षण मंत्रालयातर्फे प्रकाशित होत असे.

५) Education and Psychology Review जानेवारी १९६१ साली सुरुवात. बडोद्याच्या एम.एस. युनिव्हर्सिटीच्या शिक्षणशास्त्र आणि मानसशास्त्र विभागातर्फे प्रकाशित होणारे त्रैमासिक.

६) Researches and Studies पूर्वीचे नाव Research in Education. अलाहाबाद विद्यापीठाच्या शिक्षणशास्त्र विभागाचे प्रकाशन.

७) Studies in Education and Psychology – दिल्लीच्या केंद्रीय शिक्षण संस्थेचे प्रकाशन.

८) Vidya Bhavan Studies – उदयपूरच्या विद्याभवन अध्यापक महाविद्यालयाचे प्रकाशन.

९) Reserach in Education – जबलपूरच्या प्रांतीय शिक्षण महाविद्यालयाचे प्रकाशन.

१०) Studies and Investigations in Education – आग्रा येथील महिला प्रशिक्षण महाविद्यालयाचे प्रकाशन. (आधार – Elements of Educational Research by Sukhia, Mehrotra, P. V. / Mehrotra R. N.)

यापुढील प्रकाशनासंबंधी महत्त्वपूर्ण माहिती 'विषय निवड' व संदर्भ साहित्य परिशीलन' (प्रकरण ४ मध्ये) पहावी.

३

शैक्षणिक संशोधन : स्वरूप व वैशिष्ट्ये

३.१ आवश्यकता
३.२ अर्थ
३.३ वैज्ञानिक पद्धत
३.४ तत्त्वे
३.५ महत्त्व
३.६ उद्दिष्टे
३.७ निकष
३.८ शैक्षणिक व भौतिक संशोधन-साम्य व फरक
३.९ वर्गीकरण
३.१० मूलभूत संशोधन
३.११ उपयोजित संशोधन
३.१२ कृतिसंशोधन
३.१३ संशोधकाची गुणवैशिष्ट्ये
३.१४ संशोधनात साहाय्यकाची मदत
३.१५ शैक्षणिक संशोधनातील नीतितत्त्वे

३.१ आवश्यकता (Requirement)

ज्ञानाच्या प्रस्फोटाने मानवाने काल मिळविलेली एखाद्या विषयाची माहिती आज अपुरी ठरते आहे. गेल्या चाळीस वर्षांत मानवाने प्राप्त केलेले विविध विषयांचे ज्ञान त्यापूर्वीच्या चारशे वर्षांतील प्राप्त केलेल्या ज्ञानाच्या कित्येक पट अधिक आहे. आर्थिक, राजकीय, सामाजिक, धार्मिक, शैक्षणिक या जीवनाच्या प्रमुख क्षेत्रात प्रचंड परिवर्तन घडून येत आहे. या विविध क्षेत्रांमध्येही शैक्षणिक क्षेत्र हे असे क्षेत्र आहे की, इतर क्षेत्रांमध्ये योग्य दिशेने प्रगती करण्यासाठी शैक्षणिक क्षेत्रातील प्रगतीचा फार

मोठा फायदा होऊ शकतो. शैक्षणिक क्षेत्रातील विविध विचार, तत्त्वे, प्रणाली, प्रवाह हे जितके परिपूर्ण असतील तितकी या पद्धतीतून शिकून बाहेर पडणारी पिढी समृद्ध होणार आहे. शिक्षणक्षेत्रातील ही परिपूर्णता त्यामध्ये होणाऱ्या सतत व मूलगामी संशोधनानेच प्राप्त होणार आहे.

मूल्यमापन, सूक्ष्म-अध्यापन, अभिक्रमित-अध्ययन, अध्यापनाची प्रतिमाने, प्रणाली उपागम इ. शिक्षणक्षेत्रातील विविध पद्धती कितीही प्रभावी असल्या तरी त्याचे उगमस्थान हे पाश्चिमात्य राष्ट्रातील शिक्षणतज्ज्ञांना तत्कालीन परिस्थितीत भेडसावणाऱ्या विविध शैक्षणिक समस्यांत आहे. या व यांसारख्या सर्व पद्धती जशाच्या तशा आपल्या देशात राबविल्या तर त्या पूर्ण उपयोगी पडतीलच असे नाही. यासाठी आपल्या देशाच्या गरजा कोणत्या, उद्दिष्टे कोणती, समस्या कोणत्या व शिक्षणपद्धतीत बदल कसा करावा लागेल या प्रश्नांची उत्तरे माहीत असणे आवश्यक आहे. या सर्व प्रश्नांची उत्तरे शिक्षणक्षेत्रात सतत केल्या जाणाऱ्या संशोधनानेच माहीत होणार आहेत. शैक्षणिक संशोधनातून मिळालेल्या निष्कर्षांच्या आधारे केलेले शिक्षणविषयक बदलच अधिक यशस्वी ठरतात. वरील विवेचनातून भारतासारख्या विकसनशील व प्रचंड मानवी संपत्ती असलेल्या देशाला शैक्षणिक संशोधनाची आवश्यकता किती अधिक प्रमाणात आहे हे सिद्ध होते.

३.२ अर्थ (Meaning)

सुरुवातीस आपण ट्रॅव्हर्स, मोले, रॅमेल व व्हिटने यांच्या व इतरही काही शैक्षणिक संशोधनाच्या व्याख्या पाहू व त्यानंतर शैक्षणिक संशोधनाचा अर्थ व व्याप्ती अधिक सविस्तर पद्धतीने पाहू.

"Educational research is that activity which is directed towards development of a science of behaviour in educational situations. The ultimate aim of such a science is to provide knowledge that will permit the educator to achieve his goals by the most effective methods. "

- Robert M. W. Travers

शैक्षणिक संशोधन म्हणजे अशी कृती जी शैक्षणिक परिस्थितीमधील वर्तनशास्त्राच्या प्रगतीच्या दिशेने गतिमान झालेली असते. अतिशय प्रभावी पद्धतींनी आपली ध्येये प्राप्त करण्यास शिक्षकास मदत करणारे ज्ञान प्राप्त करून देणे हे या शास्त्राचे अंतिम ध्येय असते.

ट्रॅव्हर्सने शैक्षणिक संशोधनाची जी व्याख्या वर दिली आहे त्यामध्ये शैक्षणिक संशोधनाचे दोन हेतू सांगितले आहेत.

१) शैक्षणिक परिस्थितीत प्रगती साधणे, २) शिक्षकाला आपली ध्येये प्राप्त

करण्यास आवश्यक असणारे ज्ञान देणाऱ्या प्रभावी पद्धती उपलब्ध करून देणे.

''नियोजनपूर्वक आणि पद्धतशीरपणे प्राप्त केलेल्या माहितीचे पृथक्करण व अर्थनिर्वचन करून समस्यांची विश्वासार्ह उत्तरे शोधण्याची प्रक्रिया.''

– मौले

"Actually research is simply the process of arriving at dependable solutions to problems through the planned and systematic collection, analysis and interpretation of data."

- Mouley

"Research is an endeavour of discover, develop and verify knowledge. It is an intellectual process that has developed over hundreds of years, ever changing in purpose and form and always searching for truth."

- Rammel

"A careful critical inquiry or examination in seeking facts or principles, diligent investigation in order to ascertain something."

- Webster

"Research means knowing more and more about less and less."

- Research methods Y. C. M. O. U. (P. 25)

"Educational research aims to make contributions towards the Solution of problems in the field of education by the Scientific philosophical method."

- F. L. Whitney

शास्त्रीय तत्त्वज्ञानात्मक पद्धतीने शिक्षणक्षेत्रातील समस्यांच्या उत्तराचे ध्येय ठेवून त्या दिशेने केलेले कार्य हे शैक्षणिक संशोधनाचे उद्दिष्ट असते. व्हिटनेच्या या व्याख्येत दोन महत्त्वाच्या संकल्पना आहेत.

शास्त्रशुद्ध पद्धतीने संशोधन करणे आणि शिक्षणक्षेत्रातील समस्या सोडविणे याच दोन संकल्पना व त्याचे एकत्रीकरण म्हणजे 'शैक्षणिक संशोधन' होय.

शैक्षणिक संशोधन म्हणजे शिक्षणक्षेत्रातील उद्दिष्टे, अभ्यासक्रम, अध्ययन-अध्यापन पद्धती, मूल्यमापन, विद्यार्थी, शिक्षक, वातावरण, विविध संकल्पना, शैक्षणिक साहित्य, तंत्र, पाठ्यपुस्तके इत्यादींपैकी एक वा अनेक शैक्षणिक घटकांच्या संदर्भात निर्माण झालेल्या व होणाऱ्या समस्यांचे शास्त्रशुद्ध उत्तर शोधण्याचा केलेला अथवा करण्यात येणारा प्रयत्न.

संशोधन म्हणजे 'चौकशीची प्रवृत्ती', ' शास्त्रीय पद्धतींनी व्यवस्थितपणे केलेले बौद्धिक उपयोजन', 'समस्येचे पद्धतशीर उत्तर', 'प्रामाणिक बौद्धिक मेहनतीने केलेला वस्तुस्थितीचा शोध'

आतापर्यंतच्या शैक्षणिक संशोधनाच्या चर्चेत झालेल्या दोन महत्त्वाच्या शब्दांचा अधिक सविस्तर अर्थ लक्षात घेतल्यावरच 'शैक्षणिक संशोधन' ही संकल्पना अधिक आकलनीय होणार आहे. यातील पहिली संकल्पना प्रथम आपण सविस्तरपणे अभ्यासू.

३.३ वैज्ञानिक पद्धत (Scientific Method)

वैज्ञानिक पद्धतीमध्ये पुढील सात तत्त्वांचा समावेश होतो.

१) दृश्य पुराव्यावर विश्वास : वैज्ञानिक पद्धतीचे पहिले तत्त्व म्हणजे दृश्य पुराव्यावर विश्वास ठेवणे हे होय. संशोधकाने कोणतीही बाब पुराव्याशिवाय स्वीकारू नये. जगातील कोणतीही संकल्पना, प्रक्रिया किंबहुना कोणतीही बाब दृश्य पुरावा असेल तरच मान्य करणे, तरच त्यावर विश्वास ठेवणे.

२) संबंधित संकल्पनांचा उपयोग : मानवाने आजपर्यंत जे विविध शोध लावले त्यावरून काही सिद्धान्त, निष्कर्ष, तत्त्वे, गृहीतके, उपपत्ती मांडल्या. म्हणजेच दृश्य पुराव्याच्या आधारे सिद्ध केलेल्या घटना महत्त्वपूर्ण अशा वैचारिक, भाषिक प्रक्रियेत शब्दबद्ध केल्या. या मान्य संकल्पनांचा योग्य तेथे उपयोग करणे हे वैज्ञानिक पद्धतीचे दुसरे महत्त्वाचे तत्त्व आहे.

३) तथ्यांच्या फेर तपासणीवरील निष्ठा : संशोधनानंतर जे तथ्य स्वीकारले जाते ते तथ्य, त्या संशोधकाने तोच प्रयोग अथवा संशोधन अनेक वेळा केले अथवा वेगळ्या संशोधकांनी तेच संशोधन एकदा अथवा अनेक वेळा केले तरी पुन:पुन्हा सिद्ध झाले पाहिजे. दोन्ही वेळची परिस्थिती सारखी असेल व संशोधनाची पद्धती योग्य असेल तर निष्कर्ष सारखेच येणार. म्हणजेच संशोधनातून बाहेर आलेली तथ्ये फेरतपासणीच्या कसोटीला उतरली पाहिजेत व संशोधकाची या फेरतपासणीवर जाज्वल्य निष्ठा हवी.

४) नैतिक तटस्थता : संशोधकाने सर्वांच्या सूचना ऐकाव्यात पण ज्या स्वत:ला पटतील त्याच स्वीकाराव्यात. तो पूर्वग्रहदूषित नसावा. एखाद्या प्रभावी व्यक्तीने सांगितलेली माहितीसुद्धा, भारावून न जाता, सत्याच्या कसोटीवर उतरली तरच त्याने स्वीकारावी.

५) सामान्य विधानक्षमता : एखाद्या वस्तू, घटना किंवा व्यक्तीच्या संदर्भात केलेले विधान वा शोधून काढलेले तथ्य उपयोगाच्या दृष्टीने फारच मर्यादित असते. याउलट, अधिकाधिक वस्तू, घटना, व्यक्तींच्या संदर्भातील तथ्यांमध्ये अधिक सामान्य विधानक्षमता असते असे दिसून येते. उपयोगाच्या दृष्टीने त्याची व्याप्ती मोठी असते. यास्तव ज्या संशोधन पद्धतीतून सामान्य विधानक्षमता असलेली तथ्ये बाहेर पडतात, ती पद्धती शास्त्रशुद्ध म्हणता येईल.

६) संभाव्य पायावर आधारित भाकिते : संशोधनाचे निष्कर्ष हे संभाव्यतेवर

आधारित हवेत. संशोधनाची भाकिते संभाव्यतेवर आधारित हवीत. निसर्गनियम, मानवी प्रवृत्ती, सृष्टीचा विकासक्रम या सर्वांमध्ये एक नियमबद्धता, सुसूत्रता व निश्चित दिशा असते. या सर्वांच्या संबंधात संभाव्यता असते. संशोधनाचे निष्कर्ष या संभाव्यतेवर आधारित असावेत. शैक्षणिक संशोधन प्रक्रियेने ही भाकिते मान्य अथवा त्याज्य ठरतात. ही भाकिते, या परिकल्पना संभाव्यतेवर आधारित हव्यात. नैसर्गिक शास्त्रांच्या तुलनेने सामाजिक शास्त्रांमध्ये फार कमी भाकीतक्षमता असते; जर सामाजिक शास्त्रांमध्ये विविध प्रकारचे संशोधन केले गेले व उपयुक्त सिद्धान्त, तत्त्वे शोधून काढली गेली तर सामाजिक शास्त्रांची भाकीतक्षमताही निश्चितच वाढेल.

७) प्रयोगाची पुनरावृत्ती करून निष्कर्षांची तपासणी करता येईल अशी पद्धत : हे शास्त्रीय, वैज्ञानिक पद्धतीचे शेवटचे तत्त्व होय. पुन्हा तशाच पद्धतीने प्रयोग केला तर पूर्वीचेच निष्कर्ष निघावेत. एखादा सर्वसामान्य मनुष्यही एखादी शंका घेऊन पुढे आला तर संशोधकाने त्याचे समाधान होईल अशी कारणमीमांसा दिली पाहिजे. संशोधनाने आपली सर्व संशोधनप्रक्रिया सर्वांपुढे स्पष्ट केली पाहिजे. त्यातील एखाद्याला तेच संशोधन पुन्हा करावेसे वाटले तर सर्व घटक समान दर्जाचे असतील तर तेच निष्कर्ष पुन्हा येतात.

सामाजिक शास्त्रांचा संबंध अत्यंत जटिल अशा मानवी व्यवहारांशी आहे. यामुळे काही वेळा पूर्वीचे निष्कर्ष बदललेले दिसून येतात. येथे निष्कर्ष वेगळे येणे वा त्यात बदल दिसून येणे ही पद्धतीची उणीव मानण्यात येऊ नये. ज्ञानाच्या प्रस्फोटाने मानवी संकल्पनांतसुद्धा सतत बदल झालेले दिसून येतात. त्यामुळे संशोधनाचे निष्कर्ष बदलणे हे सामाजिक शास्त्रात अशक्य नाही. तसेच तो पद्धतीचा दोष तर अजिबात नाही.

संशोधकाने संशोधन करताना, आपल्या समस्यांचे उत्तर शोधताना, वरील वैज्ञानिक पद्धतीमधील सात तत्त्वांचा विचार करावा, त्यांचे पालन करावे.

शैक्षणिक संशोधनाचा अर्थ स्पष्ट होण्यासाठी आपल्याला ज्याचा अर्थ माहीत हवा असा दुसरा महत्त्वाचा शब्द म्हणजे 'संशोधन.' संशोधन या संकल्पनेत आवश्यक असणारी सर्व तत्त्वे जाणून घेतल्याशिवाय शैक्षणिक संशोधनाचा अर्थ स्पष्ट होणार नाही; कारण मूलभूत सर्वसामान्य संशोधनाचा 'शैक्षणिक संशोधन' हा एक विभाग आहे, अथवा शैक्षणिक संशोधन ही संशोधनरूपी वृक्षाची एक शाखा आहे.

३.४ तत्त्वे (Principles)

संशोधनाची सात तत्त्वे आहेत– १) संशोधनात यथार्थ व विश्वसनीय साधने वापरून माहिती गोळा केली जाते. २) संशोधनात नवीन तत्त्वे शोधून काढण्यावर भर

असतो.३) संशोधन हे तर्कशुद्ध, उद्दिष्टानुवर्ती, पद्धतशीर, बिनचूक व कुशलतेने केलेले असते.४) संशोधन पूर्वग्रहविरहित, निष्पक्षपातीपणे व कोणतीही घाई न करता केलेले असते.५) संशोधनात संख्यात्मक माहितीचा आधार घेऊन नवीन तत्त्वे मान्य केली जातात.६) संशोधन-निष्कर्ष समाजास मान्य होतील का, रुचतील का याचा विचार करीत नाही. ७) संशोधन अहवाल लेखन अतिशय काळजीपूर्वक केले जाते.

शैक्षणिक क्षेत्रातील विविध समस्या सोडविण्यासाठी शास्त्रीय पद्धतीच्या सात तत्त्वांचा व संशोधन पद्धतीच्या सात तत्त्वांचा जेव्हा काळजीपूर्वक उपयोग केला जातो व समस्यांची उत्तरे शोधली जातात, तेव्हा घडून येणारी एकूण प्रक्रिया 'शैक्षणिक संशोधन' या संज्ञेस पात्र ठरते.

३.५ महत्त्व (Importance)

स्वातंत्र्यप्राप्तीनंतरच्या गेल्या सहासष्ट वर्षांत शिक्षणक्षेत्रात आपण फार मोठी प्रगती करू शकलो नाही. अजूनही आपली जवळजवळ २६ टक्के जनता निरक्षर आहे. चाकोरीबद्ध शिक्षणाने फार मोठी राष्ट्रीय बुद्धी व क्षमता उपयोगात आणली जात नाही. अजूनही आपण पाश्चिमात्यांच्या चाकोरीबद्ध तसेच त्यांना उपयुक्त ठरणाऱ्या शिक्षणप्रणालींचा, विचार न करता उपयोग करीत आहोत. आपण अंधानुकरण करत आहोत. पाश्चिमात्य शिक्षणतज्ज्ञांनी त्यांच्या वातावरणाचा अभ्यास करून मूल्यमापन, सूक्ष्म अध्यापन, अभिक्रमित अध्ययन-प्रणाली उपागम, अध्यापन प्रतिमाने यांसारख्या पद्धती शोधून काढल्या. भारतीय वातावरणाचा विचार करून या पद्धती वापरल्या तरच आपल्या समस्या दूर होऊ शकतील. याचबरोबर काही वेगळ्या पद्धती शोधाव्या लागतील. म्हणजेच भारतीय शिक्षण पद्धती योग्य शैक्षणिक संशोधन व त्यानुसार बदल केल्यानेच सुधारू शकेल.

चांगला शिक्षक हा जन्मावा लागतो व अध्यापन ही कला आहे असे मानणारे अनेक जण आहेत. तथापि, शिक्षणाचे शास्त्र दिवसेंदिवस प्रगत होत आहे व या शास्त्राचा अभ्यास करून शिक्षक अधिक प्रभावीपणे अध्यापन करतात असे दिसून येते. आज 'अध्यापन' हे शास्त्र बनले आहे. आज 'शिक्षण' हे शास्त्र बनले आहे. या शिक्षणशास्त्राच्या विविध विभागांमध्ये म्हणजेच उद्दिष्टे, अभ्यासक्रम, अध्ययन-अध्यापन, मूल्यमापन, विद्यार्थी, शिक्षक, मुख्याध्यापक, व्यवस्थापक, नियोजन, प्रशासन, पाठ्यपुस्तके इ.मध्ये सुधारणा करायची असेल तर ती संशोधनानेच करता येईल. म्हणजेच शैक्षणिक संशोधन हे एक असे साधन आहे, ज्याच्या साहाय्याने आपण शिक्षणक्षेत्रातील विविध समस्या सोडवू शकू.

समाजात जसे परिवर्तन होते त्याचप्रमाणे समाजाच्या शिक्षणाकडून असणाऱ्या

अपेक्षाही बदलत असतात. लोकशाहीचा स्वीकार, धर्मनिरपेक्षता, अर्थकारणामध्ये समाजवाद, एकत्र कुटुंबपद्धतीकडून विभक्त कुटुंबपद्धती, शहरी भागात अतिशय वेगाने व ग्रामीण भागात अतिशय मंद गतीने होत असलेले आधुनिकीकरण, भाषावार प्रांतरचना इत्यादी अनेक उदाहरणांनी गेल्या ६६ वर्षांत आपला देश व आपला समाज कसा बदलत चालला आहे हे दिसून येते. त्या बदललेल्या समाजाला अनुकूल शिक्षण पद्धती हवी. समाजापेक्षा शिक्षण अधिक गतिमान हवे. राष्ट्रीय शैक्षणिक धोरण (१९८६) यामध्येही शैक्षणिक संशोधनावर विशेष भर देण्यात आला आहे. शिक्षणाच्या राष्ट्रीय उद्दिष्टांच्या प्राप्तीसाठी शिक्षणप्रक्रियेत कसा बदल करावा लागेल व राष्ट्रउभारणीच्या अत्यंत श्रेष्ठ कार्यात शिक्षण कसे प्रभावी साधन बनू शकेल हे शैक्षणिक संशोधनानेच अवगत होणार आहे. या शैक्षणिक संशोधनातून जी तथ्ये, जे सिद्धान्त, निष्कर्ष पुढे येतील त्यांचा उपयोग शैक्षणिक नियोजन करणाऱ्या शिक्षणतज्ज्ञांना होईल.

शैक्षणिक संशोधनाचा उपयोग स्वतः संशोधकालाही होतो. स्वतःला भेडसावणारी एखादी समस्या जेव्हा शास्त्रीय पद्धतीने व संशोधनाची तत्त्वे व पद्धतींचा अवलंब करून शिक्षणक्षेत्रातील एखादा संशोधक सोडवेल तेव्हा त्याला मिळणारा आनंद अवर्णनीय असेल. त्या संशोधनासाठी त्याने जे वाचन केले असेल, त्यातून मिळालेले ज्ञान त्याच्या बौद्धिक कक्षा विकसित करेल. त्याला आलेले विविध प्रकारचे अनुभव त्या समस्येची परिपूर्ण जाणीव करून देण्यास उपयुक्त ठरतील.

३.६ उद्दिष्टे (Objectives)

या विभागात आपण शैक्षणिक संशोधनाच्या विविध उद्दिष्टांचा विचार करू. ती उद्दिष्टे पुढीलप्रमाणे आहेत.

१) नवीन संकल्पना, सिद्धान्तांचा शोध : नवनवीन संकल्पनांचा, तथ्यांचा व सिद्धान्तांचा शोध लावणे हे शैक्षणिक संशोधनाचे प्राथमिक उद्दिष्ट आहे. लंडन विद्यापीठाच्या शिक्षणसंस्थेने (University of London-Institute of Education) इंग्रजी भाषेचा पृथक्करणात्मक, सखोल अभ्यास करून, संशोधन करून Structural approachचा शोध लावला.

२) जुन्या संकल्पनांचा नवा अर्थ शोधणे : केलेल्या पाठांतराने स्मरणप्रक्रियेस साहाय्य मिळते, मातृभाषा हेच अध्ययनाचे प्रभावी माध्यम आहे. अशा अनेक संकल्पना भारतीय शिक्षणप्रणालीस जुन्याच आहेत. तथापि, प्रत्यक्ष संशोधन नसल्याने या संकल्पना दुर्लक्षित होत्या. आज संशोधनाने या संकल्पनांस शास्त्रीय आधार प्राप्त झाला. म्हणजेच शैक्षणिक संशोधनाने जुन्या संकल्पनांना नवा अर्थ दिला जातो. त्यांचे शास्त्रीय पायावर पुन्हा प्रस्थापन केले जाते.

३) सत्याचा शोध : कामगारांच्या मुलांना भेडसावणाऱ्या शैक्षणिक समस्या कोणत्या ? एस.एस.सी. परीक्षेत इंग्रजी व गणित या विषयांमुळे नापास होणाऱ्यांचे प्रमाण का वाढते ? यांसारख्या अनेक समस्यांमधील सत्य घटनांचा शोध हा शैक्षणिक संशोधनानेच घेतला जाऊ शकतो. म्हणजेच शिक्षणक्षेत्रातील विविध विभागांमधील सत्य घटनांचा शोध घेणे हे शैक्षणिक संशोधनाचे एक उद्दिष्ट आहे.

४) ज्ञानवृद्धी : अस्तित्वात असणाऱ्या ज्ञानामध्ये शैक्षणिक संशोधनाने प्रस्थापित केलेल्या तथ्य, संकल्पना व सिद्धान्तांमुळे भर पडत असते.

५) ज्ञानाचा व्यवहारात उपयोग करून जीवन समृद्ध करणे : शैक्षणिक संशोधनाने शोधून काढलेल्या अनेक तथ्य, संकल्पना व सिद्धान्तांचा प्रचलित शिक्षणपद्धतीत उपयोग होतो. शिक्षणशास्त्र समृद्ध बनते. विद्यार्थी, शिक्षक, प्रशासक यांच्या शैक्षणिक समस्या दूर होऊ शकतात. जीवन आणि शिक्षण यांतील अंतर कमी करता येते. शिक्षण जीवनोपयोगी होऊ शकते. अभिरुची व अभियोग्यता कसोट्यांचा उपयोग करून शैक्षणिक व व्यावसायिक मार्गदर्शनाची व्यवस्था आपण करू शकलो तर मानवी जीवन फार मोठ्या प्रमाणात आनंदी व समृद्ध होऊ शकेल.

६) भविष्यकथन : नैसर्गिक शास्त्रांच्या तुलनेने सामाजिक शास्त्रात भाकीतक्षमता कमी असली तरी प्रभावी संशोधनाने त्याचे प्रमाण वाढविता येते असे दिसून येते. 'गळती' व 'स्थगन' यांची कारणे शोधून ती दूर केल्याने अनेक शैक्षणिक संस्थांमध्ये या दोन समस्यांची तीव्रता कमी होणार हे शैक्षणिक संशोधनाचे एक भाकीत होय. अभिरुची व अभियोग्यता कसोट्या हे शैक्षणिक संशोधनाने आपले एक अंग मानले आहे. या कसोट्यांचा उपयोग करून एखादी व्यक्ती आपल्या भावी आयुष्यात कोणत्या क्षेत्रात यशस्वी होऊ शकेल हे सांगता येऊ शकते. शैक्षणिक संशोधनाची उद्दिष्टे पाहिल्यानंतर आता आपण शैक्षणिक संशोधनाचे निकष पाहणार आहोत.

३.७ निकष (Criterion)

यापूर्वी आपण सर्वसामान्य संशोधनाच्या तत्त्वांचा विचार केला. आता आपण शैक्षणिक संशोधनाचे सर्वसामान्य संशोधनापेक्षा वेगळे स्वरूप कसे आहे हे शैक्षणिक संशोधनाच्या निकषांच्या आधारे पाहणार आहोत.

१) 'शिक्षणविषयक निश्चित तत्त्वज्ञान' हा पाया : शैक्षणिक संशोधन करणाऱ्या संशोधकाचे शिक्षणविषयक निश्चित तत्त्वज्ञान हवे. शिक्षकी पेशाच्या मूल्यांवर निष्ठा, विद्यार्थ्यांच्या उत्कर्षाची तळमळ, शिक्षणविषयक तत्त्व व सिद्धान्तांचे ज्ञान यातून त्या संशोधकाची शिक्षणविषयक एक निश्चित, विधायक भूमिका तयार झालेली असावी. त्या तत्त्वज्ञानाच्या पायावरच शैक्षणिक संशोधनाची इमारत उभी राहावी.

२) शैक्षणिक संशोधकाला कल्पकतापूर्ण अंतर्दृष्टी हवी : आपणास भेडसावणाऱ्या शैक्षणिक समस्येचे उत्तर, ठरावीक दिशेने प्रयत्न केला तर, प्राप्त होऊ शकेल हे संशोधकाला जाणवण्यासाठी त्याच्यामध्ये 'कल्पकतापूर्ण अंतर्दृष्टी' हा गुण हवा. शैक्षणिक संशोधकाने स्वतःच्या प्रतिभाशक्तीच्या, कल्पनाशक्तीच्या सामर्थ्याने समस्येचे अपेक्षित उत्तर अवगत केले पाहिजे. त्याच्या अंतर्दृष्टीने, प्राप्त ज्ञानाने, चिंतनाने, मननाने, हे संभाव्य उत्तर मान्य केल्यानंतर परिकल्पना तयार होतात. मग याच विचारप्रक्रियेवर शैक्षणिक संशोधनाचे पुढील प्रचंड कार्य आधारभूत होऊ शकते.

३) शैक्षणिक संशोधन हा विविध विषयांचा समन्वय आहे : शिक्षण या विषयाचा समाजशास्त्र, तत्त्वज्ञान, मानसशास्त्र, अर्थशास्त्र, इतिहास, राज्यशास्त्र इत्यादी अनेक विषयांशी जवळचा संबंध आलेला आहे व शिक्षण विषयाच्या या अनेक शाखा बनल्या आहेत. उदा. शैक्षणिक समाजशास्त्र, शैक्षणिक तत्त्वज्ञान, शैक्षणिक मानसशास्त्र इ. तसेच अनेक वेळा संशोधनात संख्याशास्त्राचा उपयोग केला जातो. अशा वेळेस या संमिश्र, एकत्रित विषयांच्या मूलभूत ज्ञानाचा, संबंधित संशोधनात, संशोधक उपयोग करतो.

४) ही केवळ तांत्रिक प्रक्रिया नव्हे : शैक्षणिक संशोधनाचा संबंध मानवी मनाशी आहे. भौतिक संशोधनाप्रमाणे ही केवळ तांत्रिक प्रक्रिया नव्हे. त्यामुळे भौतिक संशोधनामध्ये लागणारी तांत्रिक परिपूर्णताच फक्त शैक्षणिक संशोधनात अभिप्रेत नाही तर त्या तंत्राचा मानवी मनाशी येणारा संबंध या दृष्टिकोनातून शैक्षणिक संशोधनाकडे पाहिले जाते.

५) संख्यात्मक भाग कमी, गुणात्मक जास्त : भौतिक संशोधनात सर्व मापन हे संख्यात्मक असते. शैक्षणिक संशोधनातील संख्यात्मक मापनाचा हेतूही गुणात्मक माहिती मिळविणे हाच असतो. कदाचित भौतिक पद्धतीमधील संख्यात्मक मापनापेक्षा शैक्षणिक संशोधनातील गुणात्मक मापनातील अचूकता थोडी कमी असेल तथापि शिक्षणशास्त्राला या गुणात्मक मापनाचीच अधिक आवश्यकता आहे.

६) कमी खर्चीक पद्धत : भौतिक संशोधनामध्ये ज्याप्रमाणे अद्ययावत प्रयोगशाळा, अत्यंत महाग उपकरणे लागतात, त्याप्रमाणे शैक्षणिक संशोधनाचे नसते. एखादा शैक्षणिक संशोधनाचे ज्ञान असणारा शिक्षक, आपल्या नेहमीच्या वर्गातील मुलांवर वेगळ्या अध्यापन पद्धतीचा उपयोग करूनही फार मौल्यवान असे संशोधन करू शकतो.

७) कारण आणि परिणाम एकमेकांवर अवलंबून : शैक्षणिक संशोधनात एखाद्या घटनेचे एक कारण शोधणे अथवा अनेक कारणे शोधणे ही अत्यंत क्लिष्ट प्रक्रिया आहे. तसेच या कारणामुळे हा परिणाम दिसून आला का ? या प्रश्नाचे उत्तर अवघड

आहे. अनेक वेळा परिणाम कोणता व कारण कोणते हे सांगणे अवघड ठरते. उदा. रमेशचा बुद्धिगुणांक चांगला असल्याने त्याची वाचनक्षमता दांडगी आहे, का वाचनक्षमता दांडगी आहे म्हणून बुद्धिगुणांक चांगला आहे, का इतर दुसरेच घटक जसे पूर्वाध्यापन, प्रेरणा वगैरे त्याच्या दांडग्या वाचनक्षमतेची व चांगल्या बुद्धिगुणांची कारणे आहेत ? या प्रश्नाचे उत्तर देणे अवघड जाते. येथे कारण व परिणाम एकमेकांवर अवलंबून आहेत.

८) व्यक्तिनिष्ठता अधिक : भौतिक संशोधनामध्ये वस्तुनिष्ठता असते. शैक्षणिक संशोधनामध्येसुद्धा जास्तीत जास्त वस्तुनिष्ठता आणण्याचा प्रयत्न करावा, पण व्यक्तिनिष्ठता हा घटक या संशोधनामध्ये मोठ्या प्रमाणात शिल्लक राहतो. संशोधनातून निघालेले निष्कर्ष, त्यांचा अर्थ प्रगट करणारे कार्य, आलेल्या संख्याशास्त्रीय माहितीचा प्रत्यक्ष शिक्षणप्रक्रियेला अनुरूप अर्थ देण्याचे कार्य संशोधक करीत असतो. उदा. एखाद्या संशोधनात विद्यार्थ्यांच्या उपस्थितीची टक्केवारी ८५ आली व अनुपस्थितीची टक्केवारी १५ आली तर संशोधकाच्या विचारप्रक्रियेमध्ये १५ या टक्केवारीची कारणमीमांसा शोधण्याचे कार्य अधिक प्रमाणात चालते.

९) फक्त तज्ज्ञांचेच काम नव्हे : शास्त्रीय, वैज्ञानिक संशोधन हे त्या विषयातील तज्ज्ञ माणसाचे कार्य आहे. शैक्षणिक संशोधनाचे तसे नाही. एखाद्या सर्वसामान्य शिक्षकास आपल्या दैनंदिन अध्यापन प्रक्रियेत एखादी समस्या अनेक दिवस प्रकर्षाने जाणवत असेल तर शैक्षणिक संशोधन प्रक्रियेची माहिती करून घेऊन व आवश्यक असे संदर्भ-साहित्य वाचून आपल्या समस्यापूर्तीसाठी तो सर्वसामान्य शिक्षकसुद्धा संशोधनाचे कार्य हाती घेऊ शकतो व यशस्वीरीत्या पूर्ण करू शकतो. त्यासाठी शिक्षणतज्ज्ञच हवा असे नाही.

१०) 'अधिक चांगली शिक्षणप्रक्रिया' हेच मूलभूत उद्दिष्ट : शिक्षणक्षेत्रातील कोणत्याही एका समस्येची मनाला सतत टोचणी लागलेला कोणताही शिक्षक, प्रशासक, नियोजक ती समस्या दूर करण्यासाठी म्हणजेच पर्यायाने अधिक चांगली शिक्षणप्रक्रिया घडवून आणण्यासाठी शैक्षणिक संशोधनाचे कार्य हाती घेत असतो. म्हणजेच आहे त्यापेक्षा अधिक चांगली शिक्षणप्रक्रिया घडविणे हेच शैक्षणिक संशोधनाचे मूलभूत उद्दिष्ट असते.

३.८ शैक्षणिक व भौतिक संशोधन – साम्य व फरक (Educational and Physical Science Research - Similarities and Diffences)

यापूर्वी शैक्षणिक संशोधनाचा अर्थ पाहताना आपण शास्त्रीय पद्धतीचा विचार केलेला आहे. त्यातील सात तत्त्वांचा उपयोग सर्व प्रकारचे संशोधन करताना करावा

अशी आवश्यकता असते. तथापि, वरील तत्त्वाचा अवलंब करूनही शैक्षणिक व भौतिक संशोधनामध्ये आपणास काही बाबतीत साम्य आढळते तर काही बाबतीत फरक आढळतो.

सद्य:स्थितीबद्दल असमाधान हे शैक्षणिक व भौतिक दोन्ही संशोधनांचे मूलभूत कारण असते. एखादी सतत भेडसावणारी समस्या सोडविणे, एखादा सिद्धान्त, प्रणाली विकसित करणे हे दोन्ही प्रकारच्या संशोधनांचे उद्दिष्ट असते. त्या अर्थाने या दोन्ही विषयांतील संशोधन हे अत्यंत उद्दिष्टनिष्ठ असते. दोन्ही प्रकारच्या संशोधनांमध्ये अत्यंत व्यवस्थितपणा, अचूकता, शांतपणा, धिमेपणा व सातत्य हे गुण संशोधकांत असण्याची आवश्यकता असते. काही वेळा संशोधनातून बाहेर पडणारे निष्कर्ष हे समाजमान्य होणारे नसतात. अशा वेळेस समाजाचा रोष पत्करण्याची तयारी व धाडस हे शैक्षणिक व भौतिक दोन्ही संशोधकांत हवे. दोन्ही प्रकारच्या संशोधनात तर्कशुद्धता, वस्तुनिष्ठता हवी. संख्यात्मक माहिती संकलित करून सामान्य तत्त्वांचा शोध लावणे हे दोन्ही संशोधनांचे उद्दिष्ट असते. शैक्षणिक संशोधनांतील कृतिसंशोधनाचा अपवाद वगळता (एखादा शिक्षक, प्रशासक स्वत:स भेडसावणारी एखादी वर्गविषयक, अभ्यासविषयक, शाळाविषयक समस्या सोडविण्यासाठी त्या विषयाचा वा संशोधन पद्धतीचा गाढा अभ्यास न करताही कृतिसंशोधनाद्वारे ती समस्या सोडविण्याचा व त्याचे निष्कर्ष कार्यवाहीत आणण्याचा प्रयत्न करतो.) इतर सर्व शैक्षणिक संशोधनांमध्ये व भौतिक संशोधनांमध्ये संबंधित विषयांचा गाढा अभ्यास व संशोधन पद्धतीची परिपूर्ण माहिती संशोधकास असावी लागते.

वरील अनेक बाबतीत शैक्षणिक व भौतिक संशोधनात साम्य असले तरी पुढील बाबतीत फरक दिसून येतो. मूलभूत शैक्षणिक संशोधनातील काही संशोधनांचे अपवाद वगळता सर्वसामान्यपणे शैक्षणिक संशोधनास फार मोठी सुसज्ज प्रयोगशाळा व महागडी उपकरणे लागत नाहीत. याउलट, भौतिक संशोधनास मात्र या दोन गोष्टींची आवश्यकता असते. शैक्षणिक संशोधनात बहुतेक वेळा प्रयोज्य म्हणून मानवप्राणी असतो. त्याच्या विविध भावभावना म्हणजेच राग, लोभ, द्वेष, आनंद, उत्साह, कंटाळा यामुळे प्रत्यक्ष निरीक्षणातील सत्यता शोधणे व पूर्व अंदाज बांधणे फार अवघड असते. याउलट, भौतिक संशोधनात अनेक वेळा निर्जीव वस्तू, पदार्थ यांच्यावर प्रयोग केले जातात व संशोधित ज्ञानाचा मुक्या प्राण्यांवर प्रयोग करून खात्री केली जाते. मानवी भावनांपासून हे पदार्थ व प्राणी मुक्त असल्याने भौतिक संशोधनात निरीक्षण प्रक्रिया व पूर्वअंदाज बांधणे त्या मानाने सोपे असते.

३.९ वर्गीकरण (Classification)

खरे पाहता शैक्षणिक संशोधनाचे कोणत्याही विभागात वर्गीकरण करणे अवघड आहे; कारण शैक्षणिक संशोधन हे एकाच प्रेरणेतून निर्माण होते व ती प्रेरणा म्हणजे सद्य:स्थितीबद्दल असमाधान व त्या स्थितीमध्ये सुधारणा घडवून आणण्याची प्रबळ व कार्यवाहीत झालेली इच्छा.

तथापि, संशोधन कोणत्या स्तरावर केले गेले आहे ? ते कोणत्या संस्थेमार्फत केले गेले आहे ? ते कोणत्या उद्दिष्टाने हाती घेतले आहे ? ते कोणत्या पद्धतीने केले गेले आहे ? आणि ते कोणत्या विषयक्षेत्रात केले गेले आहे ? या प्रश्नांची उत्तरे शोधण्याचा प्रयत्न केला तर शैक्षणिक संशोधनाची वर्गीकरण प्रक्रिया आपण पूर्ण करू शकू.

शैक्षणिक संशोधनाचे वर्गीकरण : शैक्षणिक संशोधनाचे आपणास पुढे दिल्याप्रमाणे विविध पद्धतींनी वर्गीकरण करता येईल.

१) स्तर : शैक्षणिक संशोधन हे कोणत्या स्तरावर केले गेले आहे, यावरून त्याचे वर्गीकरण होऊ शकेल. जसे एम.एड. स्तरावर, एम.फिल. स्तरावर, पीएच.डी. स्तरावर, पीएच.डी. नंतरच्या स्तरावर, डी.लिट. स्तरावर.

२) संस्था : यामध्ये व्यक्तिगत पातळीवर, दोन किंवा अधिक संशोधक एकत्र येऊन, संस्थेच्या स्तरावर, राज्य स्तरावर, राष्ट्र स्तरावर आणि आंतरराष्ट्रीय स्तरावर असे विभाजन होऊ शकेल.

३) उद्दिष्टे : संशोधकाने संशोधन समस्या कोणत्या हेतूने, उद्दिष्टाने हाती घेतली आहे यावरून वर्गीकरण करता येते. त्यांपैकी पहिला प्रकार म्हणजे मूलभूत संशोधन व दुसरा उपयोजित संशोधन हा होय. कृतिसंशोधन हा उपयोजित संशोधनाचा एक प्रकार मानला जातो.

४) पद्धती : संशोधनाच्या विविध पद्धतीनुसारही शैक्षणिक संशोधनाचे वर्गीकरण करता येते. अ) संख्यात्मक – १) ऐतिहासिक संशोधन पद्धती २) वर्णनात्मक संशोधन पद्धती ३) प्रायोगिक पद्धती यांचा समावेश होतो. ब) गुणात्मक क) मिश्र

वर्णनात्मक संशोधन पद्धतीमध्ये पुन्हा सर्वेक्षण, शालेय सर्वेक्षण, लोकमत सर्वेक्षण, सामाजिक सर्वेक्षण, व्यक्तिअभ्यास, तौलनिक कार्यकारण पद्धती, सहसंबंध आणि पूर्वानुमान पद्धती, तिर्यक संस्कृती आणि तुलनात्मक अध्ययन पद्धती, वांशिक पद्धती, विकासात्मक पद्धती, विकास पद्धती, अनुधावन पद्धती, प्रवृत्ती अध्ययन पद्धती आणि दस्तऐवज पृथक्करण पद्धती यांचा समावेश होतो.

५) क्षेत्र : संशोधन विषयाचे जे क्षेत्र आहे त्यानुसारही शैक्षणिक संशोधनाचे वर्गीकरण करता येते. त्याची माहिती आपण पुढील विभागात सविस्तरपणे पाहणार आहोत.

तथापि मूलभूत संशोधन म्हणजे काय ? उपयोजित संशोधन म्हणजे काय ? कृतिसंशोधन म्हणजे काय ? म्हणजेच उद्दिष्टांच्या दृष्टिकोनातून केलेले वर्गीकरण तसेच ऐतिहासिक पद्धती, वर्णनात्मक पद्धती, प्रायोगिक पद्धती या संख्यात्मक पद्धतींबरोबर गुणात्मक संशोधन पद्धतींचीही सविस्तर माहिती आपण पुढे अभ्यासणार आहोत.

३.१० मूलभूत संशोधन (Fundamental, Basic or Pure Research)

सी.व्ही. गुड यांनी म्हटले आहे, ''संशोधन हे फक्त चांगले अथवा वाईट असते, मूलभूत व उपयोजित असत नाही.'' एका विशिष्ट मर्यादेपर्यंत हे विधान अर्थपूर्ण असले तरी विश्लेषणात्मक दृष्टिकोनातून पाहता मूलभूत व उपयोजित संशोधनात फरक आहे. तो कोणता आहे, हे पाहणे निश्चितपणे योग्य ठरेल.

शिक्षणशास्त्रात काही मूलभूत सिद्धान्त प्रस्थापित केले गेले आहेत. मूल्यमापन पद्धती, सूक्ष्म अध्यापन, अध्यापन प्रतिमाने यांसारख्या विषयातील संशोधनांचा समावेश मूलभूत संशोधनात होतो. अशाप्रकारच्या संशोधनात संबंधित विषय विभागाचा अत्यंत मूलगामी, सखोल, सर्वसमावेशक, सर्वव्यापी विचार केला जातो. तात्त्विक चर्चेचा भाग अशाप्रकारच्या संशोधनात जास्त असतो हे संशोधन करताना जो नमुना घ्यायचा त्याची निवड अत्यंत काळजीपूर्वक केलेली असते; कारण जर नमुना दोषपूर्ण असेल तर त्या संशोधनातून निघालेले निष्कर्ष सर्वव्यापी होऊ शकणार नाहीत. माहितीचे संकलन, पृथक्करण अत्यंत काळजीपूर्वक केले जाते. म्हणजेच संशोधन पद्धतीत तसूभरही दोष चालत नाही. या प्रकारच्या संशोधनात 'ज्ञानासाठी ज्ञान' हीच भूमिका असते. ज्ञान हे या संशोधनाचे प्राथमिक उद्दिष्ट असते व उपयोजन हे दुय्यम उद्दिष्ट असते. संबंधित विषयाची सखोलता, समृद्धी वाढावी हीच संशोधनाच्या मागे असणारी प्रारंभिक प्रेरणा असते. यामध्ये संशोधकाला ज्या समस्या भेडसावतात त्या वास्तवातून निर्माण झालेल्या नसून संशोधकाच्या कल्पनाशक्तीतून उद्‌भवलेल्या असतात. त्यामुळे संशोधक समस्येमध्ये गुरफटलेला नसतो तर त्यापासून अलिप्त असतो. उदा. सूक्ष्म अध्यापन तंत्र विकसित झाले ते सर्वसामान्य अध्यापन प्रक्रिया अधिक चांगल्या प्रकारे कशी होऊ शकेल या प्रेरणेमधून. दर्जेदार अध्यापन होण्यासाठी अध्यापन प्रक्रियेचे कल्पनेच्या माध्यमातून विविध घटकांमध्ये पृथक्करण केले गेले. दर्जेदार अध्यापन ही स्थानिक गरज नसून जागतिक गरज आहे. मूलभूत संशोधनामध्ये विषय सर्वव्यापी व सर्वसमावेशक असल्याने व विषयाचे मुळापासून अध्ययन आवश्यक असल्याने, त्या विषयाशी संबंधित साहित्याचा संशोधकाने गाढा, सखोल अभ्यास करणे आवश्यक असते. ट्रॅव्हर्स म्हणतो, "Basic research is designed to add an organised body of scientific knowledge and does not necessarily produce results of immediate practical value" म्हणजेच मूलभूत संशोधन ही एखाद्या जखमेवरची वरवरची मलमपट्टी नसून त्या जखमेच्या कारणांचा समूळ नायनाट करण्याचा मूलगामी प्रयत्न असतो. तसेच तशी जखम पुन्हा होऊ नये अशीही संरक्षणात्मक तरतूद त्यात येते.

थोडक्यात, मूलभूत संशोधनामध्ये व भौतिक संशोधनामध्ये फार मोठे साम्य आहे असे दिसून येते. शिक्षणक्षेत्रातील मूलभूत संशोधनही काही वेळा अद्ययावत प्रयोगशाळेत व खर्चीक उपकरणांच्या साहाय्याने केलेले दिसून येते.

३.११ उपयोजित संशोधन (Applied Research)

उपयोजित संशोधन हे मूलभूत संशोधनापेक्षा अनेक बाबतीत वेगळे आहे असे दिसून येते. विशिष्ट अडचणीचे निराकरण करणे या उद्दिष्टातून या संशोधनाची उभारणी झालेली असते. उदा. डॉ. परांजपे एल. एस. यांनी पीएच.डी. साठी पुढील विषयावर संशोधन केले, "Problems of Women Primary Teachers in the Poona Revenue Region, Maharashtra." या संशोधनाचा समावेश उपयोजित संशोधनामध्येच होईल; कारण पुणे महसूल विभाग या क्षेत्रापुरते हे संशोधन मर्यादित आहे. त्या विभागातील प्राथमिक शिक्षिकांच्या समस्या कोणत्या आहेत हे या संशोधनाचे उद्दिष्ट होते. त्यानुसार कार्यपद्धती आखली गेली व निष्कर्षही त्या विभागापुरतेच सर्वार्थाने उपयोगी पडणार. काही विशिष्ट व्यक्ती, संस्था, शहर, विभाग अथवा राज्य तसेच राष्ट्र असे बंधन उपयोजित संशोधनास असते. म्हणजेच उद्दिष्टे, कार्यपद्धती व निष्कर्ष या बाबतीत उपयोजित संशोधनात सर्वव्यापी समावेशकता नसते. काही वेळा या उपयोजित संशोधनाने शास्त्रीय ज्ञानात भर पडत असते पण ते या संशोधनाचे दुय्यम उद्दिष्ट असू शकते. प्राथमिक, प्रमुख उद्दिष्ट म्हणजे सतत भेडसावणाऱ्या विशिष्ट समस्येचे निराकरण करणे. Travers observes that applied research is undertaken to solve an immediate problem and the goal of adding to scientific knowledge is secondary.

अर्थात, उपयोजित संशोधनातही संशोधनाच्या वैज्ञानिक पद्धतीचा उपयोग अनिवार्य असतो. त्यामध्ये कोणत्याही तत्त्वात तडजोड चालत नाही. तथापि, हे संशोधन सर्वव्यापी नसल्याने समस्येविषयी मिळविलेल्या माहितीचे जरी फार कठोर पृथक्करण केले नाही तरी चालू शकते; कारण त्यापासून काढलेले निष्कर्ष विशिष्ट विभागापुरतेच संबंधित असतात.

उपयोजित संशोधनामध्ये संशोधक समस्येमध्ये गुरफटलेला असतो; कारण एखादी विशिष्ट समस्या एखाद्या संशोधकाच्या आवतीभोवती आपले प्रखर स्वरूप प्रगट करते व त्यामुळे अस्वस्थ, असमाधानी संशोधक त्या समस्येचे शास्त्रीय पद्धतीने

उत्तर शोधण्याचा प्रयत्न करतो तेव्हाच संशोधनप्रक्रिया घडते. म्हणजेच समस्येचा व संशोधकाचा निकटचा संबंध असतो. हे संशोधन मूलभूत स्वरूपाचे नसल्याने संशोधकाने संबंधित विषयाचा फार सूक्ष्म, गाढा अभ्यास केला नाही तरी चालतो; पण समस्येविषयी योग्य माहिती त्याने अवगत करावी. याचे एवढेच स्पष्टीकरण पुरेसे आहे की, उपयोजित संशोधनामध्ये संशोधकाला, मूलभूत संशोधनासाठी लागते एवढी विषयज्ञानप्राप्ती आवश्यक नसली तरी इतर कोणाहीपेक्षा त्याची त्या समस्येसंबंधी विषयज्ञानप्राप्ती अधिक असावी लागते. शिक्षणशास्त्रात उपयोजित संशोधनाचे प्रमाण मोठे असते.

३.१२ कृतिसंशोधन (Action Research)

कृतिसंशोधन हा उपयोजित संशोधनाचा एक प्रकार मानण्यात येतो. एखाद्या शिक्षकाला, मुख्याध्यापकाला, प्रशासकाला आपल्या दैनंदिन कार्यामध्ये जेव्हा एखादी समस्या सतत भेडसावते व तिचे निरसन करण्यासाठी जेव्हा तो वैज्ञानिक पद्धतीने संशोधन करतो व संशोधनातून आलेल्या होकारात्मक निष्कर्षांची जेव्हा तो अंमलबजावणी करतो तेव्हा ते कृतिसंशोधन बनते. एखाद्या शाळेतील इंग्रजी शिकविणाऱ्या शिक्षकाला Direct Methodचा उपयोग करून अपेक्षित यश प्राप्त होत नसेल व त्याला सतत असे जाणवले की, Bilingual Methodने जर आपण शिकविले तर आपणास अधिक यश येईल. त्याने वैज्ञानिक पद्धतीने, प्रायोगिक पद्धतींचा अवलंब करून एक साधारण व एक प्रायोगिक वर्ग तयार करून संशोधनप्रक्रिया पूर्ण केली व Bilingual Methodने अधिक यश मिळते असा निष्कर्ष निघाला, त्या पद्धतीने पुढे तो शिक्षक शिकवीत राहिला तर होकारात्मक निष्कर्षाची अंमलबजावणी झाल्याने हे कृतिसंशोधन बनते. परंतु, Bilingual Methodने अधिक यश मिळत नाही. उलट, कमी यश मिळते. म्हणजे नकारात्मक निष्कर्ष निघाला तर त्याची अंमलबजावणी होणारच नाही. अशा वेळेस हे संशोधन या संज्ञेस प्राप्त होईल पण कृतिसंशोधन होणार नाही; म्हणूनच लेहमन आणि मेहरन्स यांनी कृतिसंशोधनाची केलेली पुढील व्याख्या योग्य वाटते. "Action research is a type of applied or decision oriented research, but with the stipulation that the researcher is the same person as the practitioner who will make and live with the decision."

उपयोजित संशोधनाच्या मानाने सर्वसाधारणपणे कृतिसंशोधनात निवडलेला नमुना लहान असतो, बहुधा एक शिक्षक संशोधक – एक वर्ग अशीच स्थिती असते.

काही वेळा एकच समस्या अनेकांना जाणवली तर संयुक्तरीत्यासुद्धा कृतिसंशोधन हाती घेतले जाते. (कृतिसंशोधन स्वतंत्र प्रकरण क्र. १०).

कृतिसंशोधनामध्ये एखाद्या शिक्षकाला किंवा मुख्याध्यापकाला प्राप्त

परिस्थितीमध्ये बदल करण्यासाठी एखादा पर्याय माहीत असतो. तो पर्याय शास्त्रीय पद्धतीने, संशोधनाद्वारे योग्य का अयोग्य हे पाहिले जाते व त्यानंतर त्या पर्यायासंबंधी निर्णय घेतला जातो. म्हणजेच कृतिसंशोधनाचे डोळे भविष्याचा वेध घेत असतात. अर्थात, प्रायोगिक पद्धती हीच कृतिसंशोधनाची पद्धती होय.

अभ्यासक्रम तयार करणाऱ्या शिक्षणतज्ज्ञांनी, शैक्षणिक नियोजन करणाऱ्या तज्ज्ञांनी कृतिसंशोधनाचा आधार घेऊन नियोजित अभ्यासक्रमाची मौलिकता, उपयोगिता पाहिली तर अपेक्षित यश देणारा अभ्यासक्रम राबविणे, तसे दिसून आले नाही तर न राबविणे असा निर्णय त्यांना घेता येईल.

कृतिसंशोधन हे वैज्ञानिक संशोधनपद्धतीचा उपयोग करून केले गेले पाहिजे. अत्यंत काळजीपूर्वक, शिस्तबद्ध पद्धतीने हे संशोधन केले गेले तर शिक्षणक्षेत्रात प्रत्यक्ष काम करणाऱ्यांच्या समस्यांचे निरसन होण्याचा हा एक अत्यंत उपयुक्त मार्ग ठरेल.

३.१३ संशोधकाची गुणवैशिष्ट्ये (Characteristics of a researcher)

पुढील गुणवैशिष्ट्ये अंगी असणारा चांगला संशोधक होऊ शकतो.

१) संबंधित विषयाचे चांगले ज्ञान : ज्ञानाच्या प्रस्फोटामुळे एखाद्या विषयातील अद्ययावत व परिपूर्ण ज्ञान प्राप्त करणे आज खूपच कष्टप्रद आहे. तथापि, संशोधकाने जो विषय संशोधनासाठी निवडला आहे त्याची परिपूर्ण व अद्ययावत माहिती त्यास असणे हे अत्यावश्यक आहे. संबंधित साहित्याचे व संशोधन अहवालांचे अध्ययन करून संशोधक ही माहिती प्राप्त करू शकतो. ''संशोधकाला आपल्या समस्येसंबंधी व आपल्या संबंधित विषयासंबंधी किती माहिती असावी ?'' असा जर प्रश्न विचारला तर, ''इतर कोणत्याही व्यक्तीपेक्षा थोडी अधिक'' एवढेच याचे उत्तर देता येईल. संबंधित विषयाचे चांगले ज्ञान असल्याशिवाय संशोधन करताना जी मर्मदृष्टी हवी ती प्राप्त होणार नाही.

२) शास्त्रीय दृष्टिकोन : जॉन ड्युईने शास्त्रीय दृष्टिकोनाचा संबंध उत्साहपूर्ण चौकसपणा, निर्मितीक्षम कल्पकता व प्रयोगाच्या आधारे माहिती मिळविणे याबद्दल प्रेम या तीन गुणांशी जोडला आहे. John Dewy, "Scientific attitude is linked with an ardent curiosity, fertile imagination, and love of experimental enquiry." संशोधकामध्ये वरील तीन गुणांचा समन्वय म्हणजेच शास्त्रीय दृष्टिकोन हवा. शास्त्रीय दृष्टिकोन हा संशोधकाचा मूलभूत आवश्यक गुणधर्म आहे. संपूर्ण संशोधनप्रक्रियाच या गुणधर्मामुळे यशस्वी होऊ शकते. या शास्त्रीय दृष्टिकोनाबद्दल सर फ्रान्सिस गाल्टन यांना असे वाटते, Sir Francis Galton regards scientific attitude as "an inherent stimulus to climb the path that leads to knowledge with strength to reach the summit." ज्ञानपथावर जाताना सामर्थ्य देणारी व यशाच्या शिखरावर पोहोचवणारी ही एक आंतरिक चेतनाशक्तीच होय.

३) समर्पण प्रवृत्ती : संशोधन ही फावल्या वेळेत करण्याची बाब नव्हे. संशोधक जेव्हा संशोधनप्रक्रियेमध्ये काया-वाचा-मने एकजीव होतो तेव्हाच ती प्रक्रिया यशस्वी होते. सतत संशोधनाचाच ध्यास, सतत हाती घेतलेल्या संशोधन विषयासंबंधी वाचन-मनन-चिंतन केले तरच ते खरे संशोधन. या संबंधात जॉन हॉवर्डचे उदाहरण लक्षात ठेवण्यासारखे आहे. या विद्वान संशोधकाने तुरुंगातील जीवनासंबंधी संशोधन करताना प्रत्यक्ष तुरुंगात वास्तव्य केले व त्या वास्तव्यातच त्यास अखेर मरण आले. संशोधनप्रक्रियेसाठी केवढी ही समर्पण प्रवृत्ती !

४) निष्पक्षपातीपणा : हाती घेतलेल्या संशोधन विषयाकडे निष्पक्षपातीपणे पाहणे हे संशोधकाच्या दृष्टीने आवश्यक असते. संशोधनातून बाहेर पडणारे निष्कर्ष काही वेळा प्रचलित संकल्पनांच्या विरुद्ध असण्याची शक्यता असते, संशोधकाच्या परिकल्पना काही वेळा त्याज्य ठरतात, काही निष्कर्ष त्याच्या मनोभूमिकेच्या विरुद्ध जाणारे असतात. त्याने यांपैकी कोणत्याही बाबींचा विचार करता कामा नये. केवळ निष्कर्षच नव्हे तर संशोधनप्रक्रियेतील लहानातील लहान बाबही पक्षपातीपणे करू नये. कोणतीही एक बाजू, एक भूमिका घेऊन केलेले संशोधन हे खरे संशोधनच नव्हे. संशोधकामध्ये संपूर्ण संशोधनप्रक्रिया निष्पक्षपातीपणाने पार पाडण्याची क्षमता हवी.

५) मानसिक सुदृढता : संशोधक मानसिकदृष्ट्या सुदृढ हवा. संशोधन प्रक्रिया व्यवस्थित, सुरळीतपणे चालण्यासाठी, त्यात अडचणी न येता पूर्णत्व प्राप्त होण्यासाठी, प्रतिसादकांचा प्रामाणिक प्रतिसाद मिळण्यासाठी संशोधक मानसिकदृष्ट्या सुदृढ हवा. मानसिकदृष्ट्या सुदृढ हवा म्हणजे काय ? त्याला समाजाबद्दल प्रेम हवे व त्याची समाजाबद्दलची दृष्टी विधायक हवी. त्याला नैतिक मूल्यांची जाण, त्यावर श्रद्धा व त्याप्रमाणे त्याचे आचरण हवे. तो सुस्वभावी, साहसी, विनोदप्रिय व स्पष्टपणे बोलण्याची क्षमता असणारा हवा. संशोधकाला संशोधन प्रक्रिया ही समाजात राहून समाजाच्या सहकार्याने पूर्ण करायची असते. वरील गुणांच्या अभावाने म्हणजेच मानसिक सुदृढता नसेल तर संशोधकाला संशोधन प्रक्रियेत समाजाचे अपेक्षित सहकार्य मिळू शकणार नाही.

६) शारीरिक सुदृढता : संशोधन-प्रक्रियेत कधी तासन्तास वाचन करणे, मुलाखतीसाठी अनेक ठिकाणी भेटी देणे, कसोट्या देणे, माहितीचे संकलन, वर्गीकरण करणे इत्यादी प्रक्रिया कराव्या लागतात. या सर्व प्रक्रिया अशा आहेत की जेथे शारीरिक सुदृढतेची आवश्यकता असते.

७) संशोधनातून दृग्गोचर होणारी सामाजिक जाणीव : अखेर सर्व संशोधनाचा हेतू त्या विशिष्ट विषयाची प्रगती करणे, पर्यायाने त्या विषयाद्वारे समाजातील लोकांची

वैचारिक, नैतिक, भौतिक प्रगती करणे. जे संशोधन या तीन क्षेत्रांत मानवाची काही प्रगती करते ते श्रेष्ठ होय. म्हणजेच संशोधकामध्ये संशोधनाद्वारे मानवाची, समाजाची प्रगती घडवून आणण्याची जाणीव हवी व तशी त्याची मनोभूमिकाही हवी. संशोधकाने सामाजिक बांधिलकी मानावी.

८) संशोधन–प्रक्रियेची ओढ, त्याबद्दल आनंद व त्याचे महत्त्व ज्ञात असणे : संशोधकाला संशोधन–प्रक्रियेची ओढ हवी. ती गोष्ट करावीशी वाटावी. त्यात आनंद वाटावा. केवळ पदवी प्राप्त करणे असे उद्दिष्ट न ठेवता संशोधन प्रक्रियेमध्ये ओढ, आवड व आनंद वाटायला लागला तर संशोधकाचे सर्व उद्देश सफल होतात. याचबरोबर त्याने या प्रक्रियेतील सर्व बारीकसारीक कृती आनंदाने व मन लावून केल्या पाहिजेत. त्या विषयाचे – संशोधन विषयाचे – लोकांच्या दृष्टीने असणारे महत्त्व संशोधकाला प्रथमपासून ज्ञात हवे. यशस्वी संशोधकाला कमीतकमी एवढ्या गुणसमुच्चयाची गरज आहे.

३.१४ संशोधनात साहाय्यकाची मदत (Help of Assistant in Research)

संशोधनाच्या संकल्पनेत हळूहळू परिवर्तन होत आहे. जेव्हा दोन किंवा अधिक संशोधक अथवा एखादी संस्था एखादे संशोधनकार्य हाती घेते तेव्हा सर्व संबंधित संशोधकांची नावे त्यावर लिहिली जातात व त्यांना योग्य ते श्रेय दिले जाते. संशोधन प्रक्रियेत ज्यांची मदत झाली अशा सर्वांचा उल्लेख 'ऋणनिर्देश'मध्ये केला जातो.

व्यक्तिगतरीत्या जेव्हा एखादे संशोधन हाती घेतले जाते तेव्हा काही बाबी संशोधक साहाय्यकाद्वारे पूर्ण करू शकतो. संशोधनाच्या संकल्पनेचे हळूहळू परिवर्तन होत आहे. याचा अर्थ असा आहे की आता संशोधन प्रक्रियेतील काही बाबी साहाय्यकाच्या माध्यमातून पूर्ण करणे याला मान्यता मिळाली आहे. संशोधकाने साहाय्यकाला आवश्यक प्रशिक्षण देणे गरजेचे असते. अर्थात, इथे हाही मुद्दा लक्षात ठेवणे आवश्यक आहे, तो म्हणजे संशोधनाचे कार्यक्षेत्र जर खूपच व्यापक असेल किंवा विशिष्ट प्रकारची संशोधन प्रक्रिया असेल तरच असे साहाय्य घेतले जावे अन्यथा सर्व प्रक्रिया संशोधनाने स्वत: करणे उचित ठरते. विशिष्ट प्रकारची संशोधन प्रक्रिया ही संकल्पना समजण्यासाठी आपण एक उदाहरण घेऊ या. शिवाजी विद्यापीठातील शिक्षण महाविद्यालयातील सूक्ष्म अध्यापनासंबंधी जर एखाद्या संशोधकास संशोधन कार्य करावयाचे असेल आणि या विद्यापीठाच्या अंतर्गत येणाऱ्या २६ शिक्षण महाविद्यालयांत शैक्षणिक वर्षाच्या सुरुवातीस, थोड्याफार फरकाने एकाच वेळेस सूक्ष्म अध्यापनाचे प्रात्यक्षिक कार्य सुरू होत असेल तर संशोधकास इतर तज्ज्ञ साहाय्यकांची अथवा सहकाऱ्यांची मदत घेणे अपरिहार्य ठरते. इथे साहाय्यक याचा अर्थ 'दुय्यम

दर्जा'चा असा न घेता 'मदतनीस' असा घ्यावा तसेच त्यास पूर्ण प्रशिक्षण द्यावे हे सतत लक्षात घेणे आवश्यक आहे. आता आपण संशोधन प्रक्रियेत कोणकोणत्या बाबीतत असे साहाय्य घेता येऊ शकेल याचा विचार करू. येथे एक महत्त्वाचा मुद्दा म्हणजे विषयतज्ज्ञांना त्यांच्या मदतीचे उद्दिष्ट सांगावे व मदतनीसांना योग्य प्रशिक्षण द्यावे.

प्रश्नावल्या समक्ष भरून घेणे – शेड्यूल – या प्रक्रियेसाठी मदतनीसाचा उपयोग करता येतो. मुलाखतीच्या एका प्रकारात अनेक विषयतज्ज्ञांना मुलाखतकार म्हणून बोलाविले जाते. यावेळी संशोधक इतर विषयतज्ज्ञांचे साहाय्य घेत असतो.

संशोधन प्रक्रियेत पडताळा सूची हे साधन संशोधक वापरणार असेल तर या बाबतीत साहाय्यकाची मदत घेता येते, कारण यादीमधील कोणकोणते घटक विशिष्ट ठिकाणी आहेत ते पाहून त्याची नोंद करावयाची असते.

काही मानसशास्त्रीय कसोट्या संशोधक वापरणार असेल तर त्यातील तज्ज्ञ व्यक्तीच्या साहाय्याने प्रयोज्यांवर कसोट्यांचे आयोजन करता येते.

३.१५ शैक्षणिक संशोधनातील नीतितत्त्वे (Morals in Educational Research)

शैक्षणिक संशोधन हे भौतिकशास्त्रातील संशोधनापेक्षा वेगळे असते हे आपण मान्य केले आहे. भौतिकशास्त्रातील संशोधनात प्रामुख्याने निर्जीव वस्तूंवर संशोधन प्रक्रिया पार पडते तर शैक्षणिक संशोधनात प्रामुख्याने मानवी प्राण्यावर ही प्रक्रिया पार पडते. त्यामुळे भौतिकशास्त्रातील संशोधन प्रक्रिया करीत असताना ज्याचा फारसा विचार करावा लागत नाही तथापि शैक्षणिक संशोधनात ज्याचा फारसा विचार अपरिहार्यपणे करावा लागतो, तो म्हणजे संशोधन प्रक्रियेत समाविष्ट असलेल्या व्यक्तींच्या संबंधात काही मार्गदर्शक नीतितत्त्वांचा उपयोग करावा लागतो.

परंपरा, रूढी, घटनेने प्रत्येक मानवाला काही अधिकार प्रदान केलेले असतात. संशोधन प्रक्रियेत या प्राप्त अधिकारांचे उल्लंघन संशोधकाला करता येत नाही. अमेरिकेत वैद्यकीय, मानसशास्त्रीय आणि वर्तनवादी शास्त्रात यासंबंधी महत्त्वपूर्ण कार्य झाले. आपण त्याची प्रथम माहिती घेऊ.

१९५३मध्ये अमेरिकन सायकॉलॉजिकल असोसिएशनने मानसशास्त्रज्ञांसाठी नीतितत्त्वांची नियमावली प्रथमतः सादर केली. १९६३मध्ये त्यामध्ये सुधारणा केली ज्याच्या प्रास्ताविकात प्रयोज्य म्हणून ज्यांचा समावेश करावयाचा असेल त्यांची प्रतिष्ठा अबाधित राखावी, एवढेच नव्हे तर प्रयोज्य म्हणून प्राण्यांचा समावेश केला असेल तर मानवाप्रमाणे त्यांची सुरक्षितता व कल्याण अबाधित ठेवावे आणि प्रयोजकाने आपल्या पदाचा दुरुपयोग करू नये व आपली जबाबदारी ओळखून राहावे असे सांगितले.

१९७०मध्ये अमेरिकन सायकॉलॉजिकल असोसिएशनच्या संचालक मंडळाने या १९६३च्या नियमावलीचे पुनर्विलोकन करण्यासाठी एका अस्थायी समितीची स्थापना केली. त्या समितीने अनेक संबंधित संस्थांना विचारणा करून १९७३मध्ये एक मसुदा तयार केला.

१९७८मध्ये 'कमिटी फॉर दी प्रोटेक्शन ऑफ ह्यूमन सबजेक्ट्स इन सायकॉलॉजिकल रिसर्च' स्थापन केली गेली व त्या कमिटीकडे वरील विषयाच्या संदर्भात प्रत्येक वर्षी सुधारणा करण्याचे कार्य सोपविले गेले. त्यातून १९८२ साली अंतिम मसुदा तयार केला. याचा एक अहवाल प्रसिद्ध करण्यात आला. त्याचे नाव 'Ethical Principles in the Conduct of Research with Human Participants' यामध्ये समाविष्ट असलेल्या १० तत्त्वांचा यापुढे आपण विचार करणार नसून त्यातून सूचित होणाऱ्या मुद्यांशी संबंधित घटकांची आपण चर्चा करणार आहोत. संशोधनामध्ये या घटकांचा संशोधकाने अधिक सखोलपणे विचार करणे गरजेचे आहे. तसेच इतर संशोधन प्रकारातही याची माहिती संशोधकास असणे आवश्यक आहे. तसेच या मुद्यांचा अवलंबही आपल्या संशोधनात करणे आवश्यक आहे. यालाच आपण 'संशोधनाचे नीतिशास्त्र' असे म्हणतो यापुढे आपण ज्या नीतितत्त्वांचा विचार करणार आहोत, त्यांपैकी एकूण दहा तत्त्वांतून सूचित होणारे काही घटक आहेत, ज्याच्यामागे * अशी खूण आहे तसेच इतरही काही घटक आहेत, ज्यांचा संशोधन नीतितत्त्वात समावेश व्हावा असे लेखकास अनुभवाने वाटते.

*** १) प्रयोज्याला सांगून त्याच्याकडून घेतलेली स्वीकृती** (Informed Consent) **– स्वयंनिर्णय हक्क** : संशोधनात ज्या व्यक्तींचा संशोधक समावेश करणार आहे त्यांना संशोधनाच्या उद्दिष्टांची, कार्यप्रणालीची व्यवस्थितपणे कल्पना देणे हे संशोधकाचे आद्य कर्तव्य आहे. काही आर्थिक लालूच दाखवून अथवा आपल्या अधिकाराचा दुरुपयोग करून प्रयोज्याला संशोधन प्रक्रियेत भाग घ्यायला लावणे हे संशोधनाच्या नीतिशास्त्रात बसत नाही. काही वेळा प्रयोज्य हे बालवयातील असतील अथवा मंदबुद्धीचे असतील अगर आजारी असतील तर अशा वेळेस त्यांच्या पालकांची अथवा जबाबदार व्यक्तीची लेखी परवानगी घ्यावी. प्रयोज्याला संशोधन प्रक्रिया सुरू असताना जर काही त्रास वाटला व त्याने त्या प्रक्रियेत आपला सहभाग पुढे चालू राहण्यास असमर्थता दर्शवली तरी संशोधकाने त्यास परवानगी द्यावी. काही वेळा प्रायोगिक संशोधनात प्रयोज्याला आधी कल्पना देणे प्रयोगाच्या नियंत्रणाच्या दृष्टीने अयोग्य असते. अशा वेळेस संबंधित प्रयोज्याच्या पालकांना याची पूर्वसूचना द्यावी, त्यांची परवानगी घ्यावी व प्रयोज्याला संशोधन पूर्ण झाल्यावर त्याची सविस्तर माहिती

द्यावी. थोडक्यात, संशोधन प्रक्रियेत सहभागी होणे अथवा न होणे हा निर्णय घेण्याचा म्हणजेच स्वयंनिर्णयाचा हक्क प्रयोज्यास हवा.

२) समान संधी (Equality of Opportunity) : संशोधक ज्या विशिष्ट गटावर संशोधन करणार असेल त्या गटातील प्रत्येक घटकाला त्या प्रयोगामध्ये समाविष्ट होण्याची संधी असावी. यादृच्छिक नमुना निवड पद्धतीमध्ये ज्याप्रमाणे जनसंख्येतील प्रत्येक एककाला संबंधित संशोधनात सहभागी होण्याची संधी असते त्याप्रमाणे एककाची निवड व्हावी. म्हणजेच प्रयोज्याची निवड शक्यतो संभाव्यतेवर आधारित हवी तथापि काही वेळा असंभाव्यतेवर आधारित अशा नमुना निवड पद्धतींचा उपयोग करणे अपरिहार्य ठरते अशा वेळेस जनसंख्येतील निवड अधिक प्रमाणात केली तर हे समान संधीचे तत्त्व काही प्रमाणात या दुसऱ्या प्रकारातही वापरता येते.

*** ३) गुप्तता** (Confidentiality) : संशोधन प्रक्रियेत प्रयोज्याच्या संबंधात विविध प्रकारची माहिती गोळा केली जाते. त्यांपैकी काही अगदी खासगी अथवा गुपित अशा स्वरूपाची असण्याची शक्यता असते. प्रयोज्याने संशोधकास स्वत:संबंधी सांगितलेली माहिती गटाच्या स्वरूपात जाहीर करावी पण व्यक्तिगतरीत्या गुप्त माहिती जाहीर करणे हे केवळ अनीतिकारक नसून त्याहीपेक्षा वाईट आहे.

*** ४) व्यक्तिगत आदर** (Individual Respect) : संशोधन प्रक्रियेत सहभागी होणाऱ्या प्रत्येक प्रयोज्यास संशोधकाने अत्यंत आदराने आणि सन्मानाने वागवावे. संशोधन प्रक्रियेत जेव्हा त्यांचा समावेश असेल तेव्हा त्यांना पूर्वसूचना द्यावी. किती वेळ लागेल ते कळवावे. त्यांना योग्य सूचना द्याव्यात. एखादी कृती न समजल्यास पुन्हा समजावून सांगावी व त्यांच्याशी प्रेमाने वागून त्यांचे सहकार्य मिळवावे. एक वर्षाच्या मुलालाही स्वत:चे व्यक्तिमत्त्व असते व संशोधकाने त्याचा अनादर केला तर तेसुद्धा आपला विरोध व्यक्त करते असे दिसून येते.

*** ५) ताण, इजा, धोका यांपासून संरक्षण** (Protection from Stress, Harm or Danger) : प्रायोगिक पद्धतीत प्रामुख्याने आणि इतर पद्धतीत काही प्रमाणात प्रयोज्यांना एका विशिष्ट परिस्थितीत प्रयोजक ठेवतो. प्रयोगाच्या किंवा संशोधनाच्या यशस्वीतेकडे लक्ष देऊन प्रयोज्यांना काही इजा, धोका झाला, त्यांच्यावर काही मानसिक ताण येऊन अपाय झाला तर ही बाब अत्यंत गैर ठरेल. म्हणून, संशोधकाने प्रयोज्याचे 'ताण, इजा, धोका' यांपासून संरक्षण करणे अत्यंत महत्त्वाचे आहे.

*** ६) खासगी आयुष्यावर हल्ला न करणे** (Invasion of Privacy) : व्यक्तिगत गुप्ततेचे संरक्षण – प्रयोज्याच्या व्यक्तिगत गुप्त बाबींचे संरक्षण करणे हे संशोधकाचे कर्तव्य आहे. काही वेळा गुप्त बाबींची माहिती घेणे अपरिहार्य ठरते. अशा वेळेस ती माहिती लपूनछपून, प्रयोज्यास न समजता घेणे गैर आहे. याउलट, संशोधनाचे

महत्त्व प्रयोज्यास पटवून त्या माहितीचे एका एककाच्या स्वरूपात जाहीर प्रसिद्धीकरण होणार नसून गटाच्या स्वरूपात होणार आहे हे पटवून देऊन प्रयोज्याची परवानगी घेऊनच अशाप्रकारची माहिती जमा करावी.

*** ७) निष्कर्षांची माहिती जाणण्याचा हक्क** (Knowledge of Outcome) : संशोधन प्रक्रिया पूर्ण झाल्यानंतर संशोधकाने संशोधनाचे निष्कर्ष संबंधितांना कळवावेत. हे तोंडी स्वरूपात किंवा लिखित स्वरूपात असावेत; कारण प्रयोज्यांनाही या निष्कर्षांबाबत उत्सुकता असते व तो त्यांचा अधिकारही आहे. (संदर्भ – Research in Education. Seventh Edition. John W. Best & James V. Kahn). संशोधकाने वरील नीतितत्त्वे स्वत:च्या बाबतीत काटेकोरपणे पाळणे अत्यंत आवश्यक आहे.

वाङ्मयचौर्य टाळणे (Not to Break Copyright Rules) : संशोधन अहवालात संशोधन विषयाशी संबंधित इतर लेखकांच्या महत्त्वपूर्ण अशा साहित्यातील भागाचा, विविध संशोधकांनी केलेल्या संशोधनातील महत्त्वपूर्ण भागाचा, विविध नियतकालिके, अहवाल यातील संबंधित महत्त्वपूर्ण भागाचा उपयोग केला जातो; जर ती वाक्ये अथवा माहिती जशीच्या तशी संशोधन अहवालात वापरली तर ती अवतरण चिन्हांचा वापर करून वापरावी. काही वेळा अनुवाद केला असेल, काही वेळा सारांश असेल तर तसा उल्लेख करावा. हे कार्य दुसऱ्याचे आहे याचा कृतज्ञतापूर्वक उल्लेख करावा. त्यात लेखकाचे नाव, पुस्तकाचे नाव, प्रकाशक, आवृत्ती, वर्ष यांचा उल्लेख असावा.

कोणत्याही परिस्थितीत जाणीवपूर्वक किंवा अनवधानाने याकडे दुर्लक्ष करू नये. नाहीतर हे वाङ्मयचौर्य होईल व ही केवळ अनीती न ठरता गुन्हा ठरेल.

४

विषय निवड व संदर्भ साहित्य परिशीलन

४.१ ग्रंथालयाचा उपयोग
४.२ शैक्षणिक संशोधनातील विविध विषयक्षेत्रे
४.३ विषयाची निवड
४.४ संदर्भ साहित्य लेखन पद्धती
४.५ संबंधित साहित्य व संशोधन अहवालाचे परिशीलन

४.१ ग्रंथालयाचा उपयोग

तिसऱ्या प्रकरणात आपण शैक्षणिक संशोधनाच्या संदर्भात आवश्यक असणारी, प्राथमिक स्वरूपाची माहिती पाहिली. त्या माहितीचा अभ्यास केल्यानंतर शैक्षणिक संशोधन करू इच्छिणाऱ्या संशोधकाला आपले लक्ष ग्रंथालयाकडे वळवावे लागेल. ग्रंथालयात असणारी हजारो पुस्तके व शेकडो नियतकालिके आपली सतत वाट पहात असतात. पिढ्यान्‌पिढ्या मानवाने प्राप्त केलेल्या ज्ञानाचा खजिना पुस्तकांमध्ये खचाखच भरून ठेवला आहे; पण एखाद्या सर्वसामान्य वाचकाने कोणताही हेतू मनात न ठेवता, सहजपणे विविध पुस्तकांचे वाचन करणे वेगळे व शैक्षणिक संशोधन करू इच्छिणाऱ्या संशोधकाने वाचन करणे वेगळे. संशोधकाचे वाचन हे हेतुनिष्ठ असते. हे हेतुनिष्ठ, नेमके वाचन कसे करावे हे संशोधकाच्या लक्षात आणून देणे हे या प्रकरणाचे उद्दिष्ट आहे. त्याचबरोबर संशोधकाला आपला संशोधन विषय निश्चित करण्यापूर्वी कोणत्या पुस्तकांचे व नियतकालिकांचे वाचन करणे आवश्यक आहे ? शैक्षणिक संशोधनाची विविध विषयक्षेत्रे कोणती ? विषयाची निवड कशी करावी ? संदर्भ साहित्याचे लेखन करण्याची पद्धत कशी ठेवावी ? संबंधित साहित्य व संशोधन अहवालांचे परिशीलन

कसे करावे ? याही महत्त्वाच्या प्रश्नांचा विचार आपण करणार आहोत.

ग्रंथालय शास्त्रामध्ये अतिशय वेगाने सुधारणा घडून येत आहेत. ग्रंथपाल हे पूर्वी फक्त पुस्तकांचे व नियतकालिकांचे संग्राहक व देवघेव करणारे या दोनच भूमिका पार पाडीत. आजची ग्रंथपालांची भूमिका याहून महत्त्वपूर्ण आहे. वरील उल्लेखित दोन कार्यांबरोबर, इच्छुकांना पुस्तके व नियतकालिकांतील महत्त्वपूर्ण वैशिष्ट्यांबद्दल मार्गदर्शनाचे कार्यही ग्रंथपालांकडे आलेले आहे. महाविद्यालयातील व विद्यापीठातील ग्रंथपाल आपली ही मार्गदर्शकाची भूमिका पार पाडण्यास सदैव तत्पर असतात; म्हणजेच एखादी माहिती कोणत्या पुस्तकात व नियतकालिकात मिळेल हे ग्रंथपाल सुचवू शकतात. तसेच ग्रंथालयातून आपल्याला आवश्यक असणारी माहिती, हजारो पुस्तकांमधून, नेमकी कशी शोधावी यासंबंधी विद्यार्थ्यांना मार्गदर्शन करण्यास ग्रंथपाल उत्सुकच असतात. अनेक महाविद्यालयांत ग्रंथपालांना, वर्षाच्या सुरुवातीस, नवीन विद्यार्थ्यांना ग्रंथालयाचा उत्तम उपयोग करता यावा यासाठी, काही तासिका देण्यात येतात.

ज्ञानाचा प्रस्फोट झालेला आहे. संशोधकाला आपल्या संशोधनाच्या संबंधात प्रारंभापासून आवश्यक असणारी माहिती नेमकी कशी शोधावी व संबंधित विषयाची अत्याधुनिक माहिती कशी प्राप्त करावी हे माहीत असणे आवश्यक आहे. ग्रंथपालांचे मार्गदर्शन या बाबतीत जसे उपयुक्त ठरते तसेच, संशोधकाला ग्रंथालयशास्त्रसंबंधात पुढील प्राथमिक माहिती असणे आवश्यक आहे.

ग्रंथालयातील पुस्तकांचे वर्गीकरण करण्याच्या जगप्रसिद्ध अशा दोन पद्धती आहेत. त्या पुढीलप्रमाणे –

१) **कोलन वर्गीकरण पद्धती :** यामध्ये इंग्रजी मोठी व छोटी अक्षरे व आकडे यांचा उपयोग केला जातो.

२) **ड्युई दशांश वर्गीकरण पद्धती :** यामध्ये फक्त अंकांचाच उपयोग केला जातो.

कोणत्याही मोठ्या शैक्षणिक ग्रंथालयात वरीलपैकी एका पद्धतीचा उपयोग केला जातो. दोन्ही पद्धतींचा उद्देश एकच आहे. तो म्हणजे विषयवार वर्गीकरण करणे.

संशोधक जेव्हा अशा एखाद्या ग्रंथालयात जाईल तेव्हा प्रथमत: त्याने वरीलपैकी कोणती पद्धती तिथे वापरली जाते व त्याला ज्या विशिष्ट विषयाची पुस्तके हवी आहेत, त्यांचे क्रमांक कोणते याची माहिती ग्रंथपाल यांच्याकडून करून घ्यावी. क्रमांक माहीत झाले की त्या क्रमांकांची पुस्तके कोणत्या कपाटात आहेत ते माहीत करून घ्यावे. यामधील काही पुस्तके वाचकांनी नेली असण्याची शक्यता आहे, याची व त्या विषयाच्या एकूण पुस्तकांची माहिती ग्रंथपाल यांच्याकडून मिळवावी. त्यांपैकी योग्य व महत्त्वपूर्ण पुस्तके ग्रंथालयाच्या नियमानुसार उपलब्ध करून घ्यावीत.

वर आपण ज्या दोन पद्धतींचा उल्लेख केला, त्यांपैकी दुसऱ्या पद्धतीमधील काही क्रमांकांची उदाहरण म्हणून माहिती पाहू.

३७० ते ३७९ हे शिक्षणशास्त्र विषयाशी संबंधित प्रमुख क्रमांक आहेत.	
३७०	(सर्वसाधारण) शिक्षण.
३७०.१५	शैक्षणिक मानसशास्त्र.
३७०.११४	नैतिक, चारित्र्य शिक्षण.
३७०.१५४	प्रेरणा.
३७१.३	अध्यापन पद्धती.
३७१.४	Guidance & counselling.
३७१.५	शालेय शिस्त.
३७१.८	विद्यार्थी.
३७२	प्राथमिक शिक्षण.
३७३	माध्यमिक शिक्षण.
३७४	प्रौढ शिक्षण.
३७५	अभ्यासक्रम.
३७६	स्त्रीशिक्षण.
३७७	Schools and the Religion.
३७८	उच्च शिक्षण.
३७९	Education and the State.

संशोधकाला जर लेखकाचे व पुस्तकाचे नाव माहीत असेल तर पुस्तक शोधणे सोपे जाते; कारण मोठ्या ग्रंथालयात लेखक व विषय अशा दोन विभागांत त्या पुस्तकाची संपूर्ण माहिती म्हणजेच लेखक, पुस्तकाचे नाव, प्रकाशक, कितवे प्रकाशन, वर्ष, वर्गवारी क्रमांक, ॲक्सेशन क्रमांक इ. दिलेली असते. लेखकाच्या आडनावानुसार वर्णक्रमाने व पुस्तकाच्या नावानुसार वर्णक्रमाने ही कार्ड्स लावलेली असतात.

संशोधकाने स्वत:च्या संशोधनाचे विषयक्षेत्र व नेमका विषय निश्चित करण्यापूर्वी जगामध्ये व विशेषत्वाने भारतामध्ये शिक्षणाच्या कोणकोणत्या विषयक्षेत्रांत व विषयांमध्ये संशोधन झालेले आहे हे समजून घेण्यासाठी पुढील ग्रंथ व नियतकालिकांचा अभ्यास करणे आवश्यक आहे.

संदर्भ

१) Encyclopaedic Dictionary & Directory of Education (with special reference to India) (Volume I). A. Biswas & J. C. Aggarwal. The Academic Publishers (India), Karol Bagh, New Delhi - 110 005.

या पुस्तकातील पहिल्या भागात शिक्षणशास्त्रातील महत्त्वाच्या शब्दांचे अर्थ, दुसऱ्या भागात शिक्षणक्षेत्रातील जागतिक कीर्तीचे शिक्षणतज्ज्ञ, प्राचीन भारतीय श्रेष्ठ गुरुवर्य, भारतातील श्रेष्ठ शिक्षणतज्ज्ञ यांची माहिती व तिसऱ्या भागात जगातील विविध देशांतील शिक्षणपद्धतींची माहिती दिली आहे.

२) Encyclopaedic Dictionary & Directory of Education (with Special reference to India) (Volume II). A. Biswas & J. C. Aggarwal. The Academic Publishers (India), Karol Bagh, New Delhi - 110 005.

या पुस्तकातील पहिल्या भागात स्वातंत्र्यप्राप्तीनंतरची इंग्रजी माध्यमातील शिक्षणशास्त्रावरील पुस्तकांची विषयवार व लेखकांच्या नावांनुसार यादी, प्रकाशन संस्था व पुस्तकाची किंमत दिलेली आहे. दुसऱ्या भागात शिक्षणक्षेत्रामधील नियतकालिके (भारत, इंग्लंड व अमेरिका या देशातील), तिसऱ्या भागात विषयक्षेत्रानुसार, पूर्ण झालेल्या एम.एड., एम. फिल., पीएच.डी.च्या संशोधन विषयांची यादी संशोधकांच्या आडनावानुसार दिलेली आहे. चौथ्या भागात भारतात तयार केलेल्या मानसशास्त्रीय कसोट्यांची थोडक्यात पण आवश्यक माहिती दिलेली आहे. पाचव्या भागात भारतातील सर्व विभागांतील शिक्षणसंस्थांची नावे आहेत.

३) International Dictionary of Education. G. Terry Page & JB Thomas with AR Marshall, Kogan Page Limited, 120, Pentonville Road, London, N 19 JN. Distributor, Pitman Publishing Ltd., 39, Parker Street, London, We 2 B 5 PB.

या पुस्तकात शिक्षणशास्त्राशी संबंधित, सर्व संशोधनात उपयुक्त ठरू शकतील अशा आणि इतर, दहा हजारांपेक्षा अधिक शब्द/संकल्पना अर्थासहित दिलेल्या आहेत.

४) Educational Investigations in Indian Universities. 1939-61 NCERT. New Delhi 1966.

यामध्ये भारतीय विद्यापीठांनी मान्य केलेल्या एम.एड. व पीएच.डी. दर्जाच्या संशोधन विषयांचा उल्लेख पाहावयास मिळतो.

५) Second All India Educational Survey. NCERT. New Delhi - 1967.

६) Four yearbooks published by NCERT. New Delhi.
७) Register of Educational Research in India. (E. L. Notes Vol. II. Ministry of Education, Govt. of India).
८) A Survey of Research in Education. (Editor - M.B. Buch. Centre of Advanced Study in Education, Baroda).
९) Second survey of Research in Education. (Editor - M. B. Buch. Society for Educational Research and Development, Baroda).
१०) Third Survey of Research in Education-1978-1983. (Editor - M. B. Buch, NCERT, New Delhi).
११) Fourth Survey of Research in Education-1983-1988. (Volume I-Editor - M. B. Buch, NCERT, New Delhi).
१२) Fourth Survey of Research in Education-1983-1988. (Volume II-Editor - M. B. Buch, NCERT, New Delhi).
१३) Fifth Survey of Educational Research -1988-1992. (Volume I-Editor - M. B. Buch, NCERT, New Delhi).
१४) Educational Survey in Universities in Maharashtra. (Editor - N. K. Patole, S.T. College, Bombay).
१५) Educational Investigations in Universities in Maharashtra. (1939-1970) State Institute of Education, Poona 1972.
१६) The International Guide to Educational Documentation. UNESCO (1955 to 1960).
१७) Encyclopaedia of Educational Research. Walter S. Monroe (Editor) N. Y., MacMillan Co. (1941, 1950, 1960).
१८) Encyclopaedia of Educational Research. Chester W. Harries. (Editor) 3rd Edition, MacMillan, 1960.
१९) A List of Researches in Educational Psychology presented for higher degrees in the Universities of the United Kingdom and the Irish Republic from 1918 by A. M. Blackwell. Newness Educational Publishing Co., London.

नियतकालिके

शिक्षणशास्त्र विषयात आलेले नवीन विचारप्रवाह व नुकतेच केले गेलेले व चालू असलेले संशोधन पुस्तकांपेक्षा नियतकालिकांमध्ये लवकर प्रसिद्ध होते. त्यासाठी खालील नियतकालिके वाचणे आवश्यक आहे.

१) Indian Educational Review- सहा महिन्यांनी प्रकाशित होणारे - संशोधन वृत्तान्त छापणारे महत्त्वाचे नियतकालिक.

२) Journal of Higher Education- U.G.C. (The Journal is issued thrice a year).

३) The Progress of Education- Pune Vidyarthi Griha Prakashan, Pune - 411 030. (Monthly Publication).

४) Perspectives in Education- A Journal of the Society for Educational Research and Management, Baroda. (Quarterly Publication).

५) University News- (A weekly chronicle of Higher Education published by the Association of Ind. University).

६) The Educational Review- 41, Sunkuwar Street, Triplicane, Madras 600 005 (India) (Monthly Publication).

७) जीवन शिक्षण- महाराष्ट्र राज्य शैक्षणिक सं. व प्र. परिषद, पुणे, (मासिक).

८) शिक्षण संक्रमण- महाराष्ट्र राज्य माध्यमिक व उच्च माध्यमिक शिक्षण मंडळ, पुणे - ४११०१०. (मासिक).

९) शिक्षण समीक्षा- संपादक - डॉ. म. बा. कुंडले, नागजीभाई टाऊन, सीताबर्डी, नागपूर - ४४००१२, (द्वैमासिक).

१०) भारतीय शिक्षण- संपादकद्वारा उत्कर्ष मंडळ (तळघर) महंत चौक, महंत रस्ता, विलेपार्ले पूर्व, मुंबई - ४०० ०५७. (मासिक).

११) भारतीय आधुनिक शिक्षा (हिंदी)- राष्ट्रीय शैक्षिक अनुसंधान और प्रशिक्षण परिषद, नई दिल्ली - ११० ०१६.

१२) Research Bulletin- Maharashtra State Council of Educational Research & Training, Pune - 411 030. (Quarterly).

१३) Education Index- N.Y.; H.W. Wilson Co. (वर्षातून दहा वेळा प्रकाशित होते.) अमेरिकेतील शिक्षणविषयक साहित्य व संशोधनवृत्त उपलब्ध होते.

१४) The Review of Educational Research-American Educational Association, Washington. हे संशोधन गोशवारा देणारे द्वैमासिक आहे. तसेच पुढील त्रैमासिके

१५) The British Journal of Educational Studies-Faber and Faber Ltd., London.

१६) शिक्षण आणि समाज - इंडियन इन्स्टिट्यूट ऑफ एज्युकेशन, पुणे - २९.

याशिवाय काही संस्थांची आपण माहिती पाहू -

युनेस्कोने या क्षेत्रात फार मोठी जागृती केली आहे.

United Nations Development Programme UNDP

जागतिक, विभागीय आणि देशपातळीवर कार्यक्रम

Website - http:/www.undp.org/infozl/index.htm

National Data Source पर्यावरण विषयक माहिती मिळते.

शेतीविषयक संशोधन, शिक्षण, प्रशिक्षण, तंत्रज्ञान

Indian Council of Agricultural Research ICAR

भारतातील प्रमुख माहिती तंत्रज्ञान संघटना

National Information Centre NIC

NICNET सॅटेलाईटद्वारे माहिती दिली जाते.

National Social Sciences Documentation Centre

NASS DOC - Information on Social Science researches

Government Sites

India Image . http://www.Nic.in

अनेक सीडीही यासाठी उपलब्ध आहेत.

याचबरोबर आज आपल्याला इंटरनेटच्या माध्यमातून अनेक संस्थांशी त्यांच्या वेबसाईटवरून संपर्क साधता येतो व आवश्यक ती माहिती उपलब्ध होऊ शकते.

www.global fund for children.org

http://www.edurite.com

http://www.bestedsites.com

http://the gateway.org

http://www.learning page.com

http://school.discovery.com

http://www.eduref.org

For Mathematics

http://mathforum.org/dr.math

http://www. The Math worksheet site.com for science

http://www.brainpop.com

http://www.abcteach.com

http://www.homeschooling.about.com

ग्रंथालय व इंटरनेटच्या माहितीनंतर आपण यापुढे विषयक्षेत्रांचा विचार करू या.

आपल्या संशोधनाचे क्षेत्र निश्चितपणे कोणते आहे हे ठरविताना प्रथम एक प्रश्न आपण स्वत:ला विचारला पाहिजे. तो म्हणजे, माझे संशोधन इतिहास काळाशी संबंधित आहे का? वर्तमानकाळातील समस्यांशी संबंधित आहे का? का ते भविष्यकाळाशी संबंधित आहे? म्हणजेच ते ऐतिहासिक, वर्णनात्मक, प्रायोगिक यांपैकी कोणत्या प्रकारात मोडते? काही वेळा ते दोन प्रकारातही मोडत असेल.

यानंतर दुसरा मुद्दा ते संशोधन पुढीलपैकी कोणत्या स्तराशी संबंधित आहे? पूर्व प्राथमिक शिक्षण, प्राथमिक शिक्षण, माध्यमिक शिक्षण, उच्च शिक्षण.

यानंतर तिसरा मुद्दा ते संशोधन पुढीलपैकी कोणत्या बाबींशी संबंधित आहे? ध्येये व उद्दिष्टे, संघटन, प्रशासन, अध्यापन पद्धती, परीक्षा, मूल्यमापन, अभ्यासक्रम यानंतरचा व अखेरचा मुद्दा. ते संशोधन कोणत्या गटात मोडते? नैतिक शिक्षण, विशेष शिक्षण, शारीरिक शिक्षण, व्यावसायिक शिक्षण, तांत्रिक शिक्षण, शिक्षक शिक्षण, सामान्य शिक्षण.

इथे एक मुद्दा ध्यानात ठेवावा लागेल तो म्हणजे एखादा संशोधन विषय वरीलपैकी एकापेक्षा अधिक विभाजनाशी संबंधित असू शकेल. उदा.

गिरणी कामगारांच्या माध्यमिक शाळेत शिक्षण घेणाऱ्या मुला-मुलींच्या शैक्षणिक समस्यांचा शोध घेणे.

हा विषय वर्णनात्मक-माध्यमिक शिक्षण-सामान्य शिक्षण या प्रकारामध्ये येईल.

हा मुद्दा लक्षात घेतल्यानंतर आपण विषयक्षेत्रांचा अभ्यास केला तर ते अधिक आकलनक्षम ठरेल.

४.२ शैक्षणिक संशोधनातील विविध विषयक्षेत्रे

शिक्षणशास्त्र या विषयाचे स्वरूप आज फार विस्तृत झालेले आहे. या विषयांतर्गत अनेक उपविषय येतात. यातील काही उपविषय स्वतंत्र विषय म्हणून आज मान्यता पावलेले आहेत. उदा. शैक्षणिक तत्त्वज्ञान, शैक्षणिक समाजशास्त्र, शैक्षणिक मानसशास्त्र, शैक्षणिक तंत्रविज्ञान वगैरे.

आता प्रश्न असा निर्माण होतो की, असे एकूण उपविषय किंवा विषयक्षेत्र किती आहेत व ती कोणती ? कारण शैक्षणिक संशोधकास आपला विषय कोणत्या विषयक्षेत्रात येतो हे ठरविता येणे अनेक दृष्टींनी योग्य ठरते. संबंधित साहित्याचे वाचन करणे व त्या क्षेत्रात यापूर्वी कोणते संशोधन केले गेले आहे हे समजणे हा या विषयक्षेत्र निश्चितीचा सर्वांत मोठा उपयोग आहे.

या परिच्छेदानंतर शिक्षणशास्त्राची अशी ३७ विषयक्षेत्रे दिलेली आहेत. ही संख्या अंतिम नाही कारण जसजसे शिक्षणशास्त्र या विषयाचे सखोल संशोधन होईल, शिक्षणशास्त्र या विषयाशी संबंधित नवनवीन संकल्पनांचा शोध लागेल, या विषयाच्या

शाखा, उपशाखा जोमाने बहरतील त्यावेळेस या क्षेत्रांच्या संख्येत निश्चितपणे वाढ होईल. तसेच दुसराही एक मुद्दा लक्षात घेणे आवश्यक आहे. तो म्हणजे एखादा संशोधन विषय या विषयक्षेत्र यादीमधील दोन क्षेत्रांशी संबंधित असण्याची शक्यता आहे. त्यावेळेस ज्या क्षेत्राशी त्या संशोधन विषयाचा अधिक संबंध आहे असे संशोधकास वाटेल ते क्षेत्र हा त्या संशोधनाचा शिक्षणशास्त्रातील विभाग होऊ शकेल. संशोधकाने आपल्या संशोधनाची उद्दिष्टे ध्यानात घेऊनही क्षेत्र निश्चित करता येईल. या मुद्याच्या स्पष्टीकरणासाठी आपण दोन उदाहरणे घेऊ. डॉ. श्रीमती व्ही. एन. कुलकर्णी यांनी शिक्षणशास्त्र विषयातील पीएच.डी. साठी शिवाजी विद्यापीठाला १९८६ साली सादर केलेल्या प्रबंधाचा विषय पुढीलप्रमाणे आहे - A critical study of the Educational Problems of the Children of Vidi Kamgar Mahila in Solapur Corporation Area.

या विषयाकडे पाहिल्यावर आपल्याला हा विषय पुढील विभागातील क्र. ३४ अनुसूचित जाती, जमाती आणि अल्पसंख्याकांचे शिक्षण या क्षेत्रात येईल का शिक्षणाचे समाजशास्त्र या तीन क्रमांकाच्या विभागात येईल असा प्रश्न पडतो. यानंतर आपल्याला या संशोधनाची उद्दिष्टे पाहावी लागतात. उद्दिष्टे पाहिल्यानंतर आपण क्र. तीन शिक्षणाचे समाजशास्त्र या क्षेत्रात या संशोधनाचा समावेश करतो.

श्रीमती सरोज पांडे यांनी १९८५ला अलाहाबाद विद्यापीठामध्ये डी.फिल. पदवीसाठी पुढील विषयाचा प्रबंध सादर केला आहे – A Study of Leadership Behaviour of the Principal, Organisational Climate and Teacher Morale of the Secondary Schools.

या विषयाच्या बाबतीतही असा प्रश्न पडतो की क्रमांक १६ 'पूर्व प्राथमिक, प्राथमिक, माध्यमिक, उच्च शिक्षण' या क्षेत्रात या संशोधनाचा समावेश करावा का ? तथापि, विषय पूर्ण समजून घेतला आणि उद्दिष्टांचा विचार केला तर क्र. १२ शैक्षणिक संघटन प्रशासन व व्यवस्थापन या क्षेत्रातील हा विषय आहे याची आपल्याला स्पष्ट कल्पना येते.

यानंतर शिक्षणशास्त्र विषयाची अशी ३७ विषयक्षेत्रे दिलेली आहेत. डॉ. एम. बी. बुच यांनी संपादित केलेल्या शैक्षणिक संशोधनाच्या सर्वेक्षण ग्रंथांचा तसेच NCERTने प्रकाशित केलेल्या सर्वेक्षण ग्रंथांचा आधार घेऊनच ही विषयक्षेत्रे निश्चित केलेली आहेत. ही विषयक्षेत्रे पहाताना आपल्याला पुढील विभाजन उपयोगी पडेल.

शैक्षणिक संशोधनाची विषयक्षेत्रे

१) शिक्षणाचे तत्त्वज्ञान २) शिक्षणाचा इतिहास ३) शिक्षणाचे समाजशास्त्र ४) शिक्षणाचे मानसशास्त्र ५) मार्गदर्शन आणि समुपदेशन ६) कसोट्या आणि मापन

७) अभ्यासक्रम ८) प्रावीण्याचे सहघटक ९) शैक्षणिक मूल्यमापन आणि परीक्षा १०) अध्यापन आणि शिक्षकवर्तन ११) शिक्षक सेवापूर्व व सेवांतर्गत शिक्षण १२) शैक्षणिक संघटन प्रशासन व व्यवस्थापन १३) शिक्षणाचे अर्थशास्त्र १४) तुलनात्मक शिक्षण १५) शैक्षणिक तंत्रविज्ञान १६) पूर्व प्राथमिक, प्राथमिक, माध्यमिक व उच्च शिक्षण १७) प्रौढ, निरंतर व अनौपचारिक शिक्षण १८) भाषा शिक्षण १९) व्यावसायिक आणि तांत्रिक शिक्षण २०) निर्मितीक्षम व नवोपक्रम कार्य २१) सामाजिक शास्त्र शिक्षण २२) गणित शिक्षण २३) शास्त्र शिक्षण २४) मुली व महिलांचे शिक्षण २५) विशेष शिक्षण २६) मानसिक आरोग्य २७) ज्ञानात्मक प्रक्रिया २८) सामाजिक प्रक्रिया २९) प्रेरणा ३०) मुक्त आणि दूर शिक्षण ३१) शारीरिक आणि आरोग्य शिक्षण ३२) मूल्य, कला आणि सौंदर्य शिक्षण ३३) अध्यापन प्रक्रिया प्रकार, मार्ग ३४) अनुसूचित जाती, अनुसूचित जमाती आणि अल्पसंख्याकांचे शिक्षण ३५) लोकसंख्या आणि शिक्षणातील आकडेशास्त्र अभ्यास ३६) परिसर आणि पर्यावरण शिक्षण अभ्यास ३७) शैक्षणिक धोरण व नियोजनात्मक संशोधन

१) शिक्षणाचे तत्त्वज्ञान (Philosophy of Education) : आपल्या देशाला तत्त्वज्ञानाची थोर परंपरा आहे. शिक्षणाच्या संबंधात आपण जेव्हा तत्त्वज्ञानाचा विचार करतो, तेव्हा आपण शिक्षणाचे तत्त्वज्ञान या विषयासंबंधी विचार करीत असतो. या विषयात संशोधन करताना तत्त्वज्ञानाच्या, शैक्षणिकदृष्ट्या विचार केलेल्या तत्त्ववेत्त्यांच्या साहित्याचाच प्रामुख्याने आधार घ्यावा लागत असल्याने याला 'ग्रंथालयात बसून केलेले संशोधन' असेही अनेकांकडून म्हटले जाते. महात्मा गांधी यांच्या साहित्यातून दिसून येणारे शैक्षणिक विचार, गुरुदेव टागोरांच्या साहित्यातून व शिक्षणसंस्थांमधून दिसून येणारे शैक्षणिक तत्त्वज्ञान, संत ज्ञानेश्वर, संत रामदास, संत तुकाराम यांच्या साहित्यातील शैक्षणिक विचार यांचे एकत्रीकरण हे महत्त्वाचे कार्य आहे, तथापि संशोधकांनी त्या विचारांचे अर्थनिर्वचन व प्राप्त परिस्थितीत संशोधकाला जाणवलेली त्या विचारांची उपयुक्तता असा भाग या संशोधनात अधिक प्रमाणात असावा, अशी अपेक्षा असते.

पाश्चिमात्य अथवा जगाच्या सर्व भागांतील शिक्षणतज्ज्ञांचा व त्यांच्या विचारांचा शोध, तसेच शिक्षणविषयक तत्त्वज्ञान, मूल्ये यांचाही समावेश या क्षेत्रात होतो. प्राचीन शिक्षणप्रणाली, शैक्षणिक तत्त्वज्ञानाच्या दृष्टिकोनात होत गेलेला बदल, शिक्षणाच्या विविध घटकांच्या तत्त्वज्ञानात होत गेलेला बदल असे अनंत विषय या क्षेत्रात येतात.

२) शिक्षणाचा इतिहास (History of Education) : शिक्षणशास्त्र या विषयाला एक फार मोठा इतिहास आहे. याची एक प्रदीर्घ परंपरा आहे. असे असूनही आपल्या देशातील तसेच जगातील शिक्षणाचा सूत्रबद्ध सखोल इतिहास संशोधनाअभावी

आपल्याला उपलब्ध होऊ शकत नाही. अर्थात, अशाप्रकारच्या संशोधनात साहित्य व साधनांचीसुद्धा मोठी अडचण भासते. तथापि, हे होणे आवश्यक आहे व संशोधकांनी त्यांपैकी काही भागांवर प्रकाश टाकण्याचा प्रयत्न केला आहे.

शिक्षणशास्त्राच्या ज्या विविध बाजू आहेत त्यांचा कसकसा विकास होत गेला अशा आशयाचे संशोधन या विभागात येते.

३) शिक्षणाचे समाजशास्त्र (Sociology of Education) : शिक्षणाचे समाजशास्त्र हा विषय अगदी नवीन. तथापि, या विषयाचे क्षेत्र खूप व्यापक असल्याने या क्षेत्रात संशोधनाचे प्रमाण मोठे आहे. सामाजिक परिवर्तन, समाजीकरण, सामाजिक नियंत्रण, कुटुंबसंस्था, सामाजिक स्तरीकरण, राज्यसंस्था, सामाजिक पार्श्वभूमी या विविध सामाजिक घटकांचा शिक्षणशास्त्राशी असणाऱ्या संबंधांचा अभ्यास हा या क्षेत्रातील संशोधनाचा प्रमुख भाग असतो. विद्यार्थी आणि शिक्षक यांच्या विविध संघटना, त्यांचे नेतृत्व आणि शिक्षण यांचा संबंधही या क्षेत्राच्या कक्षेत येतो. विद्यार्थी आणि शिक्षक यांची मूल्ये आणि अभिवृत्ती यांचाही समावेश या विषयकक्षेत येतो. त्यांच्या गुणधर्मांचा अभ्यास या कक्षेत येतो. थोडक्यात, समाजशास्त्र आणि शिक्षणशास्त्र यांच्या विविध घटकांपैकी एक किंवा काही घटकांचा परस्परांशी येणाऱ्या संबंधांचा अभ्यास या विषयक्षेत्रात येतो. वर म्हटल्याप्रमाणे हे क्षेत्र खरोखरीच फार व्यापक आहे.

४) शिक्षणाचे मानसशास्त्र (Psychology of Education) : शिक्षणाचे मानसशास्त्र हा विषयही खूप व्यापक आहे. अध्ययन करणाऱ्याची गुणवैशिष्ट्ये, व्यक्तित्व, व्यक्तिमत्त्व, स्वसंकल्पना, प्रेरणा, बुद्धिमत्ता, अभिवृत्ती, अभिरुची, नैतिक मूल्यांचा विकास, ज्ञानात्मक विकास प्रक्रिया, अध्ययन प्रक्रिया, वर्ग व्यवस्थापन, शिक्षक वर्तन, मानसिक आरोग्य आणि समायोजन, व्यक्तिभेद, अभ्यासक्रम नियोजन अशांसारख्या मानसशास्त्राच्या ज्या ज्या घटकांचा शिक्षणशास्त्राशी संबंध येतो, त्या त्या सर्व संशोधनांचा समावेश या क्षेत्रात करावा लागेल.

५) मार्गदर्शन आणि समुपदेशन (Guidance and Counselling) : माध्यमिक शिक्षण आयोगाने शासनाला या विषयाची गरज सुचविल्यानंतर अशाप्रकारची शैक्षणिक आणि व्यावसायिक मार्गदर्शन केंद्रे प्रथमत: शासकीय स्तरावर व नंतर आज खासगी स्तरावरही सुरू झाली आहेत. विद्यार्थ्यांची बुद्धिमत्ता मोजण्यासाठी विविध कसोट्या तयार करणे व त्या प्रमाणित करणे, त्याची अभिरुची, स्वसंकल्पना, अभिवृत्ती, समायोजन क्षमता, आदींचे मापन करण्यासाठी कसोट्या तयार करणे आणि त्या प्रमाणित करणे, या प्रकारचे संशोधन या क्षेत्रात येते. विविध शैक्षणिक अभ्यासक्रमांविषयी विद्यार्थ्यांची आवड व क्षमता यांचा शोध घेणे हाही भाग या क्षेत्रात येतो. जे विद्यार्थी

अतिशय हुशार किंवा मंदबुद्धीचे (Slow learners) आहेत त्यांचा अभ्यास करून त्यांना उचित मार्गदर्शन करणे. विद्यार्थ्यांची अभियोग्यता, शालेय संपादन, त्याच्या अभ्यासविषयक सवयी अशा घटकांचा अभ्यास करून त्याला पुढील आयुष्यात घ्यावयाच्या अभ्यासक्रमांसंबंधी किंवा व्यवसायासंबंधी मार्गदर्शन करणे, मार्गदर्शनाने एक विशिष्ट दिशा दर्शविणे या प्रकारचे संशोधन या क्षेत्रात येते.

६) कसोट्या आणि मापन (Tests and Measurement) : विविध प्रकारच्या बौद्धिक आणि मानसशास्त्रीय चाचण्या तयार करणे आणि त्या प्रमाणित करणे, या प्रकारातील संशोधन या क्षेत्रात होते. बुद्धिमत्ता मापन कसोट्या, अभिवृत्ती कसोट्या, व्यक्तिमत्त्व शोधिका, समायोजन शोधिका, अभिरुची शोधिका यांचा समावेश या विभागात होतो. तसेच निर्मितीक्षमता कसोटीचाही या क्षेत्रात समावेश होतो. विविध क्षमता उदा. वाचनक्षमता, लेखनक्षमता यांच्या मापनाचे संशोधनही या विभागात येते.

७) अभ्यासक्रम (Curriculum) : भारतीय शिक्षणपद्धतीमध्ये दोन गोष्टी आपणास प्रामुख्याने जाणवतात. पहिली गोष्ट म्हणजे अभ्यासक्रम बदलाची प्रक्रिया खूप मोठ्या कालावधीने होते आणि दुसरी गोष्ट म्हणजे हा बदल संशोधन प्रक्रियेवर आधारित नसतो. या दोन्ही बाबींना अपवाद आहेत, पण ते फार थोडे. हीच वस्तुस्थिती पद्धती आणि पाठ्यपुस्तकांच्या बाबतीतही लागू पडते. या क्षेत्रांच्या कक्षेतील संशोधन फक्त अभ्यासक्रमातील संशोधनापुरतेच मर्यादित आहे.

आपल्या अभ्यासक्रमाचा भर पाठांतरावर व पोपटपंचीवर आहे, असा आरोप केला जातो. अभ्यासक्रम आणि पाठ्यक्रम यांच्या अर्थाचीसुद्धा आपल्यातील (शिक्षकी व्यवसायातील) काही गल्लत करतात.

८) प्रावीण्याचे सहघटक (Co-relates of Achievement) : शिक्षणक्षेत्रात प्रावीण्याला आज सर्वोच्च महत्त्वाचे स्थान आहे. कोणत्याही प्रशिक्षणानंतर सर्वसाधारणपणे दोन प्रश्न विचारले जातात. १) निकाल काय म्हणतो ? २) किती टक्के गुण मिळाले ? अशा या अत्यंत महत्त्वपूर्ण घटकाचे-प्रावीण्याचे सहघटक कोणते ? कशामुळे उत्तम प्रावीण्य मिळते, ते घटक पुढे दिले आहेत. बुद्धिमत्ता, अभ्यासविषयक सवयी, विद्यार्थ्याचे सामाजिक-आर्थिक स्थान, त्याच्या व्यक्तिमत्त्वाचे विविध घटक, त्याची शाळेकडे आणि अध्ययनाकडे पाहण्याची प्रवृत्ती इ. यांपैकी विविध घटकांचा आणि प्रावीण्याचा संबंध शोधण्याचा प्रयत्न ज्या संशोधनात होईल ते संशोधन या क्षेत्रात येते.

९) शैक्षणिक मूल्यमापन आणि परीक्षा (Educational Evaluation and Examination) : शिक्षण, मूल्यमापन आणि परीक्षा यांचा एकमेकांशी अगदी जवळचा संबंध आहे. या विभागामध्ये पुढील प्रकारचे संशोधन समाविष्ट होते- १) प्रावीण्य

कसोट्या तयार करणे आणि त्या प्रमाणित करणे. २) परीक्षांच्या संबंधातील स्त्री-पुरुष, ग्रामीण-शहरी, वय, इत्यादी घटकांचा व त्यांच्या परस्परसंबंधांचा अभ्यास. ३) परीक्षेतील अपयशाची कारणे. ४) विविध विषयांचा निकाल व त्याचा तुलनात्मक अभ्यास. ५) अंतर्गत व बाह्य गुणांचा तुलनात्मक अभ्यास. ६) निदानात्मक आणि प्रवेश परीक्षा, इ.

१०) अध्यापन आणि शिक्षक वर्तन (Teaching and Teacher Behaviour) : चांगल्या अध्यापनाचे घटक, शिक्षकाची गुणवैशिष्ट्ये, अध्यापन पद्धती, शैक्षणिक साधने, अध्यापनाची प्रतिमाने. सूक्ष्म अध्यापन, अध्यापनाची तंत्रे, विषयप्रभुत्व असे शिक्षकाच्या आणि त्याच्या वर्तनाबाबतचे, तसेच अध्यापनाच्या विविध घटकांबाबतचे संशोधन या क्षेत्रात येते.

११) शिक्षक सेवापूर्व व सेवांतर्गत शिक्षण (Teacher Education Pre-Service and In-Service) : या क्षेत्रात शिक्षक प्रशिक्षणाच्या पुढील घटकांच्या संशोधनाचा समावेश होतो. १) शिक्षक प्रशिक्षणासाठी निवडीचे निकष, क्षमता आणि शिक्षणाची गुणवैशिष्ट्ये २) सेवापूर्व व सेवांतर्गत प्रशिक्षण ३) शिक्षकाच्या व्यवसायात येणाऱ्या अडचणी, त्याचा कार्यभार व शिक्षकाला मिळणारे व्यावसायिक समाधान ४) भारतातील शिक्षण प्रशिक्षणाचे सद्य:स्वरूप ५) शिक्षक व्यवसायासाठी आवश्यक गुणवैशिष्ट्ये याचबरोबर शिक्षकाचे समाजातील स्थान, शिक्षकांच्या वेतनविषयक समस्या हेही विभाग या क्षेत्रात येतात ६) अभ्यासक्रम ७) सराव पाठशाळा ८) सूक्ष्म-अध्यापन ९) अध्यापन प्रतिमाने १०) सेवांतर्गत प्रशिक्षणाचे विविध प्रकार इ.

१२) शैक्षणिक संघटन, प्रशासन आणि व्यवस्थापन (Educational Organisation, Administration and Management) : विद्यापीठे, महाविद्यालये, विविध शैक्षणिक संस्था यांच्या शैक्षणिक संघटनांच्या संबंधात विविध संशोधन या क्षेत्रात येतात. शैक्षणिक प्रशासन आणि व्यवस्थापन यात थोडा फरक आहे. प्रशासनात नियम, कायदे, निर्णयात बदल न करणे, सत्ता केंद्रीभूत होणे असा भाग जास्त असतो. व्यवस्थापनात या बाबतीत थोडा लोकशाही व मानसशास्त्र यांच्या एकत्रीकरणातून तयार होणारा दृष्टिकोन अवलंबिला जातो. या क्षेत्रात पुढील उपविभाग येतात- १) शिक्षणसंस्थांच्या प्रशासकीय विकासाचा इतिहास २) शिक्षणसंस्थांचे प्रशासन आणि व्यवस्थापन – वेगवेगळ्या स्तरांवर ३) पर्यवेक्षण – तपासणी ४) गळती-स्थगन-सक्तीचे प्राथमिक शिक्षण अशा समस्या ५) काही विशेष संस्थांचे व्यवस्थापन ६) लोकशाही पद्धतीचे व्यवस्थापन ७) शिक्षणक्षेत्रातील विविध संघटना. व्यवस्थापनाच्या अनेक नवीन संकल्पना आल्या आहेत. TQMची संकल्पना आहे. (TQM = Total Quality Management).

१३) शिक्षणाचे अर्थशास्त्र (Economics of Education) : शिक्षणाचे अर्थशास्त्र या क्षेत्रात पुढील उपविभाग येतात – १) शिक्षणसंस्थांचा अर्थपुरवठा – नियोजन व व्यवस्था २) शिक्षण आणि उत्पादनक्षमता ३) शिक्षणावरील खर्च ४) आर्थिक विकासामधील शिक्षणाचे योगदान ५) शिक्षण आणि अर्थप्राप्ती यांचा संबंध ६) शिक्षणविषयक अर्थकारणासंबंधी शासकीय धोरण

१४) तुलनात्मक शिक्षण (Comparative Education) : या क्षेत्रात पुढील उपविभाग येतात. विविध देशांच्या प्रशासकीय व्यवस्थापनांचा तुलनात्मक अभ्यास, विविध देशांच्या अध्यापन विषयक, शिक्षक प्रशिक्षण, प्रावीण्य (विद्यार्थ्यांच्या संबंधात)– प्रेरणा, व्यक्तिमत्त्व इ., अर्थशास्त्र, सामाजिक, ऐतिहासिक, तत्त्वज्ञानात्मक, शिक्षकांच्या संबंधात अशा अनेक क्षेत्रांचा तुलनात्मक अभ्यास. यामध्येही प्रामुख्याने भारत आणि इतर एक वा अनेक देश यांच्या वर उल्लेखिलेल्या घटकांच्या बाबतीत तुलनात्मक अभ्यास येतो.

१५) शैक्षणिक तंत्रविज्ञान (Educational Technology) : शैक्षणिक तंत्रविज्ञान या विषयाकडे संशोधकांचे लक्ष जायला सुरुवात झाली आहे. १) समूह संपर्क साधने आणि शिक्षण २) अभिक्रमित अध्ययन ३) सूक्ष्म अध्यापन ४) शैक्षणिक साधने, (मॉडेल्स, चार्ट्स इ.) दृक्‌श्राव्य ५) दूरशिक्षण ६) अध्यापनाची प्रतिमाने ७) संगणक आणि शिक्षण ८) इंटरनेट आणि शिक्षण

१६) पूर्व प्राथमिक, प्राथमिक, माध्यमिक आणि उच्च शिक्षण (Pre Primary, Primary, Secondary and Higher Education) : पूर्व प्राथमिक क्षेत्रात पुढील उपविभाग येतात – १) सद्य:स्थिती २) महत्त्व ३) पूर्व प्राथमिक शिक्षणाचा विकास ४) पालक व समाजाचा सहभाग ५) व्यक्तिमत्त्व व विकासाची लक्षणे ६) मूल्यमापन.

प्राथमिक शिक्षणक्षेत्रात पुढील उपविभाग येतात – १) विकास २) सार्वत्रिकीकरण ३) अभ्यासक्रम विकास ४) मूल्यमापन ५) अर्थपुरवठा.

माध्यमिक शिक्षणक्षेत्रात पुढील उपविभाग येतात – १) विकास २) अभ्यासक्रम विकास ३) मूल्यमापन ४) अर्थपुरवठा.

उच्च शिक्षणक्षेत्रात पुढील उपविभाग येतात – १) दर्जा २) प्रवेशपक्रिया ३) व्यवस्थापन ४) अभ्यासक्रम ५) अध्यापन ६) मूल्यमापन ७) अर्थपुरवठा ८) सत्रपद्धती.

१७) प्रौढ, निरंतर आणि अनौपचारिक शिक्षण (Adult, Continuing and Non-Formal Education) :

प्रौढ शिक्षण : समाज शिक्षण, मूलभूत शिक्षण अशीही नावे असलेले प्रौढ

शिक्षण म्हणजे १५ ते ३५ या वयोगटातील अशिक्षितांना साक्षर करणे. हा वयोगट ताठर नाही तसेच केवळ साक्षर करणे एवढेच उद्दिष्ट न ठेवता सामाजिक, आर्थिक, राजकीय जागृतीचाही भाग यात येतो.

निरंतर शिक्षण : वयाच्या कोणत्याही अवस्थेत व जेवढे शिक्षण झाले असेल त्याच्यापुढे व ज्या विषयात शिक्षण घेतले असेल त्यापुढे शिक्षण घेत रहाणे म्हणजे 'निरंतर शिक्षण.' हे औपचारिक व अनौपचारिक दोन्ही पद्धतीने घेता येते.

अनौपचारिक शिक्षण : पूर्व प्राथमिक ते विद्यापीठीय शिक्षणापर्यंत पारंपरिक औपचारिक पद्धतीव्यतिरिक्त जे शिक्षण मिळते ते अनौपचारिक शिक्षण. सक्तीच्या प्राथमिक शिक्षणाच्या वयानंतर म्हणजेच मोठे झाल्यावर आपल्या व्यवसायाकडे लक्ष देत, नोकरी करीत अथवा व्यवसाय नोकरी नसतानासुद्धा स्वत:हून किंवा इतरांच्या सल्ल्याने व्यक्ती जी शैक्षणिक कृती स्वीकारते, त्याला 'अनौपचारिक शिक्षण' म्हणतात. या क्षेत्रात पुढील उपघटक येतात – १) प्रौढ शिक्षण २) विविध व्यवसायांसाठी दिले जाणारे शिक्षण ३) व्यक्तिगत विकासासाठी दिले जाणारे शिक्षण यात आरोग्य, शिक्षण, मनोरंजन, बौद्धिक विकास इ. घटक येतात ४) समाजसेवेच्या संबंधी दिले जाणारे शिक्षण ५) ९ ते १४ वयोगटातील विद्यार्थी, जे शाळेत जाऊ शकले नाहीत, त्यांना अर्धवेळ शालाबाह्य प्राथमिक शिक्षण.

१८) भाषा शिक्षण (Language Education) : भाषा शिक्षण या क्षेत्रात प्रामुख्याने पुढील उपविभाग येतात – १) वाचन २) शब्दसंपत्ती ३) पाठ्यपुस्तक पृथक्करण ४) भाषाध्यापनाच्या विविध पद्धती ५) भाषाध्यापनात समूहसंपर्क साधनांचा उपयोग ६) शिक्षकप्रावीण्य.

१९) व्यावसायिक आणि तांत्रिक शिक्षण (Vocational and Technical Education) : या विषयक्षेत्रात पुढील उपविभाग येतात – १) व्यावसायिक शिक्षणाचे मानसशास्त्रीय अधिष्ठान २) प्रवेश कसोट्या ३) व्यावसायिक आणि तांत्रिक शिक्षणाचे अर्थशास्त्र ४) व्यावसायिक आणि तांत्रिक शिक्षणाचे समाजशास्त्र ५) अभ्यासक्रम ६) प्रशासकीय आणि व्यवस्थापकीय प्रश्न ७) मूल्यमापन ८) व्यावसायिक आणि तांत्रिक शिक्षणातील प्रादेशिक असमतोल ९) उच्च माध्यमिक शिक्षणाच्या व्यवसायीकरणाची सद्य:स्थिती १०) कृषी शिक्षण ११) विधी शिक्षण १२) वैद्यकीय शिक्षण.

२०) निर्मितीक्षम कार्य–निर्मितीक्षमता (Creative Functioning-Creativity) : या क्षेत्रात संशोधनाचे प्रमाण हळूहळू वाढू लागले आहे. या क्षेत्रात पुढील उपविभागांवर संशोधन केले जाते– १) निर्मितीक्षमतेचा शोध आणि मापन २) बुद्धिमत्ता, प्रावीण्य आणि निर्मितीक्षमता यांचा संबंध ३) निर्मितीक्षमतेचे व्यक्तिमत्त्व,

घटकांशी असणारे सहसंबंध ४) निर्मितीक्षमतेची सैद्धांतिक, तात्त्विक माहिती ५) निर्मितीक्षमतेचे समाजशास्त्रीय घटक ६) निर्मितीक्षमतेचा विकास.

२१) सामाजिक शास्त्र शिक्षण (Social Science Education) : सामाजिक शास्त्र या विषयांतर्गत इतिहास, भूगोल, व्यापारशास्त्र, गृहविज्ञान, नागरिकशास्त्र, लोकसंख्या शिक्षण, संगीत, इ. विषय येतात. या विषयांपैकी एक किंवा एकापेक्षा जास्त विषयाचे अध्यापन आणि अध्यापन प्रतिमाने, शैक्षणिक तंत्रविज्ञान, पाठ्यपुस्तके, परीक्षा आणि मूल्यमापन, अभिरुची, अभिवृत्ती अशा एक किंवा एकापेक्षा जास्त शिक्षणविषयक घटकांच्या माध्यमातून जेव्हा संशोधन केले जाते तेव्हा ते सामाजिक शास्त्र शिक्षण संशोधन या विभागातील विषयक्षेत्र ठरते.

२२) गणित शिक्षण (Mathematics Education) : गणित शिक्षण या विषयात पुढील उपविभागात संशोधन केले गेले आहे – १) गणित अध्यापन आणि अध्यापक वर्तन २) अभ्यासक्रम आणि पाठ्यपुस्तके ३) गणितात प्रावीण्य मिळविण्यासाठी उपयुक्त ठरणारे घटक ४) गणितातील निदानात्मक आणि इतर कसोट्या.

२३) शास्त्र शिक्षण (Science Education) : शास्त्र शिक्षण या विषयक्षेत्राच्या संशोधनांतर्गत पुढील उपविभाग येतात – १) शास्त्र विषयाचा अभ्यासक्रम आणि पाठ्यपुस्तके २) शास्त्रीय वृत्ती आणि कल ३) शास्त्रामधील निर्मितीक्षमता ४) शास्त्र विषयांतर्गत विविध प्रकारच्या कसोट्यांची निर्मिती ५) शास्त्र विषयात प्रावीण्य मिळविण्यास उपयुक्त ठरणारे घटक ६) सर्वसामान्य शास्त्र विषयाचे अध्यापन.

२४) मुलींचे आणि महिलांचे शिक्षण (Education of Girls and Women) : या विषयक्षेत्रात १) सुशिक्षित स्त्रियांना नोकरी करताना येणाऱ्या अडचणींचा अभ्यास २) अनुसूचित जाती आणि जमातींमधील विद्यार्थिनींना शिक्षणात येणाऱ्या अडचणींचा अभ्यास ३) स्त्री शिक्षणातील गळती ४) स्त्रियांच्या अनौपचारिक शिक्षणप्रक्रियेत येणाऱ्या अडचणींचा अभ्यास ५) मुलींसाठी तांत्रिक व व्यावसायिक शिक्षण ६) सामाजिक बदल व महिलांना नोकरीची संधी ७) महिला शिक्षक व प्रशासक ८) स्त्रियांचा राजकीय सहभाग.

२५) विशेष शिक्षण (Special Education) : शारीरिक आणि बौद्धिक दोषांमुळे विशेष शिक्षणाची आवश्यकता निर्माण होते. श्रवण व दृष्टी यामध्ये त्रुटी असलेल्या मुलांना विशेष शिक्षणाची आवश्यकता असते. बौद्धिकदृष्ट्या काही मुले कमी पडतात. काही मुले असामान्य बुद्धिमत्तेची असतात. काहींना सामाजिक समस्यांना तोंड द्यावे लागते. काही आर्थिक समस्यांनी ग्रस्त असतात. अशा सर्व विद्यार्थ्यांसाठी सर्वसमावेशक शाळांची संकल्पना पुढे आली आहे. या बाबतीत शिक्षकांचे प्रशिक्षण हाही महत्त्वाचा मुद्दा आहे. अशा सर्वसमावेशक शाळांच्या विविध समस्यांचा अंतर्भाव

या विषयक्षेत्रात होतो.

२६) मानसिक आरोग्य (Mental Health) : मूल शाळेत प्रवेश करताना काही विशिष्ट क्षमता घेऊन प्रवेश करते. त्या मुलाच्या पालकांच्या, समाजाच्या, नोकरी-व्यवसाय क्षेत्राच्या त्याच्या विकसित होण्याच्या प्रक्रियेसंबंधी व विकसित होऊन बाहेर आल्यानंतरच्या अवस्थेसंबंधी काही अपेक्षा असतात, यामध्ये कालमानानुसार बदलही होत असतो. आता प्रश्न असा की, शाळा, शैक्षणिक संस्था, शिक्षक तेथील वातावरण या सर्व अपेक्षा कशा पूर्ण करतात. त्याचे कोणकोणते परिणाम होतात. बदलत्या सामाजिक परिस्थितीत शिक्षकांची भूमिका, शिक्षक-विद्यार्थी-पालक यांच्या एकमेकांपासूनच्या अपेक्षा असे विषय या विभागात येतात. बौद्धिक ताणतणाव, गृहपाठ, स्वाध्याय, परीक्षा यामुळे येणारे तणाव हेही महत्त्वाचे विषय. एकूण विद्यार्थ्यांचे सुदृढ मानसिक आरोग्याशी संबंधित संशोधने या क्षेत्रात येतात. कुमारावस्थेमुळे मानसिक आरोग्य सुदृढता हा विषय अधिक वयातील लोकांची मन:स्थिती, शिक्षकांची सुदृढ मानसिक आरोग्याची आवश्यकता असेही विषय या क्षेत्रात येतात.

२७) ज्ञानात्मक प्रक्रिया (Cognitive Processes) : परिसराचे आकलन होण्यासाठी ज्या बौद्धिक प्रक्रिया होतात व ज्याच्या साहाय्याने व्यक्ती आपल्या समस्या सोडवू शकतो तो भाग या क्षेत्रात येतो. अध्यापनाची परिणामकारकता वाढविण्यासाठी मानसशास्त्रीय ज्ञानाचा उपयोग करण्याचा प्रयत्न होत आलेला आहे. अध्ययन, विचारप्रणाली, स्मरणशक्ती, यांसारख्या मानसिक प्रक्रियांचे संशोधन या क्षेत्रात येते.

२८) सामाजिक प्रक्रिया (Social Processes) : जगातील विविध संस्कृतीमध्ये खूप वेगळेपणा आहे. तथापि, त्यांच्यामध्ये अनेक समान घटकही आहेत. त्या समान घटकांनाच 'सामाजिक प्रक्रिया' म्हणतात. जगातील सर्व संस्कृतींमध्ये सहकार्य, संघर्ष, स्पर्धा यांसारखे घटक आहेत. शिक्षक-विद्यार्थी आंतरक्रिया हा तर शिक्षण प्रक्रियेतील सर्वांत महत्त्वाचा मुद्दा आहे. सांस्कृतिक सामाजिकता, कुटुंबसंस्थेची शिक्षण प्रक्रियेतील भूमिका, सामाजिक एकरूपता, सामाजिक सहकार्य, विद्यार्थ्यांचे सामाजिक वर्तन यांसारखे विषय या क्षेत्रात येतात.

२९) प्रेरणा (Motivation) : प्रेरणेचा अध्ययनाशी संबंध आहे. अर्थात, प्रेरणेपेक्षा अध्ययन विषयावर संशोधन अधिक होताना दिसून येते. प्रेरणेचे विविध घटक कोणकोणते असतात. ग्रामीण विद्यार्थ्यांच्या व शहरी विद्यार्थ्यांच्या प्रेरणा, शैक्षणिक संस्था प्रेरणा देण्यात कोणती भूमिका बजावतात यांसारखे विषय या क्षेत्रात येतात.

३०) मुक्त आणि दूर शिक्षण (Open and Distance Education) : या प्रकारच्या शिक्षणाकडे प्रवेश घेणाऱ्यांची संख्या आता लक्षणीय झाली आहे. दूर

शिक्षण घेणाऱ्यांच्या कोणकोणत्या गरजा, अपेक्षा असतात? त्यांच्यासाठी कशा प्रकारचे शैक्षणिक साहित्य निर्माण करणे व त्यांच्यापर्यंत पोहोचवणे आवश्यक असते? त्यांना कशा पद्धतीने शिक्षण पोहोचवावे? काही वेळा प्रत्यक्ष भेटीची आवश्यकता आहे का? त्यांच्यासाठी शैक्षणिक तंत्रज्ञानाचा वापर कसा करून घेता येईल? त्यांच्याकडून स्वाध्याय कसे करून घेता येतील? त्यांच्या परीक्षा कशा घेता येईल? व हा सर्व भाग केंद्र व राज्य सरकारची आर्थिक मदत मिळून घेऊन संबंधित लाभार्थींना कमीतकमी आर्थिक खर्च कसा येऊ शकेल? अशा अनेक प्रश्नांचा या विषय क्षेत्रात समावेश होतो.

३१) शारीरिक आणि आरोग्य शिक्षण (Physical and Health Education) : शारीरिक शिक्षण, आरोग्य शिक्षण, खेळ, आहार शास्त्र या संबंधातील संशोधने या विषयक्षेत्रात येतात. ग्रामीण भागातील विद्यार्थ्यांचे आरोग्य. शिक्षकांची विद्यार्थ्यांसंबंधीची आरोग्य जागृतता, आरोग्य आणि शैक्षणिक यश यांचा संबंध, योगाचे महत्त्व, आयुर्वेद व शिक्षण, विविध शैक्षणिक संस्थांमधील खेळाच्या सुविधा, शासनाच्या शारीरिक आणि आरोग्य शिक्षणातील तरतुदी, विविध राज्यांची शारीरिक आणि आरोग्य शिक्षणातील तुलनात्मक स्थिती, खेळाडू व इतर विद्यार्थी यांच्या स्वसंकल्पना, समायोजन आणि निर्मितीक्षम विचारप्रणाली यांचा तुलनात्मक अभ्यास, विविध खेळांचा अभ्यास, ॲथलेटिक्स असे असंख्य विषय या विषयक्षेत्रात येतात.

३२) मूल्य, कला आणि सौंदर्य शिक्षण (Moral, Art and Aesthetic Education) : धार्मिकश्रद्धा आणि मूल्य शिक्षण, शिक्षण प्रक्रियेतील मूल्यशिक्षणाचे स्थान, चारित्र्यविकास, मूल्यशिक्षणासाठी साहित्यनिर्मिती, मूल्यशिक्षणासाठी अभ्यासानुवर्ती कार्यक्रम, मूल्यशिक्षणासाठी शासकीय भूमिका, मूल्यशिक्षणाचे मूल्यमापन, शिक्षक शिक्षणात मूल्यशिक्षणाचा अंतर्भाव, मूल्यशिक्षण आणि सामाजिक वर्तन यांसारख्या विषयांचा समावेश मूल्यशिक्षणामध्ये होतो.

सौंदर्यात्मक मूल्ये आणि आर्थिक, सामाजिक स्तर, सौंदर्यात्मक मूल्यांचा शोध, निर्मितीक्षमता वाढविण्याचे शिक्षण, कवितांचा सौंदर्य शोध-रसग्रहण, पौर्वात्य-पाश्चिमात्य देशातील सौंदर्यात्मक निर्मितीक्षमतेची तुलना, सौंदर्यात्मक अनुभवांचा मानसशास्त्रीय सामाजिक भूमिकेतून विचार यांसारखे विषय कला व सौंदर्य शिक्षण या विषयक्षेत्रात येतात. भारतीय संगीत, चित्रकला, शिल्पकला यावरही अभ्यास करता येईल. हे विषय या विषयक्षेत्रात येतात.

३३) अध्यापन प्रक्रिया प्रकार, मार्ग (Teaching Strategies) : अध्यापनाच्या विविध प्रतिमानांचा अभ्यास, अध्यापनाच्या व्याख्यान, दिग्दर्शन इ. यांसारख्या विविध पद्धतींचा अभ्यास, अनुदेशनाची उद्दिष्टे, अध्यापनाच्या नावीन्यपूर्ण

पद्धती, उद्दिष्टानुवर्ती अध्यापन, अध्यापन क्षमता विकास, प्रभुत्व अध्ययन कार्यक्रमाची परिणामकारकता यांसारखे विषय या विषयक्षेत्रात येतात.

३४) अनुसूचित जाती, अनुसूचित जमाती आणि अल्पसंख्याकांचे शिक्षण (Education of the Scheduled Castes, Scheduled Tribes and Minorities) : अनुसूचित जाती या विषयक्षेत्रात पुढीलप्रमाणे विषय येतात. अनुसूचित जातींमधील शाळेत जाणाऱ्या विद्यार्थ्यांच्या अभिरुची व मूल्यांचा अभ्यास, व्यक्तिमत्त्व गुणविशेष आणि मानसिक, सामाजिक समस्या, शिक्षण महाविद्यालयात शिक्षण घेत असलेल्या अनुसूचित जातींमधील प्रशिक्षणार्थ्यांच्या प्रशिक्षण व अध्यापनविषयक प्रावीण्य, प्रेरणा, अपेक्षा, वृत्तींचा अभ्यास, अनुसूचित जमाती या विषयक्षेत्रात, अनुसूचित जमातींमधील विद्यार्थ्यांच्या शिक्षणविषयक गरजा व समस्यांचा अभ्यास, त्यांच्या विकासाचा अभ्यास, उपलब्ध सुविधा व प्रत्यक्षात वापरलेल्या शिक्षणविषयक सुविधांचा अभ्यास, त्यांच्या स्वसंकल्पना, पालकांच्या अपेक्षा, क्षमता व शालेय प्रावीण्य यांचा अभ्यास यांसारखे विषय येतात.

सामाजिक, आर्थिकदृष्ट्या वंचित गटांचा अभ्यास हाही विषय या विभागात येतो. त्याचप्रमाणे विविध अल्पसंख्याकांच्या शैक्षणिक समस्यांचा अभ्यास, त्यांचे अधिकार यांचाही अभ्यास या क्षेत्रात येतो.

३५) लोकसंख्या आणि शिक्षणातील आकडेशास्त्र अभ्यास (Demographic Studies in Education and Population Education) : शिक्षणाच्या विस्ताराचा लोकसंख्यावाढीवरील परिणामांचा अभ्यास, सामाजिक-मानसशास्त्रीय घटक आणि लोकसंख्या घटकांचा अभ्यास, प्रौढ शिक्षणाचा लोकसंख्येवरील परिणाम, लोकसंख्या शिक्षणाचे शिक्षणातील स्थान, माध्यमिक शाळेतील शिक्षकांचा लोकसंख्या शिक्षणविषयक दृष्टिकोन, या विषयासाठी मनुष्यबळ प्रशिक्षण, यांसारखे विषय या विभागात येतात.

३६) परिसर आणि पर्यावरण शिक्षण अभ्यास (Ecological and Environmental Studies in Education) : पर्यावरण शिक्षणाचा प्राथमिक, माध्यमिक स्तरावर होणारा परिणाम अभ्यासणे, पर्यावरणपूरक भूगोलाचा माध्यमिक स्तरावर विकास करणे, निसर्ग संरक्षण अभ्यास, परिसर त्यातील प्राणी, वनस्पती यांचा समाजावरील परिणाम अभ्यासणे, पर्यावरण ज्ञान, दृष्टिकोन आणि जाणीव यांचा सेवापूर्व व सेवांतर्गत माध्यमिक शिक्षणात समावेश, प्राथमिक स्तरावर पर्यावरण पूरक अध्यापन कौशल्य व प्रशिक्षण इत्यादी विषय या विषयक्षेत्रात येतात.

३७) शैक्षणिक धोरण व नियोजनात्मक संशोधन (Educational Planning and Policy Research) : भारतातील पदवीधरांची बेकारी, शिक्षण आणि बेरोजगारी,

भारतातील शिक्षणविषयक कायदे, शिक्षणाचे व्यवस्थापन आणि अर्थकारण, शैक्षणिक नियोजनातील आर्थिक आणि सामाजिक बाबी, आर्थिक प्रगतीमधील शिक्षणाचे स्थान, शैक्षणिक संस्था सुरू करणे, त्यांचा विकास करणे याबाबतच्या नियमांमध्ये सुधारणा सुचवणे असे विषय या क्षेत्रात येतात.

४.३ विषयाची निवड

आतापर्यंत उल्लेखिलेल्या पुस्तकांपैकी व नियतकालिकांपैकी संशोधकाला जेवढी उपलब्ध होतील तेवढी वाचून व आपल्याला ज्या विषयक्षेत्राची विशेष आवड आहे त्यामधील काही संशोधन न झालेल्या विषयांना संशोधकाने शब्दबद्ध करावे. एखादी शैक्षणिक परिस्थिती असमाधानकारक आहे असे संशोधकास सतत जाणवत असेल तर ती समस्या शब्दबद्ध करावी. एखादी सतत जाणवणारी असमाधानकारक शैक्षणिक परिस्थिती ही संशोधकाला विशेष आवडणाऱ्या विषयक्षेत्रातील असण्याची शक्यता फार मोठी आहे. कदाचित दोन्हींमध्ये फरक असेल तर या विषयांना संशोधकाने शब्दबद्ध करावे. आता यांपैकी एक विषय निश्चित करणे हे संशोधकाच्यादृष्टीने अत्यंत महत्त्वपूर्ण कार्य शिल्लक राहते. ते पूर्ण विचारांती व पुढील माहितीचे वाचन व मनन करूनच करावे.

संशोधनाचे एक सर्वसाधारण सूत्र असे लक्षात ठेवावे की, एम.एड., एम.फिल., पीएच.डी. या स्तरांवर ज्या विषयाचे संशोधन यापूर्वी झालेले आहे त्या स्तरांवर त्या विषयाची पुन्हा निवड करू नये. म्हणजेच त्या स्तरावर त्या संशोधनाची पुनरावृत्ती होऊ नये. याचाच अर्थ असा की, एम.एड.साठी घेतलेला संशोधन विषय विस्तार करून एम.फिल.साठी व एम.फिल.साठी घेतला गेलेला विषय पीएच.डी.साठी चालू शकतो. तसेच एखादा संशोधन-विषय वेगळ्या दृष्टिकोनातून, वेगळ्या परिस्थितीत व बराच कालावधी उलटून गेल्यावर त्या ठरावीक स्तरावरसुद्धा घेता येतो.

संशोधन हा त्या विषयाचा तत्पूर्वी कुणी न केलेला असा सखोल अभ्यास आहे. विषय व नमुना निवड करताना एम.एड., एम.फिल., पीएच.डी.च्या संशोधनांमध्ये चढती कमान हवी. म्हणजेच पहिल्यापेक्षा दुसऱ्या व दुसऱ्यापेक्षा तिसऱ्या स्तरावर अधिक सखोल व व्यापक संशोधन करावे.

इतरांनी सुचविलेला विषय संशोधकाला स्वत:ला पूर्णपणे मान्य नसेल तर त्याने स्वीकारू नये; कारण जर न आवडणारा विषय घेऊन संशोधन-प्रक्रिया चालू ठेवली तर ती सर्व प्रक्रियाच कंटाळवाणी बनण्याची शक्यता असते. याचबरोबर स्वत: विषय निवडणे ही गोष्ट सोपी नाही हेही संशोधकाने लक्षात ठेवावे. अशी अनेक उदाहरणे आहेत. जेथे संशोधक बुद्धिमान होते, कार्यक्षम होते पण केवळ योग्य विषय न निवडल्याने त्यांना आपले संशोधन पूर्ण करता आले नाही. तज्ज्ञ मार्गदर्शक मार्गदर्शन

करू शकतील, पण शेवटी संशोधन–प्रक्रिया पूर्णावस्थेत नेणे हे संशोधकाचेच काम आहे.

संशोधकाने आपल्या योग्यतांचा, क्षमतांचा व मर्यादांचा विचार संशोधन–विषय निवडताना करणे आवश्यक आहे. संशोधकाला शैक्षणिक मानसशास्त्र या विषयाची अधिक आवड असेल तर त्या विषयामधील एखादी समस्या संशोधनविषय ठरू शकेल. संशोधकाचा विविध परीक्षा घेण्याशी अधिक संबंध येत असेल तर परीक्षापद्धतीमधील एखादी समस्या संशोधनासाठी स्वीकारता येईल. संशोधकाला चांगला प्रशासक म्हणून जर ओळखले जात असेल व त्यास प्रशासन विषयाची विशेष आवड असेल तर शैक्षणिक प्रशासनामधील एखादी समस्या संशोधनासाठी निवडता येईल. संशोधकाला संख्याशास्त्राची विशेष आवड असेल तर ज्या संशोधनामध्ये संख्याशास्त्राचा अधिक वापर करता येईल असा विषय तो संशोधनासाठी निवडू शकतो.

संशोधन–विषयाची निवड करताना व नमुना निवड करताना उपलब्ध कालावधी लक्षात घेऊन त्याचा विस्तार करावा अथवा त्यास मर्यादा घालावी. काही वेळा सुरुवातीच्या उत्साहात आपण मोठा नमुना निवडतो. तसेच विषयाचे अनेक पैलू ठरवितो. पण पुढे असे लक्षात येते की, उपलब्ध वेळात हे सर्व काम पूर्ण करणे अवघड आहे. मग त्यात बदल केला जातो. यापेक्षा सुरुवातीसच उपलब्ध वेळेचा, कालावधीचा विचार करून विषयविस्तार व नमुना निवड करावी.

संशोधन–विषय निवडताना त्यासाठी येणाऱ्या खर्चाचा विचार आधी करणे अपरिहार्य आहे. पुस्तक खरेदी, प्रवास, पोस्टेज, टंकलेखन, चक्रमुद्रण, छपाई इ. अनेक बाबींवर खर्च करावा लागतो. यासाठी राज्य सरकार शिष्यवृत्ती देते. तसेच केंद्र सरकारही U.G.C., NCERT, I.C.S.S.R. (Indian Council of Social Science Research) यांसारख्या संस्थांच्या माध्यमातून संशोधनास उत्तेजन म्हणून अनुदान देत असते. तथापि, यांपैकी कोणत्या संस्थेकडून आपण अनुदान घेणार हे संशोधकाने ठरवावे. त्याची पूर्ण माहिती घ्यावी. त्या संस्थेकडे आराखडा व इतर आवश्यक अर्ज नमुन्याप्रमाणे पाठवून मान्यता घ्यावी. संशोधकाने त्या संस्थेच्या सर्व अटी पूर्ण केल्यानंतरच अनुदान मिळते. एकाच संशोधनासाठी कोणत्याही दोन संस्थांकडून अनुदान मागू नये. तसेच कोणतेही अनुदान न मिळाल्यास संशोधकाला संशोधनाचा संपूर्ण खर्च स्वत: करण्याची तयारी करावी लागते. विषयाचा विस्तार जेवढा मोठा, त्या प्रमाणात संशोधनाचा खर्चही वाढतो, यासाठी संशोधन–विषय निवडताना संशोधन खर्चाची रूपरेषा संशोधकाजवळ हवी किंवा आपला जसा खर्च करण्याची क्षमता आहे त्यानुसार विषयाचे स्वरूप ठेवावे.

संशोधनामध्ये ज्या प्रतिसादकांकडून व संस्थांकडून जी माहिती आवश्यक आहे

ती मिळविण्यासाठी त्यांच्याकडून आपण सहकार्य मिळवू शकू का ? याही प्रश्नाचा संशोधकाने विषय निवडताना विचार करावा. आपण ज्या ठिकाणी संशोधन करणार आहोत तेथे आपल्या विषयाच्या पुस्तकांच्या संदर्भात ग्रंथालयांची स्थिती कशी आहे ? त्यांना पर्याय म्हणून कोणत्या ग्रंथालयांची मदत घेता येईल ? त्या विषयाचे तज्ज्ञ किती आहेत ? मार्गदर्शक (गाईड) जर परगावी असेल तर आपण त्यांच्याकडे किती दिवसांनी जाऊ शकू ? त्यांना किती प्रमाणात वेळ उपलब्ध आहे ? आपण आपल्या संशोधनासाठी आधीच तयार असलेल्या प्रमाणित कसोट्या वापरणार का ? त्या कोणत्या ? त्यांची परवानगी कशी घ्यायची ? इत्यादी सर्व बारीकसारीक वाटणाऱ्या पण महत्त्वपूर्ण असलेल्या घटकांचा पूर्ण विचार करूनच आपल्या संशोधन-विषयाची निश्चिती करणे अधिक योग्य ठरते. असे जर केले नाही तर यांपैकी एखादा घटकसुद्धा पुढे इतका त्रासदायक ठरतो की आपले संशोधन कार्य पूर्ण करू शकू का नाही इथपर्यंत संशोधकाची अवस्था होते.

४.४ संदर्भ साहित्य लेखन पद्धती

संशोधक संशोधनाच्या सुरुवातीस किंवा प्रत्यक्ष संशोधन प्रक्रिया सुरू असताना, त्याच्या विषयाशी व संशोधन पद्धतीशी संबंधित विविध पुस्तकांतून, नियतकालिकांतून माहिती वाचत असतो. इंटरनेट, दूरदर्शन व आकाशवाणीच्या माध्यमातून विषयाशी संबंधित काही माहिती त्याला मिळत असते. तसेच अनेक वेळा स्वानुभवातून व स्वत:च्या विचारप्रक्रियेतून त्याला काही महत्त्वपूर्ण माहिती मिळते. ही सर्व माहिती त्या त्या वेळेस योग्य पद्धतीने शब्दांकित न केल्यास काही वेळात विसरून जाण्याची शक्यता असते व मग अहवाल लेखन ही प्रक्रिया अत्यंत अवघड होऊन बसते. यासाठी संदर्भ साहित्य लेखन योग्य वेळी करणे आवश्यक आहे, योग्य पद्धतीने करणे आवश्यक आहे. त्यासाठी पुढील महत्त्वपूर्ण सूचना लक्षात ठेवणे आवश्यक आहे.

संशोधक जे संदर्भ-साहित्य वाचतो व त्यातील ज्या भागाची नोंद करणे त्यास आवश्यक वाटते, ते पुढील चार प्रकारांपैकी एका प्रकारचे असते.

१) अवतरणे : संदर्भ-साहित्यात १, २ किंवा काही वाक्ये इतकी महत्त्वपूर्ण असतात की ती जशीच्या तशी लेखकाच्या शब्दांत, अवतरण चिन्हांत वा एकेरी अंतरात व चार अंतरे डावीकडे व उजवीकडे समास ठेवून, टंकलिखित करून, आपल्या संशोधन अहवालात येणे आवश्यक आहे असे संशोधकास वाटते. संशोधकाने ही वाक्ये, पुस्तकाचे व लेखकाचे किंवा संपादकाचे नाव, पान क्रमांक, प्रकाशक, आवृत्ती क्रमांक, वर्ष व एकूण पुस्तक पाने यांची नोंद करून ठेवावी.

२) अनुवाद : काही वेळा संदर्भ-साहित्यातील १, २ किंवा काही परिच्छेद

संशोधकाला आपल्या संशोधन विषयाच्या दृष्टीने महत्त्वपूर्ण व उल्लेखनीय वाटतात. ते लेखकाच्या शब्दांतच असावेत अशी आवश्यकता नसते. अशा वेळेस संशोधक स्वत:च्या शब्दांत ते परिच्छेद लिहून घेतो. याही ठिकाणी पुस्तकातील पान क्रमांक व वर क्रमांक एकमध्ये उल्लेखिलेल्या पुस्तकांसंबंधी सर्व माहिती लिहून घ्यावी. 'अनुवाद' हा शब्द लिहावा.

३) सारांश : काही वेळा संदर्भ-साहित्यामधील मजकूर हा अनेक परिच्छेद व पानांमध्ये लिहिलेला असतो, तो जसाच्या तसा लिहून घेणे व संशोधन अहवालात पुन्हा लिहिणे हे अनावश्यक वाटते. याऐवजी त्या मजकुराचा सारांश लिहावा. संशोधकाने हा सारांश स्वत:च्या भाषेत लिहावा. येथेही पान क्रमांक व पुस्तकासंबंधी संदर्भ देण्यास आवश्यक असणारी सर्व माहिती नोंदवून ठेवावी. 'सारांश' हा शब्द लिहावा.

पुस्तकातील मजकुराचा अनुवाद करणे, त्याचा सारांश लिहिणे हे कार्य अत्यंत काळजीपूर्वक करावे. पुस्तकातील माहितीचा यत्किंचितही विपर्यास होणार नाही व त्यात तसूभरदेखील फरक पडणार नाही ही काळजी संशोधकाने घ्यावी.

४) मूल्यमापन : काही वेळा संदर्भ-साहित्यामधील काही माहिती अशी असते ज्यासंबंधी पूरक अथवा प्रतिकूल मते नोंदवावीत असे संशोधकास वाटते. संशोधकाने अशी माहिती व त्यावरील स्वत:ची मते नोंदवून ठेवावीत. याही ठिकाणी पुस्तकाचा पान क्रमांक, संदर्भ-साहित्य नोंदीची वरील पद्धत व मूल्यमापन असा शब्द लिहून ठेवण्यास विसरू नये.

वर उल्लेखिलेल्या सर्व प्रकारच्या संदर्भ-साहित्याची नोंद एका विशिष्ट प्रकारच्या कार्डावर करावी. त्या कार्डाची जाडी नेहमीच्या पोस्ट-कार्डाच्या जाडीइतकी असावी. पोस्ट-कार्डाचा आकार ५.५ इंच X ३.५ इंच असतो. संदर्भ-साहित्य नोंदणीसाठी जे कार्ड वापरायचे त्याचा आकार ६ इंच X ४ इंच असावा. अशी २०० - २५० कार्डे बाजारातून उपलब्ध करावीत, अन्यथा तयार करून घ्यावीत. संशोधनाच्या सुरुवातीस ही व्यवस्था करून ठेवावी.

या कार्डाच्या लांबीच्या बाजूस अगदी वर विषयाचे शीर्षक लिहावे व अगदी खाली संदर्भ-साहित्यविषयक नोंद असावी. मधील व मागील बाजूवर त्या पुस्तकातील त्या विशिष्ट संशोधनाशी संबंधित महत्त्वपूर्ण मजकूर लिहावा. जर एकापेक्षा अधिक कार्डे लागली तर अनुक्रमांक देऊन अधिक कार्डे वापरावीत व ती सर्व एकत्रित रबरबँडने जोडून ठेवावीत. एकाच पुस्तकातील दुसऱ्या विषयासंबंधीच्या मजकुराची नोंद स्वतंत्र कार्डावर वरील पद्धतीनेच करावी. एका विषयाची कार्डे एका ठिकाणी ठेवावीत. संशोधन अहवालाचे लेखन करताना व संदर्भ साहित्यसूची तयार करताना वरील पद्धतीचा अनन्यसाधारण फायदा होतो.

४.५ संबंधित साहित्य व संशोधन अहवालांचे परिशीलन

संशोधकाने आपल्या संशोधनाचा विषय निश्चित केलेला आहे. फक्त तो विषय नेमक्या शब्दांत लिहिण्याची प्रक्रिया बाकी आहे. त्या विषयासंबंधी सखोल माहिती हवी. त्या विषयाचे बारीकसारीक सर्व पैलू माहीत हवेत. थोडक्यात, त्या विषयावर प्रभुत्व प्राप्त केल्याखेरीज संशोधन प्रक्रिया सुरू करता येणार नाही. संशोधकाने संशोधनाकरिता जो विषय घेतलेला आहे त्या विशिष्ट विषयावर तत्पूर्वी संशोधन झालेले नसते. झाले असल्यास ते वेगळ्या परिस्थितीत, वेगळ्या काळात, वेगळ्या दृष्टिकोनातून झालेले असते.

यामुळे त्या विषयाची संशोधकाची माहिती अत्यंत व्यवस्थित हवी, परिपूर्ण हवी, इतकेच नव्हे तर इतरांपेक्षा थोडी अधिक हवी. यासाठी संबंधित साहित्य व संशोधन अहवालांचे परिशीलन करण्याची आवश्यकता आहे.

आता प्रश्न असा निर्माण होतो की, आपल्या विषयाशी संबंधित असे साहित्य व संशोधन अहवाल कोणते हे संशोधकाने कसे ठरवायचे ? प्रथमतः या संबंधात एका उदाहरणाचा आपण विचार करू. संशोधनाचा विषय पुढीलप्रमाणे आहे, "प्राथमिक शाळेत शिकणाऱ्या शेतमजुरांच्या मुला-मुलींच्या शैक्षणिक समस्यांचा अभ्यास करणे व त्यावर उपाय सुचविणे." या संशोधनासाठी पुढील संबंधित साहित्य व संशोधन अहवाल वाचणे आवश्यक आहे- १) संशोधन पद्धतीची पुस्तके २) शैक्षणिक समाजशास्त्र या विषयक्षेत्रातील संशोधन अहवालांचा अभ्यास ३) शेतमजुरांची स्थिती समजून घेण्यासाठी उपलब्ध असलेली पुस्तके ४) शेतमजुरांची मुले म्हणजे सर्वसामान्य मुलांपेक्षा शैक्षणिकदृष्ट्या वंचित अशी मुले म्हणून ज्यांना शैक्षणिक सुविधा उपलब्ध नसतात, अशा सर्वसामान्य वंचित मुलांसंबंधी असणारे साहित्य ५) प्राथमिक शाळांची सद्यःस्थिती स्पष्ट करणारे साहित्य ६) शैक्षणिक समस्या या घर, परिसर, शाळा या केंद्रांमधून उद्भवतात म्हणून या तीन घटकांची सविस्तर माहिती देणारे साहित्य ७) शिक्षक-पालक संघटनांसंबंधी साहित्य ८) विविध कसोट्यांची माहिती असणारे साहित्य.

वरील उदाहरणांवरून हा मुद्दा स्पष्ट होतो की संशोधकाने आपला विषय ज्या संशोधन-विषयक्षेत्रात येतो त्यातील झालेल्या संशोधनांचा मागोवा घेतला, वाचन केले, निदानासाठी त्यांचे संक्षिप्त अहवाल वाचले तर तो विशिष्ट विषय नेमक्या शब्दांत मांडण्याचे प्राथमिक कार्य संशोधकास करता येईल. त्यानंतर त्या विषयाचे पृथक्करण करून उपविभाग पाडावेत व त्यानुसार साहित्य वाचन करावे. तसेच या उपविभागाव्यतिरिक्त एखादं-दुसरा गर्भित विषय विचारांती ध्यानात येईल व त्याचेही वाचन करता येईल. वरील उदाहरणात शैक्षणिकदृष्ट्या वंचित मुले हा गर्भित विषय आहे.

संशोधकाने संशोधनास सुरुवात करण्यापूर्वी वरील प्रकारे जे साहित्य वाचले आहे त्या पायावर संशोधन प्रक्रियेची पुढील इमारत उभी राहणार आहे. आपल्या संशोधनासाठी वरील पद्धतीनुसार कोणते साहित्य वाचणे आवश्यक आहे हे संशोधकाने ठरवावे. त्यांपैकी सर्व उपलब्ध साहित्य वाचावे, त्याचे मनन करावे व नोट्स काढून ठेवाव्या. असे केले तर पुढील संशोधन प्रक्रियेत शेवटपर्यंत अडथळे येणार नाहीत. हे साहित्य उपलब्ध करण्यासाठी अनेक ग्रंथालयांना भेटी देणे व तेथून योग्य पद्धतीने ते मिळविणे यासाठी खूप परिश्रम करावे लागतात. संदर्भ–साहित्याचा दर्जा जेवढा श्रेष्ठ तेवढे संशोधनाचे मूल्य वाढते.

त्या विशिष्ट विषयक्षेत्रात यापूर्वी जे संशोधन झालेले आहे, त्याचा सविस्तर अभ्यास केल्याने पुढीलप्रमाणे अनेक फायदे होतात. संशोधन–विषयाची व्याप्ती व मर्यादा अचूक ठरविता येते. विविध संशोधनांत वापरलेल्या कसोट्या व पद्धती ध्यानात घेतल्याने संशोधकाने आपल्या संशोधनात कोणत्या कसोट्या वापराव्या लागतील व आपल्या संशोधनाची पद्धती कोणती ठेवावी याचे मार्गदर्शन मिळते. या विशिष्ट विषयक्षेत्रात कोणते संशोधन झालेले आहे व कोणते अजून बाकी आहे हे समजते. जे निष्कर्ष सिद्ध झालेले आहेत त्यांचा संशोधन प्रक्रियेत आधार घेता येतो. कोणत्या संख्याशास्त्राचा आधार व वापर करावा लागेल हे समजते. लेखनाची पद्धत कशी ठेवावी, अहवाल कसा लिहावा हे समजते. संदर्भसाहित्यसूची व संकीर्ण विभागात कोणत्या घटकांचा समावेश करावा हे समजते. थोडक्यात, अनेक पुस्तके वाचून ज्यासंबंधी आपणास निश्चित माहिती मिळणार नाही ती या अहवाल वाचनाने मिळते व वेळही वाचतो.

या संदर्भातच पुढील एका मुद्याचा विचार अप्रस्तुत ठरणार नाही. लेखकाने स्वत: एखादा अनुभव घेतला असेल, संशोधन केलेले असेल, प्रत्यक्ष माहिती मिळविली असेल, समक्ष ते ठिकाण पाहिले असेल व त्याचा उल्लेख आपल्या लेखात, संशोधन अहवालात, पुस्तकात केला असेल व आपण त्यातील काही मुद्यांचा संदर्भ आपल्या संशोधनात घेतला तर या आधारास प्रमुख, प्राथमिक आधार (Primary Source) म्हणावे.

लेखकाने दुसऱ्याचा अनुभव, दुसऱ्याचे विचार, दुसऱ्याचे संशोधन, दुसऱ्याने मिळविलेली माहिती याचा उल्लेख आपल्या लेखात, संशोधन अहवालात, पुस्तकात केला असेल व आपण त्यातील काही मुद्यांचा संदर्भ आपल्या संशोधनात घेतला तर या आधारास दुय्यम आधार (Secondary Source) असे म्हणतात.

संशोधन प्रक्रियेमध्ये दुय्यम आधारांचा उपयोग अनिवार्य असेल तरच करावा. प्राथमिक आधारांना दुय्यम आधारांपेक्षा अधिक प्राधान्य, महत्त्व द्यावे.

संबंधित साहित्य व संशोधन अहवालांच्या संदर्भात एक महत्त्वपूर्ण मुद्दा असा की, संशोधकाने संशोधन-विषयाच्या संदर्भात जे जे साहित्य, जो जो अहवाल, जी जी नियतकालिके वाचलेली आहेत, त्या सर्वांचा उल्लेख संदर्भसाहित्यसूचीमध्ये करावा. तथापि, यांपैकी जो भाग आवश्यक वाटतो तेवढ्याच भागाचा आपल्या संशोधन अहवालात निर्देश करावा व त्याचा विशेष उल्लेख करावा.

एडिसनचा संशोधन करण्याचा एक नियम आहे. तो म्हणजे First find out everything everybody has done and then begin where they left off.

आपण ज्या विषयक्षेत्रात संशोधन करू इच्छितो, ज्या संशोधन विषयावर संशोधन करू इच्छितो त्याबाबतीत आजपर्यंत विद्यापीठात, राज्यात, देशात, परदेशात कुणीकुणी काय काय संशोधन केलेले आहे ते प्रथम पहावे. आज इंटरनेटच्या माध्यमातून आपली ही शोधप्रक्रिया तुलनात्मकरीत्या सोपी झाली आहे. हा शोध घेताना जिथे काही विशेष आवश्यकता जाणवेल तिथेच संशोधनाचा विचार करावा. म्हणजेच आपण ठरविलेली समस्या यापूर्वी कुणी अभ्यासलेली आहे का, याचा शोध घेणे महत्त्वाचे आहे. नाहीतर काय होईल खूप परिश्रम घेऊन आपण संशोधनकार्य पूर्ण करावयाचे व पूर्वीच हे कार्य झालेले आहे हे समजल्यावर आपले श्रम, वेळ, संपत्ती, वाया जायची. अर्थात, इथे हाही मुद्दा लक्षात घ्यावा लागेल की, एखाद्या संशोधन समस्येवर संशोधन होऊन खूप कालावधी लोटला असेल तर आज त्या समस्येसंबंधी काय स्थिती आहे या दृष्टिकोनातून संशोधन मांडणी पुन्हा होऊ शकते. तसेच वेगळ्या वातावरणात त्या समस्येवर संशोधन झाले असेल तर बदललेल्या वातावरणात त्या समस्येवर संशोधन होऊ शकते. म्हणजेच संशोधकाचा वेगळा दृष्टिकोनही महत्त्वाचा असतो. संबंधित संशोधनाच्या आढाव्याने, परिशीलनानेच हे सर्व समजू शकते. थोडक्यात, संबंधित संशोधनाच्या आढाव्याने संशोधकात एक प्रकारचा आत्मविश्वास येतो की आपला शोध हा निश्चितपणे नवा अथवा नव्या दृष्टिकोनातून केलेला असणार आहे.

संबंधित साहित्य व संशोधनाचे परिशीलन हे संशोधनाच्या अथपासून-इतिपर्यंत सर्व पायऱ्यांवर अतिशय उपयुक्त ठरते. कसे ते आपण पुढे पाहू या.

शिक्षणक्षेत्रात कार्य करीत असलेल्या व्यक्तीला किंवा शिक्षणक्षेत्रासंबंधी विचार करत असणाऱ्या कोणत्याही व्यक्तीला शिक्षणविषयक संशोधन करण्याचा अधिकार आहे; जर संशोधकाचा उद्देश केवळ समस्या दूर करणे हा असेल तर संशोधन पद्धतीचा अभ्यास करून तो आपली समस्या संशोधन करून सोडवू शकतो. उदा. एखाद्या पालकाला आपल्या पाल्याच्या अभ्यासात प्रगती घडून यावी हे उद्दिष्ट असेल तर त्या पालकाला योग्य वाटणारे विविध उपाय वापरून, संशोधन करून तो आपले उद्दिष्ट

गाठू शकतो. हे एक कृतिसंशोधन होईल पण जर संशोधनाचे उद्दिष्ट समस्यापूर्ती आणि पदवी प्राप्ती हे उद्दिष्ट असेल तर सर्व आवश्यक पूर्तता म्हणजे एलिजीबीलीटीची प्रक्रिया पूर्ण करावीच लागेल; पण महत्त्वाचा मुद्दा जो दोन्ही ठिकाणी लागू पडेल तो म्हणजे संशोधकाला एखादी समस्या प्रखरपणे जाणवली पाहिजे. तसे पाहता या क्षेत्रात सर्व कार्य करणाऱ्यांना विचार केल्यावर अनेक समस्या जाणवत असतात. अर्थात, त्या सर्वांवर संशोधनकार्य करणे शक्य नसते. मग त्यामधील सर्वांत प्रकर्षाने जाणवणारी समस्या संशोधनासाठी निवडणे योग्य ठरते.

संबंधित साहित्याच्या परिशीलनाने त्या संशोधनविषयासंबंधी आपली एक वैचारिक बैठक तयार होते आणि संबंधित संशोधनाच्या परिशीलनाने आपला संशोधन विषय कोणत्या विषयक्षेत्रात येतो व त्या संशोधन विषयाची नेमकी शब्दरचना कशी करावी याची माहिती ज्ञात होते. हा समालोचनाचा पहिला फायदा. हा फायदा सुरुवातीपासून संशोधन प्रक्रियेच्या अखेरपर्यंत कसा होतो हे आपण समीक्षेचे हेतू या भागात पाहू.

समीक्षेचे हेतू

१) यापूर्वी आपण या मुद्याचा विचार केलेला आहे. शिक्षणक्षेत्रासंबंधी विचार करणारा तसेच शिक्षणक्षेत्रात कार्य करीत असणारा शैक्षणिक संशोधन करू शकतो. त्याला भेडसावणाऱ्या अथवा जाणवणाऱ्या अनेक शैक्षणिक समस्यांपैकी जी समस्या त्याला अधिक तीव्रतेने जाणवते. त्या समस्येच्या सद्य:स्थितीसंबंधी संशोधक संशोधनाने माहिती करून घेऊ शकतो. ती समस्या सोडविण्यासाठी मार्ग शोधू शकतो. तसेच शिक्षणातील एखादी बाब भूतकाळात कशी होती तसेच काही बाबतीत तो भविष्यकाळाचाही प्रायोगिक पद्धतीने वेध घेऊ शकतो. विषय सुचणे, तो निश्चित करणे याचे मूळ सूत्र जरी वरीलप्रमाणे असले तरी संबंधित साहित्याच्या व प्रामुख्याने संबंधित संशोधनांच्या समीक्षेने विषय निवडण्याची प्रक्रिया अधिक सुलभ होते. २) समीक्षेचा दुसरा हेतू असा आहे की संशोधकाने एखाद्या विषयावर संशोधन करण्याचे निश्चित केलेले असते. त्या विषयासारखे अनेक विषय असे असतात ज्यावर यापूर्वी संशोधकाने संशोधन कार्य पूर्ण केलेले असते. त्या संशोधकांनी कोणती पद्धत वापरली आहे व कशा पद्धतीने संशोधन कार्य पूर्ण केले आहे हे अभ्यासल्यावर संशोधकाला आपण कोणती पद्धती वापरावी याचे मार्गदर्शन मिळते. एक उदाहरण, एक नमुना संशोधकासमोर राहतो. प्रत्यक्ष काही संशोधन अहवाल संशोधकाला अभ्यासायला मिळाले तर फारच चांगले. एन.सी.ई.आर.टी. व एम. बी. बुच यांनी संपादित केलेले सर्व्हे रिपोर्ट्स यासाठी अवश्य अभ्यासावेत. त्यामध्ये विषयक्षेत्रानुसार व क्रमवार कालखंडानुसार झालेल्या संशोधन प्रबंधांची थोडक्यात व पद्धतशीर नोंद केलेली आहे. त्यामध्ये संशोधकाचे नाव, संशोधन वर्ष, विषय, स्तर, विद्यापीठाचे नाव, समस्या

विषय, उद्दिष्टे, पद्धती व प्रमुख निष्कर्ष दिलेले आहेत. म्हणजेच संशोधकाला आपल्या संशोधनाची उद्दिष्टे ठरविताना, माहिती गोळा करण्याची साधने निश्चित करताना, कोणती पद्धती वापरावी हे ठरविताना या समीक्षेचा, आढाव्याचा मार्गदर्शन म्हणून फार मोठा उपयोग होतो. जे निष्कर्ष आपण अभ्यासतो त्यांचा आपल्या संशोधनाशी संबंध असेल तर गृहीतके म्हणूनही आपण उपयोग करू शकतो. पद्धती निश्चिती हा सर्वांत महत्त्वाचा हेतू. उदा. जर आपण प्रायोगिक पद्धतीने संशोधन करणार असलो तर कोणता अभिकल्प वापरावा हे समजते. ३) इतर संशोधन अहवालांची समीक्षा केल्याने संशोधनात वापरावयाच्या विविध तंत्रांची व चाचण्यांची माहिती होते. संशोधनाची गरज, महत्त्व, उद्दिष्टे, परिकल्पना, गृहीतके, मर्यादा, परिमर्यादा इ. तांत्रिक बाबी कशा लिहाव्यात हे समजते. संख्याशास्त्र व अर्थनिर्वचनासाठी मार्गदर्शन मिळते. निष्कर्ष कसे लिहावेत, शिफारशी कशा लिहाव्यात पुढील संशोधनासाठी विषय कसे सुचवावेत हे समजते. ४) आपल्या संशोधन विषयक्षेत्रात यापूर्वी कोणकोणत्या संशोधकांनी कोणकोणत्या विषयावर संशोधन केलेले आहे हे समजते. ५) आपल्या संशोधनाला उपयुक्त ठरू शकतील अशा नवीन संकल्पना, ज्ञानाचे नवीन मार्ग समजतात. विशिष्ट क्षेत्रातील तज्ज्ञ व्यक्तींच्या कार्याचा परिचय होतो. ६) संशोधन अहवाल लेखनाची पद्धती समजते. अहवालाची भाषा कशी असावी, काळ कोणता वापरावा, कोष्टके कशी तयार करावीत, त्यांचे अर्थनिर्वचन कसे करावे, अहवालाचे तीन भाग असतात. त्यांपैकी प्राथमिक भागात काय व कसे लिहावे प्रमुख गाभा कसा लिहावा, तिसरा भाग संदर्भ विभाग यात काय हवे हे समजते. ७) आपला संशोधन अहवाल परिपूर्ण करताना इतर अहवालात काही दोष दिसून आले तर ते कसे टाळावेत हे समीक्षेने समजते. ८) संशोधनात माहिती संकलनाची जी साधने आपण वापरणार त्याची वैधता व विश्वसनीयता कशी ठेवायची हा महत्त्वपूर्ण मुद्दा समजतो.

थोडक्यात, संबंधित साहित्याच्या समीक्षेने संशोधकाची त्या विषयाची वैचारिक बैठक तयार होते व संबंधित संशोधनाच्या समीक्षेने संपूर्ण संशोधन प्रक्रिया कशी पूर्ण करावी हे समजते.

अर्थात, संबंधित साहित्याची व संशोधनाची समीक्षा हे प्रकरण लिहिताना समीक्षेचे वरील हेतू सतत ध्यानात ठेवावे.

संबंधित साहित्य व संशोधनाचे परिशीलन, समीक्षा करताना संबंधित पुस्तकातील मजकूर एका पाठोपाठ एक अवतरण चिन्हांचा उपयोग करून या प्रकरणात टाकणे म्हणजे परिशीलन नव्हे. तसेच संशोधन अहवालाच्या पुस्तकातून, सर्व्हेमधून संबंधित संशोधनांचे ॲब्स्ट्रॅक्ट एकाखाली एक आहेत तसे उतरवणे म्हणजे संशोधनाचे समीक्षण, परिशीलन नव्हे.

या ठिकाणी इतर संबंधित साहित्य व संशोधन अहवालांचे तार्किक, मुद्देसूद, टीकात्मक मूल्यमापन करणे अपेक्षित आहे. यामध्ये संशोधकाने त्यासंबंधीच्या प्रतिक्रिया नोंदवाव्यात. आपण उल्लेखलेले मुद्दे संशोधनांशी कसे संबंधित आहेत ते लिहावे. तसेच आपल्या संशोधनाचा वेगळेपणाही नोंदवावा. संदर्भ साहित्य जेवढे दर्जेदार तेवढा आपल्या संशोधनाचा दर्जाही वाढतो, मूल्यही वाढते.

इतर संशोधन व आपले संशोधन यात काय सारखेपणा आहे व काय वेगळेपण आहे याची नोंद करणे महत्त्वाचे. तसेच त्या संशोधनापेक्षा आपले संशोधन कसे वेगळे आहे याचाही उल्लेख अत्यंत आवश्यक आहे.

हे प्रकरण लिहिताना सुरुवातीचा परिच्छेद हा हे परिशीलन आपण कसे करणार आहोत, त्याचे विभाजन कसे असेल, त्यात कोणकोणते उपविभाग असतील, त्यांची रचना कशी असेल, या सर्व बाबी स्पष्ट करणारा असावा. यामुळे वाचकाला त्याच्या वाचनाची दिशा समजेल. त्यानंतर समस्येशी संबंधित सर्व घटकांचा त्या लेखनात समावेश असावा. संशोधकाने कोणते प्राथमिक स्रोत घेतले आहेत व कोणते दुय्यम स्रोत हे स्पष्ट करावे. समस्येशी संबंधित सर्व घटकांचा व संदर्भ साहित्य व संशोधन यांचा योग्य तार्किक संबंध स्पष्ट करावा. शेवटच्या परिच्छेदात वरील सर्व विवेचनाचा सारांश असावा. समस्येमधील एका घटकाशी संबंधित सर्व संदर्भ एका ठिकाणी यावेत. या प्रकरणाचे दोन विभाग असावेत. पहिला संबंधित साहित्य समालोचनाचा असावा. यामध्ये समस्येशी संबंधित विषयातील पुस्तके, नियतकालिके, विश्वकोश, ज्ञानकोश, वृत्तपत्रातील मजकूर इ. साहित्य येते व दुसऱ्या भागात संबंधित विषयावरील पूर्वसंशोधने येतात. वरील वाक्य-समस्येमधील 'एका घटकाशी संबंधित सर्व संदर्भ एका ठिकाणी यावेत' या वाक्यातील योग्य अर्थ लक्षात घ्यावा. उदा. आपले संशोधन बुद्धिमत्ता व शालेय प्रावीण्य या विषयावर असेल तर बुद्धिमत्तेसंबंधीचे संबंधित साहित्य व शालेय प्रावीण्यासंबंधीचे संबंधित साहित्य हे दोन विभाग होतील.

अर्थात, या प्रकरणाची रचना करताना संबंधित साहित्य व संबंधित संशोधन हे दोन विभाग असावेत व त्यामध्येही अंतर्गतरीत्या परकीय देशांमधले व भारतातील असे विभाजन असेल तर आपल्याला दोन्हीकडच्या स्थितीची योग्य तुलना करता येते. येथे पुढील एक वाक्यही लक्षात ठेवावे.

A Review of the related literature usually deals with one book or author at a time. (- Research Methods Y. C. M. U. U., 1993, P. 33).

वरील सर्व मुद्यांचे योग्य पद्धतीने एकत्रीकरण करून व आपले स्वत:चे कौशल्य व तर्कशास्त्र वापरून हा अतिशय महत्त्वाचा भाग संशोधकाने लिहावा.

५

संशोधन आणि सिद्धान्त

५.१ सिद्धान्ताचा अर्थ
५.२ सिद्धान्ताशी संबंधित काही प्रमुख शब्द
५.३ सिद्धान्ताची गुणवैशिष्ट्ये
५.४ सिद्धान्त निर्मिती
५.५ सिद्धान्ताचे प्रकार
५.६ शैक्षणिक संशोधनात सिद्धान्ताचे योगदान

५.१ सिद्धान्ताचा अर्थ

काही तज्ज्ञ अशा विचाराचे आहेत की, संशोधन हे त्या विषयाच्या संबंधात संशोधकाने मिळवलेल्या माहितीवर आधारित असावे तर काही तज्ज्ञांचे असे मत आहे की, संशोधन हे सिद्धान्तावर आधारित असावे. संशोधनात सिद्धान्त हे किती महत्त्वाचे आहेत हे यावरून समजते. मग सिद्धान्त म्हणजे काय? या प्रश्नाचे उत्तर शोधणे महत्त्वाचे आहे. हे मात्र आज मान्य केले जाते की, कोणतेही शैक्षणिक संशोधन हे एखाद्या सिद्धान्तावर आधारित असावे किंवा त्या संशोधनाने एखादा नवीन सिद्धान्त प्रस्थापित करावा किंवा पूर्वी मान्यता पावलेला एखादा सिद्धान्त त्या संशोधनाने अधिक विकसित करावा. तुम्ही पूर्ण केलेले एखादे लघुसंशोधन संपूर्णपणे परिपूर्णतेने केले असेल तर ते लघुसंशोधनसुद्धा वरील तीनपैकी एक बाब पूर्ण करीत असते. आता आपण सिद्धान्ताच्या काही व्याख्या पाहू.

''सिद्धान्त म्हणजे तथ्यांचे परस्परसंबंध जुळवून त्यांना एखाद्या अर्थपूर्ण रीतीने व्यवस्थित करणे.''

– गुड आणि हॅट

A set of interrelated constucts (variables), definitions and propositions that present a systematic view of phenomena by specifying relations among variables, with the purpose of explaining phenomena.

- Kerlinger F. N.

यावरून हे स्पष्ट होते की जीवनामध्ये एखादी घटना जेव्हा घडते त्यामागचे सर्वसामान्य स्पष्टीकरण देण्याचा सिद्धान्त प्रयत्न करतो. तसेच एखाद्या प्रक्रियेमध्ये जी विविध चले असतात त्यातील आंतरसंबंध सिद्धान्त स्पष्ट करतो. त्यामध्ये सर्वसामान्य स्पष्टीकरण असल्याने तशाच प्रकारच्या भविष्यकाळात घडणाऱ्या घटनांसंबंधातही अंदाज बांधता येतो. म्हणजे एखाद्या प्रक्रियेचे कारण व त्याचा होणारा परिणाम हा सिद्धान्तामुळे स्पष्ट होण्यास मदत होते. काही उदाहरणांनी आपण हे पाहू या. - १) ''परिस्थिती आणि प्रतिक्रिया यांची योग्य सांगड घालणे म्हणजेच शिकणे तसेच परिस्थिती व प्रतिसाद यामध्ये साहचर्य निर्माण करणे व त्याचे सवयीत रूपांतर होणे म्हणजे अध्ययन होय.'' थॉर्नडाईक या अध्ययनविषयक सिद्धान्तामुळे वाहन चालवणे, पोहणे यांसारख्या असंख्य घटनांचे सर्वसामान्य स्पष्टीकरण आपण देऊ शकतो. २) पराक्रमी, यशस्वी नेत्यामध्ये अनेक गुणांचा समुच्चय लागतो. या सिद्धान्ताच्या आधारे आपण अनेक नेत्यांचे मूल्यमापनही करू शकतो. तसेच कोण नेता म्हणून यशस्वी होईल याचा अंदाजही बांधू शकतो. ३) स्पिअरमनचा बुद्धिमत्तेचा उपपत्ती सिद्धान्त आपल्याला व्यक्तीच्या सर्वसामान्य व विशिष्ट बुद्धिमत्तेसंबंधी माहिती देतो.

शैक्षणिक संशोधनामध्ये या सिद्धान्तामुळे आपल्याला परिकल्पना सुचतात ज्या आपण नंतर परीक्षण करून त्याची सत्यासत्यता तपासत असतो.

५.२ सिद्धान्ताशी संबंधित काही प्रमुख शब्द

सिद्धान्त आणि पुढील काही शब्द यांच्या अर्थातील फरकाची स्पष्टता संशोधकाला असणे आवश्यक आहे.

१) परिकल्पना (Hypothesis) **:** आपल्या संशोधन समस्येच्या संदर्भात जेव्हा संशोधक स्वत:चा अनुभव, निरीक्षण, अभ्यास याचा आधार घेऊन एखादे तर्कशुद्ध उत्तर ठरवतो तेव्हा ती परिकल्पना बनते. तथापि, त्याचे परीक्षण, सत्यता ही संशोधनाअंती ठरते.

२) गृहीतक (Assumption) **:** अनेक संशोधकांनी विविध संशोधनाअंती काही निष्कर्ष मांडलेले असतात. अशी संशोधनाला आधारभूत त्या परिस्थितीचे वर्णन करणारी संशोधनाने, अभ्यासाने सिद्ध असलेली विधाने म्हणजे गृहीतके. यांच्यावर संशोधनात पुन्हा सिद्ध करण्याची प्रक्रिया करावयाची नसते. उदा. बुद्धिमत्ता आणि शालेय प्रावीण्य यामध्ये धनात्मक सहसंबंध असतो.

३) विधान (Proposition) **:** विधान म्हणजे दोन किंवा अधिक संकल्पनांमधील नातेसंबंध. संकल्पना एकमेकांशी बांधण्याची प्रक्रिया विधान करते. उदा. इच्छा असेल तर मार्ग दिसेल. Honesty is the best Policy.

४) संकल्पना (Concept) **:** संकल्पनेला एक विशिष्ट नाव असते. तसेच त्या संकल्पनेचे निकष दर्शविणारे काही गुणधर्म असतात. काही विशिष्ट गुणधर्मावरून मूर्त अथवा अमूर्त यांचा निष्कर्ष काढणे म्हणजे संकल्पना. उदा. घर, पेन्सिल, सुख, यशस्वी अध्यापन.

५) नियम (Law) **:** विविध तत्त्वांचे पद्धतशीरपणे केलेले एकत्रीकरण म्हणजे नियम. नियमाला सार्वत्रिक उपयुक्तता आहे. सिद्धान्त मात्र काही ठराविक ठिकाणीच योग्य असतो. घटनेची कारणमीमांसा यामुळे करता येते. उदा. इंग्रजीमध्ये वर्तमानकाळी तृतीय पुरुषी एकवचनी कर्ता असेल तर क्रियापदाला 'S' प्रत्यय लागतो. उदा. Gopal Plays Cricket. अध्ययन विषयक सज्जतेचा नियम. नियमात अनिश्चितता नसते.

६) तथ्य (Fact) **:** एखादी वस्तू, घटना अथवा प्रसंग यासंबंधात वस्तुस्थिती दर्शविणारे विधान म्हणजे 'तथ्य' होय. संशोधनामध्ये संशोधकाला जो data मिळतो त्याला Facts म्हणता येईल. संशोधक परिकल्पनेचा स्वीकार अथवा त्याग या तथ्याच्या, माहितीच्या आधारे करतो. निर्णय घेण्यासाठी तथ्यांचा उपयोग होतो. उदा. १) या शाळेतील सर्व शिक्षक सहकार्यशील आहेत. २) प्रा. पाटील अतिशय अभ्यासू आहेत. अशा तथ्यांच्या आधारावर सिद्धान्तनिर्मिती होते. इतकेच नव्हे तर प्रचलित सिद्धान्त बदलण्याचे, त्याचा त्याग करण्याचे कार्यही तथ्यांच्या आधारे होते.

७) रचना (Construct) **:** रचना म्हणजे क्षमता, प्रवृत्ती, स्वभाव इ. ज्यामुळे एखादा स्वभावघटक समजतो. रचना या कार्यात्मक पद्धतीने वर्णन केलेल्या असतात. उदा. 'वक्तृत्व' म्हणजे संबंधित विषयाचा उत्तम अभ्यास, सभाधीटपणा, भाषाप्रभुत्व, उत्तम कायिक व मुद्राभिनय, उत्तम नियोजन यांचा संयोग. वक्तृत्व, बुद्धिमत्ता, समायोजन, प्रेरणा या रचना आहेत.

८) प्रतिमान (Model) **:** एखाद्या पद्धतीचे, प्रक्रियेचे सोप्या शब्दातील वर्णन, ती पद्धती, प्रक्रिया कशी कार्य करते असा Model शब्दाचा शब्दकोशातील अर्थ आहे. एखाद्या विशिष्ट परिस्थितीत एखादा सिद्धान्त कशाप्रकारे वापरता येईल याचे व्यवस्थित वर्णन म्हणजे Model असे म्हणता येईल.

"A model of teaching is a plan or pattern that can be used to shape curriculum to design instructional material and to guide instruction in the class-room into other settings." डॉ. ब्रूस जॉयस आणि मार्शा विल म्हणजेच अध्यापनाची प्रतिमाने म्हणजे एक प्रकारचे नियोजन किंवा नमुना होय. या प्रतिमानांच्या

मदतीने अभ्यासक्रमाची रचना करता येते. अध्यापनासाठी साहित्य तयार करता येते. तसेच वर्गातील अध्यापनाला दिशाही देता येते.

प्रतिमान आणि सिद्धान्त यातील फरक या प्रकारे स्पष्ट होतो की सिद्धान्ताचे एका विशिष्ट परिस्थितीत उपयोजन म्हणजे प्रतिमान होय.

५.३ सिद्धान्ताची गुणवैशिष्ट्ये

१) एकमेकांशी संबंध असलेल्या विविध तथ्यांचे, संकल्पनांचे अर्थपूर्ण एकत्रीकरण करून अमूर्त स्वरूपात मांडलेली प्रक्रिया हे सिद्धान्ताचे महत्त्वपूर्ण वैशिष्ट्य असते.

२) एखाद्या विभागातील मिळविलेली परिपूर्ण माहिती व त्यासंबंधीचा उपलब्ध सिद्धान्त यामध्ये उत्तम प्रकारचा सहसंबंध असतो; म्हणजेच आपण एक सिद्धान्त घेऊन त्या संबंधीची अनेक उदाहरणे घेतली तर ती त्या सिद्धान्ताला पूरक असतात.

३) सिद्धान्ताचे एक महत्त्वाचे गुणवैशिष्ट्य म्हणजे परिक्षणक्षमता. जर अनेक उदाहरणातून तो सिद्धान्त परिपूर्ण ठरला तर ठीक आहे. परंतु, असे झाले नाही तर तो सिद्धान्त त्याज्य ठरतो. उदा. टोलॅमीचा पृथ्वीकेंद्रित विश्वाचा सिद्धान्त नंतर त्याज्य ठरला.

४) सिद्धान्तामध्ये भाकीतक्षमता हवी. संबंधित विशिष्ट क्षेत्रातील भागासंबंधी सिद्धान्त अंदाज बांधू शकला पाहिजे. संशोधनातील परिकल्पना म्हणजे एक प्रकारचा अंदाजच असतो.

५) अनेक निरीक्षणे, परीक्षणे, अनुभव यानंतर सिद्धान्त तयार होतो. उदा. थॉर्नडाईकची अध्ययन उपपत्ती. थॉर्नडाईकने खूप अभ्यास करून, निरीक्षण, परीक्षण, अनुभव घेऊन उपपत्ती मांडली.

६) सिद्धान्त विशिष्टाकडून – सामान्याकडे या सूत्राचा अवलंब करतात. एखाद्या संबंधित क्षेत्रातील अनेक उदाहरणे, घटना यांचा सारखेपणा लक्षात घेऊन त्या क्षेत्रातील एक सर्वसामान्य सिद्धान्त होतो. म्हणजेच विशिष्ट भागाकडून – सामान्याकडे असा सिद्धान्ताचा प्रवास होत असतो.

७) एखाद्या घटनेचे कारण व त्याचा होणारा परिणाम यांचा संबंध सिद्धान्त स्पष्ट करतो.

८) एका सिद्धान्तामधून तत्‌संबंधी अनेक प्रक्रिया स्पष्ट झाल्या म्हणजेच त्या सिद्धान्ताचा अधिकाधिक उपयोग झाला तर त्या सिद्धान्ताची उपयुक्तता वाढते. अधिकाधिक उपयुक्तता हे परिपूर्ण सिद्धान्ताचे एक गुणवैशिष्ट्य आहे.

९) मर्यादित विधाने, मर्यादित गृहीतके, मर्यादित पूर्वअटी ही चांगल्या सिद्धान्ताची एक वैशिष्ट्यपूर्ण बाब आहे.

वरील सर्व गुणवैशिष्ट्ये पडताळून पाहून चांगल्या सिद्धान्ताचे मूल्यमापन करावे.

५.४ सिद्धान्त निर्मिती

आपल्याला शैक्षणिक मानसशास्त्रातील अनेक उपपत्ती माहीत आहेत. उदा. फ्रॉईड यांची मनोविश्लेषणात्मक उपपत्ती, स्किनर यांची वर्तन अध्ययन उपपत्ती, स्किनर यांचीच साधक अभिसंधान उपपत्ती, ब्लूमची प्रभुत्व अध्ययन उपपत्ती, स्पिअरमनची द्विघटक उपपत्ती इ.

या सर्व उपपत्ती, सिद्धान्त यांची निर्मिती कशी झाली असेल? ही प्रक्रिया जरी अवघड असली तरी सिद्धान्त निर्मिती कशी झाली असेल या प्रश्नाचे उत्तर आपण शोधू शकतो. एका उदाहरणाच्या साहाय्याने आपण याचे उत्तर शोधू या. रशियन शरीरविज्ञान शास्त्रज्ञ पॅव्हलॉव्ह यांनी अभिजात अभिसंधान या संकल्पनेकडे जगाचे लक्ष वेधले. त्यासाठी त्यांनी कुत्र्यावर प्रयोग केले हे आपण जाणतो. उदा. कुत्रा → अन्नाच्या थाळीची वेळ → त्या वेळी घंटा वाजविणे → ही प्रक्रिया अनेकवेळा केली → कुत्र्याच्या तोंडात लाळ जमा व्हायची → काही प्रयोगानंतर नुसती घंटा वाजली तरी लाळ जमा व्हायची. कृत्रिम चेतक घंटा. कृत्रिम चेतकाद्वारे नैसर्गिक प्रतिक्रिया म्हणजेच अभिजात अभिसंधान.

ही उपपत्ती, ही सिद्धान्त निर्मिती कशी झाली? प्रथमतः हा मुद्दा लक्षात ठेवणे आवश्यक आहे की, ही एक बौद्धिक प्रक्रिया आहे. एखादी प्रक्रिया मनामध्ये येते. ती नवीन असते. त्यावर विविध बाजूंनी बौद्धिक विचारमंथन होते. त्यानंतर अनेक उदाहरणे, आवश्यक असेल तर अनेक प्रयोग या माध्यमातून सामान्यीकरण करणे म्हणजे उद्‌गामी/अवगामी पद्धतीचा योग्य वापर करणे. या प्रक्रियेच्या माध्यमातून सिद्धान्त निर्मिती होते. हा एक अनुभवातून निर्माण होणारा शोध असतो आणि परीक्षणक्षमता हे याचे मुख्य सूत्र असते. संशोधकाला त्याच्या आवतीभोवती एखाद्या विशिष्ट विषयाच्या संदर्भात जी तथ्ये दिसून येतात त्यांच्या सूत्रबद्ध एकत्रीकरणातून सिद्धान्त निर्मिती होते. अर्थात, त्या तथ्यांचे एकत्रीकरणातून सामान्यीकरणानंतरच सिद्धान्त तयार होतात. सामान्यीकरण आपण दोन प्रकारे करू शकतो –

१) एकाच प्रकारची असंख्य उदाहरणे अभ्यासून : यासाठी आपण वरील अभिजात अभिसंधान प्रक्रिया घेऊ या. कृत्रिम चेतकाद्वारे नैसर्गिक प्रतिक्रिया हा प्रयोग आपण असंख्य उदाहरणांनी करून पाहिला. वेगवेगळ्या परिस्थितीत करून पाहिला तरी निष्कर्ष तोच दिसणार.

२) **समर्थनीय कारणमीमांसा करून :** कोणतीही घटना, कार्य यामागे काही कारण असते. परीक्षेतील यश, युद्धातील यश, उत्कृष्ट अध्यापन इ. सारख्या प्रक्रियांमध्ये एक तार्किक कारणमीमांसा दर्शविता येते व यातूनच सर्वसामान्य सिद्धान्तनिर्मिती होत असते.

५.५ सिद्धान्ताचे प्रकार

सिद्धान्ताचे अनेक तज्ज्ञांनी अनेक प्रकारांनी वर्गीकरण केले आहे.

अ) पहिला प्रकार

१) **संख्यात्मक सिद्धान्त :** या प्रकारच्या सिद्धान्ताची रचना ही गणिती पद्धतीने म्हणजेच संख्यात्मक स्वरूपात केलेली असते. आल्फ्रेड बीने याने लावलेला मानसिक वयाचा शोध, जर्मन मानसशास्त्रज्ञ, विल्यम स्टर्न यांनी मानसिक गुणोत्तर याचा प्रथम वापर आणि स्टर्न यांनी केलेल्या प्रयत्नानंतर टर्मन या मानसशास्त्रज्ञाने बुद्ध्यंक या शब्दाचा वापर करून बुद्ध्यंकाचे पुढे आलेले सूत्र हा संख्यात्मक सिद्धान्त म्हणता येईल.

$$I.Q. = \frac{\text{मानसिक वय}}{\text{जन्म वय}} \times 100$$

२) **गुणात्मक सिद्धान्त :** गुणात्मक सिद्धान्त शाब्दिक स्वरूपात कथन केलेले असतात. यापूर्वी आपण ज्यांचा उल्लेख केला आहे. त्या म्हणजे फ्रॉईड यांची मनोविश्लेषणात्मक उपपत्ती, स्कीनर यांची वर्तन अध्ययन उपपत्ती, स्कीनर यांचीच साधक अभिसंधान उपपत्ती, ब्लूमची प्रभुत्व अध्ययन उपपत्ती इ. या सर्व या प्रकारात येतात. शैक्षणिक संशोधनात, गुणात्मक संशोधनात मर्यादित प्रमाणात संख्यांचा वापर चालतो. त्याप्रमाणे गुणात्मक संशोधनालाही अंकांचा मर्यादित वापर चालतो.

ब) दुसरा प्रकार

१) **वर्णनात्मक सिद्धान्त :** काही सिद्धान्त फक्त वर्णनात्मक असतात. त्यातील चलांचे एकमेकांशी असलेले संबंध फक्त वर्णनात्मक असतात. हे संबंध केवळ निरीक्षणातून समोर आलेले असतात.

२) **ॲनॉलॉजिकल थिअरीज :** सिद्धान्त ज्यामध्ये मर्यादित साम्य आहे. अनेक वेळा वेळेला प्रवाहाची उपमा देतात, उच्चारलेल्या शब्दांना भात्यातून धनुष्याद्वारे सुटलेल्या बाणाची उपमा देतात. यामध्ये दोन चलांमध्ये मर्यादित साम्य असते पण या प्रकारच्या सिद्धान्तामुळे मानवी जीवनातील अवघड समस्यांची सोडवणूक होण्यास विचारांना दिशा मिळते.

३) मूलभूत सिद्धान्त : अतिशय उच्च दर्जाचे असे हे सिद्धान्त असतात. एखाद्या प्रक्रियेच्या मूळ गाभ्याचे वर्णन यात असते. वर्णनात्मक किंवा मर्यादित साम्य या दोन्ही प्रकारांपेक्षा हे संपूर्णपणे मूलभूत स्वरूपात असतात. सामाजिक (Kemmeth S. Bordens and Bruce B. Abbott 2007) शास्त्रामध्ये यांचे प्रमाण क्वचित व मूलभूत शास्त्रात यांचे प्रमाण अधिक असते.

क) तिसरा प्रकार

मेरियम यांच्या मते – संदर्भ (Shefali R. Pandya, 2010)

१) उच्च दर्जाचे सिद्धान्त : मागील विभाजनात आपण मूलभूत सिद्धान्त म्हणून ज्यांचा उल्लेख केला ते या प्रकारात मोडतात. विज्ञानातील सिद्धान्तांमध्ये जो बिनचूकपणा असतो तो या पद्धतीचा मूळ गाभा असतो. यांची उपयुक्तता व सार्वत्रिकता अतिशय उच्च दर्जाची असते. उदा. सापेक्षतावादाचा सिद्धान्त, सूर्यमालेसंबंधीचे सिद्धान्त यात कोपर्निकसचा सूर्यकेंद्रित सिद्धान्त.

२) मध्यम दर्जाचे सिद्धान्त : मूलभूत सिद्धान्तांचा दर्जा नसलेले असे हे सिद्धान्त असतात. एखाद्या प्रक्रियेच्या चलांमधील संबंध हे दर्शवितात. परंतु, यांची उपयुक्तता मर्यादित असते.

३) स्वतंत्र सिद्धान्त : या सिद्धान्तांची उपयुक्तता ही मर्यादित असते. प्रादेशिकता हा निकष लावला तर हे सिद्धान्त उपयुक्त ठरतात.

ड) चौथा प्रकार

१) तर्काधिष्ठित सिद्धान्त (Speculative Theories) : हे सिद्धान्त तर्कावर आधारित असतात. यांना अनुभवनिष्ठ पुरावा नसतो.

२) अनुभवनिष्ठ सिद्धान्त (Empirical Theories) : वरील प्रकारच्या नेमकी विरुद्ध प्रक्रिया या सिद्धान्तात असते. या सिद्धान्तांना इंद्रियनिष्ठ अनुभवजन्य पुरावा असतो. अनेक प्रयोग करून हे सिद्धान्त मांडले जातात. अभिजात अभिसंधान उपपत्ती हे या प्रकारातील उदाहरण म्हणून सांगता येईल.

५.६ शैक्षणिक संशोधनात सिद्धान्ताचे योगदान (Contribution of Theory in Educational Research)

शैक्षणिक संशोधनाला दिशा देण्याचे, मार्गदर्शन करण्याचे कार्य सिद्धान्त करतात. संशोधकाला भेडसावणारी महत्त्वपूर्ण समस्या जेव्हा संशोधक संशोधनासाठी निवडतो तेव्हा त्या समस्येशी साम्य असणारा एखादा सिद्धान्त त्याला दिसून आला तर त्या सिद्धान्ताच्या आधारे संशोधक संशोधनातील परिकल्पना ठरवतो. संशोधनाअंती त्या परिकल्पना स्वीकृत अथवा त्याज्य ठरतात. म्हणजेच सिद्धान्ताने संशोधनास मार्गदर्शन

केले. अर्थात, सर्व सिद्धान्त सर्वकाळी अपरिवर्तनीय असतात असे नाही जर त्या सिद्धान्ताशी परिपूर्णतेने संबंधित सर्व परिकल्पना त्याज्य ठरल्या तर त्या सिद्धान्तातही परिवर्तन अपरिहार्य ठरते.

सिद्धान्ताचा शैक्षणिक संशोधनाला होणारा दुसरा उपयोग म्हणजे शैक्षणिक संशोधनातून जी तथ्ये बाहेर पडतात, ती मूर्त स्वरूपाची असतात. शैक्षणिक संशोधनातून सामान्यीकरणाची प्रक्रिया अभिप्रेत आहे; म्हणजेच विशिष्ट शाळा, विशिष्ट वर्ग, विशिष्ट परिसर यातून त्यासारख्या असणाऱ्या इतर सर्व ठिकाणी त्या संशोधनाचे निष्कर्ष उपयोगी पडणारे हवे असतात; म्हणजेच मूर्ताकडून–अमूर्ताकडे जाण्याची प्रक्रिया येथे अभिप्रेत आहे. सिद्धान्त हे अमूर्त असल्याने ते या प्रक्रियेला मदत करतात.

संशोधनात जे निष्कर्ष दिसून येतात त्यांचे परिकल्पनांनुसार, सारखेपणावर आधारित गट केलेले असतात. एका गटात एकसारखे विषय असणारे अनेक निष्कर्ष असू शकतात. त्यांचे एका सूत्रात एकीकरण करण्यास संबंधित सिद्धान्त उपयुक्त ठरतात.

शैक्षणिक संशोधनाचा विस्तार किती असावा, त्यात कोणकोणत्या चलांचा समावेश असावा याचे मार्गदर्शन सिद्धान्तामुळे मिळते. थोडक्यात, सिद्धान्तामुळे शैक्षणिक संशोधनाचे वास्तव आकलन होते. शैक्षणिक संशोधनाच्या आयोजनाची दिशा मिळते.

सिद्धान्त शैक्षणिक संशोधन विषयासंबंधी विद्यमान उपलब्ध ज्ञानातील कमतरता, उणिवा स्पष्ट करतात.

सिद्धान्त शैक्षणिक संशोधनात एखाद्या गोष्टीचे कारण व त्याचा होणारा परिणाम दर्शविण्यास साहाय्यभूत ठरतात.

आपण सुरुवातीलाच जो मुद्दा मांडला आहे. त्यानुसार सिद्धान्त भविष्यकालीन अंदाज बांधत असल्याने शैक्षणिक संशोधनात समस्येची संभाव्य उत्तरे, धूर्त अंदाज म्हणजेच परिकल्पना सुचविण्याचे कार्य करतात.

६

आंतरविद्याशाखीय उपागम

६.१ संकल्पना परिचय
६.२ संशोधनातील बहुविद्याशाखीय उपागम
६.३ आंतरविद्याशाखीय उपागम
६.४ आंतरविद्याशाखीय उपागमाचा शैक्षणिक संशोधनात उपयोग करताना लक्षात ठेवण्याचे मूलभूत घटक
६.५ आंतरविद्याशाखीय संशोधनाचे महत्त्व
६.६ आंतरविद्याशाखीय उपागम वापरण्याची पद्धत
६.७ मर्यादा

६.१ संकल्पना परिचय

पारंपरिक पद्धतीने विद्याभ्यासाचे भिन्न भिन्न विषय मान्य केलेले आहेत जसे मराठी, इतिहास, विज्ञान, समाजशास्त्र, अर्थशास्त्र वगैरे. त्यांपैकी दोन किंवा अधिक विषय एकत्रित करून व त्यांच्यातील एकमेकांमधील संबंध लक्षात घेऊन त्यासंबंधात अभ्यास अगर संशोधन केले जाते. या प्रक्रियेला 'आंतरविद्याशाखीय' असे म्हणतात. विविध विद्याशाखा मानवी जीवनातील विविध विभागांचा स्वतंत्रपणे विचार करतात व मानवी जीवनाच्या अभ्यासात मोलाची भर टाकीत असतात. तथापि, मानवी जीवनातील काही प्रश्न, काही समस्या अशा असतात की त्यांची उत्तरे एका विद्याभ्यासाच्या, एका विद्याशाखेच्या कक्षेत येत नाहीत. त्यासाठी दोन अथवा अधिक विद्याशाखा एकत्रित येऊन विचार होणे आवश्यक असते. काहीवेळा एखादी विद्याशाखा एखाद्या विषयाचा, समस्येचा आपल्याच विषयापुरता विचार करून एकांगी सिद्धान्त

मांडतात व त्यामुळे ते सिद्धान्त परिपूर्ण नसतात. बऱ्याच वेळा ते एकांगी असतात. उदा. 'प्राथमिक, माध्यमिक व उच्च शिक्षणावर राज्यशासनाचा होणारा खर्च' या संबंधी अभ्यास करताना शिक्षणशास्त्राबरोबर अर्थशास्त्राचाही अभ्यास करावा लागतो. शिक्षणविषयक कायदे करताना शिक्षणशास्त्राबरोबर कायदेशास्त्रातील विविध तरतुदींचाही अभ्यास करावा लागतो. म्हणजेच प्रश्नाचा सखोल व परिपूर्ण विचार होण्यासाठी तसेच काही सिद्धान्त प्रस्थापित करण्यासाठी गरजेनुसार एक, दोन किंवा अधिक विद्याशाखांनी एकत्र येऊन आपापले योगदान देण्याची गरज असते. असे झाले तरच त्या प्रक्रियेला परिपूर्णता येते. आपण वरील संकल्पना स्वीकारणे गरजेचे आहे. ही बाब आपल्याला मान्य आहे की, ज्ञानाची प्रत्येक शाखा, प्रत्येक विद्याशाखा ही मानवी जीवनाच्या प्रगतीचाच विचार करत असते किंबहुना मानवी जीवनासंबंधी अभ्यास हाचं प्रत्येक विद्याशाखेचा केंद्रबिंदू असतो. तथापि, प्रत्येक विद्याशाखा मानवाच्या वेगवेगळ्या अंगांचा विचार करते. उदा. मानसशास्त्र मानवी मनाचा विचार करते, अर्थशास्त्र संपत्तीच्या आय-व्ययाचा विचार करते, राज्यशास्त्र मानव व राज्यसंस्थेशी त्याचा असलेला संबंध याचा अभ्यास करते तर शरीरशास्त्र मानवी शरीराच्या विविध अवयव प्रणालींचा अभ्यास करते. हा फरक एवढ्यावरच थांबत नाही तर प्रत्येक विद्याशाखेची एक विशिष्ट शब्दप्रणाली आहे. मानसशास्त्राची परिभाषा वेगळी आहे. शैक्षणिक संशोधनाला साहित्यिक कल्पनाविलासाचे वावडे आहे. विज्ञानाची भाषा, इतिहासाची भाषा सारखी असत नाही. इतकेच नव्हे तर त्या त्या विद्याशाखांची विचारप्रक्रियासुद्धा स्वतंत्र आहे. त्या त्या विद्याशाखेच्या अभ्यासकाला त्यानुसार अभ्यास करावा लागतो. मानवी जीवनाच्या या विविध अंगांचा जर एकमेकांशी संबंध नसता तर आंतरविद्याशाखीय अभ्यास वा संशोधनाची गरज पडली नसती; पण तसे नाही म्हणून आंतरविद्याशाखीय अभ्यासाची, संशोधनाची, उपागमाची नितांत गरज आहे. या संबंधात आपण आणखी एक उदाहरण पाहू.

वंचित मुलांच्या शैक्षणिक समस्यांचा अभ्यास करताना अर्थशास्त्र, समाजशास्त्र, शिक्षणशास्त्र या तीनही विद्याशाखांच्या माध्यमातून या समस्येचा विचार करावा लागेल. या मुलांच्या पालकांच्या आर्थिक परिस्थितीमध्ये या वंचित स्थितीची काही कारणे दडलेली असतील, म्हणून अर्थशास्त्राचा अभ्यास करावा लागेल. त्यांच्या वंचित स्थितीची काही कारणे त्यांच्या सामाजिक स्थितीत असतील त्यासाठी समाजशास्त्राचा आधार घ्यावा लागेल आणि त्यांच्या शैक्षणिक समस्यांचा अभ्यास करायचा असल्याने शिक्षणशास्त्राचा विचार आवश्यक आहेच.

वरील सर्व विवेचनातून शेवटी हेच स्पष्ट होते की, मानवी जीवनातील विविध वर्तनप्रक्रिया या बहुआयामी आहेत. त्यांचा योग्य अर्थ समजण्यासाठी तसेच त्यातील

विविध समस्या सोडविण्यासाठी अनेक विद्याशाखा गरजेनुसार एकत्र येतात. यालाच आपण आंतरविद्याशाखीय अभ्यास, प्रणाली, उपागम असे म्हणतो.

विविध विचारवंतांनी ही प्रणाली, विचारप्रक्रिया निश्चित करण्यासाठी योगदान दिले.

पार्सन्स (Parsons) आणि (Thomson) थॉम्सन यांनी या विचारप्रक्रियेचा पुरस्कार केला, पाठिंबा दिला. डॉ. अलेक्झांडर गोल्डन वाईझर आणि हॉवर्ड बी. वूल्स्टन या द्वयींनी या विचारप्रक्रियेला निश्चित स्वरूपात मांडण्याचे कार्य केले.

जिऑपियाजे यांनी यासंबंधात एक समान अभ्यासाची पद्धती सुचविण्याचे कार्य केले.

पिटर बर्गर व थॉमस लुकमत या द्वयींनी हा आंतरविद्याशाखीय अभ्यास कसा करता येईल ही बाब व्यवस्थितपणे जगासमोर मांडली. (डायमंड सामाजिक ज्ञानकोश, खंड दुसरा, पृष्ठ १०७८).

आता आपण Unidisciplinary Approach याचा संशोधनातील अर्थ पाहू.

यानंतर आपण Interdisciplinary व Multidisciplinary यातील फरक पाहू.

Unidisciplinary Approach in Research संशोधनातील एक विद्याशाखीय उपागम यामध्ये संशोधक एका विद्याशाखेच्या मर्यादांच्या अंतर्गत संबंधित संशोधन विषयाचा विचार करतो. Interdisciplinary Approach in Research दोन किंवा अधिक विद्याशाखा एकात्म होऊन जेव्हा संबंधित संशोधनाचा विचार करतात तेव्हा तो संशोधनाचा आंतरविद्याशाखीय उपागम ठरतो. उदा. सामाजिक आणि आर्थिक स्थितीचा विद्यार्थ्यांच्या अध्ययन निष्पत्तीवर होणारा परिणाम अभ्यासणे, ही संशोधन समस्या सोडविण्यासाठी समाजशास्त्र, अर्थशास्त्र व शिक्षणशास्त्र या विद्याशाखांना एकत्र येऊन विचार करावा लागेल.

६.२ संशोधनातील बहुविद्याशाखीय उपागम

जेव्हा एक समस्या एकाच वेळी वेगवेगळ्या बाजूंनी, दृष्टिकोनांनी अभ्यासली जाते, जेव्हा विविध विद्याशाखा एखाद्या समस्येच्या संबंधात आपापल्या दृष्टिकोनातून विचार करतात, प्रत्येक विद्याशाखा स्वत:ची गृहीत तत्त्वे, सिद्धान्त पद्धतीवर ठाम राहून एखाद्या प्रश्नाकडे पाहतात, स्वत:मध्ये कोणताही बदल घडवत नसतात किंवा दुसऱ्या विद्याशाखेशी एकात्म न पावता समस्येचे उत्तर शोधण्यास मदत करतात तेव्हा तो संशोधनातील बहुविद्याशाखीय दृष्टिकोन ठरतो. म्हणजेच बहुविद्याशाखीय दृष्टिकोन आणि आंतरविद्याशाखीय दृष्टिकोन यातील सर्वांत महत्त्वाचा फरक म्हणजे बहुविद्याशाखीय दृष्टिकोनात विविध विषयांच्या पद्धतीमध्ये, विचारांमध्ये एकात्मता नसते तर आंतरविद्याशाखीयमध्ये ही एकात्मता असते. एकरूपता असते. समरसता असते.

६.३ आंतरविद्याशाखीय उपागम

शैक्षणिक संशोधनातील आंतरविद्याशाखीय उपागम या प्रक्रियेचा आपल्याला अधिक अभ्यास करावयाचा असल्याने यापुढे आपण आपली विचारप्रक्रिया त्या संकल्पनेपुरतीच मर्यादित ठेवू या. एखादी शैक्षणिक समस्या जेव्हा एक विद्याशाखा, स्वत:ची तत्त्वे, नियम, सिद्धान्त, प्रक्रिया व सर्व प्रकारचे स्वत:च्या एका विद्याशाखेचे ज्ञान वापरून सोडविण्यास असमर्थ ठरते व ती समस्या सोडविण्यासाठी इतर विद्याशाखांचा आधार घेणे आवश्यक ठरते तेव्हा तो संशोधन समस्येचा आंतरविद्याशाखीय अभ्यास ठरतो. म्हणजेच या प्रक्रियेत दोन किंवा अधिक विद्याशाखांचे एकमेकांशी सहकार्य महत्त्वाचे आहे. त्या संबंधित विद्याशाखा त्या समस्येच्या संदर्भात एकात्म होणे, एकरूप होणे हीही प्रक्रिया महत्त्वाची ठरते. उदाहरण म्हणून आपण एखाद्या पंचधातूंच्या मूर्तीची या प्रक्रियेशी तुलना करू शकू. या मूर्तीत पंचधातू एकरूप झालेले असतात. त्या प्रत्येक धातूचे स्वत:चे अस्तित्व शिल्लक नसते. विविध रंगांची फुले एकत्र माळून त्याचा एक सुंदर हार तयार करावा व फक्त हाराचे सौंदर्यच नजरेत भरावे तसे किंवा विविध बांधकाम साहित्याचा उपयोग करून एखादी देखणी इमारत तयार करावी व त्यानंतर फक्त ती इमारतच आपले मन आकर्षित करावी तसे. एवढी एकरूपता या प्रक्रियेत असते. म्हणजेच विविध विद्याशाखांमधील विविध चलांचा एकमेकांशी समन्वय साधण्याचा हा प्रयास असतो. पुढे आपण काही विद्याशाखांच्या महत्त्वपूर्ण चलांचा उदाहरणासाठी विचार करू या.

विविध विद्याशाखांतील काही चले		
शिक्षणशास्त्र	समाजशास्त्र	राज्यशास्त्र
शाळा प्रशासन व्यवस्थापन शैक्षणिक साहित्य, मूल्यमापन इ.	धर्म भाषा परिसर वंचित घटक, संस्कृती इ.	राजकीय पक्ष निवडणुका शासन नियम, कायदे मंडळ इ.

ज्यावेळेस एखाद्या समस्येचा वेगवेगळ्या विषयातील चलांशी संबंध येतो तेव्हा आंतरविद्याशाखीय अभ्यास सुरू होतो. जसे शिक्षणशास्त्र व समाजशास्त्रातील चलांचा एकत्रित अभ्यास 'शैक्षणिक समाजशास्त्र' या विषयात होतो. तसेच शिक्षणाचे अर्थशास्त्र, राजकीय शिक्षण, शैक्षणिक तंत्रज्ञान, शैक्षणिक मानसशास्त्र, शैक्षणिक तत्त्वज्ञान अशा संयुक्त विद्याशाखा त्या त्या समस्येचा समर्थपणे विचार करतात.

अर्थात, वरील विचारातील सापेक्षता आपण ध्यानात घेणे आवश्यक आहे. भूतकाळात जे दोन स्वतंत्र विषय होते ते त्या काळात जरी स्वतंत्र विद्याशाखा म्हणून ज्ञात असले तरी अभ्यासकांच्या प्रयत्नातून आज त्या दोन विद्याशाखांची एक विद्याशाखासुद्धा झालेली असते. उदा. शैक्षणिक समाजशास्त्र, राजकीय समाजशास्त्र, राजकीय अर्थशास्त्र इ. अर्थात वरील सर्व मुद्यांचा परिपूर्ण विचार करूनही आपण याच विचारावर ठाम राहणार की, दोन स्वतंत्र विषय, विद्याशाखा जेव्हा एकत्र येणार तेव्हा तो आंतरविद्याशाखीय दृष्टिकोन उपागम होणार. आता आपल्यापुढे येणारा महत्त्वाचा मुद्दा म्हणजे शैक्षणिक संशोधनात आंतरविद्याशाखीय उपागमाची नेमकी आवश्यकता काय आहे?

शैक्षणिक संशोधन हे प्रामुख्याने शैक्षणिक स्थितीमधील प्रगतीचा विचार करते. तसेच ते मानवी जीवनाशी निगडित असते आणि मानवी जीवनाचा अभ्यास करताना असे दिसून येते की, खूप घटक असे आहेत जे एका विषयापेक्षा अनेक विषयांशी निगडित आहेत. उदा. एखाद्या विशिष्ट वयोगटातील विद्यार्थ्यांच्या वर्तनाचा अभ्यास करताना आपल्याला मानसशास्त्राचा, समाजशास्त्राचा आणि शिक्षणशास्त्राचा म्हणजे तीन विषयांचा विचार करणे अपरिहार्य आहे. नैसर्गिक शास्त्रात मग ते पदार्थ विज्ञान असेल, रसायनशास्त्र असेल. निर्जीव वस्तूंवर प्रक्रिया होत असल्याने तिथे एका विषयाचा अभ्यास पुरेसा ठरेल पण सामाजिक शास्त्रात मानवी जीवनाचा संबंध असल्याने दोन अथवा अधिक विषयांचा विचार अनेकदा आवश्यक असतो. यामुळे होणारे संशोधन अधिक विश्वसनीय, अधिक वस्तुनिष्ठ व अर्थातच त्यामुळे परिपूर्ण होते आणि संशोधनामध्ये विश्वसनीयता, वस्तुनिष्ठता या मूलभूत आवश्यक बाबी आहेत. यामध्ये आणखी एका मुद्याचा समावेश करावासा वाटतो आणि तो म्हणजे ज्ञानाला विषयाची मर्यादा, बंधन नसते. ज्ञान हे विषयातीत आहे. मानवानेच मर्यादांच्या तटबंदी घालून ते विविध विषयांमध्ये विभागले आहे. आपल्या विषयाच्या बाहेर विचारचं करायचा नाही असा अट्टाहास केला तर काही वेळा त्याचे दुष्परिणाम होतात. ते दूर करण्याचे कार्य या पद्धतीने होते. एखादा रोगी बरा होण्यासाठी विविध पॅथी एकत्र येण्याची व त्यानुसार एकत्रित उपचार करण्याची संकल्पना मांडणाऱ्या तज्ज्ञ डॉक्टरांच्या विचारांसारखेच हे आहे.

६.४ आंतरविद्याशाखीय उपागमाचा शैक्षणिक संशोधनात उपयोग करताना लक्षात ठेवण्याचे मूलभूत घटक

१) शैक्षणिक संशोधनात आवश्यक असणाऱ्या समाजशास्त्र, तत्त्वज्ञान, मानसशास्त्र, राज्यशास्त्र या वेगवेगळ्या विषयातील तज्ज्ञांचे सहकार्य घेताना त्या तज्ज्ञांना आपापल्या विषयाचे वाटणारे अतिरिक्त प्रेम, अभिनिवेश जर असेल तर, तो

बाजूला ठेवावा लागेल व एकत्र येण्याचा मूळ उद्देश लक्षात घेऊन या संशोधनाला आपल्या विषयाची कोणती मदत होऊ शकेल याच भूमिकेतून विचार करून सहकार्य करावे लागेल. प्रत्येक वेळी विविध विषयातील तज्ज्ञ एकत्र येण्याची आवश्यकता आहे असे नाही. काही वेळा त्या विषयाची माहिती, सिद्धान्त, तत्त्वेही केवळ वापरता येतील.

२) शिक्षणशास्त्र हे सामाजिक शास्त्र आहे. याचा अर्थ शैक्षणिक संशोधनात केवळ विविध सामाजिक शास्त्रांचाच उपयोग करायचा असे नसून गरज पडल्यास कलाशाखा व विज्ञानशाखा यातील विषयांचे सहकार्यसुद्धा घेता येऊ शकेल. विद्यार्थ्यांची शारीरिक वाढ, त्यानुसार होणारा मेंदूचा विकास व त्यानुसार असणारा अभ्यासक्रम या समस्येचा विचार करताना आपल्याला शरीरशास्त्र व शिक्षणशास्त्र यांचा विचार करणे अपरिहार्य आहे. यातील दुसरे उदाहरण– विद्यार्थ्यांचे नवीन भाषांचे अध्ययन व त्यांची याबाबतची क्षमता या विषयाचा अभ्यास करतानासुद्धा मेंदूतील भाषिक क्षेत्रांची कार्यपद्धती म्हणजेच शरीरशास्त्र व शिक्षणशास्त्र यांचा विचार आवश्यक आहे.

३) शैक्षणिक संशोधनाचा प्रमुख हेतू म्हणजे शिक्षणातील सद्य:स्थितीत जाणवणारी समस्या दूर करणे. हेच सूत्र आंतरविद्याशाखीय उपागमाचा उपयोग करतानाही लक्षात ठेवावे लागेल. सद्य:स्थितीत कोणती समस्या तीव्रतेने जाणवते. सर्वसामान्य समाजाला त्याचा किती उपयोग होईल हा विचार केंद्रस्थानी असावा. उदा. लोकसंख्या शिक्षण, दारिद्र्यनिर्मूलनासाठी शिक्षण, आपत्ती व्यवस्थापन शिक्षण इत्यादी.

६.५ आंतरविद्याशाखीय संशोधनाचे महत्त्व

१) एखादी विद्याशाखा समृद्ध होण्यासाठी त्या विद्याशाखेला इतर विद्याशाखांचे आवश्यक तिथे सहकार्य घ्यावेच लागते. असे न केल्यास त्या विद्याशाखेची प्रगती, विकास होणार नाही. इतकेच नव्हे तर भविष्यकाळात त्या विद्याशाखेचे अस्तित्वही धोक्यात येण्याची शक्यता आहे; म्हणून इतर विद्याशाखांची मदत घ्यावी हे योग्य ठरते.

२) आंतरविद्याशाखीय संशोधनाने संशोधकांना इतर विद्याशाखातील ज्ञान, विचारप्रवाह, पद्धती यांचे आकलन तर होतेच पण इतरांशी सहकार्य कसे करावे व आपले संशोधन अधिक समृद्ध करावे याचे ज्ञान होते.

३) जागतिकीकरणामुळे विविध विद्याशाखा समृद्ध होऊ लागल्या आहेत. सर्वच प्रगत ज्ञान एखाद्या विद्याशाखेत असेल असे गृहीत धरणे योग्य नाही. बदलत्या वेगवान जगात आपला वेग इतरांच्या बरोबर नसेल तर आपण मागे पडू;

म्हणून संशोधकाने या प्रक्रियेचा विचार करणे अपरिहार्य आहे.

४) एखाद्या समस्येचा परिपूर्ण अभ्यास फक्त याच पद्धतीने करता येतो कारण त्या समस्येच्या संदर्भात आवश्यक माहिती ज्या विद्याशाखेत असेल त्या विद्याशाखेतील संबंधित माहिती या पद्धतीमुळे अभ्यासता येते.

५) विविध विद्याशाखांचे अभ्यासक या पद्धतीत एकत्र येत असल्याने त्यांच्यामध्ये विविध विद्याशाखांमध्ये उदारमतवाद निर्माण होतो. आपल्या विद्याशाखा, ज्ञानशाखेप्रमाणे इतरही विद्याशाखा जीवनाला उपयुक्त आहेत याची त्यांना जाणीव होते.

६) मानवी जीवनाची उपयोगिता हा या संशोधनाचा एक प्रमुख हेतू असतो. विविध शिक्षणक्रमांची फी ठरविताना समाजशास्त्र, अर्थशास्त्र, कायद्याचे अभ्यासक, शिक्षणशास्त्र या विषयातील तज्ज्ञ एकत्र येऊन संशोधन प्रकल्प हाती घेऊन या विषयाचा एकत्रितपणे अभ्यास होण्याची गरज असते.

६.६ आंतरविद्याशाखीय उपागम वापरण्याची पद्धत

एखाद्या समस्येच्या निराकरणासाठी कोणत्या विद्याशाखांची मदत घ्यावी लागेल हे प्रथम निश्चित करावे. त्या विद्याशाखातील कोणते तज्ज्ञ आपल्याला उपलब्ध होऊ शकतील याची संशोधकाने निश्चिती करावी. ते तज्ज्ञ सहकार्यशील असावेत. त्यांचा इतर विद्याशाखांसंबंधी उदार दृष्टिकोन असावा. त्यांना पुरेसा वेळ असावा. या सर्व प्राथमिक तयारीनंतर हा उपागम संशोधकाला पुढील तीन पद्धतींपैकी योग्य वाटणाऱ्या पद्धतीने वापरता येईल –

१) संशोधकाने आवश्यक त्या ठिकाणी इतर विद्याशाखेतील उपलब्ध मान्यवरांचे मार्गदर्शन, सहकार्य घ्यावे. तसेच इतर आवश्यक विद्याशाखातील योग्य त्या भागाचा स्वत: अभ्यास करावा आणि सर्व संशोधन कार्य संशोधकाने स्वत:च पूर्ण करावे.

२) संशोधकाने इतर विद्याशाखातील आवश्यक, उपलब्ध, इच्छुक, सहकार्यशील तज्ज्ञांची एक टीम तयार करावी. त्यांची एकत्र बैठक आयोजित करावी. त्यांना त्यांच्या कार्याची सविस्तर कल्पना द्यावी व काही ठरावीक कालावधी नंतर त्यांच्या बैठका आयोजित करून त्यांनी केलेल्या कार्याचा आढावा घेऊन व आवश्यक असेल तर सूचना देऊन अनेक बैठकांच्या अखेरीस संशोधनकार्य पूर्ण करावे.

३) तिसरी पद्धत वरील क्रमांक दोनप्रमाणेच राहील. फक्त दुसऱ्या व तिसऱ्या पद्धतीत पुढीलप्रमाणे फरक राहील. येथे तज्ज्ञ आपापल्या विद्याशाखेतील संबंधित संशोधनाचे आवश्यक कार्य पूर्ण करतील व शेवटी फक्त एकदाच व

प्रथम एकदाच असे फक्त दोन वेळाच एकमेकांना भेटतील.

शैक्षणिक संशोधनामध्ये आंतरविद्याशाखीय उपागमाचा उपयोग करताना प्रामुख्याने पहिल्या पद्धतीचाच विशेष करून उपयोग केला जातो.

६.७ मर्यादा

शैक्षणिक संशोधनामध्ये आंतरविद्याशाखीय दृष्टिकोन वापरणे चांगले असले तरी ही प्रक्रिया वापरण्याच्या काही मर्यादा आहेत. त्या पुढीलप्रमाणे -

१) आपापल्या विषयासंबंधी अती प्रमाणात अभिनिवेश असणे ही अनेक तज्ज्ञांची खासियत असते. अशा परिस्थितीत विविध तज्ज्ञांना वेगवेगळ्या विषयासंबंधी सहकार्य करण्यास एकत्र करणे ही खरोखरच खूप अवघड प्रक्रिया संशोधकाला करावी लागते. यात यश मिळणे जरा अवघडच असते.

२) प्रत्येक विषयाची एक विशिष्ट दृष्टी, विशिष्ट भूमिका व विशिष्ट संशोधन पद्धती असते. ती बदलून संशोधन विषयानुसार बदलण्यास सर्वसामान्यपणे तज्ज्ञ तयार होणे, ही एक अवघड अशी बाब आहे.

३) गट संशोधन अथवा सामूहिक संशोधनाची संकल्पना कार्यवाहीत आणण्याचे प्रयत्न आजही अगदी अभावानेच दिसून येतात. बहुतेक वेळा शैक्षणिक संशोधन हे आंतरविद्याशाखीय उपागमाचा आधार घेत असले तरी प्रत्यक्ष वेगळ्या विषयातील तज्ज्ञांचा त्या संशोधनात समावेश होत नसून त्यांच्या विषयातील ज्ञानाचा फक्त समावेश होतो.

४) या संशोधनात विविध विषयातील तज्ज्ञ एकत्र येत असतात. त्या सर्वांना एकत्र घेऊन कार्य करणे, त्यांना संशोधनाच्या सीमारेषेत एकत्र ठेवणे ही खूप अवघड गोष्ट असते. त्यासाठी एखादे खूप प्रभावी व्यक्तिमत्त्व त्या संशोधनप्रक्रियेच्या नेतृत्वस्थानी असेल तरच ही बाब प्रत्यक्षात येऊ शकते.

या काही मर्यादा ध्यानात घेऊनही हा उपागम अत्यंत महत्त्वाचा आहे हे निर्विवाद सत्य आहे. शैक्षणिक संशोधनाच्या सद्य:स्थितीचा आपण विचार केला तर ते डी. टी. एड. स्तरावर कृतिसंशोधनाच्या स्वरूपात सुरू आहे. बी. एड. स्तरावर काही विद्यापीठांनी वैकल्पिक विषयात याचा समावेश केलेला आहे. एम. एड. स्तरावर सर्व विद्यापीठात लघुसंशोधन प्रकल्प पूर्ण करून घेतला जातो. एम. फिल. इन एज्युकेशनसाठीसुद्धा हीच प्रक्रिया चालते. पीएच.डी. स्तरावर संशोधन हाच प्रमुख आधार मानला जातो. या सर्व स्तरावरील संशोधकांना हा आंतरविद्याशाखीय दृष्टिकोन, उपागम माहिती असणे अत्यंत आवश्यक आहे, एवढे मात्र खरे.

आता आपण आंतरविद्याशाखा उपागमाचे काही विषय व त्या अंतर्गत येणाऱ्या

समस्या विधानांचा उदाहरणासाठी विचार करू. अर्थात, आपली चर्चा शिक्षणशास्त्रा-संबंधी असल्याने आपण फक्त त्या अंतर्गतच वरील दोन बाबींची उदाहरणे पाहणार आहोत.

१) **शैक्षणिक तत्त्वज्ञान :** • संत तुकाराम महाराजांच्या अभंगातील अनौपचारिक मूल्यशिक्षणाचा अभ्यास. • गुरूदेव रवींद्रनाथ टागोर यांचे शिक्षणविषयक विचार एक चिकित्सक अभ्यास.

२) **शैक्षणिक समाजशास्त्र :** • शिक्षणप्रक्रियेसाठी सुयोग्य कौटुंबिक वातावरण असणाऱ्या व तसे वातावरण नसणाऱ्या, गिरणी कामगारांच्या माध्यमिक शाळेत शिक्षण घेत असलेल्या मुलांचा तुलनात्मक अभ्यास • To find out the reasons of wastage and stagnation, at the primary stage in the disadvantaged children in the State of Maharashtra with a view to suggesting probable solutions.

३) **शैक्षणिक मानसशास्त्र :** • इयत्ता नववीच्या विद्यार्थ्यांची भावनिक बुद्धिमत्ता विकसित करण्यासाठी कार्यक्रमाची निर्मिती आणि त्या कार्यक्रमाच्या परिणामकारकतेचा अभ्यास. • माध्यमिक शाळेतील विद्यार्थ्यांच्या व्यक्तिमत्त्वाचे समाजीकरण आणि नैतिक विकास एक अभ्यास.

४) **शिक्षणाचे अर्थशास्त्र :** A Comparative study of Economics of Physical Education in the state of the Punjab and Maharashtra.
Some emerging issues of University financing : a study of University of Pune.

५) **राजकीय शिक्षण :** • जागतिकीकरणाचा विद्यापीठीय शिक्षणावर झालेल्या परिणामाचा चिकित्सक अभ्यास. • महाराष्ट्रातील विविध विद्यार्थी संघटनांचे शिक्षणक्षेत्रातील योगदान. • Politics and language : a case study of Goa.
Ref. : Methods of social survey and Research Dr. S. R. Bajpai Kitabghar, Kanpur-1974.

७

शैक्षणिक संशोधनाचा आराखडा व पथदर्शक अभ्यास

७.१ शैक्षणिक संशोधनाचा आराखडा
७.२ पथदर्शक अभ्यास

७.१ शैक्षणिक संशोधनाचा आराखडा

एखादी इमारत बांधण्यापूर्वी आर्किटेक्ट त्या इमारतीचा आराखडा तयार करतो, नकाशा तयार करतो. हा आराखडा तयार केल्यामुळे पुढे तयार होणाऱ्या इमारतीत कोणकोणत्या सोयी, व्यवस्था व भक्कमपणा येण्यासाठी करण्यात येणारे प्रयत्न याची आधीच कल्पना येते. त्याचबरोबर काही दोष असले तर किंवा काही बदल हवे असले तर त्याप्रमाणे त्या नकाशात दुरुस्ती व पर्यायाने इमारतीच्या बांधकामातही बदल घडून येतो. एखादा चांगला शिक्षक प्रश्नपत्रिका काढण्यापूर्वी संविधान तक्ता तयार करतो. त्यानुसार प्रश्नपत्रिका काढली तर दोष कमी होतात. याचप्रमाणे संशोधनाचे कार्य दोषविरहित होण्यासाठी त्याचाही आराखडा तयार केला जातो.

आता प्रश्न असा निर्माण होतो की, शैक्षणिक संशोधनाचा आराखडा केव्हा तयार करावा. याचे उत्तर असे, एखादी शैक्षणिक समस्या संशोधकाला सतत भेडसावत असते, एखादा विषय संशोधकाच्या जास्त जिव्हाळ्याचा असतो व त्यास त्यामध्ये काही त्रुटी अनुभवास येत असतात. अशी समस्या, असा विषय संशोधकाच्या मनात असतो. संशोधकांनी ज्या विविध अशा शेकडो विषयांवर संशोधन पूर्ण केलेले आहे, ते विषय व त्यांची माहिती संशोधक विविध पुस्तकांमधून वाचतो व त्याच्या समस्येवर, विषयावर संशोधन झाले नसेल तर तो विषय निश्चित करतो, संशोधन झाले असेल तर त्याला भेडसावणारी व ज्यावर संशोधन झाले नाही अशी दुसरी एखादी समस्या

निश्चित करतो. यानंतर संबंधित साहित्य व संशोधनाचा अभ्यास यावर चिंतन ही प्रक्रिया होते. आता संशोधनाचा आराखडा तयार करावा. यानंतर मार्गदर्शक अभ्यास, त्यानुसार आराखड्यात बदल व त्यानुसार संशोधन प्रक्रिया पूर्ण व्हावी.

हा आराखडा संशोधकाला पुढीलप्रकारे उपयोगी पडतो.

१) संपूर्ण संशोधनाची दिशा, कार्यपद्धती, खर्च, कालावधी इत्यादी सर्व गोष्टींचे नियोजन आधीच तयार होते. त्याप्रमाणे कार्यवाही करता येते.

२) संबंधित संशोधनाची नोंदणी विद्यापीठामध्ये होण्यासाठी संशोधनाचा आराखडा विद्यापीठाकडे मान्यतेसाठी पाठवावा लागतो. त्यावर मार्गदर्शकाची व संशोधकाची स्वाक्षरी लागते व मान्य झाल्यानंतरच संशोधनकार्य सुरू होण्यास कायदेशीर मान्यता मिळते.

३) संशोधकाला संशोधनासाठी शिष्यवृत्ती अथवा अनुदान आवश्यक असेल तर संबंधित संस्थेकडे आराखडा व इतर आवश्यक कागदपत्रे पाठवावी लागतात. विषयाचे महत्त्व व आराखडा पाहूनच ही शिष्यवृत्ती अथवा अनुदान दिले जाते.

शैक्षणिक संशोधनाचा आराखडा ही संशोधनप्रक्रियेची अगदी प्राथमिक, मूलभूत व पहिली पायरी आहे. संशोधकाने संशोधनप्रक्रियेची केलेली तयारी कोणत्या दर्जाची आहे, हे या आराखड्यावरून समजते. एकूण संशोधनप्रक्रिया कोणत्या पद्धतीने पूर्ण केली जाईल, त्यासाठी प्राथमिक वाचन कोणते केले आहे, एकूण संशोधनाचे महत्त्व काय आहे यासारख्या महत्त्वपूर्ण मुद्यांवर आराखड्याच्या माध्यमातून प्रकाश पडतो. संशोधनाचा आराखडा जर अत्यंत अभ्यासपूर्ण प्रक्रियेतून तयार केला तर संशोधनप्रक्रिया पूर्ण करण्यास त्याचा फार मोठा फायदा होताना दिसून येते. संशोधन आराखडा इतका महत्त्वाचा आहे की, विद्यापीठाच्या तज्ज्ञांच्या समितीपुढे तो सादर करून त्यांनी तो मान्य केल्याशिवाय संशोधनप्रक्रिया सुरू करण्यासही परवानगी नसते. अर्थात, असेही होते की, आराखड्यात एखादं-दुसरी त्रुटी असेल तर तज्ज्ञसमिती ती त्रुटी दुरुस्ती करण्याचीही सूचना देते. त्याचबरोबर संशोधकाने हेही ध्यानात घ्यावे की शेवटी हा आराखडा आहे. प्रत्यक्ष संशोधनकार्य करीत असताना त्या आराखड्यामध्ये एखादं-दुसरा घटक काही अपरिहार्य कारणाने बदलावा लागला तर त्याचे समर्थनीय, तार्किक, परिस्थितीजन्य कारण देऊन तो किरकोळ बदलही करता येतो. परंतु, संशोधनात पुढे येऊ शकणाऱ्या संभाव्य अडचणींचा अंदाज संशोधन आराखड्याने बांधता येतो. तसेच मार्गदर्शकाकडून घ्यावयाच्या मार्गदर्शनाचे स्वरूपही निश्चित होते व एकूणच संशोधनकार्यास एक निश्चित दिशा मिळत असल्याने संशोधकाचे अनावश्यक श्रम, वेळ व खर्च वाचतो यादृष्टीने आराखड्याचे संशोधन प्रक्रियेतील महत्त्व अनन्यसाधारण

आहे. या आराखड्याची तुलना प्रश्नपत्रिकेच्या संविधानतक्त्याशी तसेच इमारतीच्या आर्किटेक्टने काढलेल्या नकाशाशी होऊ शकेल.

शैक्षणिक संशोधनाच्या आराखड्याचे स्वरूप : आराखड्यात पुढील घटकांचा समावेश असावा. इथे दिलेला क्रम बंधनकारक नाही. ज्या संस्थेकडे अगर विद्यापीठाकडे आराखडा पाठवायचा आहे त्यांचा या संबंधात विशिष्ट नमुना असेल तर त्या नमुन्यात आराखडा तयार करावा. तसेच मार्गदर्शकाच्या मार्गदर्शनानुसार संशोधक त्यास अंतिम रूप देईल.

प्रथमत: विषय, संशोधकाचे नाव, मार्गदर्शकाचे नाव, संशोधन केंद्र.

घटक : १) प्रस्तावना (Introduction) सैद्धांतिक पार्श्वभूमीसह. २) संशोधन समस्या विधान (Statement of the Research Problem). ३) संशोधनाची गरज व महत्त्व (Need and Importance of the study). ४) संशोधनाची उद्दिष्टे (Objectives of the Study). ५) महत्त्वाच्या संज्ञांच्या कार्यात्मक व्याख्या (Operational Definitions of Important Terms). ६) संबंधित साहित्य व संशोधनाचा आढावा (Review of Related Literature & Research). ७) गृहीतके (Assumpsions). ८) परिकल्पना (Hypotheses). ९) संशोधन कार्यपद्धती (Research Methodology). १०) व्याप्ती, मर्यादा, परिमर्यादा (Scope, Limitations, Delimitations). ११) प्रकरणीकरण (Chapterization). १२) वेळापत्रक (Time-Table). १३) संदर्भ (Reference). १४) परिशिष्टे (Appendixes).

७.१.१ प्रस्तावना (Introduction)

संशोधनासाठी हा विषय का निवडला, त्याची पार्श्वभूमी याची माहिती प्रस्तावनेमध्ये असावी. संशोधकाला शिक्षणक्षेत्रातील अनेक समस्या जाणवत असतात. त्यांपैकी त्याला स्वत:ला प्रकर्षाने भेडसावणारी समस्या संशोधनासाठी निवडता येते. काहीवेळा असेही असू शकते की, संशोधक हा एम. एड. चा, एम. फिल.चा कोर्स करीत असतो व त्याला संशोधनकार्य करावयाचे असते किंवा योग्य ती पात्रता पूर्ण करून त्याला पीएच. डी. करावयाची असते किंवा एखाद्या शैक्षणिक संस्थेचे संशोधनाचे कार्य करावयाचे असते. अशा वेळेस यापूर्वी पूर्ण केले गेलेले संशोधन अहवाल अभ्यासून तसेच संशोधन ॲब्स्ट्रॅक्ट असणाऱ्या एन. सी. ई. आर. टी. व एम. बी. बुच यांनी तयार केलेल्या अथवा त्यासारख्या व्हॉल्यूम्समधून वाचन करूनही संशोधन विषय निश्चित करता येतो. ही सर्व प्रक्रिया प्रस्तावनेत संशोधक मांडू शकतो. विविध नियतकालिकांमधूनही संशोधन विषयाचा शोध घेता येतो. विशिष्ट विषय कसा निवडला गेला, त्याची सैद्धांतिक माहिती (प्रकरण ५) पहा, याची सविस्तर माहिती प्रस्तावनेत मांडता येते. विषय निश्चित करताना त्याचे विषयक्षेत्र कोणते आहे, संशोधनकार्य पूर्ण

करताना येणाऱ्या अडचणी, आपली क्षमता, माहिती मिळविण्याची साधने, खर्च, वेळ, त्या विषयाचे शैक्षणिक महत्त्व या सर्व बाबींचा परिपूर्ण विचार करूनच विषय निश्चिती केली जावी. थोडक्यात, संशोधन समस्येचे विधान निश्चित करण्यापूर्वी जी जी मानसिक, बौद्धिक, वैचारिक प्रक्रिया संशोधकाने केली असेल त्याचे अगदी थोडक्यात आराखड्यामध्ये व सविस्तरपणे अहवालात वर्णन अपेक्षित असते. काही विशिष्ट शैक्षणिक सिद्धान्तांवर हा विषय आधारित असेल तर त्याचा उल्लेख करावा.

७.१.२ शीर्षक, संशोधन समस्या विधान

अ) शीर्षक (Title)

संशोधन विषयाची स्पष्ट व अर्थपूर्ण मांडणी म्हणजे संशोधनाचे शीर्षक. हे अतिव्यापकही नसावे व अतिसंकुचितही नसावे; तर पर्याप्त असावे. जे घटक शास्त्रीय पद्धतीने मोजता येतात. त्यांचाच यात समावेश असावा. भाषा साधी व सरळ असावी. संशोधकाचा पूर्वग्रह विरहित दृष्टिकोन यात दिसावा. प्रबंधाच्या मुखपृष्ठावर हेच शीर्षक असते. उदा. महाराष्ट्रातील पुणे, महसूल विभागात काम करणाऱ्या प्राथमिक शिक्षिकांच्या सेवास्थिती आणि व्यावसायिक प्रशिक्षणासंबंधी समस्यांचा शोध. शीर्षकात क्रियापदांचा वापर नसतो. ''संशोधन शीर्षकाच्या शेवटी क्रियापद मांडले जात नाही. तर समस्या विधानाच्या शेवटी क्रियापद मांडले जाते.'' (चव्हाण, मुळे - २०१०). शीर्षकामध्ये दोन भाग असतात. पहिला विषय issue (समस्येचा विषय) व दुसरा कशाशी संबंधित आहे ते (location).

"Often researchers divide the title into two parts, the first part can refer to the issue under investigation and the second part can locate the study." - Pandya -2010

ब) संशोधन समस्या विधान (Statement of the Research Problem)

याची रचना विधानात असावी. काहीवेळा प्रश्नार्थक वाक्यातही करतात. वरील शीर्षकाचे अधिक विस्तारित स्वरूप येथे असते. यामध्ये दोन किंवा अधिक चलांचा एकमेकांशी असलेला संबंध स्पष्टपणे दाखविला जातो. शीर्षक व संशोधन समस्येचे विधान यात फरक आहे. संशोधनाचा विषय व शीर्षक यांची व्याप्ती व मर्यादा निश्चित ठरवून एक किंवा अनेक प्रश्न, एक किंवा अनेक विधाने, प्रश्न व विधान यांचे एकत्रीकरण यांपैकी एका पद्धतीत मांडणे म्हणजे समस्याकथन. शीर्षकाचे विस्तारित स्वरूप असे आपणास संशोधन समस्येच्या विधानाबद्दल म्हणता येईल. 'होय', 'नाही' अशी उत्तरे येणारे व संशोधकांचा पूर्वग्रह व्यक्त करणारे असे संशोधन समस्येचे विधान असू नये. पूर्ण वाक्य करणे येथे अपेक्षित असते. उदा. शीर्षक - आपत्ती व्यवस्थापन

प्रशिक्षण कार्यक्रमाचा माध्यमिक स्तरावरील विद्यार्थ्यांच्या जाणीवजागृतीवर होणाऱ्या परिणामांचा अभ्यास.

संशोधन समस्या विधान–माध्यमिक स्तरावरील विद्यार्थ्यांकरिता तयार केलेला आपत्ती व्यवस्थापन प्रशिक्षण कार्यक्रम राबविल्यानंतर विद्यार्थ्यांच्या आपत्ती व्यवस्थापन जाणीवजागृतीवर होणाऱ्या परिणामांचा अभ्यास करणे.(आयरेकर जयश्री अनिल, पीएच.डी., पुणे विद्यापीठ, २०११).

वरील उदा. Issue (समस्येचा विषय) आपत्ती व्यवस्थापन प्रशिक्षण कार्यक्रमाचा जाणीवजागृतीवर होणाऱ्या परिणामांचा अभ्यास. Location (समस्या सोडविण्यासाठी ठरविलेले केंद्र/परिसर) माध्यमिक स्तरावरील विद्यार्थ्यांचा अभ्यास असे दोन भाग करता येतील.

७.१.३ संशोधनाची गरज व महत्त्व (Need and Importance of the study)

संशोधनाची निकड, गरज स्पष्ट करणे 'महत्त्व' या सदरात मोडते. संशोधनाच्या निष्कर्षांमुळे सिद्धान्तात तसेच शैक्षणिक कार्यप्रणालीत कोणती भर पडू शकेल ही बाबसुद्धा महत्त्व या सदरात मोडते. या संशोधनाचा संशोधकांना, शिक्षणतज्ज्ञांना तसेच प्रत्यक्ष शिक्षणक्षेत्रात कार्यरत असणाऱ्यांना नेमका कोणता उपयोग होऊ शकेल याचे वर्णन या भागात यावे. काही वेळेला या विषयासारखे संशोधन यापूर्वी झालेले असते. तथापि, त्यानंतर बराचसा कालावधी उलटून गेलेला असतो व त्या विषयाच्या परिस्थितीसंबंधी बरेच बदल झालेले असतात. अशा वेळेस संशोधकाने त्या बदललेल्या परिस्थितीत संशोधनाची आवश्यकता येथे स्पष्ट करावी. काही काळापूर्वी केलेल्या संशोधनात काही मुद्दे दुर्लक्षित झालेले असतात. त्यामुळेही नवीन संशोधनाची गरज असते. शिक्षणप्रक्रियेत सतत भर पडत असते व एकूणच या क्षेत्राच्या विकासासाठी त्या नवीन संकल्पनांच्यावर संशोधन करणे आवश्यक असते. या सर्व बाबींचे वर्णन करणे म्हणजे संशोधनाची गरज व महत्त्व स्पष्ट करणे होय. संबंधित संशोधनाच्या पुढे संशोधन करणाऱ्या संशोधकांना एक नमुना म्हणून मार्गदर्शन होऊ शकते. त्यासारखा विषय घेणाऱ्या संशोधकांना विशेष मार्गदर्शन होऊ शकते. त्या विषयाशी संबंधित शिक्षणक्षेत्रातील शिक्षकांना, पर्यवेक्षकांना, मुख्याध्यापकांना त्या संशोधनाचा उपयोग होतो. शिक्षणक्षेत्राशी संबंधित शासकीय अधिकाऱ्यांना, तज्ज्ञांना, पाठ्यपुस्तके निर्माण करणाऱ्यांना, शैक्षणिक धोरण ठरविणाऱ्यांना त्या संशोधनाचा फायदा होणार असतो आणि संशोधनाची सर्वांत महत्त्वाची बाब म्हणजे त्या संशोधनातून दिले जाणारे ज्ञानात्मक योगदान. काही नवीन विचार, काही नवीन माहिती, एखादा नवीन सिद्धान्त अथवा जुन्या सिद्धान्ताची दुरुस्ती किंवा त्याची पुष्टी संशोधनाने होत असते. कोणत्याही स्तरावरचे संशोधन जर स्वतंत्र, प्रामाणिकपणे, काळजीपूर्वक, परिश्रमपूर्वक व संपूर्ण

अभ्यासावर आधारित असे असेल तर ते शिक्षण प्रक्रियेत निश्चितपणे मोलाची भर घालीत असते आणि हेच त्या संशोधनाचे ज्ञानात्मक योगदान होय.

७.१.४ **संशोधनाची उद्दिष्टे** (Objectives of the Study)

संशोधन विषयासंबंधी अनेक प्रश्न तयार करून ते एकाखाली एक लिहावेत. त्यानंतर त्यांची एक क्रमवार यादी तयार करावी. अनावश्यक अथवा पुनरुक्ती असणारे प्रश्न काढून टाकावेत. मग जे महत्त्वपूर्ण प्रश्न राहतील त्यांच्या आधारे संशोधनाची उद्दिष्टे तयार होतात. हे सर्व प्रश्न प्रस्तावनेच्या अखेरीस घ्यावेत.

म्हणजेच आपण असे म्हणू शकतो की, संशोधन समस्या एक वा अनेक समस्या एकत्रित होऊन बनलेली असते. जी अडचण संशोधकाला वारंवार भेडसावत असते, जी गरज संशोधकाला सतत अनुभवास येत असते. अशा प्रमुख समस्येतून पृथक्करणाने एक वा अनेक छोटे प्रश्न निर्माण होतात. या विविध प्रश्नांना विधानात रूपांतरित केल्याने संबंधित संशोधनाची उद्दिष्टे तयार होतात. यासाठी आपण एक उदाहरण पाहू-

संशोधन शीर्षक - 'आपत्ती व्यवस्थापन प्रशिक्षण कार्यक्रमाचा माध्यमिक स्तरावरील विद्यार्थ्यांच्या जाणीवजागृतीवर होणाऱ्या परिणामांचा अभ्यास.' (आयरेकर जयश्री अनिल Ph. D., पुणे विद्यापीठ).

प्रश्न

१) विद्यार्थ्यांमध्ये आपत्ती व्यवस्थापन प्रशिक्षण देण्यापूर्वी किती प्रमाणात या विषयाची जाणीव आहे?

२) आपत्ती व्यवस्थापन जाणीवजागृतीसाठी काही प्रशिक्षण कार्यक्रम तयार करता येईल का? व तो कशा प्रकारचा असेल?

३) विद्यार्थ्यांसाठी विकसित केलेला आपत्ती व्यवस्थापन कार्यक्रम कसा राबविता येईल?

४) या कार्यक्रमाची परिणामकारकता काय असेल?

यांसारख्या निर्माण झालेल्या प्रश्नांवरून संशोधिकेने पुढील उद्दिष्टे मांडली-

१) ''विद्यार्थ्यांमधील आपत्ती व्यवस्थापनाबाबत प्रशिक्षण पूर्व असणारी जाणीवजागृती तपासणे.

२) आपत्ती व्यवस्थापन जाणीवजागृती निर्माण होण्यासाठी प्रशिक्षण कार्यक्रम विकसित करणे.

३) विद्यार्थ्यांसाठी विकसित केलेला आपत्ती व्यवस्थापन प्रशिक्षण कार्यक्रम राबविणे.

४) विकसित केलेल्या आपत्ती व्यवस्थापन प्रशिक्षण कार्यक्रमाची परिणामकारकता तपासणे'' (आयरेकर जयश्री अनिल, Ph. D., पुणे विद्यापीठ, २०११).

७.१.५ महत्त्वाच्या संज्ञांच्या कार्यात्मक व्याख्या (Operational Definitions of Important words)

शैक्षणिक संशोधनामध्ये एखाद्या चलाचा, संज्ञेचा सर्वसामान्य अर्थ न घेता, त्या विशिष्ट संशोधनप्रक्रियेत एखादा निश्चित अर्थ घेतला जातो. संशोधकाने तो अर्थ शब्दांकित करावा. या निश्चित केलेल्या अर्थास त्या चलाची त्या संशोधन प्रक्रियेतील कार्यात्मक क्रियात्मक व्याख्या असे म्हणतात. उदा. ''संगणक साहाय्यित अनुदेशन कार्यक्रम-संगणकाच्या अनुदेशन साहाय्याने इ. ६ वीच्या भूगोल पाठ्यपुस्तकातील खगोल व प्राकृतिक घटकांचे अध्ययन विद्यार्थ्यांना करता येण्यासाठी संशोधकाने विकसित केलेला विशेष कार्यक्रम''(कुऱ्हाडे Ph. D., पुणे विद्यापीठ, २०११).

या कार्यात्मक व्याख्येमध्ये संशोधकाने सर्वमान्य अर्थावर त्या संशोधनाच्या दृष्टीने मर्यादा घातली आहे, हे योग्य आहे. तथापि, सर्वमान्य अर्थाला छेद देणारी व्याख्या चालत नाही. अशा कार्यात्मक व्याख्या त्या विशिष्ट संशोधनापुरत्याच मर्यादित असतात.

संशोधनप्रक्रियेतील बुद्धिमत्ता, समायोजन, शैक्षणिक प्रावीण्य यांसारख्या चलांचे मापन नेमके कसे केले जाणार हे कार्यात्मक व्याख्यांमुळे स्पष्ट होते.

वाचकांनी या संबंधातील सविस्तर माहिती यापुढे दिली आहे. ती अभ्यासावी-

व्याख्यांचे प्रकार (Kinds of Definitions) : १) सर्वसामान्य २) संकल्पनात्मक ३) कार्यात्मक.

व्याख्यांचे वरीलप्रमाणे तीन प्रकारांत विभाजन होऊ शकते. त्या प्रत्येकाचा आपण अर्थ समजून घेण्याचा प्रयत्न करू.

१) सर्वसामान्य व्याख्या (Nominal Definition) : म्हणजेच औपचारिक व्याख्या होय. सर्वसाधारणपणे एखाद्या शब्दाचा शब्दकोशातील अर्थ म्हणजे त्या शब्दाची सर्वसामान्य व्याख्या. उदा. पुस्तक, वही, पेन, शाळा हे शब्द घेतले तर कुणाच्याही मनात या शब्दांच्या अर्थाबाबत, व्याख्यांबाबत वेगळेपणा किंवा फरक निर्माण होण्याची शक्यता नाही. माणसाने वस्तूंचे समान गुणधर्म शोधून काढून त्यांचे वर्गीकरण केलेले असते. साधारणपणे वस्तू तसेच त्यांचे गुणधर्म यांच्यामध्ये कोणत्याही मानवामध्ये संभ्रम नसतो. उदा. वाघ, पर्वत, नदी आणि काळा, गोड, आंबट या शब्दांच्या व्याख्यांमध्ये सर्वसाधारणपणे कुणामध्येही संभ्रम नसतो. प्रत्येकाला त्याचा अर्थ प्रतीत होतो. उदा. Intelligence means general mental ability.

२) संकल्पनात्मक व्याख्या (Conceptual Definition) : केवळ सर्वसामान्य व्याख्यांमध्ये मानवप्राणी थांबलेला नाही. हळूहळू मूर्ताकडून–अमूर्ताकडे मानवी मनाच्या विचारप्रक्रियेचा प्रवास सुरू असतो. अमूर्तामध्ये अनेक स्तर असतात. जिद्द, द्वेष या अमूर्त संकल्पना तथापि या स्तरावरील संकल्पनांचा अर्थ जितका स्पष्ट असतो तितका त्यावरच्या संकल्पनांचा नसतो. तो अधिक व्यापक बनत जातो. उदा. समृद्धी, विकास, प्रगती. मानवाने केलेल्या अभ्यासाने या संकल्पनांचा अर्थ हळूहळू बदलत जातो. वस्तू मूर्त असतात पण त्यांच्या संकल्पना अमूर्त असतात; म्हणजेच संकल्पनांच्या प्रक्रियेत जसे सामान्यीकरण असते तसे अमूर्तीकरणही असते. शास्त्रज्ञांना तसेच संशोधकांना आपापल्या विषयाच्या स्पष्टीकरणासाठी काही प्रमेये, सिद्धान्त, व्याख्या, तर्कशुद्ध रचना यांचा उपयोग करावा लागतो. यामध्ये अनेक अमूर्त संकल्पनांचा समावेश होतो. शिक्षणशास्त्रात शैक्षणिक अनुभूती, अध्ययन, अध्यापन, मूल्यमापन असे असंख्य शब्द असतात की ज्यांच्या संकल्पनात्मक व्याख्यांशिवाय त्या विषयाचा परिपूर्ण अभ्यास होणे अवघड असते.

संकल्पनांच्या संबंधात पहिला महत्त्वाचा मुद्दा म्हणजे, त्या व्यक्तीच्या इंद्रिय अनुभवातून विकसित होतात. शाळेतील वर्ग या संकल्पनेचा, भारतातील ग्रामीण भागातील व्यक्तीचा, शहरातील उत्तम सुविधा उपलब्ध असणाऱ्या वर्गाशी संबंध आलेल्या व्यक्तीचा व अमेरिकेतील एखाद्या वर्गाला भेट देऊन परत आलेल्या व्यक्तीचा अर्थ यामध्ये अनुभवानुसार फार मोठी तफावत आढळते.

संकल्पनांच्या संबंधातील दुसरा महत्त्वाचा मुद्दा म्हणजे, संकल्पना स्पष्ट करण्यासाठी ज्या संज्ञांचा उपयोग केला जाईल त्यांचा अर्थ अचूक हवा. भौतिकशास्त्रात संज्ञांच्या अर्थाची जेवढी निश्चितता असते तेवढी सामाजिक शास्त्रात असत नाही. उदा. घनता, वर्गमूळ या संज्ञांचे अर्थ स्पष्ट आहेत तेवढे लोकशाही, करार, तह, वर्गनियंत्रण, स्पष्टीकरण, अध्ययन अनुभूती या शब्दांचे अर्थ नेमके नसतात आणि अनेकांच्या मनात या शब्दांचे थोडेथोडे वेगळे अर्थ निर्माण होणे यामुळे काही वेळा समस्या निर्माण होऊ शकतात, म्हणून या संज्ञांच्या अर्थात अधिकाधिक अचूकता कशी येईल हे पाहणे आवश्यक आहे.

सर्वच संकल्पना इंद्रिय अनुभवजन्य असतात असे नाही. आपल्या पहिल्या मुद्याशी हा तिसरा मुद्दा परस्परविरोधी वाटतो. तथापि, तसे नाही. काही कल्पना व्यक्ती प्रत्यक्ष अनुभवू शकते तर काहींचे अनुभव मानसिक, तार्किक पातळीवरचे असतात. इथे आपण स्वर्ग, नरक, मोक्ष या संकल्पनांबाबत चर्चा करीत नसून विविध विषयांच्या आणि प्रामुख्याने शिक्षणशास्त्रातील संकल्पनांसंबंधी बोलत आहोत. शिक्षक–विद्यार्थी आंतरक्रिया, विद्यार्थ्यांचे समाजीकरण, पाठाची परिणामकारकता यांसारख्या अनेक

संकल्पना अशा आहेत की, त्यातील घटकांच्या पृथक्करणाबरोबर आणखीही काही घटक इंद्रिय अनुभवजन्य नसतात त्याचा अनुभव हा तर्काने, तुलनेने घेता येतो. संकल्पनांच्या संदर्भातील चौथा महत्त्वपूर्ण मुद्दा म्हणजे संकल्पनांचे अर्थ कालमानानुसार झालेल्या प्रगतीने बदलतात. भौतिकशास्त्रात हा बदल फारच कमी असतो. तथापि, सामाजिक शास्त्रात मोठ्या प्रमाणात असतो. आधुनिकीकरणाचा विसाव्या शतकाच्या पूर्वार्धामधील अर्थ व्यक्तीच्या मानसिकतेशी निगडित होता. आज तो व्यक्तीच्या भौतिक सुखसमृद्धीशी जोडला गेला आहे. संकल्पनेच्या अर्थाचे केंद्रचं पूर्णपणे बदलले.

एखाद्या संकल्पनेचा मूळ अर्थ, मूळ आशय स्पष्ट करणे म्हणजे संकल्पनात्मक व्याख्या करणे.

शब्दाची संकल्पनात्मक व्याख्या देण्यासाठी त्याच्याशी संबंधित घटकांवर चिंतन करणे, वाचन करणे आवश्यक असते त्या शब्दाच्या संकल्पनेत येणारे विविध घटक कोणते यांची यादी करावी लागते. उदा. अध्ययन अनुभव म्हणजे एखादा विशिष्ट विषय स्पष्ट करण्यासाठी शिक्षकाने केलेल्या सर्व क्रिया आणि विद्यार्थ्यांना करावयास लावलेल्या सर्व क्रिया येतात. म्हणजेच - १) शिक्षकाचे कथन २) स्पष्टीकरण ३) प्रश्न विचारणे ४) शैक्षणिक साहित्य दाखविणे ५) फलक - लेखन ६) वाचन ७) विद्यार्थ्यांचे श्रवण ८) उत्तरे देणे ९) शैक्षणिक साहित्य पाहणे १०) केलेले फलकलेखन समजून, लिहून घेणे इ. क्रिया येतात. ग्रंथालयातील शब्दकोश, टिपाकोश, विश्वकोश व इतर संबंधित पुस्तकातूनही त्या शब्दाची संकल्पनात्मक व्याख्या स्पष्ट करता येते. संशोधक अशाप्रकारच्या संकल्पनात्मक व्याख्या स्वत: तयार करू शकतो अथवा इतर शिक्षणतज्ज्ञांनी, संशोधकांनी केलेल्या व्याख्या आपल्या संशोधनात वापरू शकतो. संकल्पनात्मक व्याख्यांमध्ये विविध शिक्षणतज्ज्ञांत आणि संशोधकांत सारखेपणा असणार, हे निश्चित!

एखादी संकल्पना वापरताना कोणकोणत्या क्रिया कराव्या लागतात, कोणकोणत्या बाबींचे निरीक्षण करावे लागते, नोंद ठेवावी लागते हे स्पष्ट करणे, म्हणजे त्या संकल्पनेची कार्यात्मक व्याख्या देणे. यासंबंधी सविस्तर माहिती आपण यानंतर पाहू.

३) कार्यात्मक व्याख्या (Operational Definition) : शैक्षणिक संशोधनामध्ये एखाद्या चलाचा, संज्ञेचा सर्वसामान्य अर्थ न घेता, त्या विशिष्ट संशोधन प्रक्रियेत एखादा निश्चित अर्थ घेतला जातो. संशोधकाने प्रास्ताविक प्रकरणात तो निश्चित अर्थ शब्दांकित करावा. या निश्चित केलेल्या अर्थास त्या चलाची त्या संशोधन प्रक्रियेतील 'कार्यात्मक व्याख्या' असे म्हणतात. उदा. माध्यमिक शाळेत शिकणारी मुले-मुली,

मान्यताप्राप्त मराठी माध्यमाच्या शाळेत इयत्ता आठवी, नववी, दहावीमध्ये २०१३-२०१४ या शैक्षणिक वर्षात शिकणारी मुले-मुली.

कार्यात्मक व्याख्यांमुळे संशोधन प्रक्रियेत अनेक फायदे दिसून येतात. पहिला फायदा म्हणजे, संशोधकाला एखाद्या विशिष्ट चलासंबंधी जो निश्चित अर्थ अभिप्रेत आहे तो इतरांना समजतो. दुसरा फायदा म्हणजे, संशोधन-समस्या थोडक्या शब्दांत मांडता येते. संशोधन विषयातील संज्ञांचा अर्थ कार्यात्मक व्याख्यात स्पष्ट करता येतो. तिसरा फायदा म्हणजे, संशोधकाला आपल्या संशोधन प्रक्रियेची दिशा स्पष्ट होते. संशोधनाला निश्चितता प्राप्त होते. उदा. संशोधन विषयात वरील शब्दांचा समावेश असेल म्हणजेच 'माध्यमिक शाळेत शिकणारी मुले-मुली' या शब्दांचा नेमका अर्थ स्पष्ट केला की, त्या विशिष्ट गटाची संशोधनाच्या दृष्टीने आवश्यक अशी माहिती गोळा करता येते. चौथा फायदा म्हणजे चलाचे व्यवस्थित निरीक्षण व मापन करता येते.

संशोधन विषयांमध्ये असे अनेक महत्त्वपूर्ण शब्द असतात. उदा. विद्यार्थी, शिक्षक, परिसर, अभ्यासक्रम, अध्यापन पद्धती इ. या शब्दांचा सर्वसामान्य अर्थ खूपच विस्तृत स्वरूपाचा असतो. कार्यात्मक व्याख्या दिल्याने संशोधकाला संबंधित संशोधनात नेमका कोणता अर्थ अभिप्रेत आहे हे स्पष्ट होते. इथे एक मुद्दा ध्यानात ठेवणे गरजेचे आहे, तो म्हणजे कार्यात्मक व्याख्या देताना संशोधकाला स्वातंत्र्य आहे, पण ते अनिर्बंध नाही; म्हणजेच ती वास्तवाला सोडून करता येणार नाही.

"Operational Definition-Form of definition in educational measurement and research which gives meaning to a variable by stating what activities are necessary in order to measure it," eg. "intelligence is what is measured by intelligence tests."

- Boring G. Terry and J. B. Thomas

म्हणजेच आपल्याला असे म्हणता येईल की, संशोधन समस्येच्या अथवा विषयाच्या संबंधातील महत्त्वपूर्ण संज्ञांचा संशोधकाने गृहीत धरलेला नेमका अर्थ वाचकांना स्पष्ट व्हावा हे कार्यात्मक व्याख्येचे मूलभूत कार्य आहे.

कार्यात्मक व्याख्यांचे आपणास पुढील दोन प्रकारांत वर्गीकरण करता येते -

१) गृहीत तत्त्वाधिष्ठित संकल्पना (Concept by postulation) : एखाद्या विशिष्ट शब्दाची कार्यात्मक व्याख्या करताना संशोधक त्या प्रक्रियेत कोणकोणती गृहीत तत्त्वे आहेत यांची यादी करून त्यांचे एकत्रीकरण करतो व त्या शब्दाची गृहीत तत्त्वाधिष्ठित संकल्पना तयार होते.

२) अंत:प्रज्ञाधिष्ठित संकल्पना (Concept by intuition) : काही शब्दांची कार्यात्मक व्याख्या करताना त्यामध्ये कोणकोणते घटक समाविष्ट होतील असे संशोधकाला वाटते, त्याच्या अंतर्मनाला वाटते, अंत:प्रज्ञेला वाटते, त्यावरून त्या

शब्दांची कार्यात्मक व्याख्या संशोधक तयार करतो व ही व्याख्या अथवा या व्याख्यांमुळे अंत:प्रज्ञाधिष्ठित संकल्पना तयार होतात.

व्याख्यांचे हे तीन प्रकार पाहिल्यानंतर यासंबंधीचा एक अत्यंत महत्त्वपूर्ण मुद्दा लक्षात ठेवणे गरजेचे आहे. तो मुद्दा म्हणजे सर्वसामान्य, संकल्पनात्मक आणि कार्यात्मक व्याख्या हे तीन प्रकार वेगळे आहेत, ते एका विशिष्ट मर्यादेपर्यंत व संशोधन प्रक्रिया योग्य पद्धतीने कार्यान्वित करता यावी या हेतूसाठी. काही वेळा सर्वसामान्य व्याख्या हीच संकल्पनात्मक व्याख्या असते आणि कार्यात्मक व्याख्या हे तर संकल्पनात्मक व्याख्येचे कृतिशील रूपच आहे.

रचनांचा अर्थ (Meaning of Constructs) : यापूर्वी आपण संकल्पनांचा अर्थ पाहिला. P. Y. Young यांच्या मते "A concept is in reality a definition in shorthand of a class or group of facts." थोडक्यात, एका वर्गातील अथवा गटातील तथ्यांमध्ये जे सारखे गुणधर्म दिसतात त्यांची अत्यंत थोडक्या शब्दांत दिलेली व्याख्या म्हणजे वास्तवतेत त्यांची संकल्पना असते.

संकल्पना या दृश्य, मूर्त घटकांच्या असतात. उदा. बर्फ, जमीन, शेतकरी, शिक्षक तशाच त्या अदृश्य अमूर्त घटकांच्याही असतात उदा. बुद्धिमत्ता, समायोजन क्षमता, भीती इ.

या संकल्पनांचा दुसरा प्रकार जो आहे त्याला 'रचना' असेही म्हटले जाते.

शैक्षणिक संशोधन प्रक्रियेच्या संदर्भात यासंबंधी बोलायचे म्हणजे शैक्षणिक संशोधन प्रक्रियेत असे काही वर्तनप्रकार असतात, अशी काही व्यक्तिवैशिष्ट्ये असतात की ती संशोधक पाहू शकत नाही, ऐकू शकत नाही अथवा ती त्याला जाणवतही नाहीत. म्हणजेच त्यांची इंद्रियजन्य अनुभूती नसते. उदा. संशोधक एखाद्या अपरिचित विद्यार्थीगटासमोर उभा असेल तर त्या गटातील हुशार, मध्यम किंवा कनिष्ठ बुद्धिमत्तेचे विद्यार्थी कोणते आहेत हे नुसते पाहून, काही माहिती ऐकून अथवा त्यांच्यासमवेत राहून जाणवणार नाही; पण हे घटक संशोधन प्रक्रियेत महत्त्वपूर्ण भूमिका बजावत असतात. मूलभूत वैज्ञानिक विषयात संशोधन करीत असताना मूर्त घटकांशी अधिक संबंध असल्याने संकल्पना निश्चित असतात त्यामुळे तिथे हा प्रश्न निर्माण होत नाही. तथापि, सामाजिक शास्त्रात जिथे मानवाचा संबंध येतो तिथे हा प्रश्न प्रामुख्याने जाणवत राहतो, परिणाम करतो. निसर्गाने प्रत्येक व्यक्तीमध्ये काहीना काही फरक ठेवला आहे; म्हणून मानवी वर्तनावर संशोधन करणाऱ्या शास्त्रांमध्ये बुद्धिमत्ता, समायोजनक्षमता, अभिरुची, अभिवृत्ती, भीती, सहनशीलता हे घटक संशोधनाच्या निष्कर्षांवर मोठा परिणाम घडवून आणू शकतात. हे घटक काही कसोट्यांच्या निष्कर्षांवर किंवा त्या मानवाचे निरीक्षण करून तो ज्या प्रतिक्रिया देतो, त्यावरून त्या घटकांचे मोजमाप

करता येते. यांनाच रचना (construct) असे म्हणतात.

"Such traits as intelligence, learning, hostility, anxiety or motivation are not directly observable and are generally referred to as 'constructs', implying that they are constructions of the scientist's imagination. Constructs cannot be seen, heard, or felt. They can only be inferred by phenomena such as test scores or by observed hostile or aggressive acts, skin responses, pulse rates, or persistence at a task."

- John W. Best & James V. Kahn

रचनांच्या वरील अर्थावरून आपल्याला असा निष्कर्ष सहजपणे काढता येईल की विविध कसोट्या, मापनपद्धती, निरीक्षण यांचा उपयोग करून निघालेले निष्कर्ष व प्रत्यक्ष त्या व्यक्तीची बुद्धिमत्ता, समायोजन क्षमता, अभिरुची, भीती, सहनशीलता इत्यादींमध्ये फरक पडण्याची शक्यता आहे कारण मापनपद्धतीलाही शेवटी मर्यादा असतात.

शिक्षणशास्त्र विषयातील संशोधकांनी हे ध्यानात घेऊन आपल्या संशोधन प्रक्रियेत अशा रचनांचे मापन इतके बिनचूक करावे की भौतिकशास्त्रातील संशोधनाइतकी शिक्षणशास्त्रातील संशोधनाला जरी विश्वसनीयता, साधारता, सबलता प्राप्त होणार नसली तरी दोन्हींमधील अंतर खूप कमी करण्याचा प्रयत्न करावा.

७.१.६ संबंधित साहित्य व संशोधनाचा आढावा (Review of Related Literature & Research)

या पुस्तकाच्या प्रकरण ४मध्ये आपण या विषयाची सविस्तर माहिती घेतली आहे. संबंधित साहित्याचा व संशोधनाचा आढावा संशोधनकार्यात सुरुवातीपासून-अखेरपर्यंत सर्व पायऱ्यांवर अत्यंत उपयुक्त ठरतो. संशोधन विषयाशी संबंधित पुस्तके, नियतकालिके, अहवाल, प्रबंध, संशोधनाची पुस्तके, वेबसाईट्स इ. सर्व माध्यमातून संशोधकाने माहिती गोळा करावी व त्याचे परिशीलन करावे, आढावा घ्यावा, आपल्या विषयाशी त्याचा संबंध स्पष्ट करावा असे याठिकाणी अपेक्षित आहे. इतर ठिकाणची ढीगभर माहिती गोळा करून ती अवतरण चिन्हात देणे म्हणजे परिशीलन नव्हे. त्यावर संशोधकाचे मत, विचार, प्रक्रिया व आपल्या विषयाशी त्याचा संबंध कसा हे मांडणे महत्त्वाचे. यामुळे यापूर्वी त्या विषयाशी संबंधित कोणीकोणी व काय अभ्यास केला आहे, कोणते सिद्धान्त मांडले आहेत, कोणत्या पद्धती वापरल्या आहेत, अर्थनिर्वचन कसे केले आहे यांसारख्या सर्व प्रश्नांची उत्तरे मिळतात.

संशोधक संशोधनकार्य सुरू करण्यापूर्वीपासून हे वाचन करीत असतो. त्याचा विषय निश्चित होऊन आराखडा तयार करेपर्यंत तो जी पुस्तके व जे संशोधन अहवाल तो वाचेल त्यांचा आढावा आराखड्यात येईल. संशोधक त्यानंतरही वाचनाची ही

प्रक्रिया सुरू ठेवणार आहे. संशोधनकार्य पूर्ण झाल्यानंतर अहवाल लेखनातील संदर्भ यादीमध्ये एकूण सर्व पुस्तके व अहवाल, वेबसाईट्स, नियतकालिके इ. या सर्वांचे संदर्भ येतील.

हे सर्व साहित्य आपल्या विषयाशी कसे संबंधित आहे हे सतत पहावे व आराखड्यात त्याची मांडणी करताना दोन भागात करावी. पहिल्या भागात संदर्भ साहित्याचा आढावा व दुसऱ्या भागात संबंधित संशोधनाचा आढावा यावा. या दोन्ही भागांची रचना करताना एक तार्किक क्रम ठेवावा. उदा. संदर्भ साहित्यामध्ये कालमानानुसार पाश्चिमात्य व आपल्या देशातील लेखकांची पुस्तके व इतर साहित्य व संबंधित संशोधनाच्या आढाव्यात याचप्रमाणे व पुन्हा Ph. D., M. Phil, M. Ed. असा संशोधनांचा तार्किक क्रम ठेवावा. थोडक्यात, असे म्हणता येईल की, संशोधन विषयाच्या संबंधात जे महत्त्वपूर्ण ज्ञान उपलब्ध आहे त्याचा सारांश देणे व त्या विषयात उपलब्ध असलेल्या ज्ञानाचा आधार घेऊन त्यापुढील ज्ञानाचा शोध घेण्यासाठी अथवा उपलब्ध ज्ञानाचा नवीन परिस्थितीमधील बदललेला अर्थ विशद करण्यासाठी, संबंधित संशोधन विषयाचा पाया भक्कम करणे म्हणजे संबंधित साहित्याचे परिशीलन होय. हे महत्त्वपूर्ण ज्ञान संशोधन विषयाच्या संबंधातील विविध ग्रंथांमध्ये, लेखांत, नियतकालिकांत, इलेक्ट्रॉनिक मीडियाद्वारे उपलब्ध होते. त्यातील योग्य त्या घटकांचे वाचन, चिंतन, मनन व उपयोजन म्हणजेच संबंधित साहित्याचा आढावा.

तसेच संशोधन विषयाशी संबंधित यापूर्वी कोणते संशोधन झाले आहे. त्यांपैकी कोणत्या संशोधनातील कोणते निष्कर्ष प्रस्तुत संशोधनास पूरक आहेत. कोणते वेगळे आहेत, कुठे साम्य आहे, कुठे फरक आहे हे प्रथमत: पाहणे.

त्यानंतर याचा योग्य आधार घेऊन त्यापुढील नवीन गोष्टी शोधून काढणे अथवा जुन्या निष्कर्षांना बदलत्या परिस्थितीत नवा अर्थ शोधण्यासाठी आजपर्यंतच्या संबंधित शैक्षणिक संशोधन निष्कर्षांचे वाचन, चिंतन, मनन व उपयोजन करणे म्हणजे संबंधित संशोधनाचे परिशीलन.

७.१.७ गृहीतके (Assumpsions)

संशोधकाने आपल्या पूर्वानुभवाने गृहीत धरलेली सत्य विधाने व इतर संशोधकांनी प्रमाणित केलेली विधाने म्हणजे 'गृहीतके'. संशोधन प्रक्रिया ही या गृहीतकांचा आधार घेऊन चाललेली असते व संशोधक ही गृहीतके तपासून पाहण्याची प्रक्रिया करणार नसतो. गृहीतकांचा संशोधनाशी असलेला संबंध योग्य ठिकाणी स्पष्ट करावा.

अनेक संशोधकांनी विविध संशोधनाच्या आधारे काही निष्कर्ष काढले आहेत. ही सत्य विधाने सर्वमान्य असतात. संशोधकाचे संशोधन यांपैकी काही निष्कर्षांवर आधारलेले असते. गृहीतकांवर तपासून पाहण्याची कोणत्याही प्रकारची प्रक्रिया केली

जात नाही; कारण ती पूर्वीच तपासलेली असतात. संशोधनप्रक्रिया ही या गृहीतकांवर आधारलेली असते. याबाबत दोन सूचना महत्त्वपूर्ण वाटतात - १) ज्याचा संशोधनप्रक्रियेशी कोणताही संबंध नाही अशी गृहीतके विनाकारण लिहू नयेत. २) लिहिलेल्या प्रत्येक गृहीतकाचा योग्य आधार संशोधकाकडे हवा. एखादी बाब गृहीत धरणे (Assume) म्हणजे गृहीतक नव्हे. ही गृहीतकाची अत्यंत चुकीची व्याख्या ठरेल. गृहीतकाची काही उदाहरणे -

१) Intelligence and scholastic achievement are positively co-related with each other.

२) भूगोल अध्यापनात पारंपरिक अध्यापनपद्धती जास्त प्रमाणात वापरली जाते.

३) "The participant observers in the classroom, after a period of three days, will establish rapport with the students and will not have a reactive effect on the behaviour to be observed."

- Best and Kahn (2006, P. 39)

गृहीतकांच्या संबंधात आणखी एक बाब नमूद करावीशी वाटते. अनेकवेळा गृहीतक व गृहीतकृत्य या दोन संकल्पनात गोंधळ होताना दिसतो. गृहीतक म्हणजे (Assumption) आणि गृहीतकृत्य म्हणजे परिकल्पना (Hypothesis). या दोन्हीही भिन्न संकल्पना आहे. संशोधकाने गृहीतकृत्य हा शब्द न वापरता 'परिकल्पना' हाच शब्द वापरावा म्हणजे गोंधळ होणार नाही.

७.१.८ परिकल्पना (Hypothesis)

यालाच गृहीतकृत्य असेही म्हटले जाते. संशोधक समस्या हाती घेतल्यानंतर संशोधनाची उद्दिष्टे निश्चित करतो. ही प्रक्रिया पूर्ण झाल्यानंतर आपण त्यापूर्वी केलेले संबंधित विषयाचे वाचन, आपला अनुभव, यातून एक एक परिकल्पना आपल्यासमोर निर्माण होत जाते.

अर्थ : संशोधन समस्येच्या उत्तरांपैकी संशोधकाला जास्तीत जास्त योग्य वाटणारे उत्तर म्हणजे 'परिकल्पना' होय. "The hypothesis is a tentative generalization, the validity of which remains to be tested. In its most elementary stage the hypothesis may be in hunch, guess, imaginative ideas, which become the basis for the action or investigation."

- George A. Lumberg

परिकल्पना म्हणजे संशोधकाचा अनुभव, अभ्यास व तर्क या तिन्हींवर आधारित असे समस्येचे संभाव्य उत्तर होय. समस्येवरचा हा पडताळा न पाहिलेला, खात्री न केलेला, परीक्षा न घेतलेला उपाय असे म्हटले तरी चालेल.

"The deviation of a suitable hypothesis goes hand in hand with the selection of a research problem. A hypothesis can be considered a tentative generalization about the problem under investigation. It is an assumption or proposition whose tenability is to be tested on the basis of empirical evidence."

- Mouly

परिकल्पनांच्या साहाय्याने संशोधनाची दिशा ठरते. माहिती कोणत्या प्रकारची व किती प्रमाणात गोळा करावयाची याचे संशोधकास मार्गदर्शन मिळते. या परिकल्पना एक वा अनेक असू शकतील. समस्या विषयाचे पृथक्करण केल्याने उद्दिष्ट ठरविता येतात व उद्दिष्टांच्या आधारे परिकल्पना निश्चित करता येतात.

आपल्या परिकल्पना सिद्ध करण्याचा संशोधकाने थोडासाही प्रयत्न करू नये. तसे करणे म्हणजे संशोधनाचा आत्मा गमाविण्यासारखे आहे. संशोधन प्रक्रियेत संशोधक जी माहिती गोळा करतो त्यावरून प्रत्येक परिकल्पना मान्य किंवा त्याज्य ठरते. एखादी परिकल्पना त्याज्य ठरणे हेही एक संशोधनच असते. पुढच्या संशोधकास त्यामुळे अशी माहिती मिळते की ती परिकल्पना तत्कालीन परिस्थितीत संशोधनात मान्य होऊ शकली नाही. ते तथ्य म्हणून त्या वेळी स्वीकारले गेले नाही. हा रस्ता हैदराबादला जातो असे ठरवून आपण प्रवासास निघालो आणि आपल्या असे लक्षात आले की, हा रस्ता हैदराबादला जात नाही. हे इतर प्रवासी, जे हैदराबादला जाऊ इच्छितात, त्यांना हे सांगणे म्हणजेसुद्धा पुढे प्रवास करू इच्छिणाऱ्यांचे श्रम वाचविणेच नव्हे काय ? तसेच आपणही पुढे जेव्हा कधी हैदराबादला जाण्याचे ठरवू, तेव्हा हा रस्ता उपयुक्त नाही हे आपल्याला समजणे हेही महत्त्वाचे नाही काय ?

यावरून आपल्याला एक महत्त्वपूर्ण मुद्दा ध्यानात घ्यावा लागेल, तो म्हणजे संशोधकाने आपल्या परिकल्पनांपैकी एक अथवा अनेक परिकल्पना माहिती गोळा केल्यानंतर अस्वीकृत किंवा त्याज्य ठरली तर आपली काही चूक झाली हे समजून ती एक अथवा अनेक परिकल्पना संशोधकाने संशोधनातून वगळण्याचा प्रयत्न करू नये.

परिकल्पनेचे महत्त्व : संपूर्ण संशोधन प्रक्रियेत परिकल्पनांचे महत्त्व महासागरातील दीपस्तंभांप्रमाणे असते. अर्थात, इथे एक महत्त्वपूर्ण मुद्दा लक्षात घेणे आवश्यक आहे की, आपल्याला संशोधनाचे दोन प्रकार करावे लागतील. पहिला प्रकार म्हणजे, संशोधन प्रक्रियेतून काही अनुमान काढणे. प्रामुख्याने प्रायोगिक पद्धतीत आपण अनुमान काढत असतो तसेच बऱ्याच ऐतिहासिक आणि वर्णनात्मक संशोधन प्रकारातही आपण अनुमान काढणे, अर्थनिर्वचन करून निष्कर्षांचे सामान्यीकरण करणे या प्रक्रिया करीत असतो. या सर्वप्रकारच्या संशोधनात परिकल्पना अत्यावश्यक असतात. दुसरा प्रकार

म्हणजे, काही ऐतिहासिक आणि वर्णनात्मक संशोधनात फक्त परिस्थिती कोणत्या प्रकारची आहे, वस्तुस्थिती काय आहे, घटना कशी घडली आहे एवढेच पाहणे हा प्रमुख उद्देश असतो. या प्रकारच्या संशोधनात परिकल्पनांची तेवढी आवश्यकता नसते.

"When fact finding alone is the aim of the study, a hypothesis may not be required." - Hillway

१) परिकल्पनांचे पहिले महत्त्व म्हणजे त्यांच्यामुळे संशोधन प्रक्रियेला एक निश्चित दिशा प्राप्त होते. कोणती माहिती मिळविणे आवश्यक आहे आणि कोणती माहिती अनावश्यक आहे यांचे संशोधकाला ज्ञान प्राप्त होते.

२) संपूर्ण संशोधन प्रक्रियेमध्ये कोणत्या दिशेने जावे हे संशोधकाला परिकल्पनांमुळे समजते. एखाद्या विजेरीने रात्रीचा अंध:कारमय मार्ग प्रकाशित व्हावा. वाटसरूने त्या मार्गावरून अगदी निर्धास्तपणे जाऊन आपल्या गंतव्य स्थळी पोहोचावे असे कार्य या परिकल्पनांमुळे संशोधकाच्या बाबतीत होते.

३) परिकल्पनांमुळे संशोधन प्रक्रियेशी संबंधित लहानात लहान माहिती प्राप्त करण्याचे संशोधक विसरत नाही. परिकल्पना नसतील तर अशी एखादी माहिती प्राप्त करण्याचे विसरले जाण्याची शक्यता असते.

४) संशोधन अहवाल सुव्यवस्थित आणि वाचकांच्या दृष्टिकोनातून नेमका आणि आकर्षक पद्धतीने लिहिण्यासही परिकल्पनांची मदत होते. एका परिकल्पनेशी संबंधित सर्व निष्कर्ष एकत्र घेतले जातात.

परिकल्पना उपलब्धीचे मार्ग : आता मनात असा विचार येतो की ज्या परिकल्पना संशोधन प्रक्रियेसाठी इतक्या उपयुक्त आहेत त्या तयार कशा करावयाच्या, प्राप्त कशा करावयाच्या ? म्हणजेच परिकल्पना कोणकोणत्या मार्गातून उपलब्ध होतील. ते मार्ग पुढीलप्रमाणे आहेत-

१) व्यक्तिगत अनुभव आणि वाचन : संशोधकाने संशोधन समस्येसंबंधी बरेच साहित्य वाचलेले असते. तसेच संशोधन विषयासंबंधी त्याला व्यक्तिगत पातळीवरही अनेक अनुभव आलेले असतात; कारण असे गृहीत धरले आहे की संशोधकाला स्वत:ला शिक्षणविषयक जी समस्या प्रकर्षाने, तीव्रतेने भेडसावत असते तोच विषय, तीच समस्या संशोधक शैक्षणिक संशोधन प्रक्रियेसाठी घेत असतो; म्हणजेच संशोधकाच्या अनुभवातून, वाचनातून संशोधनविषयक समस्येची काही गृहीत धरलेली उत्तरे अथवा त्याच्या मनात आलेले विविध प्रश्न यांचे रूपांतर परिकल्पनांमध्ये होऊ शकते. उदा. निश्चित पाठ्यक्रम न आखता वैद्यकीय शाखेसाठी आयोजित करण्यात आलेली प्रवेशचाचणी आणि बारावीची परीक्षा या दोन्ही गुणांमध्ये योग्य सहसंबंध राहणार नाही.

२) संस्कृती : संस्कृती म्हणजे जीवनाच्या सर्व क्षेत्रात आपण प्राप्त केलेल्या गोष्टी. यामध्ये बौद्धिक, मानसिक, भावनिक हा एक भाग तर विविध वस्तू, सुधारणा, शोध अशा दृश्यमान गोष्टी हा दुसरा भाग. आपल्या धार्मिक, नैतिक संकल्पना यात येतात तसेच आपल्या रूढी, परंपरा, चालीरिती यात येतात. अशी आपल्या जीवनाच्या सर्व अंगांना स्पर्श करणारी आपली संस्कृती आपल्या संशोधनविषयक प्रश्नांची उत्तरे देऊ शकते, परिकल्पना देऊ शकते. आपल्या संशोधनाद्वारे आपण त्यांचा स्वीकार करू अथवा त्या त्याज्य ठरवू.

३) शास्त्रीय सिद्धान्त : विविध शास्त्रज्ञांनी प्रयोगाद्वारे काही सिद्धान्त शोधून काढलेले असतात तसेच अनेक सामाजिक शास्त्रातही विविध संशोधनातून काही सिद्धान्त निर्माण झालेले असतात. यांपैकी आपल्या शैक्षणिक संशोधनाशी जे सिद्धान्त जवळचे असतात त्यातूनही आपल्या काही परिकल्पना मिळू शकतात. उदा. १) बुद्धिगुणांक आणि शैक्षणिक प्रावीण्य यामध्ये धन सहसंबंध असतो. २) पाठांतराने स्मरणशक्तीचा विकास होतो.

४) परिस्थितीमधील साम्य : संशोधक ज्या समस्येचा अभ्यास करणार आहे त्यासारख्या समस्या अन्यत्र, अन्य प्रांतांत, अन्य देशांत अभ्यासल्या गेल्या असण्याची शक्यता आहे. कदाचित, त्या दोन समस्यांमध्ये पूर्ण साम्य नसेलही. तसेच भिन्न संस्कृती व वातावरण यांचाही प्रभाव दुर्लक्षून चालणार नाही. तथापि, या काही प्रमाणात परिस्थितीमधील साम्याचा संशोधकाला आपल्या समस्येमध्ये, प्रामुख्याने परिकल्पनांचा शोध घेण्यासाठी उपयोग करता येऊ शकतो.

परिकल्पनेचे गुणधर्म/वैशिष्ट्ये

१) मापनक्षम असावी : परिकल्पनेतील सर्व महत्त्वपूर्ण शब्दांची क्रियात्मक व्याख्या द्यावी व या सर्व शब्दांचे मापन करता यावे. उदा. ''मध्यम आर्थिक, सामाजिक, शैक्षणिक दर्जा असणाऱ्या पालकांची माध्यमिक शाळेत शिकणारी मुले ही कनिष्ठ आर्थिक, सामाजिक, शैक्षणिक दर्जा असणाऱ्या पालकांच्या माध्यमिक शाळेत शिकणाऱ्या मुलांपेक्षा अधिक शैक्षणिक प्रावीण्य मिळवतात.'' या परिकल्पनेचा वरील वैशिष्ट्यांच्या आधारे विचार करू. मध्यम आर्थिक, सामाजिक व शैक्षणिक दर्जाचे मापन करता येते, तसेच कनिष्ठ दर्जाचेही मापन करता येते. शैक्षणिक प्रावीण्याचे मापन करता येते. म्हणजेच या परिकल्पनेतील सर्व महत्त्वपूर्ण शब्दांचे मापन करता येते. ज्यायोगे मिळालेल्या माहितीवरून ही परिकल्पना स्वीकारावी का नाकारावी हे संशोधकाला ठरविता येते; पण 'विवेक', 'भावनाप्रधान' अशाप्रकारचे शब्द जर परिकल्पनेत वापरले गेले तर त्यांचे मापन करणे फार अवघड होऊन बसते.

२) स्पष्ट शब्दांत रचना केलेली असावी : परिकल्पना ही स्पष्ट शब्दांत मांडावी. सूचक, तिरकस भाषेत, व्यंग्यार्थ असलेली अशी शब्दरचना करू नये. या वैशिष्ट्याचा विचार करताना परिकल्पना कशी नसावी याचे प्रथम उदाहरण दिले आहे. "Teaching aids are bad masters but good servants. So proper use of teaching aids helps to increase the academic achievement of the lower class students." परिकल्पना कशी असावी याचे उदाहरण पाहू. "Proper use of teaching aids in the lower classes helps to increase the academic achievement of students."

३) संशोधन पद्धतीस अनुरूप असावी : वर्णनात्मक सर्वेक्षण पद्धतीत जर आहे त्या वस्तुस्थितीचे निवेदन करणे हे उद्दिष्ट असेल तर परिकल्पना अत्यावश्यक नसते; पण वर्णनात्मक सर्वेक्षण पद्धतीत अनुमान काढणे, अर्थ निर्वचन करणे, निष्कर्षांचे सामान्यीकरण करणे हे उद्दिष्ट असेल तर संशोधन परिकल्पना अथवा प्रश्न प्रकारातील परिकल्पना वापरली जाते. ऐतिहासिक संशोधन पद्धतीलाही हाच नियम लागू पडेल. तिसरा प्रकार म्हणजे प्रायोगिक संशोधन पद्धती. या पद्धतीत अनुमान काढणे हा भाग असल्याने इथे परिकल्पना आवश्यक आणि तीही शून्य परिकल्पना वापरली जाते.

४) योग्य मुदतीत त्या परिकल्पनेची स्वीकृती किंवा फेटाळणी करता यावी : संशोधनाला वेळेचे, काळाचे बंधन असते. पीएच.डी.साठी दोन ते सहा वर्षांचा कालावधी असतो. त्यामुळे विशिष्ट मुदतीत ज्याचा परिणाम पाहता येईल अशीच परिकल्पना असावी. वय वर्षे ७ ते ११ या किशोरावस्थेत दररोज एक तास पाठांतर करून घेतले तर त्या पाठांतराचे स्मरण वयाच्या साठाव्या वर्षीही अत्यंत व्यवस्थितपणे होते, अशासारख्या परिकल्पनांची तपासणी ही किती कालावधी घेईल ? म्हणून असा अवाढव्य कालावधी तपासणीसाठी लागणारी परिकल्पना घेऊ नये. तिर्यक छेदात्मक पद्धतीने असा अभ्यास आपण करू शकतो.

५) दोन किंवा अधिक चलांचा संबंध दर्शविणारी असावी : व्यक्तीमध्ये वेगवेगळ्या प्रमाणात असणारे अथवा बदलणारे लक्षण किंवा घटक म्हणजे चल. उदा. बुद्धिमत्ता, शैक्षणिक प्रावीण्य.

Variable : 1) "Any factor in educational research which influences the observation or management of an educational phenomenon. 2) General term in statistics or educational research applied to a property which is being studied." (I) & (II) International Dictionary of Education-G Terry Page and J. B. Thomas with A. R. Marshall. "Variables are the conditions or characteristics that the experimenter manipulates, controls or observes."

- John W. Best & James V. Kahn (Tenth edition, P. 167)

परिकल्पनेमध्ये संशोधन समस्येशी संबंधित अशा दोन अथवा अधिक चलांचा संबंध दर्शवलेला असावा आणि ती दोन किंवा अधिक चले मापनक्षम असावीत.

६) परिकल्पना निसर्ग आणि विज्ञानाच्या मान्यताप्राप्त सिद्धान्तांच्या विरोधी नसावी : बुद्धिमत्ता आणि शैक्षणिक प्रावीण्य यांचा धनसहसंबंध आहे. ग्रामीण व शहरी दोन्ही विद्यार्थ्यांमध्ये निसर्गाने गुणवत्तेची देणगी दिलेली आहे. अशा अनेक गोष्टी निसर्गाने, विज्ञानाने आणि संशोधनाने सिद्ध झालेल्या आहेत. अशा सिद्ध झालेल्या गोष्टींच्या विरुद्ध परिकल्पनेची रचना नसावी, कारण तसे केले तर वेळेचा अपव्ययच होणार आहे.

परिकल्पनांचे प्रकार : परिकल्पनांची रचना पुढील तीन प्रकारे करता येते. संशोधक संशोधन कोणत्या पद्धतीने करणार आहे त्यावर त्याने खालीलपैकी कोणता प्रकार स्वीकारावा हे अवलंबून असते.

१) संशोधन परिकल्पना (Declarative Hypothesis) : ज्या परिकल्पनेमध्ये अनुभवात्मक, निर्णयात्मक, निश्चित असे विधान असते, ज्यामध्ये दोन किंवा अधिक चलांमधील संबंध स्पष्टपणे सांगितलेला असतो, त्यास 'संशोधन परिकल्पना' असे म्हणतात. उदा. मध्यम आर्थिक, सामाजिक, शैक्षणिक दर्जा असणाऱ्या पालकांची माध्यमिक शाळेत शिकणारी मुले ही कनिष्ठ आर्थिक, सामाजिक, शैक्षणिक दर्जा असणाऱ्या पालकांच्या माध्यमिक शाळेत शिकणाऱ्या मुलांपेक्षा अधिक शैक्षणिक प्रावीण्य मिळवितात.

२) शून्य परिकल्पना (Null Hypothesis) : संशोधन विषयाशी संबंधित दोन किंवा अधिक चलांमध्ये शून्य अंतर आहे असे या परिकल्पनेत गृहीत धरलेले असते. याला शून्य परिकल्पना किंवा सांख्यिकी परिकल्पना (Statistical Hypothesis) असेही म्हटले जाते. प्रायोगिक संशोधनात या प्रकारच्या परिकल्पनांचा उपयोग केला जातो. ज्या परिकल्पनेमध्ये दोन किंवा अधिक गटांच्या जनसंख्येच्या सांख्यिकीय मापनात फरक नाही असे म्हटले असते, त्या परिकल्पनेस 'शून्य परिकल्पना' असे म्हणतात. उदा. मध्यम आर्थिक, सामाजिक, शैक्षणिक दर्जा असणाऱ्या पालकांच्या माध्यमिक शाळेत शिकणाऱ्या मुलांच्या शैक्षणिक प्रावीण्यामध्ये आणि कनिष्ठ आर्थिक, सामाजिक, शैक्षणिक दर्जा असणाऱ्या पालकांच्या माध्यमिक शाळेत शिकणाऱ्या मुलांच्या शैक्षणिक प्रावीण्यामध्ये विशेष उल्लेखनीय फरक नसतो. ही परिकल्पना संशोधनाच्या अखेरीस मान्य झाली तर संशोधक असे म्हणतो की, वरील दोन्ही गटांत विशेष फरक नाही. जर ही परिकल्पना अमान्य झाली तर दोन गटांमध्ये फरक आहे हे सिद्ध होते.

३) प्रश्न परिकल्पना (Hypothesis in Question Form) : वरील परिकल्पना प्रश्नप्रकारात अशी होईल. मध्यम आर्थिक, सामाजिक, शैक्षणिक दर्जा असणाऱ्या

पालकांच्या माध्यमिक शाळेत शिकणाऱ्या मुलांच्या शैक्षणिक प्रावीण्यामध्ये आणि कनिष्ठ आर्थिक, सामाजिक, शैक्षणिक दर्जा असणाऱ्या पालकांच्या माध्यमिक शाळेत शिकणाऱ्या मुलांच्या शैक्षणिक प्रावीण्यामध्ये विशेष उल्लेखनीय फरक असतो का?

परिकल्पनांचा पडताळा- परिकल्पना कधीही सिद्ध केली जात नाही तर ती स्वीकृत अथवा अस्वीकृत ठरविली जाते.

संशोधकाने तयार केलेल्या परिकल्पनांच्या संदर्भात संशोधकाला माहिती उपलब्ध करून घेण्यासाठी योग्य असे साधन वापरावे लागेल. उपलब्ध झालेल्या माहितीचे वर्गीकरण करून अर्थनिर्वचन करावे लागेल. योग्य साधनाद्वारे प्राप्त केलेली सर्व माहिती (त्या परिकल्पनेशी संबंधित) जर परिकल्पनेशी सर्वार्थाने मिळतीजुळती असेल तर ती परिकल्पना स्वीकृत होईल.

एखादी विशिष्ट परिकल्पना घेऊन तार्किकदृष्ट्या सुसंगत अशी त्या परिकल्पनेची परिणाम करणारी विधाने तयार करावीत. अशी तयार झालेली विधाने आणि उपलब्ध माहिती यांच्यामध्ये उत्तम समन्वय असेल तर ती विशिष्ट परिकल्पना स्वीकृत होते.

सर्वमान्य नैसर्गिक, वैज्ञानिक आणि संशोधनाद्वारे स्वीकृत ठरलेल्या सूत्रांशी, नियमांशी, ती परिकल्पना स्वीकृत करताना कुठे विरोध दर्शवीत नसेल तर स्वीकृत करण्यास हरकत नाही.

संशोधकाने हा एक महत्त्वपूर्ण मुद्दा ध्यानात ठेवावा, तो म्हणजे परिकल्पना तयार केल्यानंतर त्यांची प्रत्येकी जी तर्कदृष्ट्या सुसंगत परिणाम करणारी विधाने तयार केली असतील त्यांचा आणि माहिती गोळा करणाऱ्या साधनाच्या वापराच्या वेळच्या सर्व वातावरणाचा पूर्ण सारखेपणा असावा.

संख्याशास्त्राच्या मदतीने आपल्याला परिकल्पना स्वीकृत अथवा अस्वीकृत ठरविता येते. प्रायोगिक पद्धतीमधील 'शून्य परिकल्पना' ही दोन्ही संख्याशास्त्रातील फरकामधून पडताळता येते. तसेच अपेक्षित संभाव्य परिणाम आणि प्रत्यक्षात दिसून आलेल्या परिणामांच्या फरकाच्या पडताळणीनेही परिकल्पना स्वीकृत अथवा अस्वीकृत ठरविता येते. यासाठी (प्रकरण १७ मधील पॉइंट १७.४ पहा).

७.१.९ संशोधन कार्यपद्धती (Research Methodology)

शैक्षणिक संशोधन विविध पद्धतींनी केले जाते. त्यांचे दोन पद्धतींनी विभाजन करता येते. प्रथमतः आपण कालमानानुसार केले जाणारे विभाजन पाहू. संशोधकाने आपले संशोधन कोणत्या पद्धतीने करावयाचे याची निश्चिती या सर्व पद्धतींची पुढील प्रकरणात येणारी माहिती अभ्यासून करावी. दुसऱ्या प्रकारचे विभाजन आपण नंतर पाहू.

अ) भूतकाळाशी संबंधित असणाऱ्या समस्यांचे संशोधन ऐतिहासिक संशोधन पद्धती.

ब) वर्तमानकाळाशी संबंधित असणाऱ्या समस्यांचे संशोधन वर्णनात्मक संशोधन पद्धती.

या प्रकारात पुढील पद्धती येतात–

१) सर्वेक्षण - अ) शालेय सर्वेक्षण (School Survey)

ब) लोकमत सर्वेक्षण (Public Opinion Survey)

क) सामाजिक सर्वेक्षण (Social Survey).

२) व्यक्तीअभ्यास (Case Study)

३) तौलनिक कार्यकारण पद्धती (Causal Comparative Study Ex. Post Facto Research)

४) सहसंबंध व पूर्वानुमान पद्धती (Correlation and Prediction Method)

५) तिर्यक संस्कृती व तुलनात्मक अभ्यास (Cross Cultural and Comparative Method)

६) वांशिक पद्धती (Genetic Method) : अ) रेखांशात्मक व तिर्यक छेदात्मक अभ्यास (Longitudinal and Cross Sectional Studies)

ब) अनुधावन पद्धती (Follow up Method)

क) प्रवृत्ती अध्ययन पद्धती (Trend Studies)

७) दस्तऐवज पृथक्करण (Documentary Analysis)

क) भविष्यकाळाशी संबंधित असणाऱ्या समस्यांचे संशोधन प्रायोगिक पद्धती.

१) एक गट पूर्व उत्तर चाचणी अभिकल्प.

२) दोन गृहीत समान गट - फक्त उत्तर चाचणी अभिकल्प.

३) यादृच्छिक निवड - दोन गट उत्तर चाचणी अभिकल्प.

४) दोन गट - यादृच्छिक जोडी निवड - उत्तर चाचणी अभिकल्प.

५) दोन गट - यादृच्छिक निवड - पूर्व व उत्तर चाचणी अभिकल्प.

६) सॉलोमन तीन गट - यादृच्छिक निवड अभिकल्प.

७) सॉलोमन चार गट - यादृच्छिक निवड अभिकल्प.

८) दोन किंवा अधिक स्वाश्रयी चलांसाठी प्रयोग सादृश पद्धती अभिकल्प.

९) दोन गट पूर्व व उत्तर चाचणी अभिकल्प यादृच्छिक निवडीने दोन समान गट करणे शक्य नसते तेव्हा.

१०) चक्रीय अभिकल्प.

आतापर्यंत आपण पहिल्या प्रकारच्या पद्धतींचे विभाजन पाहिले. आता दुसरा

विभाजन प्रकार पाहू. तो प्रकार म्हणजे – १) संख्यात्मक संशोधन २) गुणात्मक संशोधन.

हे विभाजन लक्षात ठेवायला अधिक सोपे आहे –

१) संख्यात्मक विभाजनात वरील सर्व पद्धती येतात.

२) गुणात्मक विभाजनात पुढील पद्धती येतात –

अ) व्यक्ती अभ्यास – ही पद्धती संख्यात्मक व गुणात्मक अशा दोन्ही विभागात येते. प्रक्रियेत फरक असतो.

ब) प्रकृतीवादी

क) तत्त्वज्ञानावर आधारित अभ्यास – अनुभवजन्य अभ्यास

ड) आधारसामग्रीवर आधारित सिद्धान्त

इ) दस्तऐवज पृथक्करण – ही पद्धती संख्यात्मक व गुणात्मक अशा दोन्ही विभागात येते. प्रक्रियेत फरक असतो.

संमिश्र पद्धती : काही वेळा संशोधकाला एकापेक्षा अधिक पद्धतींचा उपयोग संशोधनात करावा लागतो. कृतिसंशोधनात सर्वेक्षण + प्रायोगिक पद्धती अशा संमिश्र पद्धतीचा उपयोग बऱ्याच वेळा केला जातो. सर्वेक्षणाबरोबर तुलनात्मक कार्यकारण पद्धती, व्यक्तिअभ्यास, सहसंबंध पद्धती यांचाही वापर केला जातो. संशोधकाने संशोधन समस्येला योग्य अशी वरीलपैकी एक किंवा काही वेळा संमिश्र पद्धती निवडावी. यासाठी वरील सर्व पद्धतींचा अभ्यास करावा लागेल. त्यानंतर निवडलेल्या पद्धतीचे नाव व त्या पद्धतीचा स्वीकार का केला याचे स्पष्टीकरण द्यावे. पद्धतीची सविस्तर माहिती संशोधकाला असावी पण याठिकाणी त्याचे सविस्तर वर्णन करू नये.

संमिश्र पद्धतीचे एक उदाहरण म्हणजे जवाहरलाल विद्यालयातील काही विद्यार्थी शाळेत सतत उशिरा येतात. या परिस्थितीच्या कारणांचा शोध घेऊन त्यावर उपाययोजना सुचविणे. याठिकाणी सर्वेक्षण + प्रायोगिक अशा दोन पद्धती वापराव्या लागतील.

उशिरा येण्याची कारणे शोधणे, यासाठी सर्वेक्षण पद्धती.

योग्य उपायांचा प्रत्यक्ष उपयोग करणे, यासाठी प्रायोगिक पद्धती.

यावरून एक अत्यंत महत्त्वाचा मुद्दा लक्षात येतो. तो म्हणजे संशोधक कोणत्या प्रकारची माहिती मिळवू इच्छितो यावर 'पद्धती' ठरते. भूतकाळातील माहिती हवी आहे का वर्तमानकाळातील का भविष्यकाळात काय असावे यासंबंधी माहिती गोळा करावयाची यावर पद्धतीची निश्चिती अवलंबून असते.

मिश्र पद्धती म्हणजे संख्यात्मक आणि गुणात्मक पद्धतीचे एकत्रीकरण (या पुस्तकातील प्रकरण ११ विभाग 'अ' अभ्यासावे.)

जनसंख्या/ न्यादर्शन/ न्यादर्श (Population /Sampling Method/ Sample)

– या विषयावरील स्वतंत्र प्रकरण क्र. ८ नमुना निवड पद्धती अभ्यासावे. एखाद्या विशिष्ट गटातील एकूण सर्व प्रतिसादकांना जनसंख्या Population असे म्हणतात. अशा सर्व प्रतिसादकांवर संशोधन केले तर त्याला Census Method असे म्हणतात. ही संख्या निश्चितही असते. उदा. २०१३ फेब्रुवारी, मार्च मध्ये S.S.C. परीक्षेत बसलेले विद्यार्थी. याचप्रमाणे ही संख्या अनिश्चितही असू शकते. उदा. २०१२ या वर्षात महाराष्ट्रात एसटीने प्रवास केलेले एकूण पदवीधर. या जनसंख्येचा एकक परिमाण एक व्यक्ती, एक कुटुंब, एक गाव, एक तालुका, एक जिल्हा, एक राज्य, एक देश, एक संस्था, एक कारखाना, एक शाळा इ. असू शकते.

संपूर्ण जनसंख्येवर संशोधन अशक्य नसले तरी खर्च, वेळ या घटकांमुळे क्लेशदायक होते. म्हणून जनसंख्येचा प्रातिनिधिक नमुना घेतला तर त्या नमुनानिवडीला न्यादर्शन पद्धती Sampling Method व घेतलेल्या नमुन्याला Sample नमुना असे म्हणतात. संपूर्ण जनसंख्येवरील संशोधन आणि योग्य पद्धतीने प्रातिनिधिक नमुना निवडीवरील संशोधन यांच्या निष्कर्षात विशेष फरक येत नाही. फक्त यामध्ये दोन तत्त्वे पाळावी लागतात. ती म्हणजे प्रत्येक एककाला नमुन्यामध्ये येण्याची शक्यता असावी आणि एकाच्या निवडीचा दुसऱ्याच्या निवडीवर परीणाम होता कामा नये.

नमुना निवडीचे दोन प्रकार आहेत.

१) संभाव्यतेवर आधारित पद्धती म्हणजेच यादृच्छिक नमुना निवड पद्धती (Random Sampling Methods)

अ) सुगम यादृच्छिक नमुना निवड पद्धती : यातील प्रकार पुढीलप्रमाणे – १) लॉटरी पद्धती २) सारणी पद्धती ३) ग्रीड पद्धती ४) ठरावीक क्रम पद्धती – नियमबद्ध नमुना निवड.

ब) स्तरीय यादृच्छिक नमुना निवड पद्धती (Stratified Random Sampling Method) : १) प्रमाणबद्ध स्तरीय नमुना निवड पद्धती (Proportionate) २) विषमप्रमाणी स्तरित नमुना निवड (Disproportionate) ३) बहुस्तरीय यादृच्छिक नमुना निवड पद्धती (Multi Stage Sampling) ४) यादृच्छिक गुच्छ नमुना निवड पद्धती (Random Group Sampling Methods).

२) असंभाव्यतेवर आधारित पद्धती

अ) प्रासंगिक किंवा सहजप्राप्त नमुना निवड पद्धती (Incidental Sampling Method)

ब) हिश्शेखानी पद्धती, निर्दिष्टांश नमुना पद्धती (Quota Sampling Method)

क) सहेतुक नमुना निवड पद्धती (Purposive Sampling Method)

ड) पुनरुक्ती नमुना निवड पद्धती (Repetitive Sampling Method)

इ) निवाडा नमुना निवड पद्धती (Judgement Sampling Method)

संशोधकाने आराखड्यात संबंधित संशोधनाची जनसंख्या स्पष्ट करावी. त्यानंतर न्यादर्शन नमुना निवड पद्धतींचा अभ्यास करून त्यांपैकी कोणती पद्धती स्वीकारणार व त्याचे कारण स्पष्ट करावे. नमुन्याचा आकार स्पष्ट करावा. या पद्धतीचे गुण-दोष त्यास माहीत असले पाहिजेत. पुढे वापरल्या जाणाऱ्या संख्याशास्त्राचाही यावेळी संशोधकाने विचार निश्चित करावा.

माहिती संकलनाची साधने/तंत्रे :

१) निरीक्षण

२) मुलाखती.

३) प्रतिसादकास प्रश्न विचारून लिखित स्वरूपात माहिती घेण्याचे प्रकार - अ) प्रश्नावली ब) शेड्यूल अनुसूची क) पडताळा सूची ड) गुणांकपत्रिका इ) मनोवृत्ती मापन फ) पदनिश्चयन श्रेणी

४) समाजमिती

५) मानसशास्त्रीय कसोट्या - अ) प्रावीण्य कसोटी ब) अभियोग्यता किंवा विशिष्ट कार्यशक्ती कसोटी क) बुद्धिमापन कसोटी ड) अभिरुची शोधिका इ) व्यक्तिमत्त्व शोधिका फ) अभिवृत्ती शोधिका इ.

माहिती संकलनाच्या विविध साधनांच्या व तंत्रांच्या गुण-दोषांची संशोधकास माहिती हवी. यांपैकी कोणत्या साधनांचा व तंत्रांचा तो संशोधनात वापर करणार आहे व का याची माहिती येथे देणे अपेक्षित आहे.

माहिती विश्लेषणाची संख्याशास्त्रीय साधने (Tools for Data Analysis) : मध्यमान, मध्यांक, बहुलक, प्रमाणविचलन, सहसंबंध गुणक, प्रसामान्य संभाव्य वक्र, टी परीक्षिका, झेड परीक्षिका, काय स्क्वेअर, शेकडेवारी, ॲनोव्हा, अँकोव्हा इ. संख्याशास्त्रीय साधनांपैकी कशाचा उपयोग संशोधक माहिती विश्लेषणासाठी करणार आहे याची माहिती येथे देणे अपेक्षित आहे.

संशोधकासमोर संशोधनसमस्या अथवा ज्या परिकल्पना आहेत त्यांचे अनुक्रमे उत्तर मिळण्यासाठी अथवा तपासण्यासाठी ज्या संख्याशास्त्रीय साधनांची आवश्यकता आहे. त्याचा या पायरीमध्येच विचार होणे आवश्यक आहे. ज्या संख्याशास्त्राच्या साहाय्याने निवडलेल्या नमुन्यावरून संपूर्ण जनसंख्येसंबंधी अनुमान काढता येते त्या संख्याशास्त्रास 'अनुमानात्मक संख्याशास्त्र' असे म्हणतात. Inferential Statistics त्याचाही विचार येथे व्हावा.

७.१.१० व्याप्ती, मर्यादा आणि परिमर्यादा (Scope, Limitation and Delimitations)

• **व्याप्ती** (Scope) : संशोधन कोणत्या भौगोलिक विभागाशी संबंधित आहे, त्यातील कोणत्या लोकांशी संबंधित आहे, त्यांचा कोणत्या घटकांशी संबंध आहे व कोणत्या कालखंडाशी संबंधित आहे. याची माहिती देणे म्हणजे संशोधनाची व्याप्ती स्पष्ट करणे होय. तसेच संबंधित संशोधनाचे निष्कर्ष कुणाला लागू पडतील याचे वर्णन करणे म्हणजे संशोधनाची व्याप्ती स्पष्ट करणे होय. थोडे सूक्ष्मपणे पाहिले तर व्याप्तीचा संबंध परिमर्यादांशी आहे.

• **मर्यादा** (Limitation) : संशोधनात ज्या घटकांवर संशोधकाचे नियंत्रण नसते व जे घटक संशोधनाच्या निष्कर्षांना मर्यादा घालतात त्यांचा उल्लेख करणे म्हणजे संशोधनाच्या मर्यादा सांगणे. उदा. विशिष्ट शाळेमध्ये संशोधकाला प्रायोगिक पद्धतीने संशोधन करण्यासाठी एका इयत्तेच्या चार तुकड्यांची आवश्यकता असेल व प्रत्यक्षात काही अडचणींमुळे दोनच तुकड्या उपलब्ध झाल्या तर ती त्या संशोधनाची मर्यादा ठरते. पत्रद्वारा मागविलेल्या प्रश्नावल्या, अतिशय प्रामाणिक प्रयत्न करूनही फक्त ५५% परत आल्या तर निष्कर्षांवर मर्यादा पडतात. ती त्या संशोधनाची मर्यादा होय.

• **परिमर्यादा** (Delimitations) : संशोधन प्रक्रियेत संशोधकाने संशोधनाला स्वत:हून काही परिमर्यादा घातलेल्या असतात. काही सीमारेषा आखून त्या सीमारेषांच्या बाहेर संशोधक संशोधन प्रक्रिया नेणार नसतो. त्यांना आपण 'परिमर्यादा' म्हणतो. आपण काही उदाहरणे पाहू या – १) संशोधकाने माध्यमिक शाळा म्हणून फक्त ९ वी चाच वर्ग घेतला. २) संशोधकाने फक्त मराठी माध्यमाचाच वर्ग घेतला. ३) संशोधकाने पाठ्यक्रमातील १० युनिट न घेता फक्त ५ युनिटच संशोधनासाठी घेतली. या तीनही उदाहरणात आपण पाहू शकतो की संशोधकाने स्वत:हून या परिमर्यादा घालून घेतल्या आहेत. प्रत्यक्षात उदाहरण एकमध्ये तो ९ वी, १० वी असे दोन्ही वर्ग घेऊ शकतो. उदाहरण दोनमध्ये मराठीबरोबर त्या शाळेत असल्यास इंग्रजी माध्यमाचा वर्गही घेऊ शकतो व तीनमध्ये १० ही युनिट घेऊ शकतो. परंतु, संशोधकाने संशोधन प्रक्रियेच्या योग्य कार्यवाहीसाठी किंवा काही कारणाने स्वत:हून ही बंधने घालून घेतली आहेत. मर्यादांवर संशोधकाचे नियंत्रण नसते तर परिमर्यादा या संशोधकाने स्वत:हून ठरविलेल्या असतात.

७.१.११ प्रकरणीकरण (Chapterization)

संशोधन पूर्ण झाल्यावर संशोधक त्याचे अहवाललेखन करणार असतो. या अहवालात किती व कोणकोणती प्रकरणे असतील याचे नियोजन संशोधक या पायरीमध्ये

मांडत असतो. हा अहवाल क्रमबद्ध व तर्कशुद्ध होण्यासाठी सर्वसामान्यपणे संशोधन अहवालात पुढील पाच प्रकरणे क्रमाने यावीत.

प्रकरण १. प्रस्तावना – समस्येची गरज, महत्त्व, उद्दिष्टे, समस्याकथन, समस्येतील महत्त्वाच्या शब्दांच्या कार्यात्मक व्याख्या, गृहीतके, व्याप्ती, मर्यादा, परिमर्यादा, परिकल्पना.

प्रकरण २. संबंधित साहित्य व संशोधनाचे परिशीलन.

प्रकरण ३. संशोधन पद्धती – संशोधनासाठी कोणती पद्धती वापरली, मार्गदर्शक अभ्यास, नमुना, चले, माहिती संकलनाची साधने, वर्गीकरण, कोष्टके कशी केली, संख्याशास्त्र कोणते वापरले, कालावधी.

प्रकरण ४. माहितीचे संकलन व विशदीकरण – विविध साधने, त्यातील प्रश्न, त्यांचे मिळालेले प्रतिसाद, विविध कोष्टके, विशदीकरण.

प्रकरण ५. सारांश व निष्कर्ष – पुन्हा प्रकरण पहिले व तिसरे यांची थोडक्यात मांडणी विभागानुसार, गटानुसार निष्कर्ष, सामान्यीकरण, परिकल्पनांची तपासणी, त्यानुसार शिफारशी व पुढील संशोधनासाठी विषय. हा अहवालाचा 'ब' विभाग आहे.

अ) प्रकरण १८ मधील पॉइंट १८.४ प्राथमिक विभाग, प्रकरण १८ मधील पॉइंट १८.६ संदर्भ विभाग. हे वाचून तिन्ही विभाग समजून घ्यावेत.वरील ५ प्रकरणेच असावीत हे बंधनकारक नाही. काही वेळा प्रकरण ४ फार मोठे होते व त्याचे योग्य विभाजन करून २ किंवा ३ प्रकरणे करावी लागतात. तथापि, अहवाल लेखनाचा हा क्रम हे लॉजिक, ही तर्कशुद्धता सोडू नये. एवढी काळजी घ्यावी.

७.१.१२ संशोधनाचे वेळापत्रक (Time Table of the Study)

संशोधन प्रक्रिया समस्येपासून सुरू होते व संशोधन अहवाल टंकलिखित करून संबंधित संस्थेला अथवा विद्यापीठाकडे सादर करणे ही शेवटची प्रक्रिया होय. यातील प्रत्येक घटकाला किती कालावधी लागेल याची महिना व वर्षानुसार एक योजना तयार करावी. यामध्ये सर्वसाधारणपणे पुढील घटक येतात – १) प्राथमिक वाचन २) आराखडा तयार करणे व त्याचे सादरीकरण ३) संबंधित साहित्य व संशोधनाचे परिशीलन ४) साधनांची निर्मिती ५) माहिती संकलन ६) माहितीचे वर्गीकरण, विश्लेषण, अर्थनिर्वचन ७) अहवाल लेखन ८) संगणक टंकलेखन, बांधणी, एम्बॉसिंग ९) अहवाल सादर करणे या प्रत्येक घटकापुढे दिवसांचा, महिन्यांचा उल्लेख हवा. एम. एड., एम. फिल., पीएच. डी. या स्तरानुसार व उपलब्ध वेळेचा विचार करून हे नियोजन करावे व त्या बरहुकूम कार्यवाही करावी.

७.१.१३ संदर्भ (Reference)

आराखडा तयार करेपर्यंत संबंधित संशोधन विषयासाठी कोणते विषयग्रंथ व संशोधनग्रंथ वाचले व त्यांपैकी ज्यांचा अहवालात प्रत्यक्ष उपयोग केला तेवढ्याच ग्रंथांची यादी ए.पी.ए. स्टाईलमध्ये बसते. जी नुसती वाचली पण त्यांचा प्रत्यक्ष वापर नाही त्यांचा उल्लेख संदर्भामध्ये येत नाही. जेव्हा संदर्भग्रंथयादी असते. तेव्हा फक्त वाचलेली व प्रत्यक्ष उपयोग केलेली, वापरलेली अशा दोन्ही पुस्तकांची यादी येते पण हे ए. पी. ए. पद्धतीत बसत नाही.

७.१.१४ परिशिष्टे (Appendixes)

संशोधन अहवालात नसलेला परंतु त्यास पोषक ठरणारा असा सर्व संदर्भ विभाग म्हणजे 'परिशिष्ट' होय. आराखड्यात आवश्यक असल्यास त्याचा समावेश करावा. यामध्ये मोठे उतारे, कोष्टके, प्रश्नावल्या, मुलाखतीचे मुद्दे, नकाशे, संख्याशास्त्राचे तक्ते इ. भाग येतात. हे प्रामुख्याने संशोधन अहवालातच येते.

७.२ पथदर्शक अभ्यास (Pilot Study)

प्रत्यक्ष संशोधन करताना येणाऱ्या अडचणींचा पूर्वीच अंदाज घेऊन त्या अडचणी दूर व्हाव्यात या हेतूने अत्यंत लहान प्रमाणात पण वैज्ञानिक पद्धतीने संपूर्ण संशोधन प्रक्रिया पूर्ण करणे म्हणजे पथदर्शक अभ्यास होय. सर्व संशोधन प्रक्रिया अगदी लहान प्रमाणात पूर्ण केली जाते. यामध्ये प्रतिसादकांची संख्या अगदी थोडी घ्यावी. प्रमुख संशोधनात प्रतिसादकांची संख्या अडीच हजार असेल तर पथदर्शक अभ्यासात अडीचशे प्रतिसादक पुरेत. इथे एक महत्त्वाचा मुद्दा ध्यानात ठेवणे आवश्यक आहे. प्रमुख संशोधनातील अडीच हजार प्रतिसादक यादृच्छिक पद्धतीने निवडावेत पण पथदर्शी अभ्यासातील अडीचशे प्रतिसादक मात्र सहकार्य करणारे असेच निवडावेत. संशोधकाने यांची निवड स्वेच्छेने करावी. पथदर्शक अभ्यासात संशोधकाने स्वेच्छेने योग्य वाटणारे प्रतिसादक निवडणे हे गैर नाही तसेच ते अशास्त्रीयही नाही. पथदर्शक अभ्यासाच्या व प्रत्यक्ष संशोधनाच्या उद्दिष्टात फरक आहे. पथदर्शक अभ्यासाद्वारे संशोधक संशोधन प्रक्रियेच्या कार्यवाहीतील अडचणी शोधत असतो, परिकल्पनांची निश्चिती होण्यास त्याचा उपयोग होणार असतो. तथापि, त्यातून निघणारे निष्कर्ष म्हणून जाहीर करणार नसतो. प्रत्यक्ष संशोधनानंतरच हे कार्य होणार असते. या ठिकाणी जर उत्साही, तरतरीत, सहकार्यशील असे प्रतिसादक निवडले तर काही गैर नाही. अर्थात, इथेही यादृच्छिक नमुना निवडला तरीही चालते. G. Terry Page J. B. Thomas with A. R. Marshall म्हणतात, "Pilot Study - Exploratory study undertaken before embarking upon a major project, research study or investigation. Pilot studies may be undertaken for various purposes. When the viability or practicality of a large project or study is being questioned the pilot study is termed a feasibility study. Pilot studies may also be undertaken to refine tentative views, to give methods a trial run, or to sample several alternative approaches before committing more resources."

पथदर्शक अभ्यासात माहिती गोळा करण्याची विविध साधने वापरावीत. याचा उपयोग असा होतो की, त्यातील सोईस्कर नसलेली, अयोग्य वाटणारी, दोष, उणिवा असणारी साधने प्रत्यक्ष संशोधनात दुरुस्त करून वापरता येतात. त्यांपैकी पूर्णपणे अयोग्य वाटणारी साधने त्याज्य ठरविता येतात. संशोधक आपल्या संशोधन समस्येच्या संदर्भात अनेक सहकाऱ्यांशी, तज्ज्ञांशी चर्चा करतो. यापैकी कुणाचीही निवड पथदर्शक म्हणून करू नये. पथदर्शक अभ्यासात व मुख्य संशोधनात त्यांना प्रतिसादक म्हणून घेऊ नये. कारण संशोधकाच्या मतांची त्यांना जाणीव झालेली असते व त्याचा अयोग्य परिणाम त्यांच्या प्रतिसादावर होण्याची शक्यता असते.

८

नमुना निवड पद्धती

८.१ नमुना निवड पद्धती

८.२ नमुना निवड पद्धतीची गृहीतके व महत्त्व

८.३ नमुना निवड पद्धतीचे फायदे-तोटे

८.४ संभाव्यतेवर आधारित पद्धती

८.५ असंभाव्यतेवर आधारित पद्धती

८.१ नमुना निवड पद्धती

शैक्षणिक संशोधनामध्ये समस्येचे उत्तर शोधून संशोधन प्रक्रिया पूर्ण करण्यासाठी जी माहिती प्राप्त करावी लागते ती व्यक्ती व संस्थांकडून मिळवावी लागते. यांनाच 'प्रतिसादक' असे म्हणतात. प्रतिसादकांमध्ये काही गुणधर्म समान असतात. एखाद्या विशिष्ट गटातील सर्व प्रतिसादकांना जनसंख्या हे नाव आहे. ही जनसंख्या निश्चित असू शकते. तशीच काही वेळा अनिश्चित न मोजता येणारी, अनंतही असू शकते. २०१३-२०१४ या शैक्षणिक वर्षात महाराष्ट्र राज्यास एस्.एस्.सी. परीक्षेस बसणारी मुले निश्चित जनसंख्या म्हणता येईल तर रेल्वेने प्रवास करणाऱ्या पदवीधरांची २०१३ मधील एकूण संख्या, हिंदी चित्रपट पाहणाऱ्या सुशिक्षित व अशिक्षितांची २०१३ मधील संख्या, ही अनिश्चित अथवा अनंत गटात मोडते. याचप्रमाणे जनसंख्या ही वास्तव असू शकते. उदा. १९८८-८९ या शैक्षणिक वर्षात शिवाजी विद्यापीठात शिक्षण घेत असलेल्या विद्यार्थ्यांची एकूण संख्या. तसेच जनसंख्या, ही काल्पनिक, गृहीताधारित, परिकल्पित असू शकते. प्रायोगिक पद्धतीमधून जी एखादी पद्धती योग्य सिद्ध होते, तेव्हा तिचा उपयोग पुढे येणाऱ्या काल्पनिक विद्यार्थिसंख्येसाठी केला जातो.

संशोधनप्रक्रियेत जी जनसंख्या विचारात घेतली जाते तिच्या एककाचे परिमाण हे एक व्यक्ती, एक कुटुंब, एक गाव, एक संस्था, एक कारखाना, एक शाळा, एक तालुका, एक जिल्हा, एक राज्य असे संशोधनाच्या आवश्यकतेनुसार असू शकते.

संशोधनप्रक्रियेत संपूर्ण जनसंख्येचा समावेश करणे हे अशक्य नसले तरी बऱ्याच वेळा अत्यंत त्रासदायक ठरते. त्यामुळे खर्च वाढतो व वेळही फार लागतो. याचाच परिणाम म्हणून जनसंख्येचा प्रातिनिधिक नमुना, यादृच्छिक नमुना निवडण्याची संकल्पना पुढे आली.

संशोधकाने आपल्या संशोधन प्रक्रियेत जर संपूर्ण जनसंख्येचा समावेश केला तर त्या संशोधनात 'जनसंख्या निवड पद्धती' वापरली असे म्हटले जाते. त्याने जर त्या जनसंख्येचा प्रातिनिधिक नमुना घेतला तर नमुना निवड पद्धती वापरली असे म्हटले जाते.

नमुना निवडीसंबंधी George & Hatt म्हणतात, "A sample, as the name implies, is smaller representative of a larger whole."

या संबंधातच बोगार्ड्सची व्याख्या पुढीलप्रमाणे आहे, "Sampling is the selection of certain percentage of a group items according to a Pre-determined plan."

जॉर्ज व हॅट यांनी आपल्या भाषेत नमुना याचा अर्थ मोठ्या गटातून प्रातिनिधिक स्वरूपाचा लहान गट असा दिला आहे. बोगार्ड्स यांच्या मताप्रमाणे नमुना-निवड म्हणजे पूर्वनियोजित योजनेनुसार (मोठ्या गटातून) ठरावीक टक्केवारी निवडणे.

नमुना-निवड जर पूर्णपणे प्रातिनिधिक स्वरूपाची असेल तर त्या निवडलेल्या नमुन्याचा उपयोग करून आलेले संशोधन निष्कर्ष आणि संपूर्ण जनसंख्येवर तीच संशोधन-पद्धती वापरून त्यातून आलेले संशोधन निष्कर्ष यामध्ये तफावत अथवा फरक येत नाही.

नमुना निवड प्रातिनिधिक होण्यासाठी दोन प्रमुख तत्त्वांचा विचार महत्त्वपूर्ण ठरतो. ही दोन प्रमुख तत्त्वे पूर्णतः पाळली तर नमुना निवड प्रातिनिधिक होते. पहिले तत्त्व म्हणजे जनसंख्येतील प्रत्येक एककाला नमुन्यामध्ये येण्याची शक्यता असणारी नमुना निवड पद्धती वापरावी. दुसरे तत्त्व म्हणजे एकाच्या निवडीचा दुसऱ्या कोणाच्याही निवडीवर विपरीत परिणाम होता कामा नये.

८.२ नमुना निवड पद्धतीची गृहीतके व महत्त्व

अ) गृहीतके : १) जनसंख्येतील सर्व घटकांमध्ये, एककांमध्ये काही बाबतीत फरक असला तरी त्यांच्या मूलभूत गुणवैशिष्ट्यांमध्ये सारखेपणा असतो. २) जनसंख्येतून

प्रातिनिधिक स्वरूपाचा छोटा गट निवडणे शक्य आहे व त्या गटाच्या व संपूर्ण जनसंख्येच्या गुणवैशिष्ट्यांमध्ये एकसारखेपणा असतो. फक्त त्या गटाची निवड यादृच्छिक नमुना निवड पद्धतीने केली पाहिजे. ३) योग्य पद्धतीने निवडलेल्या नमुन्याचा उपयोग करून पूर्ण केलेल्या संशोधनाचे निष्कर्ष व संपूर्ण जनसंख्येचा उपयोग करून पूर्ण केलेल्या संशोधनाचे निष्कर्ष यांच्यामध्ये शंभर टक्के सारखेपणा येणार नसला, तरी त्याच्या साधारण जवळ जाणारी टक्केवारी येते. ज्यायोगे अगदी बिनचूक नसले तरी जवळजवळ बिनचूक निष्कर्ष काढता येतात.

ब) महत्त्व : १) संशोधनात निवडल्या गेलेल्या एककांची संख्या मर्यादित असल्याने संशोधनासाठी विस्तृत क्षेत्र निवडता येते. उदा. संपूर्ण महाराष्ट्र राज्यातील माध्यमिक शाळांमध्ये इयत्ता पाचवीला इंग्रजी विषय शिकविणाऱ्या अध्यापकांच्या समस्यांचा अभ्यास करणे, हे नमुना निवड पद्धतीने शक्य आहे. २) संशोधनात निवडल्या गेलेल्या एककांची संख्या मर्यादित असल्याने त्यांचा सखोल अभ्यास करणे शक्य होते. याउलट, संशोधनासाठी संपूर्ण जनसंख्या निवडली तर संशोधकाची इच्छा असूनही अमर्याद एककांचा सखोल अभ्यास करणे शक्य होत नाही. ३) संशोधनातील एकक मर्यादित असल्याने मिळालेली माहितीसुद्धा मर्यादित असते. या मर्यादित माहितीचे योग्य पृथक्करण, सारणीकरण, अर्थनिर्वचन करता येते. ४) मर्यादित एककांमुळे त्यांची माहिती मिळविणे, त्यांना विविध कसोट्या देणे हे कार्य सुलभ होते.

८.३ नमुना निवड पद्धतीचे फायदे–तोटे

फायदे : १) या पद्धतीने वेळेची, पैशाची व उपलब्ध साधनांची बचत होते. निवडले गेलेले एकक हे संख्येने मर्यादित असतात. २) मर्यादित एकक, प्रतिसादक असल्याने संशोधन प्रक्रिया अधिक सखोल, सविस्तर होते व त्यामुळे निष्कर्ष अधिक वैध, विश्वसनीय, अचूक निघू शकतात. ३) संशोधन प्रक्रियेमधील माहिती गोळा करीत असताना प्रतिसादकांची संख्या मर्यादित असल्याने संशोधकाला प्रशासकीयदृष्ट्या सुलभ ठरते. उदा. एखाद्या संशोधनात जनसंख्या पाच हजार आहे व नमुना पाचशे प्रतिसादकांचा आहे. त्यांची समायोजनक्षमता, स्वसंकल्पना व बुद्धिगुणांक काढण्यासाठी कसोट्या आयोजित करावयाच्या आहेत. पाच हजार प्रतिसादकांसाठी संशोधकाला प्रशासकीय आयोजन करावे लागेल. किती परिश्रम घ्यावे लागतील ? किती ऊर्जा खर्च होईल ? याउलट, पाचशे प्रतिसादकांना या कसोट्या आयोजित करताना फार मोठे प्रशासकीय हा सोपेपणा लाभेल.

तोटे : १) प्रत्येक संशोधनात निवडला गेलेला नमुना पूर्णपणे प्रातिनिधिक असेलच याची खात्री देता येणार नाही. यादृच्छिक पद्धतीने निवडला गेलेला नमुना हा

सर्वसाधारणपणे प्रातिनिधिक असतो. तथापि, याची खात्री काय ? समजा शंभर या जनसंख्येतून दहा हा नमुना गट निवडला, तो यादृच्छिक पद्धतीने निवडला, पण योगायोगाने निवडले गेलेले दहाही प्रतिसादक अतिशय बुद्धिमान निघाले तर संपूर्ण जनसंख्येसंबंधी काढले गेलेले निष्कर्ष हे चुकीचे ठरतील. २) संशोधनप्रक्रियेत संपूर्ण जनसंख्या घेतली व ती शंभर आहे असे मानले आणि एका एककाच्या माहिती घेण्यात चूक झाली तर संशोधनप्रक्रियेवर व निष्कर्षांवर त्याचा एक टक्का अयोग्य परिणाम होतो. याउलट, नमुना पद्धतीत जर दहा टक्के नमुना घेतला असेल म्हणजेच शंभरपैकी दहा एककांचाच संशोधनप्रक्रियेत समावेश केला असेल आणि एका एककाच्या माहिती घेण्यात चूक झाली तर संशोधनप्रक्रियेवर व निष्कर्षांवर दहा टक्के परिणाम होतो.

नमुना निवड पद्धतीच्या फायद्यांकडे व तोट्यांकडे पाहता नमुना निवड पद्धती ही संशोधन पद्धतीस अत्यंत आवश्यक आहे व त्यामध्ये जे दोष, ज्या उणिवा आहेत, त्या दूर करून किंवा कमी करून नमुना निवड पद्धतीचा उपयोग अनेक संशोधनासाठी अपरिहार्य आहे असा निष्कर्ष काढता येईल.

नमुना निवडीच्या विविध पद्धतींची माहिती घेण्यापूर्वी एका महत्त्वपूर्ण प्रश्नाचा विचार करावासा वाटतो. तो प्रश्न म्हणजे नमुन्याचा आकार किती असावा ?

यासंबंधात बेस्टने असे म्हटले आहे – "There is no fixed number or percentage of subjects that determines the size of an adequate sample."

यावरून योग्य नमुन्याचे निश्चित प्रमाण ठरलेले नसते असे आपल्या ध्यानात येते. संशोधकास उपलब्ध असणारा वेळ व पैसा, प्रतिसादकांची उपलब्धता व माहिती मिळाल्यानंतर त्याचे करावे लागणारे पृथक्करण याचा आधी पूर्ण विचार करून नमुन्याचा आकार ठरवावा लागतो. याचबरोबर तो नमुना जनसंख्येसंबंधी निष्कर्ष काढता येण्याइतका प्रातिनिधिक प्रमाणात असावा हेही पाहावे लागते. जेवढा नमुना मोठा तेवढी नमुन्यामुळे येणारी त्रुटी कमी असते. सर्वेक्षण पद्धतीमध्ये प्रायोगिक पद्धतीपेक्षा मोठ्या प्रमाणात नमुना निवडला जातो. जनसंख्या फार मोठी असेल तर नमुना एक टक्कासुद्धा असतो व ती फार लहान असेल तर ५०% सुद्धा नमुना असतो.

नमुना निवडीच्या विविध पद्धती : नमुना निवड पद्धतींचे पुढील दोन प्रमुख विभागांत वर्गीकरण करता येईल– १) संभाव्यतेवर आधारित पद्धती २) असंभाव्यतेवर आधारित पद्धती.

८.४ संभाव्यतेवर आधारित पद्धती

या विभागात ज्या विविध पद्धती येतात, त्या संभाव्यतेच्या शास्त्रशुद्ध पायावर आधारित असतात. जनसंख्येतील प्रत्येक एककाला या पद्धतींमध्ये निवडीची शक्यता,

संभाव्यता असते. निवडलेला नमुना हा खऱ्या अर्थाने प्रातिनिधिक असतो. निघणारे निष्कर्षही संपूर्ण जनसंख्येला खऱ्या अर्थाने लागू पडतात. या पद्धतींनाच यादृच्छिक नमुना निवड पद्धती असे संबोधले जाते. या गटामध्ये पुढील पद्धतींचा समावेश होतो.

१) सुगम यादृच्छिक नमुना निवड पद्धती : जनसंख्येतील प्रत्येक घटकास किंवा एककास या पद्धतीमध्ये, नमुन्यामध्ये निवडले जाण्याची समान शक्यता असते. तसेच एकाच्या निवडीने दुसऱ्या एककाच्या निवडीवर कोणताही विपरीत परिणाम होत नाही. या दोन प्रमुख तत्त्वांवर ही पद्धती आधारित आहे. ही नमुना निवड पुढील प्रकारांनी करता येते.

अ) लॉटरी पद्धती : जनसंख्येतील सर्व एककांना अनुक्रम दिले जातात. एका चिठ्ठीवर एक क्रमांक असे क्रमाने क्रमांक दिले जातात. या चिठ्ठ्यांच्या सुरळ्या करून एका खोक्यात टाकल्या जातात. ते खोके काही काळ हलवले जाते. त्यामुळे सर्व सुरळ्या एकमेकांत मिसळतात. नंतर आवश्यक नमुन्याच्या प्रमाणात खोक्यातून सुरळ्या बाहेर काढल्या जातात. त्यामध्ये ज्या एककांचे क्रमांक असतात त्या सर्व एककांचा समावेश नमुना म्हणून होतो.

ब) सारणी पद्धती : शास्त्रीय पद्धतीने तयार केल्या गेलेल्या सारणींमधून आपणास आवश्यक तो नमुना निवडता येतो. फिशर, टिपेट, येट्स यांच्या अशा सारणी प्रसिद्ध आहेत. या सारणी एक, दोन, तीन, चार, पाच अंकांच्या असतात. शैक्षणिक संशोधन व संख्याशास्त्राच्या पुस्तकात अशा सारणी उपलब्ध होऊ शकतात. उदा. Understanding and Conducting Research Applications in Education and the Behavioural Sciences. Emanuel J. Mason. William J. Bramble. या पुस्तकात ३७५, ३७६, ३७७, ३७८, ३७९ या पानांवर Appendix B 1 मध्ये एक, दोन, तीन अंकांच्या सारणी दिलेल्या आहेत.

प्रथम जनसंख्येतील प्रत्येक एककाला स्वतंत्र क्रमांक द्यावेत. वरील सारणीपैकी कोणत्याही सारणीचे एक पान काढावे. आपल्याला हव्या असणाऱ्या नमुना निवडीची संख्या लक्षात घेऊन त्या प्रमाणात क्रमाने अंक लिहावेत. एखादा अंक पुन्हा आला असेल तर तो वगळावा. आपले नमुना निवडीचे प्रमाण पूर्ण झाले की थांबावे. काही सारणींमध्ये पाच अंकी संख्या असतात, आपल्याला तीन अंकीच संख्या हव्या असतील तर पहिल्या दोन अंकांचा विचार करू नये. उदा. आपल्या संशोधनातील जनसंख्या एक हजार आहे व आपल्याला त्यातील शंभर एकक नमुना म्हणून हवे आहेत. आपण उघडलेल्या पानावर पुढीलप्रमाणे पाच अंकी संख्या आहेत.

४२८२७	७०२०३	७८५६९	६०२८१
४१५१९	८४६१२	३०८७७	३७९८९
३८२७३	९११०५	३३८११	३१६४१
४८२२५	६५२९०	८५९९८	११५२८
५६५०६	२७८४१	५६५६०	२८९४७
०९२८०	५१२१३	९६३३६	७९२८८
७३१८४	२६६८९	०५९२८	६५८६९
५२६७७	२३०२७	५१५११	८७२५१

Methodology and Techniques of Social Research Wilkinson & Bhandarkar या पुस्तकातील ३०१ पानावरील एक सारणी आहे. आपल्या संशोधनातील जनसंख्या एक हजार आहे. त्यामुळे पहिल्या दोन अंकांचा विचार न करता पहिल्या संख्येतील ८२७, दुसऱ्यातील ५१९, तिसऱ्यातील २७३ या क्रमाने शेवटी २५१ असे ३२ एकक निवडले गेले. दुसऱ्या पानातील सारणीमधून ३२, तिसऱ्या पानातील ३२ व चौथ्या पानातील ४ अशा पद्धतीने आपली १०० ही नमुना निवड पूर्ण करावी. एखाद्या क्रमांकाची पुनरावृत्ती झाल्यास पुढचा क्रमांक घ्यावा. यातील एका आड एक रांगेतील अनुक्रमही आपण घेऊ शकतो.

२) ग्रीड पद्धत : जेव्हा एखाद्या विशिष्ट भौगोलिक प्रदेशातून काही भाग एकक म्हणून निवडावयाचे असतील तेव्हा ही पद्धती वापरतात. त्या प्रदेशाच्या नकाशावर काही चौकोन कापलेला एक पडदा पसरावा. जेवढे चौकोन करून दिसतील तेवढा प्रदेश एकक म्हणून वापरावा.

३) ठरावीक क्रम पद्धती नियमबद्ध नमुना निवड : जनसंख्येतील प्रत्येक एककाला विशिष्ट अनुक्रम द्यावेत. नमुना निवडीची संख्या ठरवावी. जनसंख्येला नमुना निवड संख्येने भागावे. ती संख्या 'क्ष' मानावी. १ ते क्ष पर्यंतची कोणतीही संख्या यादृच्छिक पद्धतीने निवडावी. ती पहिली संख्या, ती संख्या + क्ष ही दुसरी, ती संख्या + २ क्ष ही तिसरी या क्रमाने पुढे जावे. उदा. जनसंख्या एक हजार आहे. नमुना निवड २०० आहे. १०००=५. १ ते ५ यामधून यादृच्छिक पद्धतीने २ ही संख्या आली. आता १००० या जनसंख्येमधून पुढील क्रमांक नमुना निवडीत येतील. २, २+५, २+१०, २+१५, २+२०.....किंवा पहिल्या २ या संख्येत ५ मिळवावेत व येणाऱ्या संख्येत ५ मिळवावेत, पुन्हा येणाऱ्या संख्येत ५ मिळवावेत. जसे

२, ७, १२, १७, २२, २७, ३२.....

४) स्तरीय यादृच्छिक नमुना निवड पद्धती : जनसंख्या एकस्तरीय नसून त्यात स्पष्ट दिसून येणारे थर किंवा गट असतील तर सुगम यादृच्छिक नमुना निवड पद्धतीतून निवडला गेलेला नमुना त्या त्या गटासाठी प्रातिनिधिक ठरत नाही. अशा वेळेस जनसंख्येत त्या त्या विशिष्ट गटाचे जे प्रमाण असते त्या प्रमाणात त्या गटातून सुगम यादृच्छिक नमुना निवड पद्धतीने नमुना निवडणे म्हणजे स्तरीय नमुना निवड पद्धती. हे स्तर पुढीलपैकी असू शकतात- १) वयोगट, २) लिंग, ३) आर्थिक, सामाजिक स्थिती, ४) गुणवत्ता, ५) क्षेत्र (शहरी-ग्रामीण) इ. उदा. जनसंख्या १००० आहे. त्यात शहरी विभागातील ३०० व ग्रामीण विभागातील ७०० आहेत तर पहिल्या गटातून ३०% व दुसऱ्या गटातून ७०% नमुना निवडला तरच तो खराखुरा प्रातिनिधिक ठरेल. अर्थात, त्या त्या गटाची %वारी ठरल्यानंतर पुढील निवड मात्र यादृच्छिक पद्धतीनेच केली पाहिजे.

५) विभागांतर्गत किंवा बहुस्तरीय यादृच्छिक नमुना निवड : जेव्हा स्तरीय यादृच्छिक नमुना निवड पद्धती वापरली जाते तेव्हा क्षितिजसमांतर गटातून त्या विशिष्ट प्रमाणात नमुना मिळतो; पण जनसंख्येमध्ये एका गटाच्या अंतर्गत जेव्हा दुसरा, दुसऱ्या गटाच्या अंतर्गत तिसरा असे अनेक गट असतात तेव्हा बहुस्तरीय यादृच्छिक नमुना निवड पद्धती वापरावी लागते. उदा. महाराष्ट्र राज्यातून यादृच्छिक पद्धतीने चार जिल्हे, त्या चार जिल्ह्यातून यादृच्छिक पद्धतीने प्रत्येकी दोन तालुके व या ८ तालुक्यांतून यादृच्छिक पद्धतीने प्रत्येकी ५ माध्यमिक शाळा अशा ४० शाळा व यातून यादृच्छिक पद्धतीने प्रत्येकी ५ शिक्षक अशा २०० शिक्षकांचा अभ्यास करणे. अशा पद्धतीने निवडलेला नमुना हा बहुस्तरीय यादृच्छिक नमुना निवड पद्धतीने निवडला गेला असे म्हणता येईल.

६) यादृच्छिक गुच्छ नमुना निवड पद्धती : जेव्हा जनसंख्या ही असंख्य अशा सर्वसाधारण सारख्या गटात विभागलेली असते तेव्हा ही पद्धत वापरली जाते. त्या प्रत्येक गटात सर्वसाधारण सारख्या एककांची संख्या असते. या पद्धतीत त्या अनेक गटांपैकी यादृच्छिक पद्धतीने आवश्यक तेवढे गट निवडले जातात व नंतर मात्र या निवडलेल्या गटातील सर्वच्या सर्व एककांचा समावेश नमुना म्हणून केला जातो.

८.५ असंभाव्यतेवर आधारित पद्धती

या विभागात ज्या तीन पद्धती वापरल्या जातात त्या असंभाव्यतेवर आधारित असतात. संशोधक स्वत:ला सोईस्कर वाटणारा नमुना निवडतो. संशोधक स्वत:च्या ज्ञानाने व अनुभवाने योग्य असा प्रातिनिधिक नमुना निवडू शकतो, या गृहीतांवर या पद्धती आधारित आहे.

१) प्रासंगिक किंवा सहजप्राप्त नमुना निवड पद्धती : संशोधकाला जे प्रतिसादक सहज उपलब्ध होऊ शकतात अशांचा समावेश नमुना निवडीत केला जातो. उदा. मराठी माध्यमाच्या माध्यमिक शाळेत इयत्ता पाचवीला इंग्रजी विषय शिकविताना शिक्षकांना येणाऱ्या समस्या व त्यावर उपाय हा संशोधनप्रकल्प पूर्ण करताना जे जे माध्यमिक शिक्षक मराठी माध्यमाच्या शाळेत आहेत, इयत्ता पाचवीला इंग्रजी विषय शिकवितात व संशोधकाला सहज उपलब्ध होऊ शकतात अशांचा समावेश नमुना निवडीत केला जातो.

२) हिश्शेखानी पद्धती, निर्दिष्टांश नमुना पद्धती : जनसंख्येमध्ये लिंग, वयोगट, धर्म, जात, व्यवसाय, आर्थिक स्थिती, गुणवत्ता, क्षेत्र यानुसार जे गट असतात त्याचे जनगणनेनुसार लोकसंख्येत किती प्रमाण, किती टक्केवारी आहे हे प्रथम पाहिले जाते. संशोधक या प्रमाणानुसार त्या त्या गटाचा हिस्सा, प्रमाण ठरवितो. प्रत्येक गटातील ठरविलेला हिस्सा पूर्ण होईपर्यंत, त्या गटातील भेटणाऱ्या एककाचा नमुन्यात समावेश केला जातो.

३) सहेतुक नमुना निवड पद्धती : या पद्धतीत संशोधक आपल्या उद्दिष्टांनुसार प्रतिसादक निवडतो. जे प्रतिसादक उद्दिष्टपूर्तीस अयोग्य असतील त्यांना संशोधक टाळतो. जे योग्य असतील तेच निवडतो. संशोधकाला जनसंख्या निश्चितपणे ज्ञात आहे असे गृहीत धरले जाते. त्यामधून संशोधक स्वत:च्या संशोधन उद्दिष्टांना पूरक ठरणारे प्रतिसादकच निवडतो. उदा. महाविद्यालयीन विद्यार्थ्यांच्या शैक्षणिक समस्या या विषयावर संशोधन करताना ज्या प्रतिसादकाला कोणत्याही समस्या नाहीत असा प्रतिसादक नमुन्यामधून वगळला जातो.

असंभाव्यतेवर आधारित या तीन पद्धतींवर मोठी टीका केली जाते. यातून निघालेले निष्कर्ष हे अविश्वसनीय, पक्षपाती, सत्यापासून दूर असलेले व जनसंख्येची सर्वसामान्य प्रवृत्ती न दर्शविणारे असतात. अशीही टीका यावर केली जाते. सहेतुक नमुना निवडीत संशोधकाला जनसंख्या निश्चितपणे ज्ञात आहे हे गृहीतही फसवे आहे. Parten म्हणतो, "Statisticians have class for nothing to say in favour of purpose selection."

तथापि, काही वेळा या पद्धती वापरण्याशिवाय अन्य पर्यायही नसतो. एकूण जनसंख्येतून यादृच्छिक पद्धतीने नमुना निवडणे अवघड असते. संभाव्यतेवर आधारित पद्धतींचा उपयोग करता येत नाही.

संशोधकाने वरील सर्व संभाव्यतेवर व असंभाव्यतेवर आधारित पद्धतींचा अभ्यास करावा. स्वत:च्या संशोधनास कोणती पद्धती वापरणे योग्य हे ठरवावे. तथापि, संभाव्यतेवर आधारित पद्धती या निश्चितपणे अधिक योग्य, अधिक खात्रीच्या व अधिक

वास्तविक निष्कर्ष देणाऱ्या असतात हा मुद्दा ध्यानात ठेवावा. याचबरोबर तीस किंवा त्यापेक्षा कमी एकक असलेला नमुना हा लहान समजला जातो व तो फारसा विश्वासार्ह नसतो. त्याची विश्वासार्हता ठरविण्यासाठी प्रमाणित त्रुटी काढावी लागते. एकतीस किंवा त्यापेक्षा जास्त एकक नमुन्यात असतील तर तो मोठा नमुना मानला जातो. नमुना जेवढा मोठा तेवढे त्याच्यातील व जनसंख्येतील अंतर, फरक हा घटक कमी, अधिक कमी, अत्यल्प व पर्यायाने दुर्लक्षणीय असतो. नमुना निवड करणाऱ्याला एकूण जनसंख्या घेणाऱ्यापेक्षा संख्याशास्त्रीय ज्ञानाची अधिक आवश्यकता पडते.

९

माहिती संकलनाची तंत्रे व साधने

९.१ संकल्पना परिचय
९.२ निरीक्षण
९.३ मुलाखत
९.४ प्रश्नावली
९.५ शेड्यूल/अनुसूची
९.६ पडताळा सूची
९.७ पदनिश्चयन श्रेणी
९.८ गुणांक पत्रिका
९.९ मनोवृत्ती मापन
९.१० समाजमिती तंत्र
९.११ मानसशास्त्रीय कसोट्या
९.१२ कसोट्या व साधने यांची वैधता व विश्वसनीयता
९.१३ संगणक आणि त्याचा शैक्षणिक संशोधनात उपयोग

९.१ संकल्पना परिचय

एखादी वस्तू, घटना, प्रसंग यासंबंधात वस्तुस्थिती दर्शविणारे विधान म्हणजे 'तथ्य' होय. संशोधनामध्ये संशोधकाला जो Data मिळतो. त्याला facts म्हणता येईल. संशोधनाची संपूर्ण प्रक्रिया यावर अवलंबून असते. म्हणजेच ही तथ्य संकलनाची प्रक्रिया संशोधनात अत्यंत महत्त्वाची असते. संशोधक मनामध्ये ठरावीक हेतू ठेवून वैज्ञानिक पद्धतीने जी माहिती एकत्र करतो व त्याचा पडताळा खात्री करून घेतो ती तथ्ये.

माहिती संकलनाची तंत्रे व साधने

तंत्रे

१) निरीक्षण तंत्र

२) मुलाखत तंत्र

३) प्रश्नावली तंत्र - यातील साधने अ) प्रश्नावली ब) शेड्यूल किंवा अनुसूची क) पडताळा सूची ड) पदनिश्चयन श्रेणी इ) गुणांक पद्धती फ) मनोवृत्ती मापन

४) समाजमिती तंत्र - अ) ओळखा पाहू तंत्र ब) सामाजिक आंतरमापन श्रेणी

५) मानसशास्त्रीय कसोट्या - अ) प्रावीण्य कसोटी ब) अभियोग्यता किंवा विशिष्ट कार्यशक्ती कसोटी क) बुद्धिमापन कसोटी ड) अभिरुची शोधिका इ) व्यक्तिमत्त्व शोधिका फ) निर्मितीक्षमता कसोटी

मापनसाधनाचे प्राथमिक स्रोत Primary Sources of Measuring Tools प्रत्यक्ष निरीक्षण, प्रश्नावली, मुलाखती, शेड्यूल किंवा अनुसूची, पडताळा सूची, मनोवृत्ती मापन, समाजमिती, मानसशास्त्रीय कसोट्या ही साधने अनुभवजन्य असतात. संशोधकाने ही माहिती स्वत: जमा केलेली असते.

मापनसाधनाचे दुय्यम स्रोत (Secondary Sources of Measuring Tools) आत्मचरित्रे, मासिके, पत्रे, वर्तमानपत्रे, रोजनिशी इ. ही माहिती लिखित स्वरूपात असते. या स्रोताचा कर्ता दुसराच असतो. या माहितीचा अचूकपणा पडताळून पाहावा लागतो.

सर्वसाधारणपणे संशोधनप्रक्रिया ज्या क्रमाने चालते त्या क्रमानेच या पुस्तकातील प्रकरणे व विषय यांची योजना केलेली आहे. संशोधनाच्या विविध पद्धतींची माहिती पहाण्यापूर्वी या प्रकरणात आपण संशोधनाची विविध साधने कोणती आहेत त्यांची माहिती पाहणार आहोत. संशोधकाने संशोधनासाठी जो विषय निवडला आहे, त्या संबंधात विविध प्रकारची माहिती गोळा करावी लागते, जमा करावी लागते, संकलित करावी लागते. ती माहिती जमा करण्याची ही विविध साधने आहेत. या अनेक साधनांमधून संशोधकाने योग्य त्या साधनांची निवड करणे आवश्यक असते. ही निवड योग्य होण्यास संशोधकाला त्या साधनांच्या गुण-दोषांची व मर्यादांची जाणीव असणे आवश्यक आहे. या साधनांपैकी एक अथवा अनेक साधनांचा वापर संशोधक करू शकतो. ही माहिती संख्यात्मक व गुणात्मक स्वरूपाची असू शकते.

वर्गीकरण

या साधनांचे सर्वसाधारणपणे पुढीलप्रमाणे वर्गीकरण करता येते. १) निरीक्षण २) मुलाखती ३) प्रतिसादकास प्रश्न विचारून लिखित स्वरूपात माहिती घेण्याचे प्रकार - अ) प्रश्नावली ब) शेड्यूल क) पडताळा सूची ड) गुणांक पत्रिका

इ) मनोवृत्ती मापन ४) समाजमिती ५) मानसशास्त्रीय कसोट्या – अ) प्रावीण्य कसोटी ब) अभियोग्यता किंवा विशिष्ट कार्यशक्ती कसोटी क) बुद्धिमापन कसोटी ड) अभिरुची शोधिका इ) व्यक्तिमत्त्व शोधिका.

९.२ निरीक्षण (Observation)

निरीक्षण हे संशोधनाचे एक नैसर्गिक साधन आहे. प्रयोगातील प्रयोज्य हे विविध परिस्थितीत कोणती कृती करतात याची पाहणी करणे म्हणजे 'निरीक्षण' होय. प्रत्यक्ष घडलेल्या गोष्टींचीच संशोधक नोंद करीत असल्याने या निरीक्षणाद्वारे मिळणारी माहिती ही सत्यता या निष्कर्षावर उतरणारी असते. अर्थात, हे निरीक्षण परिपूर्ण होणे आवश्यक आहे. ही क्रिया अत्यंत वस्तुनिष्ठपणे, कोणताही पूर्वग्रह मनात न ठेवता व अत्यंत योजनापूर्वक करावी अशी अपेक्षा असते. ही सर्व प्रक्रिया उद्दिष्टानुवर्ती असावी अशी अपेक्षा आहे. अनेक मानवी व्यवहार हे अत्यंत क्लिष्ट असतात. संशोधक ज्या विशिष्ट परिस्थितीचे निरीक्षण करणार आहे त्याचे कार्यात्मक स्वरूप स्पष्ट करावे. उदा. वर्गात शिक्षकाने शिकविलेला एखादा अवघड घटक विद्यार्थ्यांना समजला का नाही या परिस्थितीचे निरीक्षण करताना या प्रक्रियेचे कार्यात्मक स्वरूप पुढीलप्रमाणे स्पष्ट करावे – १) तो विशिष्ट घटक शिकविल्यानंतर विचारलेल्या प्रश्नांची उत्तरे देण्यासाठी किती विद्यार्थ्यांनी किती प्रश्नांच्यानंतर हात वर केले व योग्य उत्तरे दिली ? २) शिक्षक विषय शिकवीत असताना किती विद्यार्थी वर्गात एकचित्त होते व किती विद्यार्थी दुर्लक्ष करून वेगळी कृती करीत होते ? ३) किती विद्यार्थी शंका विचारून आपल्या अडचणी दूर करीत होते ?

निरीक्षणाची वैधता व विश्वसनीयता वाढविण्यासाठी एका निरीक्षकाने एखाद्या विशिष्ट कृतीचे एकापेक्षा अधिक वेळा निरीक्षण करावे व हे करताना दोन निरीक्षणांमध्ये थोडे अंतर ठेवावे किंवा अनेक निरीक्षकांनी त्या विशिष्ट कृतीचे स्वतंत्रपणे निरीक्षण करावे असे बेस्ट यांचे मत आहे. निरीक्षण हे वरवर पाहता सोपे वाटते, पण सखोलपणे विचार केला तर लक्षात येते की हे तज्ज्ञ माणसाचे काम आहे. त्यामध्ये वैधता, विश्वसनीयता व पुनरावृत्तीक्षमता असावी लागते. हे अत्यंत व्यवस्थित, निश्चित व वस्तुनिष्ठ असावे लागते. ते शक्यतो संख्यात्मक स्वरूपाचे असावे व त्याची नोंद ताबडतोब करावी. उशिरा केलेल्या नोंदी विस्मरणाने अपूर्ण राहण्याची शक्यता असते आणि त्या नोंदी सत्यापासून दूर जाण्याचीही शक्यता असते.

साधने

निरीक्षणाच्या नोंदी करण्यासाठी गुणतक्ते, पदनिश्चयन श्रेणी, विविध कसोट्या, पडताळा सूची, घटनांच्या नोंदी, ध्वनिचित्रफिती इत्यादी साधने वापरली जातात.

प्रकार

१) सहभागी व स्वतंत्र निरीक्षण : सहभागी निरीक्षणात संशोधक ज्याचे निरीक्षण करायचे त्या व्यक्तीच्या गटामध्ये त्यांच्यापैकी एक बनून राहतो. त्या व्यक्तींच्या भावभावनांशी एकरूप होतो. काही वेळा यामुळे व्यक्तिनिष्ठता निर्माण होण्याचीही शक्यता असते. तथापि, या पद्धतीने सर्व बाबींचे व्यवस्थित निरीक्षण करणे शक्य होते. या पद्धतीत ताबडतोब नोंद करणे अशक्य असते. त्यामुळे विशिष्ट प्रसंग संपताच त्याची नोंद शक्यतो लवकर करावी. सहभागी निरीक्षणाची उदाहरणे – १) तुरुंगातील कैद्यांचे निरीक्षण करण्यासाठी तुरुंगाधिकाऱ्यांची परवानगी घेऊन, नकली कैदी बनून तुरुंगात वास्तव्य करणे. २) एखाद्या विशिष्ट सामाजिक कार्य करणाऱ्या संस्थेमध्ये प्रत्यक्ष एक सभासद होऊन त्या संस्थेमधील विविध कृतींचे निरीक्षण करणे. अर्थात, या प्रकारच्या निरीक्षणाला फार मर्यादा पडतात. काही विशिष्ट ठिकाणीच अशा प्रकारचे निरीक्षण शक्य आहे. तसेच संशोधक हा त्या प्रयोज्यांपैकीच एक आहे असे समजून त्या प्रयोज्यांनी काही गुप्त गोष्टी सांगितल्या किंवा वर्तन केले तर त्याचा संशोधकाने व्यक्तिगत पातळीवर गैरउपयोग करता कामा नये. त्या माहितीचा त्या विशिष्ट घटकाची स्थिती सुधारण्यासाठीच, आदर्शवादी दृष्टिकोनातून, संशोधनापुरताच व सामान्य स्तरावर उपयोग करून घ्यावा.

स्वतंत्र निरीक्षणामध्ये संशोधक हा ज्यांचे निरीक्षण करावयाचे त्यांच्यापासून स्वतंत्र भूमिकेत वावरत असतो. निरीक्षण करताना परिस्थितीमध्ये कृत्रिमता येऊ नये म्हणून ज्यातून पाहता येते पण पाहणारा मात्र दिसत नाही अशा काचेमधून काही वेळा निरीक्षण करतात. तथापि, यासाठी विशिष्ट प्रकारच्या वर्गाची योजना करावी लागते. सर्व ठिकाणी, सर्व कृतींचे निरीक्षण करण्यासाठी हे शक्य नसते. स्वतंत्र निरीक्षण पद्धतीसंबंधी आपणास असे म्हणता येईल की कृत्रिमतेचा दोष कमी करता आला तर संशोधनाशी संबंधित सर्व कृतींचे निरीक्षण या पद्धतीने करणे शक्य असते.

२) अनियंत्रित व नियंत्रित निरीक्षण : संशोधनाच्या प्रारंभिक अवस्थेत निरीक्षण हे अनियंत्रित स्वरूपाचे असते. संशोधन विषयाशी संबंधित विविध कृती जशा आहेत त्या स्वरूपात म्हणजेच सर्वसामान्य स्वरूपात पाहाव्या लागतात. उदा. माध्यमिक शाळांमधील पर्यवेक्षकांच्या विविध शैक्षणिक समस्यांच्या बाबतीत संशोधन करावयाचे आहे. प्रारंभिक अवस्थेत शाळा भरल्यापासून शाळा सुटेपर्यंत पर्यवेक्षक कोणकोणत्या प्रकारचे कार्य करतात अशा स्वरूपाचे निरीक्षण योग्य ठरेल. म्हणजेच हे निरीक्षण अनियंत्रित स्वरूपाचे असेल. याचाच अर्थ समस्येच्या संदर्भात संशोधकास ज्या गोष्टींचे निरीक्षण करता येईल त्या सर्व गोष्टींचे निरीक्षण संशोधक करेल.

पण विशिष्ट कालावधीनंतर संशोधक त्या प्रक्रियेचे निश्चित स्वरूपातील विभाजन

करून त्या गटानुसार विविध कृतींचेच फक्त निरीक्षण करेल. म्हणजेच संशोधक नियंत्रित निरीक्षण करेल. वरील उदाहरणांचा पुढे विचार केला तर आता पर्यवेक्षकाचे सर्वसामान्य स्वरूपात निरीक्षण न करता पर्यवेक्षक व विद्यार्थी यांचा संबंध, पर्यवेक्षक व शिक्षक यांचा संबंध, पर्यवेक्षक व मुख्याध्यापक यांचा संबंध, पर्यवेक्षक व पालक यांचा संबंध आणि पर्यवेक्षक व समाज यांचा संबंध अशा घटकांच्या संदर्भातच फक्त निरीक्षण केले जाईल.

फायदे

व्यक्तीला कोणत्या गोष्टीची खरी आवड आहे हे पाहण्यासाठी निरीक्षण हे चांगले साधन आहे. व्यक्ती स्वावलंबी, जबाबदार आहे; का केवळ आपणामध्ये ते गुण आहेत असे सांगते हे पाहण्यासाठी या साधनाचा चांगला उपयोग होतो. शाळेमध्ये कोणकोणत्या गोष्टींची उपलब्धता आहे हे पाहता येते. खेळाचे वेळी निरीक्षण करून, गुण–दोषांची नोंद करून, विशिष्ट खेळाडूला योग्य ते मार्गदर्शन करता येते. प्रात्यक्षिक कौशल्याचे मूल्यमापन करण्यासाठी निरीक्षण अतिशय उपयुक्त ठरते. वर्गातील अभ्यासात मागे असलेला किंवा अतिबुद्धिमान अशा दोन्ही प्रकारच्या विद्यार्थ्यांचे निरीक्षण करून आपण त्यांच्यासंबंधी योग्य निष्कर्ष काढू शकतो व त्यानुसार मार्गदर्शन करू शकतो. लहान मुले, मानसिक रुग्ण, अशिक्षित, बहिरे, मुके, वेडे, लाजाळू, भाषा न कळणारे अशा गटांमधील प्रतिसादकांच्यासंबंधी संशोधन चालू असताना तर निरीक्षण हे सर्वांत महत्त्वाचे साधन ठरते.

मर्यादा

१) निरीक्षणात व्यक्तिनिष्ठता येते. कितीही स्वतंत्र भूमिकेतून निरीक्षण करायचे असे संशोधकाने ठरविले तरी संशोधक जेव्हा एखाद्या घटनेचे, प्रसंगाचे, व्यक्तीचे निरीक्षण करतो, तेव्हा स्वतःच्या विचारांचा, तत्त्वांचा, मूल्यांचा, भूमिकांचा, मतांचा तो आधार घेऊनच नोंद करतो आणि निष्कर्ष काढतो.

२) सर्वसाधारणपणे, निरीक्षणाच्या वेळी साध्या व सोप्या कृतींचेच निरीक्षण केले जाते; कारण त्या नोंदविणे सोपे असते. याउलट, क्लिष्ट मानवी वर्तनाकडे संशोधकाचे लक्ष कमी असते कारण त्यांची नोंद करणे अवघड असते.

३) सर्वसामान्यपणे, एखादी क्रिया घडत असताना तेथे कोणी संशोधक, निरीक्षण करावयास आला असे समजले की, त्या क्रियेतील नैसर्गिकता काही प्रमाणात तरी कमी होऊन, कृत्रिमता येते. कोणीतरी आपल्या कृतीची नोंद करते आहे, असे ध्यानात आल्यावर अधिक काळजीपूर्वक, समाजमान्य अशी कृती करणे ही सर्वसामान्य मानवी प्रवृत्ती आहे.

४) काही वेळा निरीक्षण हे नैसर्गिक कृतीस अडथळा आणते. उदा. एखादा संशोधक एखाद्या वर्गात निरीक्षणासाठी गेल्यावर एखादा नवीन शिक्षक धसका घेऊन घाबरण्याची शक्यता आहे. काही नेहमी उत्तरे देणारी मुले घाबरून उत्तरे न देण्याची शक्यता आहे. म्हणजेच नेहमी चालणाऱ्या कृतीस अडथळा येण्याची शक्यता आहे.

५) एखादी घटना ही एक समग्र बाब असते. संशोधक त्या संपूर्ण घटनेचे निरीक्षण करू शकेल, पण पूर्वीच्या काही घटना त्या घटनेवर प्रभाव पाडत असतात, त्या घटना संशोधक पाहू शकत नाही. तसेच संशोधक संपूर्ण घटना पाहण्याऐवजी परिकल्पनांशी संबंधित बाबींचे निरीक्षण करण्यात अधिक स्वारस्य दाखवितो.

६) काही वेळा एखाद्या घटनेमधील आवश्यक बाबींचे निरीक्षण राहून जाते व त्या घटनेत घडलेल्या नावीन्यपूर्ण, चमत्कृतीपूर्ण बाबींकडेच अधिक लक्ष दिले जाते.

७) एखाद्या प्रमुख घटनेमध्ये खूप छोट्या छोट्या घटना घडत असतात. त्यांच्या नोंदी करणे खूप अवघड जाते. उदा. वर्गात शिक्षकाने प्रश्न विचारला, मुलांनी हात वर केले. किती मुलांनी हात वर केले ? त्यांपैकी किती मुलांनी बरोबर उत्तरे दिली ? किती मुलांची उत्तरे चुकली ? बरोबर उत्तरे कोणत्या वाक्यात दिली ? चुकीच्या उत्तरात चुका कोणत्या होत्या ? इत्यादी.

८) निरीक्षक हा तज्ज्ञ हवा. निरीक्षणामध्ये वैधता, विश्वसनीयता व पुनरावृत्तीक्षमता असावी लागते. ते अत्यंत व्यवस्थित, निश्चित, योजनाबद्ध व उद्दिष्टानुवर्ती असावे लागते. जर निरीक्षक तज्ज्ञ नसेल तर वरील गुणांच्या अभावी निरीक्षण परिपूर्ण होत नाही.

९) काही बाबी खासगी स्वरूपाच्या असतात. त्यामुळे त्यांच्या निरीक्षणावर प्रतिबंध असू शकतो. उदा. मुख्याध्यापकांनी शिक्षकांना त्यांच्या पाठांसंबंधी सूचना देण्याचा प्रसंग, शालेय व्यवस्थापक मंडळाच्या काही गुप्त विषयावरील आयोजित सभा, पोलीस खात्याच्या गुन्हे अन्वेषणासाठी करावयाच्या प्रयत्नांसंबंधीची कार्ये इत्यादी.

१०) निरीक्षणास वेळ अधिक लागतो तशीच ही बाब खर्चीकही आहे.

९.३ मुलाखत (Interview)

निरीक्षण या साधनाची माहिती पाहिल्यानंतर आता आपण संशोधनाच्या दुसऱ्या साधनाची माहिती पाहणार आहोत, ते म्हणजे मुलाखत. प्रश्नावली-लेखन हे आळसामुळे टाळण्याची अनेकांची प्रवृत्ती असते. येथे तसे होत नाही. प्रतिसादकाशी अधिक संपर्क साधता येतो व सखोल माहिती घेता येते. या साधनाद्वारे प्रयोज्याची

म्हणजेच ज्याची मुलाखत घ्यायची त्याची विशिष्ट प्रश्नासंबंधी खास अशी भूमिका आहे का ? ती कोणती आहे ? त्याच्या त्या संबंधात कोणत्या अपेक्षा आहेत ? त्याला या प्रश्नाबाबत काय वाटते ? अशा विविध प्रश्नांच्या संदर्भात माहिती विचारता येते. सर्वसामान्यपणे, संबंधित समस्येची जाण असणाऱ्या, विद्वान, तज्ज्ञ अशा व्यक्तीचीच मुलाखत आयोजित केली जाते. संबंधित प्रश्नासंबंधी विशेष माहिती मिळविणे हे अशा प्रकारच्या मुलाखतीचे उद्दिष्ट असते. अर्थात, इथे एक मुद्दा ध्यानात घेणे आवश्यक आहे की मुलाखत म्हणजे चर्चा नव्हे. मुलाखत हे माहितीचे, विचारांचे आदानप्रदान नव्हे किंवा प्रतिसादकाचे एखादे मत न पटल्यावर त्याच्याशी संघर्ष करणे, विरोध करणे हेसुद्धा 'मुलाखत' या सदरात बसत नाही. ज्याची मुलाखत घ्यायची तो विषयतज्ज्ञ आहे हे गृहीत धरलेले असते. त्याची जी काही मते असतील, त्याच्याकडे त्या विषयाची जी माहिती असेल ती काढून घेणे हेच मुलाखतीचे स्वरूप असते. ही माहिती, मते विविध प्रश्नांच्या आधारे मुलाखतकार काढून घेऊ शकतो. यासाठी या मुलाखतीचे संपूर्णपणे नियोजन करावे. हे नियोजन करण्यासाठी पुढील परिच्छेदातील सर्व बारीकसारीक गोष्टी मुलाखतकाराने म्हणजेच या ठिकाणी संशोधकाने लक्षात ठेवण्याची व योग्य वेळी प्रत्यक्षात आणण्याची आवश्यकता आहे.

मुलाखतीमध्ये प्रतिसादकाकडून कोणकोणती माहिती मिळवायची आहे त्यानुसार क्रमाने एक प्रश्नावली तयार करून ठेवावी. मुलाखत घेताना तो क्रम ध्यानात ठेवून त्यानुसार प्रश्न विचारावेत. प्रतिसादकाची हरकत नसेल तर सर्व मुलाखत ध्वनिमुद्रित करणे चांगले. हे शक्य नसेल तर मुलाखतीला अडथळा न होता त्याच वेळी तिसऱ्या व्यक्तीस नोंद करण्यास सांगावे किंवा मुलाखत संपल्यावर ताबडतोब प्रतिसादकाच्या शब्दातच मुलाखतीची नोंद करावी. या प्रक्रियेस विलंब लागला तर काही मुद्दे, शब्द, कल्पना विसरण्याची शक्यता आहे. मुलाखत चालू असताना मुलाखतकारानेच नोंद करायची हाही प्रकार वापरला जातो, पण या प्रकारात काही दोष आहेत. मुलाखतीत खंड पडतो, अधिक वेळ लागतो व प्रतिसादक विनाकारण जागरूक राहतो व नैसर्गिकता कमी होते. संशोधकाने मुलाखत संपल्यावर मुलाखत टिपणांवर प्रतिसादकाची स्वाक्षरी घ्यावी. मुलाखतीच्या सुरुवातीला प्रतिसादकाशी एकतानता साधता यावी म्हणून मनमोकळेपणाने बोलावे. यामुळे औपचारिकता कमी होऊन एक प्रकारचे नैसर्गिक वातावरण तयार होईल. यामुळे उत्तरे आदर्श न मिळता वास्तव मिळतील. मुलाखतकाराने स्वत: कोणी मोठे आहोत असे समजू नये, दाखवू नये. अपेक्षित उत्तरे येण्यासाठी सूचक प्रश्नही विचारू नयेत. प्रतिसादकाच्या उत्तरात जर विरोधाभास जाणवला तर तो मात्र अवश्य दाखवून द्यावा व त्या संबंधात निश्चित माहिती मिळवावी. मुलाखतीची वैधता वाढण्यासाठी काही प्रश्न अंतर्गत नियंत्रण असणारे असावेत. उदा. एखाद्या

मुख्याध्यापकाची मुलाखत घेताना एक प्रश्न असा असू शकेल, ''तुम्ही सहशिक्षकांशी शालेय कामकाजांच्या बाबतीत लोकशाहीपूर्ण संबंध ठेवता का ?'' या प्रश्नाचे उत्तर 'होय' असेल तर यानंतर काही विषयांची माहिती घेतल्यानंतर पुढील प्रश्न विचारता येतील, ''शाळेच्या सहलीचे ठिकाण कसे ठरविता ? शाळेतील विविध गुणदर्शनाच्या कार्यक्रमाची आखणी कोण करते ?'' या दोन प्रश्नांनी वरील प्रश्नाच्या बाबतीत अंतर्गत नियंत्रणाचे कार्य केले आहे. याचबरोबर प्रतिसादकाचा चेहरासुद्धा बोलत असतो; त्याकडे तसेच प्रतिसादकाच्या आवाजाकडेही लक्ष देणे आवश्यक असते. सर्वांत शेवटी मुलाखतीसाठी प्रतिसादकाचे आभार मानावेत.

प्रकार : मुलाखतीचे पुढील विविध प्रकार आहेत. संशोधकाने आपल्या संशोधनाच्या दृष्टिकोनातून कोणत्याही प्रकारची निवड करावी. मुलाखतीच्या उद्दिष्टावर ही निवड अवलंबून राहील. तसेच मुलाखत घेण्यासाठी एकापेक्षा अधिक तज्ज्ञ उपलब्ध असतील तर आपण यातील विशिष्ट प्रकार निवडू शकतो.

१) व्यक्तिगत मुलाखत व गट मुलाखत : व्यक्तिगत मुलाखत या प्रकारात एक किंवा अनेक मुलाखतकार एका प्रतिसादकाची मुलाखत घेतात. प्रतिसादकाला येथे मोकळेपणाने बोलता येते व आपली माहिती सांगता येते. सर्वसाधारणपणे अशा मुलाखती सखोल स्वरूपाच्या असतात.

गट मुलाखत या प्रकारात एक किंवा अनेक मुलाखतकार गटाची मुलाखत घेत असतात. या पद्धतीचा एक महत्त्वाचा दोष म्हणजे त्या गटातील अधिक बोलके प्रतिसादक त्या मुलाखतीवर प्रभुत्व मिळवितात. जे कमी बोलणारे आहेत ते बुजून जाऊन कमीत कमी बोलतात. यावर उपाय म्हणजे मुलाखतकाराने अशी परिस्थिती उद्‌भवू न देणे व मुलाखतीवर स्वत:चे पूर्ण नियंत्रण ठेवणे; हे जर प्रत्यक्षात आले तर गट मुलाखत हा चांगला प्रकार आहे. अधिक मूलगामी विचार करणारा, अधिक बुद्धिमान असा प्रतिसादक कोणता आहे हे या प्रकारात समजू शकते.

२) मुलाखतकार एक – मुलाखतकार अनेक : ज्या मुलाखतीत मुलाखतकार एक असतो, त्या प्रकारास प्रतिसादकांच्या संख्येवर बंधन नसते. ते एक अथवा अनेक असू शकतात. येथे मुलाखत घेणारा एकच असतो.

ज्या मुलाखतीत मुलाखतकार एकापेक्षा अनेक असतात अशा या प्रकारात प्रतिसादकाच्या संख्येवर मात्र बंधन नसते. ते एक अथवा अनेक असू शकतात. या पद्धतीत विविध विषय-तज्ज्ञांना मुलाखतकार म्हणून बोलावले जाते. तसेच संबंधित विषयाचा व प्रतिसादकाचा सर्वसमावेशक विचार या प्रकारच्या मुलाखतीत शक्य असतो.

३) नियंत्रित (निर्देशित) मुलाखती व अनियंत्रित (मुक्त) मुलाखती : नियंत्रित मुलाखतीमध्ये प्रश्नांचा क्रम ठरलेला असतो. तो क्रम बदलला जात नाही प्रतिसादकांनी

उत्तरामध्ये आवश्यक तेवढाच भाग सांगावा अशी अपेक्षा असते. त्या उत्तराच्या अनुरोधाने थोडी वेगळी माहितीसुद्धा मुलाखतकाराला नको असते. मुलाखतीमधील प्रश्नांची रचना संशोधन समस्येच्या अनुषंगाने असल्याने अशाप्रकारच्या मुलाखतीचा संशोधन प्रक्रियेत फार मोठा उपयोग होतो. तथापि, सहजपणाचा अभाव व प्रतिसादकांवर अवाजवी नियंत्रण हे मात्र या नियंत्रित मुलाखतीचे दोष आहेत. अनियंत्रित मुलाखतीची प्रमुख वैशिष्ट्ये म्हणजे सहजता व मोकळेपणा. विषयाच्या अनुषंगाने मुलाखतकार जणू प्रतिसादकाशी सहज गप्पाच मारत आहे असा पाहणाऱ्याला भास होतो. यामुळे प्रतिसादक विषयाची सर्वांगपरिपूर्ण अशी माहिती देतो; पण काही वेळा गप्पा व चर्चा विषय सोडून भरकटत दुसरीकडेच जाण्याची शक्यता असते.

४) उथळ मुलाखती – सखोल मुलाखती : उथळ मुलाखत म्हणजे काही ठरवीक प्रश्न विचारून विषयाची केवळ सर्वसामान्य स्वरूपाची माहिती मिळविणे. विषयाची केवळ वरवरची माहिती मिळवावी असेच या मुलाखतीचे उद्दिष्ट असते.

सखोल मुलाखतीचे उद्दिष्ट म्हणजे विषयाची परिपूर्ण माहिती मिळविणे. समस्येच्या गाभ्यापर्यंत जाण्याची प्रक्रिया या मुलाखतीमध्ये होत असते.

उपयोग – मुलाखत या साधनांचे अनेक उपयोग आहेत. ते पुढीलप्रमाणे –

१) सखोल चर्चा : प्रश्नावलीद्वारे बऱ्याच वेळा विषयाची, समस्येची सखोल माहिती मिळविता येत नाही. काही प्रश्न स्पष्ट करणे आवश्यक असते. काही वेळा प्रश्नातून दुसरे काही उपप्रश्न, शंका निर्माण होण्याची शक्यता असते; पण संशोधक तेथे उपलब्ध नसल्याने त्या शंका तशाच दबल्या जातात. याउलट, मुलाखतीमध्ये मुलाखतकार व प्रतिसादक समोरासमोर असल्याने विषयाची चर्चा करता येते, शंकानिरसन होऊ शकते. विषयाला अनुरूप अशी खूप आवश्यक माहिती उपलब्ध करून घेता येते.

२) लहान मुले, अशिक्षित लोक यांच्या बाबतीत उपयुक्त : ज्यांना व्यवस्थितपणे लिहिता येते त्यांच्या बाबतीतच प्रश्नावलीचा उपयोग होतो. ज्या लहान मुलांना व्यवस्थित लिहिता येत नाही, तसेच जे अशिक्षित आहेत, त्यांच्याकडून समस्येच्या संदर्भात आवश्यक माहिती काढून घेण्यासाठी मुलाखत हाच योग्य मार्ग ठरतो.

३) लोकांना काही लेखी देण्यापेक्षा तोंडी बोलणे आवडते : अनेक प्रतिसादक असे असतात की, ज्यांना एखाद्या महत्त्वपूर्ण विषयात, तसेच वाद, शंका निर्माण होऊ शकणाऱ्या प्रश्नासंबंधी काही लेखी देणे अवघड वाटते. नोकरीतील वरिष्ठ व्यक्तीसंबंधी, अधिकारी व्यक्तीसंबंधी अत्यंत सामान्य स्वरूपाची माहितीसुद्धा लेखी स्वरूपात देणे हे काही प्रतिसादकांना आवडत नाही. मग परिस्थिती काही का असेना, त्या अधिकारी व्यक्तीला योग्य वाटेल अशी कृत्रिम माहितीच प्रतिसादक लेखी स्वरूपात

देतात. मुलाखतीमध्ये तसे नसते. येथे बोलण्याची प्रक्रिया असते. त्या ओघात प्रतिसादक वस्तुस्थितीचे अचूक वर्णन करतो.

४) प्रश्नावल्या भरून परत येण्याचे प्रमाण कमी, येथे ती अडचण नाही : आपल्या देशात दुर्दैवाने अजूनही संशोधन प्रक्रियेबद्दल अनेकांच्या मनात एक प्रकारची अनास्थाच आहे. हळूहळू हा दोष दूर होत आहे. तथापि, एखादी प्रश्नावली आल्यानंतर, पुरेसे पोस्टेज लावलेले परत पाठवणीचे पाकीट उपलब्ध असतानाही, अनेक वेळा प्रतिसादक तिकडे दुर्लक्ष करतो. काही वेळा प्रतिसादकाच्या कामाच्या व्यापातही तो प्रश्नावली भरण्याचे विसरून जातो. त्यामुळे प्रश्नावल्या भरून परत येण्याचे प्रमाण खूपच कमी आहे. मुलाखतीमध्ये ही अडचण नाही. प्रतिसादक उपलब्ध झाला की मुलाखत सुरू होते. काही वेळा संशोधकाला प्रतिसादकाकडे एकापेक्षा अधिक वेळा जावे लागते; कारण प्रतिसादक उपलब्ध नसतो. पण एकदा तो प्रतिसादक उपलब्ध झाला की, वरील अडचण शिल्लक राहत नाही. म्हणजेच प्रश्नावलीपेक्षा मुलाखतीमध्ये माहिती मिळण्याची अधिक खात्री असते.

५) चांगले वातावरण तयार करता येते : प्रश्नावली पाठविल्यानंतर संशोधक व प्रतिसादक या दोघांमध्ये संपर्क, परिचय, एकतानता विशेष नसते. मुलाखतीमध्ये तसे नसते. या साधनाच्या माहितीच्या सुरुवातीस आपण तयारीचा भाग पाहिला, त्याप्रमाणे मुलाखतकाराने योग्य तयारी केली तर मुलाखतकार व प्रतिसादक यांच्यामध्ये एकतानता निर्माण होऊ शकते. याद्वारे विषयाची, समस्येची सखोल माहिती उपलब्ध होऊ शकते.

मर्यादा : मुलाखत हे संशोधनाचे एक साधन म्हणून कितीही चांगले असले तरी त्याच्याही काही मर्यादा आहेत. त्या पुढीलप्रमाणे –

१) व्यक्तिनिष्ठता : जगात घडणाऱ्या प्रत्येक गोष्टीला काहीतरी कारण हे असतेच व प्रत्येक गोष्टीचे समर्थनही करता येते. मग ती गोष्ट योग्य असो वा अयोग्य. ज्या वेळी संशोधक व प्रतिसादक यांच्यात मुलाखतीच्या वेळी संपर्क येतो त्या वेळी प्रतिसादक एखाद्या बाबीचे समर्थन काही वेळा करताना दिसतो व संशोधक, निर्माण झालेल्या संपर्कातून, ते समर्थन मान्य करण्याची शक्यता असते. उदा. एखाद्या शाळेच्या मुख्याध्यापकाला मुलाखतीमध्ये असा प्रश्न विचारला गेला, ''तुम्ही तुमच्या शाळेत अभ्यासानुवर्ती कार्यक्रम एवढे कमी कसे घेता ?'' ते सांगतात, ''पूर्वी आमच्या शाळेत असे कार्यक्रम खूप व्हायचे पण त्यांचे प्रमाण कमी केल्याने निकालाचे प्रमाण एकदम वाढले.'' एखाद्या वेळेस ही वस्तुस्थितीही असू शकते, पण संशोधक कोणतीही आकडेवारी न मागता ते उत्तर जसेच्या तसे स्वीकारतानाही दिसतात. तसेच अनेक वेळा असेही घडू शकते की, संशोधक प्रतिसादकाकडून अशी माहिती मिळविण्याचाच

अधिक प्रयत्न करतात जी उत्तरे संशोधनातील परिकल्पनांना पुष्टी देणारी असतात. म्हणजेच या साधनात वस्तुनिष्ठता नसून 'व्यक्तिनिष्ठता' असते.

२) खर्चीकता : हे साधन वापरणे अधिक खर्चीक आहे. प्रतिसादकापर्यंत पोहोचणे हे वेळेच्या व पैशाच्या दृष्टीने निश्चितच खर्चीक आहे; म्हणून मर्यादित व्यक्तींच्याच मुलाखती घेणे योग्य असते.

३) मुलाखतकार तज्ज्ञ हवा : हे संशोधन साधन वापरणारा माणूस तज्ज्ञ हवा. तयारी, विषयाचा आवाका, ज्ञान, माहिती, बोलण्याची कला, स्पष्टवक्तेपणा, वातावरणात सहजता निर्माण करण्याची कला, प्रतिसादकाला सतत विषयाशी जुळवून ठेवता येणे एवढी वैशिष्ट्ये मुलाखतकारामध्ये हवीत. तसेच योग्य पद्धतीने प्रतिसादकाकडून महत्त्वपूर्ण माहिती काढून घेणे व पद्धतशीरपणे प्रतिसादकांच्या शब्दांतच त्याच्या नोंदी करणे हे खरोखरीच तज्ज्ञ मुलाखतकाराचेच काम आहे.

४) नोंद करणे अवघड : मुलाखतीची नोंद करणे ही अवघड प्रक्रिया आहे. ध्वनिमुद्रक वापरावा तर प्रतिसादकावर लगेच कृत्रिमतेचे बंधन येते. तिसरी व्यक्ती नोंद करण्यास ठेवावी तर मोकळेपणा कमी होतो. मुलाखतकाराने मुलाखतीच्या वेळी स्वत:च नोंद करायचे ठरविले तर मुलाखतीत खंड पडतो. मुलाखतीनंतर स्वत: लिहायचे असे मुलाखतकाराने ठरविले तर स्मरणशक्ती धोका देते.

प्रश्न विचारून लिखित स्वरूपात माहिती घेण्याची साधने – यानंतर आपण संशोधन प्रक्रियेस उपयुक्त अशा पुढील साधनांची माहिती घेणार आहोत. या प्रकारात प्रतिसादकास प्रश्न विचारून त्याच्याकडून लिखित स्वरूपात माहिती घेतली जाते. या साधनांमध्ये प्रश्नावली, शेड्यूल, पडताळा सूची, पदनिश्चयन श्रेणी, गुणांकपत्रिका, मनोवृत्ती मापन यांचा समावेश होतो.

९.४ प्रश्नावली (Questionnaire)

प्रथम आपण प्रश्नावलीच्या दोन व्याख्या पाहू. Bogardus, "A questionnaire is a list of questions to a number of persons for them to answer. It secures standardised results that can be tabulated and treated statistically." Barr, David and Johnson, "a systematic compilation of questions that are submitted to a sampling of population from which information is desired."

या दोन्ही व्याख्यांकडून आपणास प्रश्नावलीची पुढीलप्रमाणे माहिती मिळते. प्रश्नावली म्हणजे प्रश्नांचे व्यवस्थित केलेले संकलन. हे प्रश्न नमुना गटास, प्रतिसादकांस दिले जातात. त्या प्रश्नावल्या भरून आल्यानंतर त्यांचे वर्गीकरण केले जाते व प्रत्येक प्रश्नाचा संख्याशास्त्रीय पद्धतीने विचार केला जातो.

संशोधन-विषयाच्या संदर्भात या साधनांद्वारे संख्यात्मक व गुणात्मक अशी

दोन्ही प्रकारची माहिती उपलब्ध होते. संशोधनाच्या विविध साधनांमध्ये हे एक अत्यंत लोकप्रिय व फार मोठ्या प्रमाणात वापरले जाणारे असे साधन आहे. विशेषत: वर्णनात्मक सर्वेक्षण पद्धतीत या साधनांचा फार मोठा वापर केला जातो. प्रतिसादकांची संख्या व त्यांचे संशोधकाच्या वास्तव्यापासून किती दूर वास्तव्य आहे, या दोन घटकांचा विचार करून व्यक्तिगत संपर्क अशक्य असेल तर प्रश्नावलीचा उपयोग केला जातो.

प्रश्नावली तयार करणे हे खूप वेळ लागणारे व अत्यंत काळजीपूर्वक व मेहनत घेऊन करायचे काम आहे. प्रश्नावली लांबलचक व दोषपूर्ण नसावी. ती बिनचूक व आकर्षक असावी. असे नसेल तर प्रतिसादक ती भरून पाठविण्यात टाळाटाळ करण्याची शक्यता आहे व अशा प्रकारे न आलेली माहिती संशोधनाच्या निष्कर्षांवर फार मोठा विपरीत परिणाम करण्याची शक्यता आहे. प्रश्नावलीमध्ये पुढील दोष राहू शकतात, ते टाळावेत.

दोष

१) प्रदीर्घ लांबी : काही प्रश्नावल्यांमध्ये प्रश्नांची संख्या फार जास्त असते. खरे म्हणजे त्यातील काही प्रश्नांची माहिती इतर साधनांच्याद्वारे उपलब्ध करून घेता येते. एवढी मोठी प्रश्नावली पाहिल्यावर प्रतिसादक नाराज होण्याची शक्यता असते.

२) प्रश्न बिनचूक नसणे : प्रश्नांची रचना व्याकरणदृष्ट्या अचूक हवी. प्रश्नांमध्ये वापरल्या गेलेल्या शब्दांचा अर्थ सर्वांच्या दृष्टिकोनातून एकच हवा. प्रश्नांमध्ये 'दुहेरी नकार' असू नये. प्रश्न निश्चित उद्दिष्टावर आधारित हवा. या गोष्टींकडे दुर्लक्ष केले तर प्रश्नांच्या रचनेतच चुका राहतात.

३) क्रमबद्ध व गटाप्रमाणे रचना नसणे : प्रश्नावलीत जे प्रश्न असतात, त्यांचे स्थान व क्रम योग्य असणे आवश्यक आहे. प्रश्नावलीचे योग्य विभाग करणे व प्रत्येक विभागात विशिष्ट क्रमाने प्रश्नांचा क्रम ठेवणे आवश्यक असते. असे न केल्यास त्यामध्ये मोठा दोष राहतो.

सर्वसाधारणपणे वरील तीन दोष प्रश्नावलीमध्ये प्रामुख्याने दिसून येतात. ते टाळण्याचा प्रयत्न करावा. यानंतर आपण प्रश्नप्रकारांचा विचार करू या.

प्रश्नप्रकार – प्रश्नांचे दोन प्रकार पडतात –१) मुक्त प्रश्न, २) बद्ध प्रश्न.

१) मुक्त प्रश्न : ज्या प्रश्नाच्या उत्तराची शब्दरचना प्रतिसादक स्वत:च्या शब्दांत करू शकतो, त्या प्रश्नाचा समावेश मुक्त प्रश्न या गटात होतो. उदा. लोकसंख्या शिक्षण म्हणजे काय ? अशाप्रकारच्या प्रश्नाच्या उत्तरातून त्या विषयासंबंधी बहुविध माहिती मिळू शकते, पण त्या माहितीचे वर्गीकरण करणे संशोधकाला फार अवघड जाते. तसेच उत्तरासाठी प्रश्नावलीत किती जागा ठेवावी हाही मोठा अवघड प्रश्न असतो.

जेव्हा बद्ध प्रश्नांनी आवश्यक माहिती मिळू शकणार नाही अशा वेळीच मुक्त प्रश्नांचा उपयोग करावा.

२) बद्ध प्रश्न : ज्या प्रश्नाचे उत्तर होय/नाही किंवा सहमत नाही यापैकी एका शब्दाने किंवा दिलेल्या उत्तरांपैकी एकाची निवड करून किंवा प्रतिसादकाने एक किंवा काही असे स्वत:चे शब्द वापरून देता येते, अशा प्रश्नास 'बद्ध प्रश्न' म्हणतात. उदा. शाळेत जाणाऱ्या विद्यार्थ्यास पुढील प्रश्न विचारणे. प्रश्न- गणवेश न घातल्यामुळे तुला कधी शिक्षा झाली आहे का ? होय/नाही. वरील प्रश्नाचे उत्तर 'होय' असल्यास गणवेश न घालण्याचे पुढीलपैकी कोणते कारण आहे ? १) गणवेश एकच असल्याने रोज घालू शकत नाही. २) वडील वेळेवर गणवेश शिवू शकत नाहीत. ३) मी स्वत:च गणवेश घालण्याचा आळस करतो. ४) ही कारणे व्यक्तिगत स्वरूपात कोणतीही असू शकतात. संशोधनात ✓ मार्क करताना इतर सर्व कारणे चौथ्या गटात येतील.

संशोधन प्रक्रियेस व संख्याशास्त्रीय प्रक्रियेस बद्ध प्रश्न अधिक योग्य ठरतात. प्रश्नावली तयार करताना पुढील सूचना लक्षात ठेवाव्यात.

सूचना : १) सुरुवातीस प्रश्नावलीला शीर्षक द्यावे. त्यानंतर संशोधकाचे नाव, संशोधन-विषय, मार्गदर्शकाचे नाव, वर्ष हवे. २) स्पष्ट शब्दांत सूचना द्याव्यात. सूचना मर्यादित हव्यात. फार सूचना देणे हे अयोग्य असते. ३) प्रश्नावलीचा हेतू स्पष्ट करणारे व प्रतिसादकाच्या नावे असलेले एक पत्र सोबत हवे. त्यासोबत प्रश्नावली भरून पाठविण्यासाठी पुरेसे पोस्टेज लावलेले व संशोधकाचा नाव व पत्ता असलेले पाकीट पाठवावे. प्रश्नावल्या संस्थाप्रमुखांद्वारे पाठविल्या तर प्रतिसाद अधिक मिळतो; म्हणून जिथे शक्य असेल तेथे संस्थाप्रमुखांद्वारे प्रश्नावल्या पाठवाव्यात. त्यांची परवानगी मागणारे एक पत्रही सोबत द्यावे. कोणत्याही संस्थेची माहिती मागविताना पूर्वस्वीकृती आवश्यक असते. विनंती पत्रानंतर संशोधकाची व प्रश्नावलीच्या शेवटी प्रतिसादकाची स्वाक्षरी हवी. प्रश्नावलीतील उत्तरे फक्त संबंधित संशोधनासाठी, त्या विशिष्ट गटाच्या संदर्भात निष्कर्ष काढण्यासाठी, वापरली जातील; त्यांचा व्यक्तिगत गुण-दोष दाखविण्यासाठी उपयोग केला जाणार नाही व एकूण गुप्तता राखली जाईल याची खात्री द्यावी. ४) प्रश्नावली तयार करण्यापूर्वी इतर संशोधकांनी तयार केलेल्या काही प्रश्नावल्या अभ्यासाव्यात. ५) प्रश्नावली ज्यांच्यासाठी आहे त्याप्रमाणे प्रश्नावलीची भाषा हवी. ६) उत्तरे आल्यावर त्यांचे वर्गीकरण कसे करावे लागेल, हे ठरवूनच प्रश्नांची योजना करावी. मुक्त प्रश्न अगदी अपरिहार्य ठिकाणीच वापरावेत. त्यांचे वर्गीकरण अवघड असते. ७) प्रत्येक प्रश्न एक ठरावीक उद्दिष्ट मनामध्ये ठेवूनच विचारला जावा. संशोधनाची उद्दिष्टे सतत समोर ठेवूनच प्रत्येक प्रश्नाची रचना करावी. जी माहिती इतर पुस्तके, नोंदी यांच्या माध्यमातून मिळू शकेल त्यासाठी प्रश्नांची योजना करू नये.

त्यामुळे प्रश्नांची संख्या मर्यादित राहते. ८) प्रश्नावली प्रतिसादकाला संशयात टाकणारी नसावी. ९) उत्तरासाठी पुरेशी जागा ठेवावी. १०) सुरुवातीचे प्रश्न सोपे व लक्ष केंद्रित करणारे व नंतरचे क्रमाक्रमाने अवघड होत जाणारे असावेत. ११) प्रश्न दुहेरी नकारात्मक नसावा. दुहेरी नकारात्मक प्रश्नाचे उदाहरण गृहपाठ न करणाऱ्या विद्यार्थ्यांना रागावू नये असे तुम्हास वाटते काय ? होय/नाही. तसेच एका प्रश्नात एकच घटक असावा; दोन नसावेत व त्यापेक्षा अधिकही नसावेत. द्विघटकी प्रश्नाचे उदाहरण बुद्धिमान मुलांना वेगळ्या तुकड्यात ठेवून त्यांना वेगळे शिक्षक नेमावे का ? १२) खूप, पुष्कळ, कधीकधी, बहुधा असे शब्द निश्चित अर्थ व्यक्त करीत नाहीत किंवा त्यांचा अर्थ व्यक्तिसापेक्ष असतो; म्हणून असे शब्द प्रश्नावलीत टाळावेत. १३) प्रश्न व्याकरणदृष्ट्या शुद्ध, बिनचूक असावा. १४) वस्तुनिष्ठ बहुपर्यायी प्रश्न व संशोधन प्रश्नावलीमधील अनेक पर्याय दिलेला प्रश्न सारखे वाटण्याची शक्यता आहे. तथापि, त्यांच्यामध्ये कसलेही साम्य नाही. वस्तुनिष्ठ बहुपर्यायी प्रश्नास दिलेल्या पर्यायांमध्ये फार साम्य असते व त्यातील एकच पर्याय हे बरोबर उत्तर असते. याउलट, संशोधनातील बहुपर्यायी प्रश्नातील पर्यायात प्रत्येक पर्याय कोणत्यातरी प्रतिसादकाच्या बाबतीत बरोबर असण्याची शक्यता असते. १५) प्रश्नावलीच्या प्रती चक्रमुद्रित अथवा छापील अथवा झेरॉक्स केलेल्या असाव्यात. त्या स्वच्छ व सुबक असाव्यात. तयार केलेल्या प्रश्नावलीची पूर्व चाचणी घ्यावी. त्यात दिसून येणारे दोष सुधारावेत व नंतरच ती चक्रमुद्रित, छापील किंवा झेरॉक्स प्रतीत आवश्यक त्या संख्येत तयार करावी. १६) प्रश्नावल्या भरून परत येण्याचे प्रमाण सर्वसाधारणपणे कमी असते. याला अनेक कारणे आहेत. दोषपूर्ण प्रश्नावल्या, प्रतिसादकाचा आळस किंवा कामाचा व्याप, प्रतिसादकाचे विस्मरण किंवा एकूणच संशोधनासंबंधी अनास्था यांपैकी कोणतेही कारण असू शकते. संशोधकाची चिकाटी यावर काही प्रमाणात मात करू शकते. प्रतिसादकांना स्मरणपत्रे पाठवून हे शक्य होऊ शकते. किती टक्के प्रश्नावल्या परत आल्या तर संशोधनातील निष्कर्ष ग्राह्य ठरतात हे सांगणे खरे म्हणजे अवघड आहे. ज्या टक्केवारीवरून संपूर्ण गटासंबंधी निष्कर्ष काढता येतील एवढी टक्केवारी हवी. ही टक्केवारी जेवढी जास्त, तेवढी निष्कर्षांची वैधता अधिक असते.

मर्यादा : प्रश्नावली हे साधन खूप लोकप्रिय व अधिक वापरात असणारे आहे. तथापि, यालाही खालील मर्यादा आहेत.

१) या साधनाचा वापर करताना प्रतिसादकाशी प्रत्यक्ष संपर्क साधला जात नाही. यामुळे प्रतिसादकाच्या काही शंका असल्यास त्या दूर करता येत नाहीत.

२) प्रश्नावलीतील प्रश्नांची उत्तरे समाजमान्य स्वरूपात देण्याकडे अधिक कल असतो; कारण संशोधक व प्रतिसादक समोरासमोर नसतात व त्यामुळे आदर्शाकडे

झुकणारी उत्तरे देण्याचा प्रयत्न होतो. उदा. प्रश्न – तुमच्या घरातील कोणी व्यक्ती मदिरा सेवन करते का ? या प्रश्नाचे सर्वसाधारणपणे 'नाही' असेच उत्तर येते. तसेच नाजूक, गुप्त व वादग्रस्त विषयांची उत्तरेही खरी मिळण्याची शक्यता कमी असते. जेणेकरून आपल्याला कसलाही त्रास संभवणार नाही अशी गुळमुळीत उत्तरे देण्याकडे अधिक प्रतिसादकांचा कल राहण्याची शक्यता असते.

३) सर्व दर्जाच्या बुद्धिक्षमतांसाठी, वेगवेगळे बुद्धिगुणांक असलेल्या प्रतिसादकांना योग्य ठरेल अशी प्रश्नावली तयार करणे ही फार अवघड गोष्ट आहे.

४) प्रश्नावल्या भरून परत येण्याचे प्रमाण कमी असते. तसेच आलेल्या प्रश्नावलीमधील सर्व प्रश्न भरलेल्या प्रश्नावली कमी असण्याची शक्यता असते.

५) लहान मुले व अशिक्षितांसाठी या साधनाचा वापर करता येत नाही.

९.५ शेड्यूल/अनुसूची (Schedule)

प्रतिसादकाला प्रश्न विचारून लिखित स्वरूपात माहिती गोळा करण्याच्या साधनांच्या मालिकेतील दुसरे साधन म्हणजे 'शेड्यूल.' Goode and Hatt, "Schedule is the name usually applied to a set of questions which are asked and filled in by an interviewer in a face to face situation with another person."

प्रश्नावली जेव्हा एका किंवा अनेक प्रतिसादकांना दिली जाते व संशोधक समक्ष उपस्थित राहून ती प्रश्नावली त्याच्यासमोर प्रतिसादकांकडून भरून घेतो तेव्हा त्या प्रश्नावलीस 'शेड्यूल' म्हणतात. म्हणजेच संशोधकाने प्रश्नांची यादी प्रतिसादकाकडे पोस्टाने अथवा इतर मार्गाने पाठविली की प्रश्नावली होते व समोर भरून घेतली की त्याचे शेड्यूल होते.

या प्रक्रियेत प्रतिसादकाशी सुसंवाद साधता येतो. त्याच्या काही शंका असल्या तर त्या दूर करता येतात. काही प्रश्नांचा अर्थ स्पष्ट करण्याची आवश्यकता भासली तर तसा अर्थ स्पष्ट करता येतो. शेड्यूल भरून घेण्यापूर्वी संशोधक प्रतिसादकांना प्रास्ताविक करूनही सर्वसामान्य सूचना देऊ शकतो. प्रश्नावल्या भरून परत येण्याचे प्रमाण अतिशय कमी असते व त्यामुळे ज्या अडचणी निर्माण होतात त्यावर 'शेड्यूल' या साधनाने मात केली आहे. प्रतिसादक संशोधकाच्या जवळ व गटाने उपलब्ध असले की वेळही कमी लागतो व खर्चातही बचत होते. तथापि, प्रतिसादक दूरवर, परगावी असले तर व प्रत्येकाला व्यक्तिगतरीत्या भेटावयाचे म्हटले तर खर्च अधिक व वेळही अधिक लागतो.

९.६ पडताळा सूची (Check List)

एखाद्या प्रक्रियेचे विविध घटक, एखाद्या संस्थेमधील विविध घटक तसेच एखाद्या व्यक्तीमधील विविध गुणधर्म यांची यादी करून जेव्हा निरीक्षकाला दिली जाते व ते उपलब्ध असल्यास होकारार्थी (✓) व नसल्यास नकारार्थी (✗) याप्रमाणे नोंद करण्यास सांगितले जाते, तेव्हा या तयार केलेल्या साधनास 'पडताळा सूची' असे म्हणतात. म्हणजेच विशिष्ट बाबींशी संबंधित घटकांची एक सूची, यादी तयार केली जाते व ठरावीक ठिकाणी त्या यादीतील कोणकोणते घटक आहेत हे पाहावयास व नोंदविण्यास सांगितले जाते.

पडताळा सूची हे साधन चांगले तयार होण्यासाठी पूर्वी विविध संशोधकांनी तयार केलेल्या पडताळा सूचींचा अभ्यास करावा. या साधनांच्याद्वारे तो विशिष्ट घटक आहे का नाही एवढेच समजते, त्याचा दर्जा समजत नाही. एखाद्या चांगल्या शाळेत कोणकोणते घटक आवश्यक आहेत याची यादी करून त्यानुसार 'क्ष' या शाळेत त्यांपैकी कोणकोणते घटक उपलब्ध आहेत याचा पडताळा घेणे. याप्रमाणे आपल्या संशोधन विषयाशी संबंधित कोणत्या बाबींमध्ये आपण पडताळा सूचीचा उपयोग करू शकतो याचा संशोधकाने स्वत: निर्णय घ्यावा. पडताळा सूचीचे उदाहरण, प्रश्न – तुमच्या शाळेत पुढीलपैकी कोणकोणते अभ्यासानुवर्ती कार्यक्रम होतात ? (जो कार्यक्रम होतो त्याच्यापुढे ✓अशी खूण करा व जो होत नाही त्याच्यापुढे ✗अशी खूण करा.)

१) वक्तृत्व स्पर्धा २) क्रीडा स्पर्धा ३) वार्षिक स्नेहसंमेलन ४) पाठांतर स्पर्धा ५) हस्ताक्षर स्पर्धा ६) सहली ७) चित्रकला स्पर्धा ८) रांगोळी स्पर्धा ९) संगीताच्या संबंधातील कार्यक्रम १०) नाट्य स्पर्धा.

९.७ पदनिश्चयन श्रेणी (Rating Scale)

Barr, Davis and Johnson, "Rating is a term applied to expression of opinion or judgement regarding some situation, object or character. Opinions are usually expressed on a scale of values." माहितीच्या नोंदीचे हे गुणात्मक साधन आहे. एखाद्या व्यक्तीमध्ये एखादा गुण किंवा वैशिष्ट्य किती प्रमाणात उपलब्ध आहे हे समजून घेण्यासाठी या साधनाचा उपयोग केला जातो. यासाठी तीन, पाच, सात, नऊ असे बिंदू असलेल्या श्रेणी वापरता येतात. या श्रेणी पूर्वनियोजित असतात. जेवढ्या श्रेणी अधिक तेवढ्या प्रमाणात त्या गुणाच्या वा वैशिष्ट्याच्या विविधतेची किंवा भेदाची अधिक बारकाईने नोंद करता येते; मध्यभागी सामान्य किंवा मध्यम श्रेणी येते, डाव्या बाजूस कनिष्ठ व उजव्या बाजूस श्रेष्ठ श्रेणी येतात. उदा.

तीन बिंदू	वाईट	मध्यम	चांगला
पाच बिंदू	वाईट/बरा	मध्यम	चांगला / उत्तम
सात बिंदू	वाईट/बरा/अधिक बरा	मध्यम	साधारण चांगला/ चांगला / उत्तम
नऊ बिंदू	सर्वांत वाईट/वाईट/बरा/ अधिक बरा	मध्यम	साधारण चांगला / चांगला / उत्तम / सर्वोत्तम

प्रकार

१) वर्णनात्मक : या प्रकारात वर दिल्याप्रमाणे श्रेणींचे वर्णन दिलेले असते. याच प्रकाराचा सर्वांत अधिक उपयोग होताना दिसून येतो.

२) प्रमाणित : काही नमुने दिलेले असतात व विशिष्ट घटक दिलेल्या नमुन्यांपैकी कोणत्या प्रकाराशी मिळताजुळता आहे हे पाहिले जाते. उदा. हस्ताक्षराचे पाच नमुने देऊन विशिष्ट विद्यार्थ्याचे हस्ताक्षर कोणत्या नमुन्याबरहुकूम आहे हे प्रतिसादकास विचारले जाते.

३) रेखित : एक आडवी रेषा व त्यावर क्रमाने आकडे असतात. सुरुवातीस शून्य या श्रेणीवर प्रतिकूल, मध्यभागी असलेल्या अंकावर सरासरी व शेवटच्या अंकावर अत्यंत अनुकूल असे लिहिलेले असते. त्यानुसार सर्व अंकांचा क्रमाने योग्य असा अर्थ प्रतिसादक ध्यानात घेतो. प्रतिसादक त्या दर्जानुसार योग्य अंकावर, श्रेणीवर नोंद करतो; म्हणजेच एखाद्या हस्ताक्षराच्या दर्जासंबंधी प्रतिसादकास श्रेणीची नोंद करायची आहे. ते हस्ताक्षर त्याला खूप चांगले वाटले, पण सर्वांत चांगले वाटले नाही, तर तो शेवटून दुसऱ्या अंकाच्याखाली त्या हस्ताक्षराची श्रेणी ठरवितो.

४) सक्तीची निवड : प्रत्येक वैशिष्ट्यासंबंधी चार वाक्ये दिलेली असतात व त्यांपैकी दोहोंची निवड करणे सक्तीचे असते. प्रतिसादक दोन वाक्यांची निवड करतो. उदा. मराठीच्या शिक्षकासंबंधी. १) शंका विचारण्यास उत्तेजन देतात. २) शंका विचारण्यास हरकत घेतात. ३) वर्गात लोकशाही पद्धतीने वागतात त्यामुळे आम्ही पाठ्यांशात अधिक भाग घेतो. ४) वर्गात हुकूमशाही पद्धतीने वागतात, त्यामुळे आम्ही फक्त ऐकण्याचे काम करतो.

या चार वाक्यांपैकी एक वाक्य असे निवडण्यास सांगावे, जे संबंधित व्यक्तीला अत्यंत योग्य ठरते व दुसरे असे निवडण्यास सांगावे, जे संबंधित व्यक्तीला पूर्णपणे अयोग्य ठरते.

५) संख्यांकित : एक ते पाच, एक ते सात किंवा एक ते नऊ असे फक्त अंक दिलेले असतात. विशिष्ट बाब, वैशिष्ट्य कोणत्या श्रेणीमध्ये आहे हे प्रतिसादकाने ठरवावे. नंतर योग्य अशा अंकाच्याखाली नोंद करावी अशी अपेक्षा असते.

पदनिश्चयन श्रेणी तयार करताना घ्यायची काळजी : १) श्रेणींच्या बिंदूंची संख्या तीन, पाच, सात, नऊ अशी विषम असावी. त्यामुळे मध्यभागी सरासरी, मध्यम अशी नोंद करणे यामुळे शक्य होते. २) प्रत्येक बिंदूवरील वापरलेल्या शब्दांचा अर्थ सहज स्पष्ट होणारा असावा. ३) श्रेणींच्या बिंदूंची संख्या पाच किंवा सात असणे हे अधिक योग्य असते. तीन बिंदू असतील तर भेद फारच कमी असतो व नऊ बिंदू असतील तर प्रतिसादकाला नोंद करताना फार विचार करावा लागतो व काही वेळा हे अडचणीचे होते. ४) वैशिष्ट्यांची संख्या फार नसावी, त्यामुळे एकाचा दुसऱ्यावर परिणाम होऊ शकतो.

उपयोग : विद्यार्थ्यांच्या अंगच्या विविध कला, त्यांनी तयार केलेल्या वस्तू, त्यांच्यामधील गुणवैशिष्ट्ये, त्यांची प्रयोगशाळेत, कार्यशाळेत, मैदानात, स्नेहसंमेलनात, विविध कार्यक्रमांत भाग घेण्याची पद्धत, याचा दर्जा इतरांच्या दृष्टिकोनातून कसा आहे, कोणत्या श्रेणीचा आहे, या गोष्टींचे मूल्यमापन या साधनाद्वारे करता येते. त्याचबरोबर संशोधकास संशोधन-कार्यात व इतरही शैक्षणिक किंवा इतर प्रश्नावलीत याचा उपयोग होऊ शकतो.

मर्यादा : १) सरासरीच्या जवळपास नोंद करण्याची सर्वसामान्य प्रवृत्ती असते. त्याचप्रमाणे अगदी टोकाकडच्या बिंदूंवर नोंद न करण्याची प्रवृत्ती असते असे दिसून येते. यावर उपाय म्हणजे, संशोधकाने प्रतिसादकास मोकळेपणाने नोंद करण्याचे महत्त्व पटवून देणे. २) एका वैशिष्ट्याची प्रतिसादकाने जर उत्तम बिंदूंवर नोंद केली तर दुसऱ्या वैशिष्ट्याची त्याच्या जवळपास नोंद करण्याची त्याची मनोभूमिका निर्माण होण्याची शक्यता असते. येथेही संशोधकाने योग्य सूचना देऊन हा दोष दूर करता येतो. ३) पूर्वग्रहदूषित पदनिश्चयन होण्याची शक्यता असते. हाही दोष वरील पद्धतीने दूर करता येऊ शकतो.

९.८ गुणांक पत्रिका (Score Card)

पदनिश्चयन श्रेणीमध्ये घटकांच्या, वैशिष्ट्यांच्या संख्येवर बंधन असते. पदनिश्चयन श्रेणीने साधारण पाचपर्यंतचे घटक किंवा वैशिष्ट्ये यांची श्रेणी ठरविणे योग्य असते. यापेक्षा अधिक घटकांचे मूल्य ठरवायचे असेल व ते विविध घटक ज्या एका गोष्टीशी संबंधित असतील त्या गोष्टीचा दर्जा ठरवायचा असेल तर गुणांकपत्रिकेचा वापर केला जातो; म्हणजेच पदनिश्चयन श्रेणीचाच हा एक पुढचा प्रकार आहे. पदनिश्चयन श्रेणीची इतर सर्व माहिती इथेही उपयोगी पडणारी आहे. येथे श्रेणींना गुण दिलेले असतात.

उदा.

वाईट	बरा	मध्यम	चांगला	उत्तम
० गुण	१ गुण	२ गुण	३ गुण	४ गुण

एखाद्या शाळेचा दर्जा ठरवायचा असेल तर त्याचे जे विविध घटक आहेत, त्यांना गुणदान करून त्यांची बेरीज करणे व त्यानुसार दर्जा ठरविणे सोपे जाते. शाळेचे प्रयोगशाळा, ग्रंथालय, इमारत, मैदान, मुख्याध्यापक, शिक्षक, विद्यार्थी इत्यादी घटक आहेत. त्यांची यादी करावी, त्यांचा दर्जा ठरवावा व त्यांना त्यानुसार गुण देऊन त्यांची बेरीज केल्यावर शाळेचा दर्जा ठरविता येईल. समजा, एका संशोधकाने शाळेचे दहा घटक ठरविले व त्यांचा दर्जा ठरवून त्यांना गुण दिले. त्यांची बेरीज तीस झाली तर ती शाळा चांगली; जर वीस झाली तर ती शाळा मध्यम आहे असा निष्कर्ष काढता येईल.

९.९ मनोवृत्ती मापन (Opinionnaire, Attitude Scale)

एखादी वस्तू, घटना, व्यक्ती, व्यक्तिसमूह किंवा कोणताही गट यासंबंधी एखाद्या व्यक्तीला जे वाटते ती त्या व्यक्तीची त्या घटकासंबंधी 'मनोवृत्ती' असे म्हणता येते. म्हणजेच 'विचार' व 'मनोवृत्ती' यामध्ये साम्य आहे. हे विचार, ही वृत्ती त्या व्यक्तीच्या मतांवरून इतरांना समजण्याची शक्यता आहे. तथापि, मनोवृत्ती व मत यामध्ये तफावत पडण्याची शक्यता आहे; कारण अनेक वेळा व्यक्ती स्वत:ची वृत्ती बाजूला सारून सामाजिकदृष्ट्या योग्य असे मत व्यक्त करते. काही वेळा व्यक्तीला स्वत:ची वृत्ती योग्य भाषेद्वारे व्यक्त करता येत नाही हीही एक अडचण आहे. या अडचणी आणि मर्यादा मान्य करूनही व्यक्तीचे मत अजमावणे अनेक वेळा आवश्यक असते. निवडणुकीच्या वेळी लोकमत सर्वेक्षण घेतले जाते हे याचे उत्तम उदाहरण आहे. मनोवृत्ती-मापनासाठी प्रश्नावली, मुलाखती, पडताळा सूची, पदनिश्चयन श्रेणी, समाजमिती तंत्र इत्यादी साधनांचा उपयोग होऊ शकतो. याचबरोबर पुढील दोन पद्धतींचा वापर करता येतो.

१) थर्स्टन पद्धती : संशोधन विषयातील ज्या भागासंबंधी प्रतिसादकांची मनोवृत्ती अभ्यासायची आहे, त्या भागासंबंधी वीस किंवा जास्त विधाने तयार करावीत. विषयाच्या दोषांपासून-गुणांपर्यंत, वाईटापासून-चांगल्यापर्यंत सर्व मुद्यांचा यामध्ये परामर्श घ्यावा. नंतर ही विधाने पन्नास किंवा अधिक तज्ज्ञांना द्यावीत. एक ते अकरापर्यंत (पूर्णपणे संमत ते पूर्णपणे असंमत) तयार केलेल्या पदनिश्चयन श्रेणीमध्ये त्यांचे विभाजन करण्यास सांगावे. जी विधाने वादग्रस्त असतील ती गाळून टाकावीत. तज्ज्ञांनी केलेल्या विभाजनानुसार प्रत्येक विधानाचे मध्यांकमूल्य काढावे. आता विधानांची यादी व प्रत्येकाचे

मूल्य तयार झाले. विधानांची यादी प्रतिसादकांना द्यावी. त्यांना मान्य असणाऱ्या विधानांच्या पुढे बरोबरच्या खुणा करण्यास सांगावे. त्यानुसार प्रतिसादकांचा प्राप्तांक काढता येईल व अभिवृत्तीचे मापन करता येईल.

२) लिकर्ट पद्धती : संशोधन समस्येसंबंधी विविध विचारवंत, वृत्तपत्रे, आकाशवाणी, दूरचित्रवाणी, चित्रपट, संघटना व स्वत: संशोधक वगैरे माध्यमातून जी मते मिळतील त्यांची एक यादी करावी. यामध्ये अनुकूल व प्रतिकूल मतांची संख्या सारखी करावी. प्रतिसादकास पंचम श्रेणीत पदनिश्चयन करण्यास सांगावे. गुणदान करताना ते पुढीलप्रमाणे करावे.

	संपूर्ण मान्य	साधारण मान्य	सांगता येत नाही	साधारण अमान्य	संपूर्ण अमान्य
अनुकूल	५	४	३	२	१
प्रतिकूल	१	२	३	४	५

एकूण विधाने वीस आहेत असे समजू. प्रतिसादक कमीत कमी वीस व जास्तीत जास्त शंभर गुण मिळवू शकेल. पन्नास किंवा जास्त गुण मिळविणारा या समस्येशी सहमत असणाऱ्या मनोवृत्तीचा व ५० पेक्षा कमी गुण मिळविणारा या समस्येशी असहमत असणाऱ्या मनोवृत्तीचा असे ठरविता येईल.

या प्रकारात अनुकूल व प्रतिकूल विधाने लिहिताना त्यांचा कोणताही विशिष्ट क्रम ठेवू नये. या पद्धतीच्या मर्यादा पुढीलप्रमाणे – १) अनुकूल व प्रतिकूल विधाने ही सारख्याच क्षमतेची असणे जरा अवघडच आहे. २) प्रतिसादक स्वत:ला खरोखरी काय वाटते यापेक्षा कशास समाजमान्यता आहे याचा विचार करून नोंदी करण्याची शक्यता आहे. ३) सारखे गुण असणाऱ्या दोन प्रतिसादकांची संबंधित प्रश्नासंबंधी समान मनोवृत्ती आहे असे काही वेळा घडणार नाही; कारण दोघांच्या नोंदींमध्ये फरक असेल व एकत्रित गुणांची बेरीज मात्र सारखी असेल.

९.१० समाजमिती तंत्र (Sociometric Technique)

संशोधन समस्येची माहिती मिळविण्याचे आणखी एक साधन म्हणजे 'समाजमिती तंत्र' होय. समाजामध्ये शैक्षणिक क्षेत्राशी संबंधित विविध गट असतात. उदा. शिक्षक, विद्यार्थी. या गटांमध्ये एखाद्या व्यक्तीचे स्थान कोणते आहे हे या तंत्राद्वारे पाहता येते. तसेच त्या गटात कुणाला स्वीकारले जाते, कुणाला नाकारले जाते व तेही किती प्रमाणात याची माहिती या तंत्राद्वारे पाहता येते.

या ठिकाणी एक महत्त्वपूर्ण मुद्दा ध्यानात ठेवावा लागेल. हे जे मत व्यक्त करणे किंवा त्या व्यक्तीच्या दृष्टिकोनातून मूल्यमापन केले जाते ते वरिष्ठांनी कनिष्ठांचे मूल्यमापन करणे नसून समपातळीवरील व्यक्तींनी एकमेकांचे मूल्यमापन करणे असे असते. उदा. मुख्याध्यापकाने उपशिक्षकांचे मूल्यमापन करायचे नसून एका विद्यार्थ्याने दुसऱ्या विद्यार्थ्याबद्दल किंवा एका शिक्षकाने दुसऱ्या शिक्षकाबद्दल मूल्यमापन करायचे. या पद्धतीने मापन करताना पुढील दोन तंत्रांचा सर्वसाधारणपणे उपयोग केला जातो.

१) ओळखा पाहू तंत्र (The Guess who Technique) : हे एक मोठे मजेशीर व उपयुक्त असे तंत्र आहे. एखादा शिक्षक वर्गात जाण्यापूर्वी एखाद्या आडदांड मुलाने एखाद्या गरीब मुलाला मारले. शिक्षकाने वर्गात गेल्यावर त्या गरीब मुलाला या संबंधात विचारले. परंतु, तो मुलगा व वर्गातील इतर विद्यार्थी घाबरून त्या आडदांड मुलाचे नाव सांगू शकत नाहीत. अशा वेळेस सर्व विद्यार्थ्यांना, कागदाच्या बारीक कपट्यावर अशा मुलाचे नाव लिहिण्यास सांगितले तर अधिक वेळा ज्याचे नाव येईल, तो त्या गरीब मुलास मारणारा मुलगा असे सांगता येईल. वर्गातील हुशार मुलगा, विनोद करून हसविणारा मुलगा, वर्ग-प्रतिनिधी या तंत्राने ठरविता येईल.

२) सामाजिक अंतर मापन श्रेणी (The Social Distance Scale) : ई. एस. बोगार्ड्स याने या तंत्राचा शोध लावला. एखादी व्यक्ती किंवा गट किती प्रमाणात दुसऱ्या व्यक्ती वा गटाकडून मान्य अथवा अमान्य केला जातो हे या श्रेणीद्वारे ठरविले जाते. या ठिकाणी पंचमबिंदू आणि सप्तमबिंदू श्रेणी वापरली जाते. उदा.

	मान्य	साधारण मान्य काही प्रमाणात	सांगता येत नाही	साधारण अमान्य काही प्रमाणात	अमान्य
तुमच्या मित्रांच्या गटात सुरेशला घेणे					

या पद्धतीत वरील तंत्रामधून जी माहिती मिळते ती मोजण्यासाठी समाजमितीसंच किंवा आलेख यांचा उपयोग केला जातो.

या तंत्राच्या मर्यादा : १) एखाद्या व्यक्तीला स्वीकृती दिली व एखाद्याला अस्वीकृती दिली याचे कारण कोणते, याचा समावेश या तंत्रात नसतो; म्हणजेच विधानाची व उत्तराची कारणमीमांसा केलेली नसते. २) या तंत्रातून अत्यंत मर्यादित

माहिती मिळते. ३) यामध्ये एखाद्या व्यक्तीला स्वीकारण्याचे वा नाकारण्याचे कारण नसल्याने, नाकारल्या गेलेल्या त्या व्यक्तीमध्ये कोणते दोष आहेत व ते दूर कसे करावेत याची योजना नसते; म्हणजेच या तंत्रामध्ये उपाययोजनेचा अभाव असतो.

९.११ मानसशास्त्रीय कसोट्या (Psychological Tests)

मानसशास्त्रीय कसोट्यांचा उपयोग बहुतेक प्रायोगिक व वर्णनात्मक संशोधनामध्ये केलेला दिसून येतो. "Cronbach defines a test as a systematic procedure for comparing the behaviour of two or more persons at a particular time or one or more persons at a different time."

वस्तुत: एखाद्या व्यक्तीची वर्तन गुणवत्ता ही विशिष्ट निकषांवर ठरविणे हेच उचित होय. तथापि, दैनंदिन व्यवहारामध्ये अनेक वेळा तुलना करूनही वर्तन गुणवत्ता ठरविली जाते. दोन किंवा अनेक व्यक्तींचे वर्तन एका विशिष्ट वेळी कसे होते हे व्यवस्थित पद्धतीने पाहिले जाते. तसेच एक किंवा अधिक व्यक्तींचे वर्तन वेगवेगळ्या वेळी कसे होते हेही पद्धतशीरपणे पाहून त्यांची तुलना करता येते; म्हणजेच व्यक्तीच्या वर्तनाच्या तुलनेसाठी कसोटीचा वापर केला जातो. व्यक्तीच्या वर्तनाचे मापन केले जाते व त्या व्यक्तीची गुणात्मक व संख्यात्मक माहिती मिळते. या मिळालेल्या माहितीच्या आधारे त्या व्यक्तीचे वर्गीकरण केले जाते, निवड केली जाते, मार्गदर्शन केले जाते, भविष्यकथन केले जाते किंवा एकूण शिक्षण प्रक्रियेचेच मूल्यमापन केले जाते. 'व्यक्तिवर्तन' हा फार विस्तृत अर्थाचा शब्द झाला. यामध्ये कोणकोणते घटक येतात ? व्यक्तिवर्तनात पुढील बाबींचा समावेश होतो. सर्वसामान्य मानसिक क्षमता अथवा बुद्धी, विशिष्ट क्षमता, निर्मितीक्षमता, प्रावीण्य, समायोजन क्षमता, अभिरुची, मूल्ये यांचे मापन करता येते. मानसशास्त्रीय कसोट्या म्हणजे वरील बाबींचे मापन करण्यासाठी तयार केलेल्या कसोट्या.

या मानसशास्त्रीय कसोट्यांचे दोन प्रकार आहेत. पहिला प्रकार म्हणजे अप्रमाणित, सामान्य चाचण्या व दुसरा प्रकार म्हणजे प्रमाणित चाचण्या होय. अप्रमाणित, सामान्य चाचण्यांमध्ये प्रमाणीकरणाची प्रक्रिया केलेली नसते. त्यांची वैधता व विश्वसनीयता उच्च दर्जाची नसून सामान्य दर्जाची असते. त्यांचे उपयोगक्षेत्र व्यापक नसून मर्यादित असते व त्यांच्यासाठी मानके (Norms) तयार केलेली नसतात.

संशोधनामध्ये अधिक प्रमाणात प्रमाणित चाचण्यांचा उपयोग केला जात असल्याने आपण त्यांची सविस्तर माहिती पाहू. G. Terry Page & J. B. Thomas with A. R. Marshall यांनी प्रमाणित चाचणीचा पुढील अर्थ दिला आहे, "Standardized Test. Test for which content has been selected and checked empirically, for which norms have been established and for which uniformed administration and scoring exist, and which may be relatively objectively scored." प्रमाणित चाचण्यांच्याद्वारे त्या व्यक्तीची समान वयाच्या व समान इयत्तांच्या इतर व्यक्तींशी तुलना करणे शक्य असते. या चाचण्यांचा उपयोग व्यापक क्षेत्रात करता येतो. ज्या गटासाठी ही चाचणी तयार केली गेली असते. त्या गटास ही चाचणी कशी आयोजित करावी, त्याचे गुणदान कसे करावे, त्याचा अर्थ कसा लावावा, यासंबंधी चाचणीसोबत असलेल्या लघुपुस्तिकेत सर्व माहिती दिलेली असते. सर्व आवश्यक सूचनांचा त्यामध्ये समावेश असतो. वैधता, विश्वसनीयता, वस्तुनिष्ठता, व्यापकता, व्यवहार्यता, भेदाभेदक्षमता व निश्चित ठरलेली मानके हे प्रमाणित चाचणीचे खास गुणधर्म असतात.

या चाचण्यांचे आयोजन करणे, त्यांचा अर्थ लावणे, त्यावर अभिप्राय देणे हे तज्ज्ञ माणसाचे काम असते. त्यांचा बारकाईने अर्थ लावून, संख्याशास्त्राचे योग्य ज्ञान प्राप्त करून व आपल्या मार्गदर्शकाकडून किंवा संबंधित तज्ज्ञांकडून मार्गदर्शन घेऊन संशोधक या विषयात तज्ज्ञ होऊ शकतो.

सर्वसामान्य चाचण्यांचे पुढील विविध पद्धतींनी विभाजन केलेले दिसून येते.

१) गट चाचण्या – व्यक्तिगत चाचण्या : काही चाचण्या विशिष्ट समूहांना एकत्रितरीत्या देता येतात, यामध्ये वेळेची बचत होते. यामध्ये व्यक्तिगतरीत्या लक्ष देणे शक्य होत नाही, यांना 'गट चाचण्या' म्हणतात. व्यक्तिगत चाचण्या देण्यास अधिक वेळ लागतो. एका चाचणीचे आयोजन करण्यास अर्धा तास लागत असेल तर ५०० प्रयोज्यांवर ती चाचणी आयोजित करण्यासाठी २५० तास, अधिक प्रत्येकाला सूचना देण्यासाठी लागणारा वेळ लागतो. तथापि, यामध्ये व्यक्तिगत अडचणी, शंका निरसन करणे शक्य होते.

२) लेखी चाचण्या – कृती चाचण्या : लेखी चाचण्या लिखित स्वरूपाच्या असतात. प्रयोज्याने प्रश्नांची उत्तरे लेखी स्वरूपात द्यावीत अशी अपेक्षा असते. भाषेमुळे यांची व्यापकता कमी होते व अशिक्षित माणसे व बालके यांच्या दृष्टीने यांची उपयुक्तताही कमी होते. सर्वसामान्यपणे लेखी चाचण्या गटावर आयोजित केल्या जातात. कृती चाचण्या या साधारणपणे व्यक्तिगतरीत्या दिल्या जातात. प्रतिसादकाने काही विशिष्ट तयार केलेली उपकरणे, वस्तू, विशिष्ट उद्दिष्ट ठेवून हाताळाव्यात अशी अपेक्षा असते. प्रतिसादकाच्या कृतीवर संशोधक लक्ष ठेवतो व तशी नोंद करतो. कृती चाचण्यांची व्यापकता मोठी असते व उपयुक्तताही अधिक असते.

३) प्रमाणित चाचण्या – अप्रमाणित चाचण्या : आत्ताच आपण प्रमाणित व अप्रमाणित चाचण्या यांच्यामधील फरक पाहिलेला आहे.

४) वेग कसोट्या – समर्थता कसोट्या : एखादी व्यक्ती एखादी कसोटी किती

गतीने, वेगाने सोडविते व बिनचूक उत्तरे देते हे वेग कसोट्यांमध्ये पाहिले जाते. या कसोट्यांना वेळेचे बंधन असते. समर्थता कसोट्यांना वेळेचे बंधन नसते. फक्त क्रमाने अवघड होत जाणारे प्रश्न ओळीने, क्रमाने सोडवावे अशी अपेक्षा असते. उदा. एक ते छत्तीस प्रश्नांपैकी एक ते तीस प्रश्न बरोबर सोडविले, नंतर फक्त पस्तीसावा प्रश्न बरोबर सोडविला. अशा वेळेस फक्त एक ते तीस प्रश्नांच्या संदर्भातच गुण दिले जातात. पस्तीसाव्या बरोबर उत्तराकडेही दुर्लक्ष केले जाते.

आता आपण मानसशास्त्रीय कसोट्यांचे विविध प्रकार कोणते आहेत ते अभ्यासू.

१) प्रावीण्य कसोटी (Achievement Test) : या कसोटीद्वारे विविध शालेय विषयांत विद्यार्थ्यांची प्रगती किती झाली अथवा परागती किती झाली हे समजून येते. विद्यार्थ्यांना अभ्यासक्रमातील कोणता भाग समजला नाही, त्यानुसार अध्यापनात कोणता बदल करावा लागेल याचे निदान या कसोटीच्या गुणांकावरून करता येते. इतकेच काय, पण मोठ्या प्रमाणात या कसोट्यांचा उपयोग करून अध्ययन-अध्यापनाची उद्दिष्टे, अध्यापन-पद्धती व पाठ्यांश यामध्येसुद्धा काय बदल करावा हे ठरविले जाते. निदानात्मक व उपचारात्मक अध्यापन करण्यासाठी प्रावीण्य कसोटीचाच उपयोग करावा लागतो. शाळा, महाविद्यालये यांमध्ये यांचा प्रचंड प्रमाणावर वापर केला जातो; म्हणजेच विद्यार्थी एखाद्या इयत्तेत पास का नापास आहे, त्याचा गुणवत्ता क्रमांक किती आहे, हे सर्व या कसोटीद्वारे ठरते. शिक्षकांना विविध परीक्षांसाठी तयार केलेल्या विविध विषयांच्या प्रश्नपत्रिका म्हणजेच 'प्रावीण्य कसोट्या' होय. विविध वस्तुनिष्ठ प्रश्न आणि लघुत्तरी व निबंधवजा प्रश्न यांचा समावेश प्रावीण्य कसोट्यांत होतो. प्रश्नपत्रिका तयार करताना पाठ्यांश, उद्दिष्टे, प्रश्नप्रकार, काठिण्य पातळी यांचा पूर्ण विचार करावा. याचबरोबर योग्य सूचना, पर्याय, उत्तरसूची, गुणदान योजना, प्रश्नवार पृथक्करण या सर्व घटकांची निश्चिती करून प्रश्नपत्रिका तयार करण्याचे काम पूर्ण करावे.

२) अभियोग्यता कसोटी (Aptitude Test) : John W. Best, "Aptitude Tests attempt to predict the degree of achievement that may be expected from individuals in a particular activity." कोणतीही व्यक्ती एखाद्या शिक्षणक्रमात, व्यावसायिक शिक्षणक्रमात अथवा एखाद्या विशिष्ट व्यवसायात यशस्वी होऊ शकेल का याचे उत्तर या कसोटीच्या आयोजनानंतर मिळू शकते.

एखाद्या व्यक्तीच्या अंगी कोणकोणते गुण आहेत, कोणत्या उणिवा आहेत, याची कल्पना या कसोटीद्वारे येते. त्या व्यक्तीच्या अंगी संबंधित विषयासंबंधी सुप्त कार्यशक्ती किती प्रमाणात आहे याची माहिती होते. एखाद्या व्यक्तीमध्ये एखाद्या क्षेत्राची किती प्रमाणात आवड आहे हे त्या व्यक्तीच्या त्या क्षेत्रातील वर्तमानकालीन

क्षमतेवरून दिसून येते. यावरून त्या क्षेत्राचे प्रशिक्षण त्याला दिले तर भविष्यकाळात तो मोठे यश प्राप्त करू शकेल असा अंदाज व्यक्त करता येतो. उदा. एखाद्या व्यक्तीचे व्यक्तिमत्त्व उमदे आहे, तिला चांगला अभिनय करता येतो, आवाजावर प्रभुत्व आहे, नाटक, चित्रपटांची आवड आहे, यावरून त्याला योग्य प्रशिक्षण दिले गेले तर तो चांगला नट होऊ शकेल असा अंदाज बांधता येतो. ही जी व्यक्तीची अभियोग्यता किंवा कल असतो त्याचे पुढील चार प्रकारांमध्ये विभाजन करता येईल.

• **सर्वसामान्य कल :** व्यक्तीचा ढोबळ मानाने कोणत्या विभागाकडे कल आहे हे समजते. म्हणजेच व्यक्तीचा सर्वसामान्य कल असतो. उदा. कारकुनीक्षमता, यांत्रिकक्षमता.

• **विशेष कल :** व्यक्तीचा कोणत्या विषयाकडे विशेष कल आहे हे यावरून समजते. उदा. शास्त्र, गणित, भाषा.

• **व्यावसायिक कल :** एखादी व्यक्ती कोणत्या व्यवसायात यश मिळवू शकेल हे या कसोटीवरून समजते. उदा. इंजिनियर, डॉक्टर, वकील.

• **विशेष क्षेत्राकडे कल :** जीवनातील विविध कलांपैकी कोणत्या कलेच्या क्षेत्रात संबंधित व्यक्ती यश मिळवू शकेल हे या कसोटीवरून समजते. उदा. संगीत, नाट्य, साहित्य, चित्रकला.

शैक्षणिक व व्यावसायिक मार्गदर्शनासाठी या कसोट्या अत्यंत उपयुक्त ठरतात. तथापि, वर्गातील मुलांचे विभाजन करताना या कसोट्यांचा उपयोग करू नये असे काही तज्ज्ञांचे मत आहे. आपल्या मताच्या पुष्ट्यर्थ ते असे सांगतात की, या कसोट्यांवर सांस्कृतिक प्रभाव फार मोठा असतो व उच्च आर्थिक-सामाजिक गटातील मुलांना त्यांचा अधिक फायदा मिळतो.

३) बुद्धिमापन कसोटी (Intelligence Test) : बुद्धिमापन कसोट्या या व्यक्तिगत, सामूहिक, लेखी, कृती अशा सर्व प्रकारात उपलब्ध आहेत. त्या बहुतेक प्रमाणितही आहेत. त्यांचा उपयोगही अधिक प्रमाणात होतो. त्यांचे एक छापील माहितीपत्रक असते. त्यामुळे त्या कसोट्या आयोजित करणे व त्यांच्या परिणामांचा अर्थ लावणे हे सोपे जाते. शैक्षणिक प्रक्रियेवर सर्वांत जास्त परिणाम करणारा महत्त्वपूर्ण घटक म्हणजे बुद्धिमत्ता होय.

''नवनवीन समस्या व जीवनविषयक विविध परिस्थिती यांच्याशी मिळतेजुळते घेण्याची सर्वसामान्य क्षमता म्हणजे बुद्धी.'' – स्टर्न

''अमूर्त कल्पनांविषयी विचार करण्याची क्षमता म्हणजे बुद्धी.'' – टर्मन

अनेक प्रायोगिक व वर्णनात्मक सर्वेक्षण संशोधन प्रकारात प्रयोज्यांचा बुद्धिगुणांक

काढावा लागतो. या कसोटीद्वारे आलेल्या बुद्धिगुणांकावरून व्यक्तीची अध्ययनक्षमता किती आहे हे समजते.

४) अभिरुची शोधिका (Interest Inventory) : जीवनाची अगणित क्षेत्रे दिसून येतात. त्यांपैकी कोणत्या क्षेत्रात प्रतिसादकास रस आहे, कोणत्या क्षेत्राची आवड आहे हे अभिरुची शोधिकांवरून समजते. या शोधिकांमध्ये अशाप्रकारची प्रश्नरचना असते की प्रतिसादक स्वत:च स्वत:च्या आवडीनिवडीविषयीची नोंद करीत असतो. यांत्रिक, तांत्रिक, शास्त्रीय, कलात्मक, साहित्यिक, संगीतविषयक, चित्रकलाविषयक, व्यायामविषयक, समाज-सेवेसंबंधी इत्यादी असंख्य क्षेत्रांपैकी कोणत्या क्षेत्राची प्रतिसादकास आवड आहे, कशामध्ये अधिक रस आहे, अभिरुची आहे हे या शोधिकांच्याद्वारे शोधता येते. अभियोग्यता किंवा कल यामध्ये अधिक सातत्य असते. अभिरुचीमध्ये तितके सातत्य नसते.

५) व्यक्तिमत्त्व मापन (Personality Measures) : व्यक्तिमत्त्वाची व्याख्या करताना ट्रॅक्सलर म्हणतो, ''व्यक्तिमत्त्व म्हणजे सामाजिक प्रसंगात घडणाऱ्या व्यक्तीच्या वर्तनाची गोळाबेरीज.'' ऑलपोर्ट म्हणतो, ''व्यक्तिमत्त्व म्हणजे स्वत:च्या परिसराशी व्यक्तीचे जे वैशिष्ट्यपूर्ण समायोजन होत असते त्याला कारण असणारी, वर्तनाला चालना देणारी, मानसिक, शारीरिक यंत्रणांची संघटना होय.'' व्यक्तिमत्त्वाच्या या दोन व्याख्या पाहिल्यानंतर आता आपण व्यक्तिमत्त्व मापनाकडे वळू या. व्यक्तीची समायोजन क्षमता किती आहे, तिची प्रवृत्ती कशी आहे, परिसराबद्दल व्यक्तीला काय वाटते, यावरून व्यक्तीच्या व्यक्तिमत्त्व मापनाकडे जाता येते. व्यक्तिमत्त्व मापनासाठी निरीक्षण हाही एक मार्ग आहे. याचबरोबर प्रत्यक्ष व अप्रत्यक्ष पद्धतीने विविध कसोट्या देऊन व्यक्तिमत्त्व मापन केले जाते.

प्रत्यक्ष पद्धतीमध्ये प्रयोज्य विविध विषयांवरच्या आपल्या प्रतिक्रिया व्यक्त करतो. कसोटीमध्ये विविध विषयांवर जे प्रश्न असतात त्या संदर्भातच या प्रतिक्रिया व्यक्त केल्या जातात. तथापि, या व्यक्त केलेल्या प्रतिक्रिया निर्भीड, स्वतंत्र, वस्तुनिष्ठ असणे जरा अवघडच असते; कारण ज्यांना सामाजिक मान्यता आहे, ज्यामुळे आपली सामाजिक प्रतिष्ठा वाढणार आहे, अशीच उत्तरे देण्याची सर्वसामान्य माणसाची प्रवृत्ती असते. याचा परिणाम कसोटीच्या मापनावर होतो. तथापि, या सर्व घटकांचा विचार करून काळजीपूर्वक तयार केलेली कसोटी ही प्रत्यक्ष पद्धतीनेसुद्धा योग्य व्यक्तिमत्त्व मापन करता येते हे सिद्ध करते.

परंतु, यास दुसरा पर्याय म्हणजे अप्रत्यक्ष पद्धतीचा उपयोग करणे. यालाच 'प्रक्षेपण तंत्र' असे म्हणतात. यामध्ये पुढील अनेक प्रकारांचा समावेश होतो – रोर्शाची शाईच्या ठिपक्यांची प्रमाणित कसोटी, वाक्य पूर्ण करणे, गोष्ट पूर्ण करणे, भूमिका

करणे अशाप्रकारांचा यात समावेश होतो.

व्यक्तीच्या दबलेल्या इच्छा, भावना या चांगल्या, वाईट दोन्ही प्रकारच्या असू शकतात. त्यांचे प्रकटन होणे व त्यामुळे मानसिक विरेचन होणे अशी प्रक्रिया प्रक्षेपणात होत असते.

६) निर्मितीक्षमता कसोटी (Creativity Measures) : एखाद्या परिस्थितीला नवीन किंवा निराळ्या पद्धतीने तोंड देणे यास 'निर्मितीक्षमता' असे म्हणतात. एखादी पूर्ण स्वतंत्र अशी कल्पना मांडणे म्हणजे 'निर्मितीक्षमता' होय.

थोडा विचार केला असता आपल्या असे लक्षात येईल की, एखाद्या व्यक्तीमध्ये निर्मितीक्षमता अधिक प्रमाणात असणे हे केवढे महत्त्वपूर्ण आहे. शास्त्रज्ञ नवनवीन शोध लावतात, साहित्यिक साहित्य कलाकृती निर्माण करतात, यामागे या निर्मितीक्षमतेला मोठे स्थान आहे. वास्तुशिल्प, संगीत, चित्रकला इ. सर्वच क्षेत्रांत निर्मितीक्षमतेला महत्त्वपूर्ण स्थान आहे; म्हणून आपण प्रज्ञेची, बुद्धीची ही क्षमता या स्वतंत्र विभागात अभ्यासत आहोत. या संबंधात अनेक कसोट्या उपलब्ध आहेत.

या विविध प्रकारच्या कसोट्यांची माहिती पाहिल्यावर संशोधकाच्या मनात पुढील प्रश्न निर्माण होतील – १) विविध प्रकारच्या कोणकोणत्या कसोट्या उपलब्ध आहेत ? २) त्या कुठे उपलब्ध होतील ? ३) त्या कोणत्या वयोगटास देता येतील ? ४) त्या कोणत्या भाषेत आहेत ? या प्रश्नांची उत्तरे मिळण्यासाठी पुढील पुस्तके वाचावीत.

1) Encyclopaedic Dictionary & Directory of Education (with special reference to India) Vol. II-Biswas & Aggarwal. The Academic Publishers (India) Karol Bagh, New Delhi - 110 005. (II-Edition 1987). (Page 85 to 97). 2) Methodology of Educational Research, Lokesh Koul-Vani, Educational Books, Vikas Publishing House Pvt. Ltd., 5, Ansari Road, New Delhi - 110 002.

याचबरोबर डॉ. एम. बी. बुच यांनी संपादित केलेल्या शैक्षणिक संशोधनाच्या सर्वेक्षण ग्रंथांमध्ये प्रत्येक संशोधनाचे विवेचन करताना दुसऱ्या परिच्छेदात संशोधकाने कोणती साधने वापरली यामध्ये विविध कसोट्यांचा उल्लेख केला गेला आहे.

कसोटीचा उपयोग करण्यापूर्वी संबंधित व्यक्तीची (संपादक, प्रकाशक, कसोटी तयार करणारी व्यक्ती) परवानगी घ्यावी.

९.१२ कसोट्या व साधने यांची वैधता व विश्वसनीयता (Validity and Reliability of Tests and Tools)

शैक्षणिक संशोधनात संशोधन विषयाची आवश्यकता असते. म्हणून संशोधक विविध कसोट्या व साधनांचा उपयोग करतो. यापूर्वी आपण अशा कसोट्या व मापन

साधनांचा विचार केलेला आहे. यापैकी कोणत्या कसोट्या व मापन साधनांचा उपयोग करावयाचा हे संशोधक त्यांच्या संशोधन विषयाप्रमाणे निश्चित करतो. त्या साधनाच्या गुण-दोषांचीही आपण यापूर्वी चर्चा केलेली आहे. त्यावरून कोणते मापनसाधन तसेच कसोटी कोणत्या प्रतिसादकांना योग्य असते हेही आपण पाहिले आहे. आता आपण एका अत्यंत महत्त्वाच्या मुद्याचा विचार करणार आहोत. तो म्हणजे मापनसाधनाची वैधता आणि विश्वसनीयता ठरविणे.

वैधता (Validity) : मापन साधन हे परिणामकारक असणे आवश्यक आहे. यासाठी आपण एक उदाहरण पाहू या. एखाद्या व्यक्तीचे वजन पाहायचे असेल तर वजनकाटा वापरावा लागेल. फूटपट्टी वापरणे चुकीचे ठरेल. ही फक्त वरवरची दृष्टी झाली. याही उदाहरणाचा अधिक सखोलपणे विचार केला तर तो वजनकाटा योग्य हवा. व्यक्तीने आपले वजन पहाताना योग्य पद्धतीने उभे रहावे. अशा अनेक बाबी यात येतात. तसेच शैक्षणिक संशोधन करणाऱ्या संशोधकाला जी माहिती हवी आहे. त्यासाठी यापूर्वी आपण अभ्यासलेल्या मापनसाधनांपैकी कोणकोणत्या मापनसाधनांचा उपयोग योग्य ठरेल. कोणत्या कसोट्या वापरणे आवश्यक आहे. याचा संशोधकाने सखोल विचार करणे आवश्यक आहे. कशाच्या मापनासाठी कोणते मापनसाधन वापरावे हा महत्त्वाचा विचार. संशोधन म्हणले की, माहिती मिळविणे ही प्रक्रिया येणारच. ही माहिती मिळविण्यासाठी मापनसाधन योग्य असणे व ते योग्य पद्धतीने वापरणे आलेच. म्हणजेच आपण असे म्हणू शकू की, संशोधनाचा दर्जा मापन साधनाच्या व तो वापरण्याच्या दर्जावर अवलंबून असतो.

कसोटी अथवा मापनसाधनातील प्रश्नांचा आशय विषयाशी सुसंगत आहे का, हे तज्ज्ञांच्या मार्गदर्शनाने ठरवता येते.

ज्यांना संशोधकाने प्रश्नावली भरण्यास दिलेली आहे व ज्यांनी ती भरून दिली आहे ती माहिती इतरवेळी त्यांचे निरीक्षण करूनही पडताळून पाहता येते व प्रश्नावलीतील उत्तरे व निरीक्षण यावरून माहितीच्या सत्यतेची पडताळणी करता येते. प्रतिसादकाला प्रश्नावली भरून देताना नाव लिहिणे आवश्यक न केल्यास अधिक खरे प्रतिसाद येतात.

स्वरचित प्रश्नावली माहिती साधन म्हणून वापरताना संशोधकाने पुढील घटकांचा सखोल विचार करणे आवश्यक आहे कारण हे घटक प्रश्नावली यथार्थतेवर परिणाम करतात.

१) प्रश्नांची क्लिष्ट भाषा २) प्रश्नांचे माध्यम ३) फार अवघड किंवा फार सोपे प्रश्न ४) उद्दिष्टानुसार प्रश्न ५) वेळ ६) प्रश्नावलीची व्याप्ती ७) संदिग्ध सूचना

वैधता अथवा यथार्थता याचे प्रकार

१) आशय वैधता (Content Validity) : शैक्षणिक प्रावीण्य मापनसाधन achievement test व प्रभुत्व या कसोटींशी या प्रकारचा संबंध येतो. शैक्षणिक उद्दिष्टे, केलेले अध्यापन व विचारलेले प्रश्न यांचा योग्य समन्वय आहे का, याचा तज्ज्ञांच्या मार्गदर्शनाने निर्णय घेणे म्हणजे आशय वैधता.

२) निकषसंबंधी वैधता (Criterian Related Validity) : याचे दोन प्रकार आहेत – अ) एखाद्या घटकाचे मापन करावयाचे आहे व त्या मापनसाधनाचे दोन प्रकार असतील व दोन्ही प्रकारच्या मापनसाधनाचा उपयोग करून आलेले गुणांक यामध्ये उत्तम सहसंबंध असेल तर Concurrent Validity (मिळतीजुळती – समान वैधता) आहे असे म्हणता येईल. उदा. बुद्धिमत्तेचे मापन करण्यासाठी दोन कसोट्या तयार केल्या एक लेखी व दुसरी तोंडी व दोन्हींचे गुणांक यामध्ये उत्तम सहसंबंध आहे. ब) भविष्यकालीन अंदाज वैधता (Predictive Validity) वरील उदाहरणाचा उपयोग केला तर विद्यार्थ्याची बुद्धिमत्ता व पुढे होणाऱ्या परीक्षेत त्याला त्याप्रमाणे गुण मिळाले म्हणजेच त्या मापनसाधनात व भविष्यातील यशात सुसूत्रता दिसून आली तर ती भविष्यकालीन अंदाज वैधता असलेली कसोटी अथवा मापनसाधन आहे असे म्हणता येईल.

३) रचनेची वैधता (Construct Validity) : बुद्धिमत्ता, समायोजन, प्रेरणा इ. या रचना आहेत. एखादी रचना Construct मापनासाठी संशोधक जे मापनसाधन वापरतो त्याने नेमकी ती ठरावीक रचनाच मोजली जाते का हे पहाणे म्हणजे 'रचनेची वैधता.' रचना ह्या वर्तनाचा एखादा घटक दर्शवितात. आता ही रचनेची वैधता कशी काढतात?

अ) घटक पृथक्करणाच्या आधारे : त्या रचनेच्या यापूर्वी तयार केलेल्या कसोटीशी तुलना करून म्हणजेच बुद्धिमत्तेसंबंधी संशोधकाने एखादी कसोटी तयार केली तर त्या कसोटीची तुलना यापूर्वी मान्य असलेल्या बुद्धिमत्तेच्या कसोटीशी सहसंबंध काढून केली जाते.

ब) दुसऱ्या वेगळ्या रचनेच्या कसोटीशी तुलना करण्याच्या आधारे : उदा. बुद्धिमत्ता यासंबंधी संशोधकाने केलेली कसोटी दुसऱ्या एखाद्या उदा. अभिवृत्ती, प्रेरणा यांसारख्या कसोटीशी साम्य दर्शवित नाहीत ना हे पहाणे.

क) प्रत्यक्ष पडताळणीच्या आधारे : समजा बुद्धिमत्ता मापनासाठी संशोधकाने कसोटी तयार केली. तिचे उपयोजन एका वर्गावर केले व त्यातून एक मोठा गट असा निघाला ज्या गटाची बुद्धिमत्ता खूप जास्त आहे व दुसरा गट असा निघाला ज्या गटाची बुद्धिमत्ता मध्यम दर्जाची आहे. यावरून त्या दोन गटांसंबंधी अनुमान काढले गेले व संशोधनाच्या अंती परिकल्पना तपासणीत ते अनुमान योग्य निघाले तर ती

कसोटी त्या रचनेसाठी वैध मानावी.

वैधता, यथार्थता सहगुणक संबंध : यापूर्वी आपण रचनेची वैधता (Validity of a construct) काढण्याच्या ज्या तीन पद्धती बघितल्या त्यामध्ये त्या घटकांचा (तीनही ठिकाणी वेगळे घटक आहेत) त्या रचनेशी असलेला सहसंबंध गुणक काढून रचनेची यथार्थता ठरविली जाते.

Lovell and Lawson (1973) recommend that a test ought to have a validity of at least + 0.70, but many tests with lower coefficients can be used in the absence of better ones especially if they measure something for which no other test has been constructed (Lokesh Koul 2009- P. 223).

संशोधक जे मापनसाधन वापरणार आहे ते त्या संशोधनापुरते यथार्थ आहे का हे पहायचे असते. ते मापनसाधन इतर ठिकाणी यथार्थ आहे का हे पहाणे अनावश्यक असते.

विश्वसनीयता (Reliability) : एखादे मापनसाधन एकापेक्षा अधिकवेळा थोड्याथोड्या कालावधीनंतर वापरले आणि मापनअंकात खूप सारखेपणा आढळला तर ते मापनसाधन विश्वसनीय आहे असे मानतात. एखाद्या वर्गाला आपण एखादी कसोटी दिली त्याचा रिझल्ट आपल्याला मिळाला त्यानंतर दोन-तीन महिन्यांनंतर त्याच वर्गाला तीच कसोटी दिली व त्याचा रिझल्ट आपण पाहिला. आता पहिल्या व दुसऱ्या रिझल्टमध्ये बऱ्याच प्रमाणात सारखेपणा दिसून आला तर ती कसोटी विश्वसनीय आहे असे म्हणता येईल. कसोटीचा वापर निरनिराळ्या वेळी केला तरी मापनात सुसंगती दिसून आली पाहिजे.

विश्वसनीयतेवर परिणाम करणारे घटक : १) कसोटीची लांबी २) प्रश्नावली अथवा कसोटी तपासणीमधील वस्तुनिष्ठता ३) प्रश्नावलीची काठिण्यपातळी ४) माहिती साधनाची संदिग्ध भाषा ५) वेळ ६) चाचणी, प्रश्नावली कुणीही तज्ज्ञाने तपासली तरी गुणदान सारखेच हवे. हे निबंधवजा प्रश्नात कमी घडते.

येथे एक महत्त्वपूर्ण मुद्दा लक्षात ठेवणे आवश्यक आहे तो म्हणजे मापनसाधनाची यथार्थता व विश्वसनीयता ही त्या मापनसाधनाच्या वापरानंतर मिळणाऱ्या माहितीच्या यथार्थतेवर व विश्वसनीयतेवर अवलंबून असते.

तसेच प्रत्येक यथार्थ मापनसाधन हे विश्वसनीय असेलच पण प्रत्येक विश्वसनीय मापनसाधन यथार्थ असेलच असे नाही. उदा. काही व्यक्तींना आपले हातातील घड्याळ अर्धा तास पुढे करून ठेवायची सवय असते. ज्यामुळे ती व्यक्ती सर्व कामे वेळेपूर्वीच करते; म्हणजे ते घड्याळ त्या व्यक्तीसाठी विश्वसनीय आहे पण सर्वसामान्य वेळेपेक्षा ते अर्धातास पुढे आहे म्हणून यथार्थ नाही. शैक्षणिक संशोधनात मिळालेल्या माहितीची

विश्वसनीयता व यथार्थता वाढविण्यासाठी तीच माहिती इतर साधनांचा वापर करून अथवा त्या प्रश्नावलीमध्ये किंवा मुलाखतीमध्ये अंतर्गत नियंत्रण ठेवणारे दुसरे त्यासारखेच पण वेगळ्या शब्दरचनेतील प्रश्नही वापरता येतात. याचबरोबर तयार केलेले मापनसाधन त्या क्षेत्रातील काही तज्ज्ञांकडे तपासण्यासाठी पाठवावे व त्यानंतर त्यांनी सुचविलेले फेरफार योग्य ठरल्यास स्वीकारावे.

दोन मुलाखतकारांनी एका प्रतिसादकाची मुलाखत घेतली किंवा दोघांनी अनुसूची भरून घेतली, अर्थात वेगवेगळ्या वेळी तर वैधता व विश्वसनीयता वाढते. काही वेळा असेही घडते की, एक प्रावीण्य कसोटी एका वर्गावर संशोधकाने वापरली त्याचे गुणांक काढले. त्यानंतर त्या वर्गाच्या वर्गशिक्षकांनी त्या वर्गाला अभ्यास करण्यासाठी मोठे बक्षीस देण्याचे मान्य करून मोठी प्रेरणा दिली. विद्यार्थ्यांनी खूप अभ्यास केला. संशोधक चार महिन्यांनी त्या शाळेत आला व पूर्वीची प्रावीण्य कसोटी दिली. आता गुणांकात मोठी वाढ झाली; पण यामुळे त्या कसोटीची विश्वसनीयता कमी झाली असे नाही. कसोटीची विश्वसनीयता पुढील पद्धतींनी काढता येते - १) तीच कसोटी पुन्हा वापरून विश्वसनीयता पहाणे. तथापि, ती कसोटी लगेचच वापरली तर प्रतिसादकांना ती लगेच आठवते व फार अधिक कालावधीने वापरली तर प्रतिसादकांचा विकास त्या कसोटीच्या सहसंबंध गुणांकावर फरक पाडू शकतो. २) दोन सारख्या दर्जाच्या कसोट्या तयार करून व वापरून विश्वसनीयता पहाणे. ३) एका कसोटीचे दोन सारखे भाग करून विश्वसनीयता पहाणे.

+ ०.९० हा उच्च सहसंबंध विश्वसनीयता गुणांक मानला जातो. + ०.८० हा मध्यम आणि + ०.७० हा निम्न सहसंबंध विश्वसनीयता गुणांक मानला जातो. संशोधनासाठी सर्वसामान्य स्थितीत + ०.७० हा सहसंबंध गुणांक पुरेसा आहे असे मानले जाते.

मुलाखत या मापनसाधनाचा उपयोग करताना संशोधकाने मुलाखत घेताना स्थूल प्रश्नानंतर सखोलप्रश्न विचारून पूर्वी मिळालेल्या माहितीची यथार्थता व विश्वसनीयता पडताळून पहावी. तसेच मुलाखत घेताना मिळालेली माहिती आपल्या माहितीच्या, अभ्यासाच्या, वाचनाच्या, तर्काच्या कसोटीवर घासूनपुसून अवगत करून घ्यावी. तसेच इतर मापनसाधनातील मिळालेल्या माहितीच्या आधारे मुलाखतीतील माहितीची खात्री करून घ्यावी.

निरीक्षण हे मापनसाधन वापरताना संशोधकाने इतर तज्ज्ञ निरीक्षकांची मदत घ्यावी. त्यांना व निरीक्षण ज्यांचे करणार त्यांना संशोधनाचे उद्दिष्ट न सांगता निरीक्षण केले गेले तर ते अधिक यथार्थ व विश्वसनीय होईल. निरीक्षणाची पुनरावृत्तीही यथार्थता व विश्वसनीयता वाढविते.

१.१३ संगणक आणि त्याचा शैक्षणिक संशोधनात उपयोग (Computer and its use in Educational Research)

संगणकाने हळूहळू जीवनाची सर्व क्षेत्रे प्रभावित करण्यास सुरुवात केली आहे. संरक्षण, शिक्षण, कृषि–व्यापार, उद्योगधंदे, करमणूक इत्यादी सर्व क्षेत्रांत संगणकाचा प्रवेश झाला आहे. संगणकाची किंमत आणि त्याचा सामान्य माणसाला नसलेला परिचय या दोन घटकांमुळे आपण अजून जरी त्यापासून थोडे दूर असलो, तरी त्याचा मानवी जीवनातील प्रचंड उपयोग पाहता, नजीकच्या भविष्यकाळात आपला त्याच्याशी जवळचा परिचय होणे अपरिहार्य आहे. शैक्षणिक संशोधन करणाऱ्या संशोधकाने तर संगणक आपल्याकडे येईपर्यंत थांबण्याऐवजी आपणहून संगणकाकडे जाणे क्रमप्राप्त आहे. प्रस्तुत पुस्तकाचा विषय शैक्षणिक संशोधन असल्याने अत्यंत प्राथमिक स्वरूपाची संगणकाची माहिती आपण या ठिकाणी घेऊ. या माहितीने संगणकाचे ज्ञान मिळण्याची प्रेरणा निर्माण व्हावी, संशोधकाने स्वत: काही पुस्तके मिळवून वाचावीत व प्रात्यक्षिक अनुभव घेण्यासाठी प्रयत्न करावा असा हेतू आहे. या संबंधात व्ही. के. जैन यांचे Basic Computer Programming हे पुस्तक वाचताना उपयुक्त ठरेल असे सुचवावेसे वाटते. प्रथमत: आपण संगणकाचा इतिहास पाहू.

इ.स. पूर्व ५०० वर्षांपूर्वी सरकत्या मण्यांच्या साहाय्याने मोजण्याची प्रक्रिया शोधली गेली होती. हा शोध संगणकाचा प्रारंभबिंदू मानण्यात यावा. इ.स. १६१७मध्ये जॉन नेपिअर या प्रसिद्ध स्कॉटिश गणिततज्ज्ञाने लोगॅरिदमची पद्धती शोधून काढली. इ.स. १६२०मध्ये विल्यम ऑट्रेड या जर्मन संशोधकाने स्लाईडरूलचा शोध लावला. इ.स. १६४२मध्ये प्रसिद्ध फ्रेंच गणिततज्ज्ञ व तत्त्वज्ञ ब्लेझ पास्कल याने बेरीज व वजाबाकी करण्यासाठी क्रमांक असलेल्या चक्रांची मालिका वापरून गणकयंत्र तयार केले. इ.स. १६७१मध्ये जर्मन संशोधक गॉट फ्रिड लिबनीझने पास्कलचे गणकयंत्र सुधारून त्याद्वारे गुणाकार व भागाकार याही प्रक्रिया करता येतील असे स्वरूप त्याला दिले.

यानंतर चार्ल्स बॅबेजने तयार केलेले डिफरेंशियल एंजिन २० दशांश स्थळापर्यंत आकडेमोड करू लागले. यानेच पुढे ॲनॅलॅटिकल मशीन बनविण्याची योजना तयार केली, जे एका मिनिटात ६० बेरजा करू लागले व यामध्ये स्मरणात ठेवण्याचा, संग्रहाचा भाग होता.

एकोणिसाव्या शतकात जोसेफ जेकॉर्ड या फ्रेंच शास्त्रज्ञाने एक महत्त्वपूर्ण शोध लावला. यानुसार विशिष्ट पद्धतीने छिद्रित केलेल्या जाड कार्डांच्या साहाय्याने कपडे विणण्याचे माग स्वयंपूर्ण रीतीने नियंत्रित केले जाऊ लागले. याच शतकात अमेरिकेतील शिरगणती विभागातील हर्मन होलेरिथ या संशोधकाने संख्याशास्त्रीय मापनासाठी

इलेक्ट्रॉनिक उपकरणाचा शोध लावला. या शोधाचा फायदा पुढीलप्रमाणे दिसून आला. १८८०च्या अमेरिकन जनगणनेची संपूर्ण माहिती १८८७ला पूर्ण झाली. या शोधानंतर १८९०ची जनगणनेची माहिती सहा आठवड्यांत पूर्ण झाली. याच हर्मन होलेरिथने पुढे स्वत:ची I.B.M. (International Business Machine Corporation) नावाची कंपनी काढली. जी आजही संगणकाची निर्मिती करणारी जगातील सर्वांत मोठी कंपनी आहे.

चार्ल्स बॅबेजचा समकालीन इंग्लिश संशोधक लॉर्ड केल्विन याने ॲनेलॉग, संगणक बनविला. यानंतर कॉनरॅड झूज या जर्मन इंजिनिअरने Z_1, Z_2, Z_3, Z_4 या प्रकारचे संगणक बनविले. या दरम्यान, जर्मनी, इंग्लंड, अमेरिका या देशांत विविध प्रकारचे संगणक बनविले जाऊ लागले. यानंतर आयबीएम कंपनीने हॉवर्ड विद्यापीठातील हॉवर्ड एकन्स आणि ग्रेसहॉपर यांना सर्वसामान्य उपयोगासाठी विद्युत्शक्तीवर चालणारा संगणक बनविण्यास सांगितले. प्रचंड आकाराचा मार्क 1 तयार झाला. खऱ्या अर्थाने 'संगणक' हे नाव ज्याला द्यावे असा हा ठरला; कारण ज्यामध्ये माहिती संग्रहित करता येऊ लागली. यानंतर संगणकातील बदल हे पाच पिढ्यांच्या नावाने प्रसिद्ध आहेत.

१) **संगणकाची पहिली पिढी (१९५०) :** यामध्ये व्हॉल्व्हचा वापर केला गेला. हे आकाराने मोठे होते. साहजिकच यांना अधिक विजेची गरज लागत होती. यांची टिकण्याची क्षमता कमी होती व वेग मंद होता.

२) **संगणकाची दुसरी पिढी (१९६०) :** यामध्ये ट्रॅन्झिस्टरचा उपयोग केला जाऊ लागला. यामुळे संगणकाचा आकार लहान झाला, किंमत कमी झाली व क्षमता वाढली.

३) **संगणकाची तिसरी पिढी (१९६५) :** यामध्ये एकात्म ट्रॅन्झिस्टर सर्किटच्या चिप्सचा समावेश केला गेला. यामुळे वेग व संग्रहणशक्ती वाढली व किंमत कमी झाली. यांना मिनी संगणक म्हणून ओळखले जाऊ लागले.

४) **संगणकाची चौथी पिढी (१९७५) :** यामध्ये मायक्रोप्रोसेसर चिप्सचा वापर केला गेला. यांना मायक्रो-संगणक म्हणून संबोधले गेले.

५) **संगणकाची पाचवी पिढी (१९८०) :** या संगणकांमध्ये निर्णय घेण्याची शक्ती असेल. विचार करण्याची शक्ती असेल. अर्थात, त्यामध्ये माहिती संग्रहीत असते हे गृहीत आहे. जपानमध्ये या संगणकांना मूर्त स्वरूप देण्याचे प्रयत्न चालू आहेत.

संगणकाचे तीन प्रकार असतात.

१) डिजिटल संगणक : हे अत्यंत अचूक असतात. सर्व प्रक्रिया पूर्ण झाल्यानंतर

निर्णय, उत्तरे मिळतात. यामुळे काही सेकंद ते काही तास वेळ लागतो. याचे प्रोग्रॅमिंग सोपे असते. द्विमान अंक 0 आणि 1 यामध्ये वापरले जातात.

२) अॅनेलॉग संगणक : प्रक्रिया सतत चालू राहते. अचूकता कमी असते. प्रोग्रॅमिंग सोपे असते. मोटारीचा स्पीडोमीटर हे अॅनेलॉग मापनाचे एक उदाहरण म्हणून सांगता येईल.

३) हायब्रीड संगणक : दोन्हींच्या चांगल्या गुणांचा यामध्ये समावेश असतो.

उपयोगाच्या दृष्टिकोनातून संगणकाचे प्रकार –

१) सर्वसामान्य उपयोगाचे संगणक : संशोधन संस्था, प्रयोगशाळा व व्यापार समूहांमध्ये विविध उपयोगी असणाऱ्या या संगणकाचा उपयोग केला जातो.

२) विशेष उपयोगाचे संगणक : रेल्वे वा विमान आरक्षण, पगारपत्रके, रक्तगट अशांसारख्या ठरावीक वा विशेष उपयोगासाठी हे संगणक वापरले जातात.

३) मशीन इन बिल्ट संगणक : अगदी विशिष्ट उपयोग जसे इस्पितळामधील यंत्रांसाठी, टेलिफोन एक्स्चेंजमधील इलेक्ट्रॉनिक स्वीचिंग पद्धतीसाठी या संगणकाचा उपयोग केला जातो.

४) हाय इंटेलिजन्स मशीन संगणक : रोबो, रॉकेट लॉचिंग पॅड यासारख्या रिमोट कंट्रोल उपकरणांमध्ये या प्रकारच्या संगणकाचा वापर केला जातो.

५) नॉलेज इन्फर्मेशन प्रोसेसिंग पद्धती संगणक : विचारक्षमता व निर्णयक्षमता हे गुण असतील असे जपानी संगणक.

आकार ध्यानात घेऊनही संगणकाचे मेनफ्रेम, मिनी, मायक्रो-संगणक असे प्रकार होतात.

संगणकाचे गुणधर्म : प्रचंड वेग, प्रचंड अचूकता व विश्वासार्हता, संग्रहक्षमता, स्मरण, क्रमाने सूचना पाळण्याची एकात्मता असे संगणकाचे गुणधर्म आहेत. याचबरोबर सामान्य तर्कशास्त्राचे नियम पाळण्याची क्षमता, विविधता, अत्युत्तम बांधणी हेही संगणकाचे खास गुणधर्म आहेत.

संगणकाच्या रचनेमध्ये तीन घटकांचा समावेश होतो.

१) इनपुट घटक : संगणकाला समजेल अशा भाषेत माहिती पुरविणे हे या घटकाचे कार्य आहे. संगणकाच्या आकारावर, उपयोगावर व प्रकारावर पुढीलपैकी एक किंवा अनेक भाग त्याला जोडलेले असणे अवलंबून असते.

1) Punch Card reader. 2) Punched paper tape reader. 3) Magnetic tape. 4) Magnetic disk. 5) Floppy disk. 6) Tele-processing terminal (Teletype writer terminal). 7) Optical scanner. a) Optical Mark Reader and b) Optical character Reader. (O.C.R.) 8) Magnetic Ink Character

Reader. (M.I.C.R.). 9) Visual Display Unit. (V.D.U.) 10) Voice Data Entry Terminal.

२) मध्यवर्ती प्रक्रिया घटक : या विभागाला आपण संगणकाचे मन किंवा हृदय म्हणू शकू. इलेक्ट्रॉनिक्सवर आधारित खालील तीन घटकांचा त्यात समावेश होतो.

1) Arithmetic Logic Unit. (A.L.U.) 2) Storage Devices (Memory). (i) Main Memory Storage or Immediate Access Store. (I.A.S.) (ii) Auxiliary Memory. 3) Control.

माहिती व सूचना संग्रहीत करणे, मिळालेल्या सूचनांप्रमाणे प्रक्रियांचा क्रम नियंत्रित करणे, संगणकाच्या सर्व घटकांना सूचना देणे, माहितीवर प्रक्रिया करून बाह्य विभागाला माहिती, निर्णय देणे ही या विभागाची कामे असतात.

३) आऊटपुट घटक : मानवाला समजेल अशा पद्धतीने माहिती रूपांतरित करणे हे या विभागाचे कार्य असते. याला पुढील भाग जोडलेले असतात.

1) Card Puncher. 2) Line Printer. 3) Tape Puncher. 4) Magnetic Tape. 5) Magnetic Disk. 6) Floppy Disk. 7) Plotter.

संगणकाची भाषा : संगणकाच्या भाषेचे दोन प्रकार पडतात – १) मशीन लँग्वेज किंवा कोडभाषा २) उच्च दर्जाच्या भाषा किंवा प्रोग्रॅमिंगच्या भाषा. केवळ कोडभाषा वापरून प्रोग्रॅमिंगची गती वाढत नव्हती तेव्हा त्यासाठी उच्च दर्जाच्या भाषा विकसित करण्यात आल्या. कोडभाषेपेक्षा त्या शिकण्यास व लेखन करण्यास सोप्या आहेत. त्यांची संख्या मोठी आहे. त्यांपैकी पुढील चार भाषांना विशेष लोकप्रियता मिळाली आहे.

१) बेसिक : म्हणजेच बिगिनर्स ऑलपरपझ सिंबॉलिक इन्स्ट्रक्शन कोड. ही सर्वांत सोपी भाषा म्हणून मान्यता पावली गेली आहे. शास्त्रीय व गणितीय प्रक्रियांसाठी या भाषेचा प्रामुख्याने वापर होतो. सोपेपणामुळे व्यवसाय विभागातही वापरली जाते.

२) फोर्ट्रान : म्हणजेच फॉर्म्युला ट्रान्स्लेशन. किचकट अभियांत्रिकी कॅल्क्युलेशनसाठी ही भाषा अत्यंत उपयुक्त आहे.

३) पास्कल : निकोलॉस विर्थ याने शोधून काढलेली ही भाषा शास्त्रीय व आकडेमोड या दोन विभागांसाठी उपयुक्त आहे.

४) कोबोल : म्हणजेच कॉमन बिझिनेस ओरिएंटेड लँग्वेज. व्यवसाय कामकाजासाठी ही भाषा उपयुक्त आहे. या भाषेचे सर्वांत महत्त्वाचे वैशिष्ट्य म्हणजे अनेक संगणकांमध्ये फार थोड्या बदलांच्या साहाय्याने ही वापरता येते.

काही मानवी व्यवहारांमध्ये इनपुट व आऊटपुट येथील भाग मोठा असेल व मध्यवर्ती प्रक्रिया थोडी असेल उदा. पगारपत्रके तयार करणे.

काही मानवी व्यवहारांमध्ये इनपुट व आऊटपुट हा भाग फार लहान असेल, परंतु मध्यवर्ती प्रक्रिया मोठी असेल. उदा.

$$19\overline{)7964532843}$$

काही व्यवहारांमध्ये मापनातील अखंडित सलगता हवी असेल. उदा. तपमान, वजन, उंची.

काही व्यवहारांमध्ये पूर्ण अंकांचाच विचार असेल. उदा. वर्गातील मुलांची संख्या, वाहनांची संख्या.

शैक्षणिक संशोधनात संगणकांचा उपयोग : आतापर्यंत आपण संगणकाची अगदी जुजबी माहिती पाहिली, आता अशी वेळ येऊन ठेपली आहे की, संशोधकाने संगणकाचा परिचय करून घेणे आवश्यक आहे. आपल्या संशोधन-प्रक्रियेत संगणकाचा उपयोग संशोधक दोन प्रकारे करू शकतो; एक स्वत: संगणक प्रोग्रॅमिंग शिकून व दुसरे संगणक तज्ज्ञाची मदत घेऊन. पहिला प्रकार थोडा अवघड पण प्रयत्नसाध्य आहे; पण साध्य झाल्यावर पुढील अनेक संशोधन-प्रक्रियांना अत्यंत उपयुक्त ठरणारा आहे. दुसऱ्या प्रकारात संबंधित तज्ज्ञावर अवलंबून राहावे लागते व खर्च अधिक होण्याची शक्यता असते. आता प्रश्न असा निर्माण होतो की, शैक्षणिक संशोधन-प्रक्रियेत संगणक कोणकोणती कामे करू शकतो.

संबंधित साहित्य व संशोधनासंबंधीची माहिती संगणकामध्ये नोंदवून ठेवता येते. जगातील प्रगत वाचनालयांमध्ये एका विषयाची माहिती एकत्रित नोंदविलेली असते. संगणकात नोंदविलेली त्या विषयाची अत्याधुनिक माहिती संशोधकाला उपलब्ध होऊ शकते, इतकेच नव्हे तर इतर संबंधित विषय व शीर्षकांपैकी कोणते साहित्य पाहावे याचेही मार्गदर्शन मिळते; म्हणजेच संशोधकाला ग्रंथालयाची कपाटे व पुस्तके शोधण्याचीही आवश्यकता नाही. नेमके साहित्य उपलब्ध होते.

संकलित माहिती संगणकामध्ये नोंदवून ठेवता येईल. त्याचे सारणीकरण करता येईल. मायक्रो संगणकाची रचना संख्याशास्त्रीय प्रक्रिया करण्यास अत्यंत उपयुक्त आहे. संशोधनाशी संबंधित सर्वप्रकारच्या संख्याशास्त्राच्या प्रक्रिया संगणकाच्या साहाय्याने करता येतात.

संबंधित उद्दिष्ट आणि परिकल्पनेशी संबंधित जमा केलेली सर्व माहिती एकत्रित स्वरूपात मिळू शकते. त्यावरून परिकल्पना तपासणीची प्रक्रिया संशोधक करू शकतो.

वर्ड प्रोसेसरच्या साहाय्याने संशोधन अहवालाची प्रत तयार करता येईल. वाक्यरचनेच्या व स्पेलिंगच्या चुका असल्या तर त्याही दुरुस्त करून मिळतील.

शैक्षणिक संशोधनामध्ये इंटरनेटचा मोठ्या प्रमाणात वापर करण्यात येतो. टॅब्लेटमध्ये, मोबाईलमध्येसुद्धा आज ही सुविधा उपलब्ध आहे.

इंटरनेटच्याद्वारे आपण संशोधनातील माहिती (data) घेऊ शकतो.

"Online research methods are ways in which researchers can collcct data via thc internet. They are also referred to as internet research." (Rohilla, P. 193).

इंटरनेट हे जगातील लाखो संगणकांचे एकमेकांशी जोडलेले जाळे आहे व त्यातील कोणताही संगणक दुसऱ्या कोणत्याही संगणकाशी प्रत्यक्ष संबंध प्रस्थापित करू शकतो आणि आपणास हवी असणारी त्या संगणकातील माहिती आपल्या संगणकात भरू शकतो. तुमच्या संशोधनाशी संबंधित हजारो पानांचे माहितीचे भांडार आता तुमच्या संगणकाद्वारे तुम्ही प्राप्त करू शकता. तुमच्या संशोधन विषयाशी संबंधित दुर्मीळ पुस्तके आता तुम्हाला तुमच्या संगणकावर उपलब्ध होऊ शकतील. जगातील अनेक विद्यापीठांनी आपली ग्रंथालये इंटरनेटवर उपलब्ध केलेली आहेत.

एज्युसॅट या उपग्रहाच्या प्रक्षेपणाद्वारे तज्ज्ञ शिक्षकांचे मार्गदर्शन, फोनद्वारे शंका निरसन, व्हिडिओ कॉन्फरसिंग या प्रक्रिया २०१२मध्ये भारतात २४ राज्यात सुरू आहेत. 'एज्युसॅट' या उपग्रहाच्या माध्यमातून आयआयटी मुंबईतून एक पथदर्शी प्रकल्प राबविला जात आहे. विविध शैक्षणिक केंद्रे एकमेकांना जोडता येतात व एक प्राध्यापक हजारो प्राध्यापकांना ऑनलाईन मार्गदर्शन करू शकतो. त्यांची मते जाणून त्यांच्या शंकानिरसन करू शकतो. किंडलमध्ये आपण शेकडो पुस्तके स्टोअर करून वाचू शकतो व ऐकूही शकतो. स्काईपच्या माध्यमातून आपण कितीही दूर असलेल्या व्यक्तीशी सहज संपर्क साधून आपल्याला आवश्यक अशी माहिती मिळवू शकतो. गूगलसारख्या सर्च इंजिनच्या मदतीने आपण आपल्याला आवश्यक अशा विषयाची शीर्षके टाईप केली की माहितीचे भांडार आपल्यापुढे हजर होते. पेनड्राईव्ह आपल्याला आवश्यक माहिती संग्रहीत करतो व दर्शवू शकतो. संख्याशास्त्रीय माहितीसाठी SPSS ची माहिती आपण आता पाहू.

सामाजिक शास्त्रासाठी संख्याशास्त्रीय कार्यक्रम (Statistical Programme for Social Science - SPSS) : या नावाचे एक सॉफ्टवेअर आज उपलब्ध आहे. याचप्रमाणे इतर अनेक सॉफ्टवेअर उपलब्ध आहेत. मोठी आकडेवारी, त्याच्यावरील आवश्यक प्रक्रिया याद्वारे संशोधकाला मिळणे शक्य झाले आहे. याचा उपयोग करून संशोधक त्यावरून विश्लेषण करू शकतो. यामुळे श्रम वाचतात, वेळ वाचतो व मुख्य म्हणजे संशोधनातील अचूकता वाढते.

संगणक तथ्यांचे, माहितीचे संकलन करण्यास, त्या माहितीचे वर्गीकरण, सारणीकरण, आवश्यक त्या संख्याशास्त्रीय प्रक्रिया करण्यास मदत करू शकतो.

"The computer can perform many statistical calculations easily and quickly. Computation of means, standard deviation, correlation coefficients, tests, analysis of variance, analysis of co-variance, multiple regression, factor analysis and various nonparametric analysis" (Best and Kahn P. 449).

गुणात्मक संशोधनामध्ये मिळालेली प्रचंड माहिती योग्य पद्धतीने संग्रहीत करणे, त्या माहितीचे योग्य सांकेतिकरण करणे यासाठीसुद्धा नवनवीन कार्यक्रम अलीकडे विकसित होऊ लागले आहेत.

संगणकाचा अशा प्रकारे उपयोग करून आपण आपले संशोधन समृद्ध, बिनचूक, परिपूर्ण, उपयुक्त करू शकू.

१०

कृतिसंशोधन

१०.१ अर्थ व व्याख्या
१०.२ कृतिसंशोधन वैशिष्ट्ये
१०.३ कृतिसंशोधनाचे फायदे
१०.४ कृतिसंशोधनाच्या मर्यादा
१०.५ कृतिसंशोधनाची उद्दिष्टे
१०.६ कृतिसंशोधन समस्या
१०.७ क्षेत्रे
१०.८ कृतिसंशोधन समस्या निवडताना लक्षात ठेवण्याचे मुद्दे
१०.९ नमुना विषय
१०.१० कृतिसंशोधनाचा आराखडा
१०.११ कृतिसंशोधन पद्धती
१०.१२ कृतिसंशोधनाच्या पायऱ्या
१०.१३ अहवाल लेखन व त्याचे मूल्यमापन

१०.१ अर्थ व व्याख्या

शिक्षणक्षेत्रात कार्य करणाऱ्या विविध घटकांना वेगवेगळ्या समस्यांना तोंड द्यावे लागते. काही शिक्षणसंस्थांमध्ये विद्यार्थी उशिरा येतात ही मोठी समस्या असते, काही ठिकाणी मधल्या सुट्टीनंतर उपस्थितीचे प्रमाण खूपच घटते, काही ठिकाणी एखाद्या विशिष्ट वारी विद्यार्थी मोठ्या संख्येने अनुपस्थित असतात तर काही ठिकाणी रिझल्ट खूपच कमी टक्के लागतो. संबंधित शिक्षण संस्थांमधील शिक्षकांना,

मुख्याध्यापकांना वरीलपैकी अथवा यासारखी एखादी समस्या सतत बेचैन करीत असते. मग अशी समस्या सोडविणाचा योग्य मार्ग कोणता? या प्रश्नाचे उत्तर म्हणजे 'कृतिसंशोधन'. एखाद्या विशिष्ट समस्येचे या संशोधनातून मिळालेले उत्तर सर्व शिक्षणसंस्थांमध्ये उपयोगी पडेल का? त्याला वैश्विक अधिष्ठान प्राप्त होईल का? याचे उत्तर 'नाही' असेच असेल. यातून काही नवीन शिक्षणविषयक सिद्धान्त शोधला जाऊ शकेल का? याही प्रश्नाचे उत्तर नकारार्थीच असेल. यातील पहिल्या प्रश्नाच्या उत्तराच्या संदर्भात आपण असे म्हणू शकू की, 'क्ष' या शिक्षणसंस्थेत एखादी समस्या भेडसावते व त्यावर कृतिसंशोधन केले गेले व त्याचे उत्तर मिळाले त्यानुसार अंमलबजावणी केली व दुसरी 'य' ही शिक्षणसंस्था सर्व बाबतीत, सर्व चलांमध्ये 'क्ष' या शिक्षणसंस्थेशी पूर्णपणे एकरूप आहे तर 'क्ष' संबंधातील संशोधन 'य' शिक्षणसंस्थेमध्ये संबंधित संशोधनाचा आढावा घेण्यास उपयोगी पडेल. परंतु, याला वैश्विक अधिष्ठान लाभण्याची सुतराम शक्यता नाही.

दुसऱ्या प्रश्नाचे उत्तर पूर्णपणे नाहीच राहील कारण शिक्षणविषयक सिद्धान्ताचा शोध घेणे हे कृतिसंशोधनाचे उद्दिष्टच नाही. स्थानिक समस्येचे निरसन करून समस्या सोडविणे या प्रक्रियांकडे कृतिसंशोधनाचे विशेष लक्ष असते आणि कृतिसंशोधनाची सर्वांत महत्त्वपूर्ण आवश्यक बाब म्हणजे होकारात्मक निर्णयाची अंमलबजावणी उदा. एखाद्या शिक्षकाने त्याच्या शाळेमध्ये आठवीच्या 'अ' वर्गामध्ये इंग्रजी विषयासंबंधात पुढीलप्रमाणे कृतिसंशोधनासाठी विषय घेतला,

'इयत्ता ८ अ मधील विद्यार्थ्यांच्या इंग्रजी वाक्यरचनांमधील चुका शोधून त्या दुरुस्त करण्यासाठी अध्यापन प्रक्रिया राबविणे'

या परिस्थितीत विद्यार्थ्यांच्या चुका शोधून त्या दुरुस्त करण्यासाठी अध्यापन प्रक्रिया कार्यवाहीत आणली तरच ते कृतिसंशोधन ठरते. म्हणून

Lehmann and mehrens "Action research is a type of applied research, but with the stipulation that the researcher is the same person as the practitioner who will make and live with the decision ."

म्हणजेच शिक्षक, पर्यवेक्षक, मुख्याध्यापक यांनी वर्गसमस्या सोडविण्यासाठी अथवा सुधारण्यासाठी कार्यवाहीत आणलेले उपयोजित संशोधन म्हणजे कृतिसंशोधन १९४४ साली कर्ट लेविनने कृतिसंशोधन ही संज्ञा प्रथमत: वापरली. कृतिसंशोधनाची सर्वांत महत्त्वाची वैशिष्ट्यपूर्ण बाब म्हणजे आपली समस्या आपण शास्त्रशुद्ध संशोधन पद्धतीने सोडवू शकतो हा आत्मविश्वास शिक्षकांमध्ये, पर्यवेक्षकांमध्ये, मुख्याध्यापकांमध्ये निर्माण होतो.

कृतिसंशोधनाचे प्रवर्तक डॉ. कोरे म्हणतात, ''आपले निर्णय व उपक्रम यांच्या

बाबतीत मार्गदर्शन मिळावे, त्यात सुधारणा व्हाव्यात व त्यांचे मूल्यांकन व्हावे म्हणून शिक्षकांनी आपल्या समस्यांचा शास्त्रीय पद्धतीने स्वत: अभ्यास करण्याची प्रक्रिया म्हणजे कृतिसंशोधन होय.''

१०.२ कृतिसंशोधनाची वैशिष्ट्ये

१) शैक्षणिक अथवा शालेय समस्येचे निराकरण करणे. शिक्षणप्रक्रियेचे विद्यार्थी, शिक्षक, पाठ्यपुस्तक, अभ्यासक्रम, मूल्यमापन, अभ्यासानुवर्ती कार्यक्रम असे विविध घटक आहेत. या घटकांमध्ये निर्माण झालेली समस्या संशोधनाच्या माध्यमातून दूर करणे व शिक्षण प्रक्रियेचा दर्जा सुधारणे हे कृतिसंशोधनाचे पहिले महत्त्वाचे वैशिष्ट्य होय. २) संशोधक हा शिक्षणक्षेत्राशी संबंधित असतो व प्रामुख्याने तो शिक्षक, पर्यवेक्षक अथवा मुख्याध्यापक असतो. ३) कृतिसंशोधन हे तत्कालीन समस्या निराकरणासाठी केले जाते. ते प्रामुख्याने स्थानिक समस्येशी निगडित असल्याने त्याचे सामान्यीकरण सहसा केले जात नाही.

१०.३ कृतिसंशोधनाचे फायदे

१) शालेय कार्याचा दर्जा सुधारतो. २) शिक्षणक्षेत्रात होणाऱ्या बदलांची परिणामकारकता तपासून पाहता येते. नवोपक्रमांची परिणामकारकता तपासता येते. ३) विविध अध्यापन पद्धतींची परिणामकारकता पाहता येते. ४) शिक्षकाला भेडसावणाऱ्या दैनंदिन अध्यापन समस्या दूर करून विद्यार्थ्यांची प्रगती साधता येते.५) शिक्षण क्षेत्रातील विविध घटकांमध्ये परस्पर सहकार्य वाढते. इतरांबरोबर एकात्म भावनेने कार्य करता येते.६) आपले प्रश्न आपण शास्त्रशुद्ध पद्धतीने संशोधन करून सोडवू शकतो असा आत्मविश्वास शिक्षकांमध्ये जागृत होतो. ७) संशोधन प्रक्रियेने समस्येकडे व त्या समस्येच्या निरसनाकडे वस्तुनिष्ठ पद्धतीने पाहिले जाते. ८) शिक्षकांची व्यावसायिकता वाढते. केवळ अध्यापन न होता कृतिसंशोधनाने शिक्षक स्वत:ची व शिक्षकी पेशाची गुणवत्ता वृद्धिंगत करतो.

१०.४ कृतिसंशोधनाच्या मर्यादा

१) सर्वसामान्य शिक्षकाला संशोधन तंत्राचे ज्ञान मर्यादित असते. २) शिक्षकाच्या दैनंदिन कामकाजात भर पडते. अधिक वेळ द्यावा लागतो. ३) या संशोधनाचे सामान्यीकरण होत नाही. ४) कृतिसंशोधनाचा नमुना गट छोटा असतो. एखादा वर्ग, शाळेत उशिरा येणाऱ्या विद्यार्थ्यांचा गट अथवा एखादी शाळा असेच त्या नमुना गटाचे स्वरूप असते. ५) कृतिसंशोधनाची उद्दिष्टे मर्यादित असतात. उदा. सातत्याने उशिरा येणाऱ्या विद्यार्थ्यांच्या उशिरा येण्याच्या कारणांचा शोध घेऊन ती दूर करणे. ६) होकारात्मक निष्कर्षांची कार्यवाही केली गेली तरच ते कृतिसंशोधन ठरते. नकारात्मक

निष्कर्षांची अंमलबजावणी आपण करू शकणार नाही, करणार नाही. अशा वेळेस ते नुसते संशोधन ठरेल पण कृतिसंशोधन होणार नाही. अशा वेळेस पर्यायी कृतीचा स्वीकार करून समस्या निराकरण होईपर्यंत प्रयत्न करावा.

१०.५ कृतिसंशोधनाची उद्दिष्टे

१) आपल्या शैक्षणिक समस्या शास्त्रीय पद्धतीने आपण सोडवू शकतो हा आत्मविश्वास शिक्षकांमध्ये निर्माण करणे. २) शिक्षकांना शास्त्रशुद्ध संशोधन प्रक्रियेचे प्रशिक्षण प्राप्त करून देणे. ३) शिक्षकांच्या शैक्षणिक समस्या सोडविण्यास मदत करणे. ४) उपयोजित व मूलभूत संशोधनाला आवश्यक अशी आधारसामग्री पुरविणे.

१०.६ कृतिसंशोधन समस्या

पूर्वप्राथमिक स्तरावर बालकाचे सामाजिकीकरण व त्याला ऐंद्रिय शिक्षण देणे, प्राथमिक स्तरावर विविध विषयांच्या ज्ञानप्राप्तीची मूलभूत तयारी, माध्यमिक स्तरावर ज्ञानभावना व मानसशारीर क्रिया कौशल्यात संतुलित विकास, उच्च माध्यमिक स्तरावर व्यावसायिक शिक्षणाचा पाया व विद्यापीठीय शिक्षणात बौद्धिक व व्यावसायिक विकास ही विविध स्तरावरील शिक्षणाची मूलभूत उद्दिष्टे आहेत. ती साध्य करताना अनेक समस्या निर्माण होतात. या समस्या सोडविण्याची जबाबदारी अनेक कारणांनी शिक्षकांवरच येते.

१०.७ क्षेत्रे

कृतिसंशोधनाचा विचार करताना शिक्षकाने शिक्षणाच्या विविध क्षेत्रांचा परिचय करून घेणे आवश्यक आहे; कारण त्याला भेडसावणारी समस्या त्यांपैकी कोणत्या क्षेत्रातील हे लक्षात घेणे महत्त्वाचे आहे. ती क्षेत्रे पुढीलप्रमाणे आहेत - १) अध्ययन २)अध्यापन ३) अभ्यासक्रम ४) पद्धती ५) स्वाध्याय ६) मूल्यमापन ७) सहशालेय कार्यक्रम ८) प्रशासन ९) पाठ्यपुस्तके१०) स्थानिक परिस्थिती ११) सामाजिक परिस्थिती १२)सवयी १३) अपसमायोजन १४) आंतरक्रिया १५) शालेय नवोपक्रम व प्रकल्प.

१०.८ कृतिसंशोधन समस्या निवडताना लक्षात ठेवण्याचे मुद्दे

१) समस्या वास्तव व आपल्या दैनंदिन कामकाजाशी संबंधित असावी. २) शिक्षकासमोर अनेक शैक्षणिक समस्या असतात तथापि त्यांपैकी अधिकात अधिक प्रखरतेने भेडसावणारी समस्या निवडावी. ३) त्या समस्येसंदर्भात इतर संशोधकांनी केलेल्या कृतिसंशोधनांचा अभ्यास करावा. एखाद्या संशोधन अभ्यासातून आपल्या समस्येचे निरसन होत असल्याची माहिती शिक्षकास मिळण्याची शक्यता आहे. ४)

संशोधनाची व्याप्ती मर्यादित असावी. शहरातील १०० शाळांएवढी ती अतिव्याप्तही नसावी व वर्गातील ४ विद्यार्थी एवढी अतिमर्यादितही नसावी. ५) आपल्या बौद्धिक, आर्थिक मर्यादा व उपलब्ध वेळेचा विचार करून समस्या निवडावी. ६) कृतिसंशोधन हे शास्त्रशुद्ध पद्धतीने करावयाचे असल्याने, शैक्षणिक संशोधन पद्धतीने करावयाचे असल्याने, शैक्षणिक संशोधन पद्धतीचा अभ्यास करूनच कृतिसंशोधनाची सुरुवात करावी. ७) त्या कृतिसंशोधनासाठी लागणारे आवश्यक संख्याशास्त्रीय ज्ञान संशोधकास हवे. ८) समस्येच्या सामाजिक अंगाची पूर्ण माहिती करून घेऊनच समस्या निवडावी म्हणजेच गुन्हेगारांच्या पाल्यांच्या शैक्षणिक समस्या, दारुड्या पालकांच्या मुलांच्या शैक्षणिक अडचणी, लैंगिक शिक्षणविषयक समस्या यांसारखे विषय हाताळताना त्या संशोधक शिक्षकाने स्वत:ची क्षमता, अभ्यास, सामाजिक स्थान इत्यादी घटकांचा पुरेपूर विचार करून यांसारखे विषय कृतिसंशोधनासाठी घ्यावेत.

या संबंधातील सर्वांत महत्त्वाचा मुद्दा म्हणजे शिक्षकास संबंधित प्रश्न सतत भेडसावत असेल तर येणाऱ्या कोणत्याही समस्येवर मात करून तो यशस्वी कृती संशोधक बनू शकतो.

कृतिसंशोधनात संशोधनाचे नियोजन – कार्यवाही – निष्कर्ष – त्यांचा उपयोग व अपेक्षित यश न आल्यास पुन्हा नियोजन – कार्यवाही – निष्कर्ष – त्यांचा उपयोग अशी अपेक्षित यश येईपर्यंत आवर्तनेसुद्धा करावी लागतात.

यानंतर महत्त्वाचा मुद्दा म्हणजे समस्येला शब्दरूप देणे म्हणजेच संशोधनाचे शीर्षक तयार करणे. समस्येवरून शीर्षक तयार करताना त्यात नेमकेपणा हवा. तो विषय कोणत्या शैक्षणिक क्षेत्रामध्ये येतो? संशोधनाची नेमकी उद्दिष्टे कोणती आहेत? नमुना कोणता घेणार? कालावधी किती लागेल? नेमकी कोणती पद्धती वापरणार? इत्यादी प्रश्नांचा विचार केल्यावर संशोधनाचे शीर्षक निश्चित शब्दात मांडता येते.

१०.९ नमुना विषय

आता आपण उदाहरणासाठी काही कृतिसंशोधन विषयांची शीर्षके तयार करू.

१) न्यू इंग्लिश स्कूल रामपूर या शाळेतील ८ कच्चे विद्यार्थी इंग्रजी विषयात मागे पडतात. त्याची कारणे शोधून उपाययोजना सुचविणे. २) जवाहरलाल विद्यालयातील काही विद्यार्थी सतत उशिरा येतात. या परिस्थितीच्या कारणांचा शोध घेऊन त्यावर उपाययोजना ठरविणे. ३) नवभारत विद्यालयातील इयत्ता ९ वी च्या 'अ' तुकडीतील विद्यार्थी अभ्यासानुवर्ती कार्यक्रमात भाग घेत नाहीत. याच्या कारणांचा अभ्यास करणे व उपाययोजना सुचविणे. ४) सुभाष विद्यामंदिर मधील ७ अ या वर्गातील विद्यार्थ्यांचे मराठी हस्ताक्षर सुधारणे. ५) ९ अ मधील विद्यार्थ्यांचे मधल्या

सुटीनंतर वर्गातील उपस्थितीचे प्रमाण फार कमी असते ते वाढविणे. ६) ९ क मधील विद्यार्थ्यांच्या इंग्रजी लेखनातील वाक्यरचनेच्या चुका सुधारणे. ७) न्यू इंग्लिश स्कूलमधील ८ क च्या वर्गातील विद्यार्थ्यांची गणिताची आवड वाढीला लावणे. ८) ७ क मधील विद्यार्थ्यांची परीक्षेची भीती दूर करणे. ९) ८ अ मधील विद्यार्थ्यांचे मराठी शुद्धलेखन सुधारणे. १०) गेनबा सोपानराव मोझे अध्यापक विद्यालयातील छात्रशिक्षकांची इंग्रजी विषयाची आवड वाढविणे.

१०.१० कृतिसंशोधनाचा आराखडा

यापुढे आपण कृतिसंशोधनाचा आराखडा कसा असावा यासंबंधात माहिती पाहाणार आहोत. या पुस्तकात त्या विशिष्ट मुद्याच्या संदर्भात जी माहिती यापूर्वी आलेली आहे त्याची पुनरावृत्ती न करता कृतिसंशोधनाचे संबंधात जिथे वेगळेपण आहे तेवढीच माहिती आपण पाहू. (कृपया या पुस्तकातील प्रकरण ७ वे पहा). या संबंधात एक महत्त्वपूर्ण मुद्दा असा की, या पायऱ्यांचाच काटेकोरपणे अवलंब करावा असे नाही. आपण ज्या उद्दिष्टाने हे कृतिसंशोधन हाती घेतले आहे तसेच ज्या संस्थेसाठी आपण हे कार्य करीत आहोत त्यांचा एखादा विशिष्ट नमुना असेल तर तो स्वीकारायला काहीही हरकत नाही. फक्त त्याची वस्तुनिष्ठ कारणमीमांसा संशोधकाला देता यावी.

१) प्रास्ताविक – संशोधन विषयासंदर्भात सामान्य माहिती द्यावी. हाच विषय का निवडला या संबंधी विवेचन करावे. २) समस्येचे निश्चित क्षेत्र स्पष्ट करावे व निश्चित शीर्षक देऊन समस्या शब्दरूप करावी. महत्त्वाच्या शब्दांच्या क्रियात्मक व्याख्या द्याव्यात. ३) संबंधित साहित्य व संशोधनाचा अगदी थोडक्यात आढावा घ्यावा. ४) संशोधनाची गरज स्पष्ट करावी. ५) संशोधनाचे महत्त्व स्पष्ट करावे.६) संशोधनाची मर्यादा लिहावी. ज्या घटकांवर संशोधकाचे नियंत्रण नसते, तथापि जे घटक निष्कर्षांवर मर्यादा घालतात या संबंधी माहिती द्यावी. ७) संशोधनाची व्याप्ती लिहावी. ८) कृतिसंशोधनाची उद्दिष्टे स्पष्ट करावीत. आपल्या संशोधन विषयाचे पृथक्करण केले की आपल्याला उद्दिष्टे स्पष्ट होत जातात. ९) गृहीतके लिहावीत. पूर्वसंशोधनाने स्वीकृती झालेली तत्त्वे जी संशोधकाला त्या विशिष्ट कृतिसंशोधनासाठी उपयोगी पडतील ती गृहीतके घ्यावीत. गृहीतकावर संशोधकाने कोणतीही प्रक्रिया करणे अपेक्षित नसते. १०) कार्यपद्धती स्पष्टपणे मांडावी. यामध्ये नमुना निवड, पद्धती, विविध कसोट्या व माहिती संकलनाची साधने, संशोधनात वापरण्यात येणारे संख्याशास्त्र यांचा उल्लेख असावा. ११) विविध साधनांनी मिळणार असलेल्या माहितीचे विश्लेषण व अर्थनिर्वचन कसे करणार हे लिहावे. १२) संशोधन अपेक्षित कार्याचे, वेळेचे व अपेक्षित खर्चाचे नियोजन द्यावे.

१०.११ कृतिसंशोधन पद्धती

ऐतिहासिक संशोधन पद्धती भूतकालीन घटनांशी संबंधित असल्याने या पद्धतीचा वर्तमानकालीन समस्येचा अभ्यास करणाऱ्या कृतिसंशोधनाला विशेष उपयोग होत नाही.

वर्तमानाचा सखोल अभ्यास होणाऱ्या उद्देशाने कृतिसंशोधनात वर्णनात्मक संशोधन पद्धतीचा अवलंब करता येते. याच पुस्तकाच्या प्रकरण १२ मध्ये अभ्यासलेल्या ११ पद्धतींपैकी १) सर्वेक्षण २) तुलनात्मक कार्यकारण पद्धती ३) व्यक्ती अभ्यास पद्धती ४) सहसंबंध पद्धती व अगदी कमी प्रमाणात ५) वांशिक पद्धतीचा वापर करता येतो. वरील पाचपैकी सर्वेक्षण पद्धतीचा अधिक उपयोग होतो.

प्रायोगिक पद्धतींपैकी, पुढील तीनपैकी एका अभिकल्पाचा उपयोग केला जातो.

१) एकलगट अभिकल्प

२) समतुल्य गट अभिकल्प

३) आवर्तन गट अभिकल्प. या अभिकल्पात प्रायोगिक व नियंत्रित गटावर आळीपाळीने प्रायोगिक उपाय करावेत. (प्रकरण १३ मधील पॉइंट १३.४ पहा)

कृतिसंशोधनाच्या पद्धतीचा विचार करताना संशोधनाच्या प्रथमार्धात सर्वसामान्य सर्वेक्षण पद्धतीचा वापर केला जातो. विद्यार्थी उशिरा का येतात? विद्यार्थी मधल्या सुटीनंतर अधिक संख्येने का निघून जातात ? त्यांच्या इंग्रजी वाक्यरचना कोणकोणत्या प्रकारात चुकीच्या आहेत? इ. माहिती जमा करून वरील तीनपैकी एका प्रायोगिक अभिकल्पाचा उपयोग करून संशोधन प्रकल्प राबविला जातो. म्हणजे बहुतेक वेळा कृतिसंशोधनाची पद्धती म्हणून सर्वेक्षण + प्रायोगिक पद्धती अशा संमिश्र पद्धतींचा उल्लेख करणे योग्य ठरते.

याचप्रमाणे वर्णनात्मक संशोधन पद्धतीमधील वर उल्लेख केलेल्या तुलनात्मक कार्यकारण पद्धती, व्यक्ती अभ्यास पद्धती सहसंबंध पद्धती व क्वचित वापरली जाणारी वांशिक पद्धती याही पद्धती वापरता येतात. आता सर्वांत शेवटी सर्वांत महत्त्वाचे दोन मुद्दे

१) पद्धतीचा वापर कृतिसंशोधन विषयावर अवलंबून राहील. २) कृतिसंशोधनाची उद्दिष्टानुसार स्वतंत्र, संमिश्र संशोधन पद्धती राहील.

१०.१२ कृतिसंशोधनाच्या पायऱ्या :

१) समस्या - समस्येची योग्य मांडणी व क्षेत्राचा उल्लेख २) समस्येच्या संभाव्य कारणांची नोंद ३) कृती - परिकल्पना निश्चिती ४) कृती-परिकल्पना परीक्षण ५) कार्यवाही. या पायऱ्यांची आपण थोडक्यात माहिती पाहू. वरील पायऱ्यांमध्ये

कोणकोणते मुद्दे व कृती अपेक्षित आहेत याचा यापुढे आपण थोडक्यात विचार पाहू.

१) समस्या – यापूर्वी आपण कृतिसंशोधनाची विविध क्षेत्रे कोणती असतात ती पाहिली आहेत. पुन्हा त्याची यादी केली तर ती पुढीलप्रमाणे येते – १) अध्ययन २) अध्यापन ३) अभ्यासक्रम ४) पद्धती ५) स्वाध्याय ६) मूल्यमापन ७) सहशालेय कार्यक्रम ८) प्रशासन ९) पाठ्यपुस्तके १०) स्थानिक परिस्थिती ११) सामाजिक परिस्थिती १२) सवयी १३) अपसमायोजन इ.

वरीलपैकी कोणत्या क्षेत्रात आपल्या समस्येचा अंतर्भाव होतो हे निश्चित केल्यानंतर त्या समस्येला योग्य अशा शब्दांत मांडावे लागेल. यापूर्वी पॉइंट १०.८ मध्ये आपण या मुद्याचा सविस्तर विचार केला आहे.

२) समस्येच्या संभाव्य कारणांची नोंद : संशोधकाने जी समस्या निश्चित केली आहे. त्या संबंधात त्याचा जो अनुभव आहे तो प्रथमतः विचारात घ्यावा लागेल. त्यानंतर संशोधकाने त्या विषयासंबंधात विविध पुस्तकातून जे वाचन केले आहे ते ही महत्त्वाचे आहे त्यापुढचा मुद्दा म्हणजे त्याने त्या समस्येसंदर्भात सहशिक्षकांशी चर्चा करावी व मुख्याध्यापकांशीही चर्चा करावी. त्या संशोधकाच्या संपर्कात येऊ शकणाऱ्या शिक्षणतज्ज्ञांशीही शक्य झाले तर विचार–विनिमय करावा. तसेच संबंधित विद्यार्थ्यांशीही त्याबाबतीत विचारांचे आदानप्रदान करावे. या सर्व प्रक्रियेतून समस्येच्या संभाव्य कारणांची यादी संशोधकाने तयार करावी. या कारणांची पुन्हा छाननी करावी व त्यासाठी वस्तुस्थितीवर आधारलेली व त्या शिक्षकाच्या कक्षेत असणारी कारणे, त्याच्या स्वाधीन असलेली कारणे, निश्चित करावीत.

३) कृती – परिकल्पना निश्चिती (Action hypothesis) : यानंतर आपल्याला कृती–परिकल्पना निश्चित करावयाची आहे. कृती–परिकल्पनेचे दोन भाग असतात. पहिला भाग उपक्रम किंवा प्रायोगिक उपाययोजना व दुसरा भाग दिसून येणारा परिणाम.

उदा. १) जर संशोधकाने विद्यार्थ्यांना सर्व काळांचे प्रकार (१२), साहाय्यकारी क्रियापदे व कर्मणी रचना यांची सखोल तयारी करून घेतली तर विद्यार्थ्यांच्या इंग्रजी वाक्यरचनांच्या चुका कमी होतील.

२) जर दुपारच्या सुटीनंतर विद्यार्थ्यांच्या आवडीचे तास ठेवले व त्यांच्या हजेरीची नोंद ठेवून त्यांच्या पालकांशी गरज पडल्यास संपर्क ठेवला तर विद्यार्थ्यांचे दुपारच्या सुटीनंतर घरी निघून जाण्याचे प्रमाण खूपच कमी होईल.

४) कृती–परिकल्पना परीक्षण : वरील कृती–परिकल्पना उदाहरण एकसाठी पुढीलप्रमाणे परीक्षण करता येईल –

कृतिसंशोधन विषय

९ ब मधील विद्यार्थ्यांच्या इंग्रजी लेखनातील वाक्यरचनेच्या चुका सुधारणे.

कृती-परिकल्पना जर संशोधकाने विद्यार्थ्यांना सर्व काळांचे प्रकार (१२), साहाय्यकारी क्रियापदे व कर्मणीरचना यांची सखोल तयारी घेतली तर विद्यार्थ्यांच्या इंग्रजी वाक्यरचनांच्या चुका कमी होतील.

पायरी एक – प्रारंभिक स्थिती शोध : निर्दोष प्रश्नावलीच्याद्वारे विद्यार्थ्यांची इंग्रजी वाक्यरचनेची स्थिती माहिती करून घेणे. कोष्टकाद्वारे विद्यार्थी कोणकोणत्या प्रकारच्या चुका करतात त्याची नोंद करणे.

पायरी दोन – त्यानुसार उपक्रम तयार करणे : बारा प्रकारांची वाक्ये + साहाय्यकारी क्रियापदे + या सर्वांचे कर्मणी प्रयोग अशा वाक्यरचनांचा शाळा सुटल्यावर अर्धातास याप्रमाणे ६० वेळा सराव करून घेणे.

पायरी तीन – अंतिम स्थिती शोध : पुन्हा या विद्यार्थ्यांना एक निर्दोष अशी प्रश्नावली देऊन त्यांची इंग्रजी वाक्यरचनांची नवीन स्थिती माहिती करून घेणे. त्यासाठी पुन्हा योग्य कोष्टकांचा अवलंब करणे.

पायरी चार – निर्णय : अंतिमस्थिती व प्रारंभिक स्थिती यातील फरक पहावा लागेल. हा फरक लक्षणीय समाधानकारक असेल तर परिकल्पना स्वीकृत करावी अन्यथा त्याज्य. परिकल्पना त्याज्य केली तर नवीन उपक्रम आखावे लागतील.

पायरी पाच – पाठपुरावा (Follow up) :

कृती – प्रयोगातील निर्णयाच्या आधारे इतर वर्गातील विद्यार्थ्यांसाठी हा उपक्रम राबविता येईल.

नमुना निवड पद्धती (प्रकरण ८)

माहिती संकलनाची तंत्रे व साधने (प्रकरण ९)

माहिती संकलन - प्रक्रिया - निर्वचन - शिफारशी (प्रकरण १६)

१०.१३ अहवाल लेखन व त्याचे मूल्यमापन (प्रकरण १८)

अहवाल लेखन करताना कृतिसंशोधनाचे बाबतीत इतर संशोधनापेक्षा एक पायरी अधिक येण्याची आवश्यकता आहे, ती म्हणजे अनुधावन. सर्वसामान्य संशोधन अहवालामध्ये निष्कर्ष व शिफारशी नंतर ही पायरी यावी; म्हणजेच प्रमुख गाभा यानंतर व संदर्भ विभागापूर्वी यामध्ये अनुधावन – कृतिसंशोधनातून जे निष्कर्ष निघाले आहेत ते निष्कर्ष संबंधित शिक्षणसंस्थेमध्ये राबविण्याची प्रक्रिया महत्त्वपूर्ण असते. ही प्रक्रिया राबविताना व्यवस्थापनात, अध्यापनात, वर्गात कोणकोणते बदल करण्याची आवश्यकता आहे याचाही उल्लेख या पायरीत हवा. यासंदर्भात आणखी काही कृतिसंशोधनांची आवश्यकता आहे का, याचीही चर्चा येथे करावी.

म्हणजेच कृतिसंशोधनात अहवाल लेखनाच्या पायऱ्या पुढीलप्रमाणे राहतील–

अ) प्राथमिक विभाग

१) मुखपृष्ठ : यावर कृतिसंशोधनाचे शीर्षक, संशोधकाचे नाव, मार्गदर्शकाचे नाव, संशोधन जिथे केले त्या संस्थेचे नाव व संशोधनाचे साल इत्यादी बाबींचा समावेश असावा.

२) संशोधन कार्य स्वत: केले आहे व दुसरीकडून घेतलेली माहिती त्याप्रमाणे नोंदविली आहे असे संशोधकाचे व त्याला मार्गदर्शन केल्याच्या बाबतीत मार्गदर्शकाचे प्रतिज्ञापत्र साक्षांकित स्वरूपात असावे.

३) ऋणनिर्देश

४) अनुक्रमणिका

५) कोष्टक यादी

६) आकृत्यांची यादी - या विभागाला रोमन क्रमांक घ्यावेत. उदा. I, II, III, IV, V

ब) प्रमुख विभाग

१) समस्येचे स्थूल स्वरूप, पार्श्वभूमी, प्रास्ताविक

२) समस्येचे शीर्षक

३) संबंधित साहित्य व संशोधनाचे परिशीलन, आढावा

४) संशोधनाची पद्धती

५) पृथक्करण व अर्थनिर्वचन

६) सारांश, निष्कर्ष, शिफारशी अनुधावन.

क) परिशिष्टे

१) संदर्भसाहित्यसूची

२) कृतिसंशोधनाच्या माहिती संकलनासाठी वापरलेल्या साधनांच्या प्रती.

११

शैक्षणिक संशोधनाच्या विविध पद्धती : संख्यात्मक, गुणात्मक का मिश्र?

अ) शैक्षणिक संशोधनाच्या विविध पद्धती : संख्यात्मक, गुणात्मक का मिश्र?
ब) ऐतिहासिक संशोधन पद्धती
विभाग अ – संशोधन पद्धती – संख्यात्मक, गुणात्मक का मिश्र?
११.१ विभाग अ – संशोधन पद्धतींमधील फरक
११.२ विभाग अ – मिश्र पद्धती
विभाग ब – ऐतिहासिक संशोधन पद्धती
११.१ शैक्षणिक संशोधनाच्या विविध पद्धती
११.२ ऐतिहासिक संशोधन पद्धती
११.३ ऐतिहासिक संशोधनाच्या पायऱ्या
११.४ प्राथमिक स्रोत व दुय्यम स्रोत
११.५ बाह्य चिकित्सा व आंतरिक चिकित्सा
११.६ ऐतिहासिक संशोधन पद्धतीमधील महत्त्वपूर्ण बाबी
११.७ ऐतिहासिक संशोधनाचे प्रकार

अ) शैक्षणिक संशोधनाच्या विविध पद्धती : संख्यात्मक, गुणात्मक का मिश्र?

११.१ विभाग अ – संशोधन पद्धतींमधील फरक

शैक्षणिक संशोधनाची प्रक्रिया कशी घडते? संशोधकाला तीव्र स्वरूपात भेडसावणारी समस्या असेल, त्याला महत्त्वाचा वाटणारा एखादा शैक्षणिक प्रश्न असेल,

शैक्षणिक प्रगतीसाठी त्याला सुचलेला एखादा पर्याय योग्य आहे का, हे त्याला पडताळून पाहावयाचे असेल अशा वेळेस संशोधनाच्या माध्यमातून शास्त्रीय पद्धतीने याचे उत्तर शोधण्याची सुरुवात संशोधक करतो. त्यानंतर आपला विषय कोणत्या क्षेत्रात येतो याची तो निश्चिती करतो. पुढची पायरी म्हणजे संबंधित साहित्य व संशोधनांचे परिशीलन तद्नंतर तो संशोधनाचे पूर्ण नियोजन करतो. या नियोजनातील सर्वांत महत्त्वाचा घटक म्हणजे संशोधन पद्धती. संपूर्ण संशोधनप्रक्रिया कशा प्रकारे केली जाणार हे या संशोधन पद्धतीवर अवलंबून असते. शैक्षणिक संशोधनातील विविध पद्धतींचे वर्गीकरण, विभाजन, विभाग गट करताना आपल्याला शैक्षणिक संशोधनात समाविष्ट होणाऱ्या विविध विषयांचा विचार करावा लागेल. मानसशास्त्र, समाजशास्त्र, मानववंशशास्त्र यांसारख्या विषयांमधील सिद्धान्तांवर आधारित शैक्षणिक संशोधनाचे स्वरूप हे Logical Positivism तार्किक प्रत्यक्षार्थवाद Paradigm = Pattern = Model दृष्टिकोनात येते. जिथे संख्यात्मक संशोधन पद्धतीमधील विविध प्रकार येतात. ज्याचा विचार आपण आपल्या या पुस्तकातील प्रकरण ११, १२, १३ व प्रकरण १५ मध्ये करणार आहोत.

शैक्षणिक संशोधनात येणाऱ्या इतिहास, तत्त्वज्ञान यांसारख्या विषयांमधील विविध सिद्धान्तांवर आधारित संशोधन हे दुसऱ्या प्रकारात येते ज्याला Phenomenological Inquiry असे संबोधले जाते. या संशोधनात गुणधर्माकडे, माहितीच्या सखोल अर्थपूर्णतेकडे लक्ष दिले जाते. या प्रकाराला एरिकसनने निर्वचनात्मक संशोधन Interpretive Research असे अर्थपूर्ण नाव दिले आहे. या प्रकाराची माहिती आपण या पुस्तकातील प्रकरण १४ मध्ये पाहाणार आहोत. या प्रकाराला गुणात्मक संशोधन Qualitative Research असे म्हणतात.

या दोन्ही प्रकारांची व त्यामध्ये येणाऱ्या विविध पद्धतींची सविस्तर माहिती आपण पुढे पाहाणार आहोत. तथापि, या ठिकाणी एक मुद्दा आपण लक्षात घेऊ या. तो म्हणजे या दोन्ही प्रकारात एखादी अभेद्य अशी भिंत नसून संख्यात्मक संशोधनात संशोधक आवश्यकतेनुसार गुणात्मक संशोधनातील काही तत्त्वांचा वापर करू शकतो; तसेच गुणात्मक संशोधनातही संख्यात्मक संशोधनातील काही तत्त्वे वापरू शकतो. तथापि, अर्थनिर्वचनासाठी असा वापर करू नये. तसे केल्यास संख्यात्मक संशोधन हे संख्यात्मक राहणार नाही व गुणात्मक संशोधन हे गुणात्मक राहणार नाही.

११.२ विभाग अ – मिश्र पद्धती (Mixed Methods)

प्रथमत: मिश्र पद्धती म्हणजे काय हे आपण पाहू. संख्यात्मक आणि गुणात्मक पद्धतींचे एकत्रीकरण म्हणजे मिश्र पद्धती. केवळ कोणत्याही दोन अथवा अधिक पद्धतींचे एकत्रीकरण म्हणजे मिश्र पद्धती नव्हे. 'A mixed Methods research design is a procedure for collecting, analyzing and mixing both quantitative and qualitative methods in a single study or a series of studies to understand a research problem' (Creswell & Plano Clark 2011) cited by creswell 2012 P. 535.

शैक्षणिक समस्येच्या अधिक सखोल अभ्यासासाठी अगदी अलीकडे म्हणजे गेल्या काही वर्षांत या मिश्र पद्धतीवर कार्य सुरू झाले आहे. मिश्र पद्धतीचे सहा अभिकल्प प्रकार पुढीलप्रमाणे – • The Convergent Parallel design • The explanatory sequential design • The embedded design • The transformative design • The multiphase design (Creswell & Plano Clark 2011) cited by creswell 2012 P. 540.

याची पुढे आपण थोडक्यात माहिती पाहू.

या पद्धतीचे सहा प्रकार असतात. ते पुढीलप्रमाणे –

१) संख्यात्मक आणि गुणात्मक माहिती एकाचवेळी मिळवून ती एकत्रित करणे याचे नाव The Convergent Parallel Design.

२) दोन्हींपैकी संख्यात्मक प्रकारची माहिती प्रथम मिळविणे व ती पूर्ण झाल्यावर दुसऱ्या प्रकाराने माहिती मिळविणे म्हणजेच गुणात्मक माहिती नंतर मिळविणे. Explanatory Sequential Design.

३) या ठिकाणी गुणात्मक संशोधनातून प्रथमत: माहिती मिळवणे व नंतर संख्यात्मक पद्धतीने कार्यवाही करणे हे आहे. The Exploratory Sequential Design.

४) या प्रकारात संख्यात्मक आणि गुणात्मक माहिती वरील तीन प्रकारांपैकी कोणत्याही प्रकाराने मिळविली तरी चालेल पण यामध्ये वेगळेपणा असा की, या दोन प्रकारांपैकी एक प्रकार प्रमुख राहील व दुसरा पहिल्या प्रकाराच्या निष्कर्षांना फक्त साहाय्य करेल. याचे नाव The Embedded Design.

५) या प्रकारात वरील चार प्रकारांपैकी कोणत्याही प्रकाराचा अवलंब केला तरी चालेल. तथापि, संशोधनाचा प्रमुख हेतू समाजातील निम्न स्थितीतील घटकांच्या प्रगतीची दिशा दाखविणारा संशोधन विषय हवा. (The Transformative Design).

६) पाचव्या प्रकाराप्रमाणेच एक ते चार पैकी कोणतीही एक पद्धत वापरण्याचा हा प्रकार आहे. तथापि, पाचव्या प्रकारचा उद्देश समाजातील निम्न घटकांशी संबंधित होता. या प्रकारात अनेक संशोधकांनी एकापाठोपाठ एक अशी संशोधनांची मालिकाच पूर्ण करावी व त्याने एक उत्तम उद्दिष्ट असलेला एखाद्या समाजाच्या विकासासाठी संशोधन प्रकल्प राबवावा. The Multiphase Design (Creswell 2012).

मिश्र पद्धती आपण का वापरणार हे संशोधकाने स्पष्ट करून सांगणे आवश्यक आहे. गुणात्मक संशोधनात अनेकवेळा मोठ्या प्रमाणात माहिती गोळा केली जाते. मिश्र पद्धतींमध्ये गुणात्मक पद्धतीप्रमाणे नेमकी व महत्त्वाची माहिती ठेवून कमी किंवा अजिबात उपयुक्त नसणारी माहिती विचारपूर्वक टाकून द्यावी लागते. संख्यात्मक व गुणात्मक माहितीचे सुरेख एकत्रीकरण करावे लागते. ज्या संशोधकाला संख्यात्मक व गुणात्मक हे दोन्ही प्रकार व्यवस्थित समजले आहेत त्या संशोधकाने आपल्या संशोधन विषयाची गरज असेल व संशोधन अशा मिश्र पद्धतीने अधिक परिपूर्ण होणार असेल तर या मिश्र पद्धतीचा अवश्य वापर करावा. प्रथमत: संख्यात्मक पद्धती वापरून संशोधन करावयाचे व नंतर गुणात्मक पद्धती वापरायची किंवा याउलट क्रम ठेवला म्हणजे मिश्र पद्धती वापरली असे होत नाही तर संशोधनामध्ये दोन्ही पद्धती एकमेकांत मिसळणे त्या मिश्र होणे आवश्यक आहे.

संशोधकाने संशोधन अहवालामध्ये पद्धतीचे वर्णन करणारे जे प्रकरण आहे त्यामध्ये एक कोष्टकच तयार करून मांडावे. ज्यामध्ये संख्यात्मक माहिती मिळविण्याची व गुणात्मक माहिती मिळविण्याची नेमकी कोणती साधने वापरली हे स्पष्ट करावे. वर आपण मिश्र पद्धतीचा एक महत्त्वपूर्ण मुद्दा पाहिला तो म्हणजे दोन्ही पद्धतींचे एकत्रीकरण तसेच हाही मुद्दा महत्त्वाचा आहे. ज्यामध्ये संशोधक कोष्टकही देणार आहे व त्याची पुढे माहितीही लिहिणार आहे, मिश्र पद्धतीच्या पायऱ्या साधारणपणे पुढील स्वरूपाच्या असाव्यात – १) प्रास्ताविक – मिश्र पद्धतीचा उपयोग करण्याची कारणे स्पष्ट करणे. मिश्र पद्धतीने माहिती मिळण्याची शक्यता स्पष्ट करणे. २) संबंधित साहित्य व संशोधनाचा आढावा ३) पद्धती – पद्धतीचे सविस्तर वर्णन ४) माहिती संकलन, विशदीकरण, संख्यात्मक माहिती कोणत्या साधनांद्वारे मिळवली. गुणात्मक माहिती कोणत्या साधनांद्वारे मिळवली. त्याचे सुयोग्य एकत्रीकरण कसे केले. याची सविस्तर माहिती. माहितीची वस्तुनिष्ठता व विश्वसनीयता याची माहिती ५) निष्कर्ष व शिफारशी ६) अहवाल लेखन.

या पद्धतीचे फायदे – १) संशोधन विषयाचा संख्यात्मक व गुणात्मक दोन्हीही अंगांनी अभ्यास केला जातो. २) संशोधन अधिक समृद्ध होते. ३) संख्यात्मक व गुणात्मक अशा दोन्ही संशोधन पद्धतीचे फायदे मिळतात.

मर्यादा : १) एका व्यक्तीला खूप मोठ्या प्रमाणात माहिती प्राप्त करावी लागते. २) अधिक कालावधी लागतो. ३) संख्यात्मक व गुणात्मक दोन्ही पद्धतींची सखोल माहिती संशोधकाला आवश्यक असते. ४) अधिक खर्चीक पद्धती आहे.

विभाग ब – ऐतिहासिक संशोधन पद्धती

११.१ शैक्षणिक संशोधनाच्या विविध पद्धती

शैक्षणिक संशोधन विविध पद्धतीने केले जाते. त्यांचे पुढील तीन विभागांत विभाजन केले जाते – १) भूतकाळाशी संबंधित असणाऱ्या समस्यांचे संशोधन. २) वर्तमानकाळाशी संबंधित असणाऱ्या समस्यांचे संशोधन. ३) भविष्यकाळाशी संबंधित असणाऱ्या समस्यांचे संशोधन. भूतकाळाशी संबंधित असणाऱ्या समस्या ज्या पद्धतीने सोडविल्या जातात त्याला 'ऐतिहासिक संशोधन पद्धती' असे म्हणतात. वर्तमानकाळाशी संबंधित असलेले संशोधन ज्या पद्धतीने पूर्ण केले जाते त्यास 'वर्णनात्मक संशोधन पद्धती' असे म्हणतात. भविष्यकाळाशी जे संशोधन संबंधित असते ते प्रायोगिक संशोधन पद्धतीने पूर्ण केले जाते.

असे हे भूतकाळ, वर्तमानकाळ व भविष्यकाळ याप्रकारे कालमानावर आधारित विभाजन केले असले तरी एक गोष्ट लक्षात ठेवणे आवश्यक आहे. या तीनही विभागांतील सर्व पद्धतींमध्ये संशोधनाच्या पुढील मूलभूत पायऱ्या येणे अपरिहार्य आहे. त्या पायऱ्या म्हणजे, समस्येची निवड, समस्येतील विविध संज्ञांच्या व्याख्या, मर्यादा, व्याप्ती, महत्त्व, नमुना निवड, संदर्भ संशोधन व साहित्य, माहितीचे एकत्रीकरण, त्यावर प्रक्रिया, त्याचे निर्वचन, निष्कर्ष, शिफारशी व अहवाल लेखन.

काही वेळा वरील तीन प्रमुख पद्धतींपैकी दोन पद्धतींचे एकत्रीकरण करूनही संशोधनप्रक्रिया पूर्ण केली जाते. उदा. पूर्वीच्या पाठ्यपुस्तकाचे स्वरूप अभ्यासून त्यातील दोष शोधणे व वर्तमानकाळातील पाठ्यपुस्तकांमध्ये ते दोष टाळून ती अधिक परिपूर्ण कशी होतील हे पाहणे. या संशोधनात ऐतिहासिक व वर्णनात्मक पद्धतींचे एकत्रीकरण करावे लागते. संशोधनाची पद्धती कोणती असावी हे संशोधन विषयावर व कोणत्या प्रकारची माहिती त्या संशोधनासाठी हवी आहे, यावर अवलंबून असते. या प्रमुख तीन पद्धतींमध्ये ज्या विविध पद्धती येतात त्यांची सर्वसामान्य माहिती संशोधकास हवी आणि ज्या पद्धतीने संशोधक आपले संशोधन पूर्ण करणार आहे त्याची विशेष सखोल माहिती संशोधकास असणे आवश्यक आहे.

११.२ ऐतिहासिक संशोधन पद्धती

ऐतिहासिक संशोधन पद्धतीमध्ये भूतकाळातील, संबंधित विषयाच्या बाबतीत असलेल्या सत्य घटना शोधून त्यांचा योग्य तो अर्थ लावण्याचा प्रयत्न केला जातो. आपल्याजवळ जे विविध प्रकारचे ऐतिहासिक साहित्य उपलब्ध आहे, त्याच्या अभ्यासाने आपण शैक्षणिक तत्त्वज्ञान, शैक्षणिक प्रशासन, प्राथमिक, माध्यमिक व उच्च शिक्षणाची सोय व अवस्था, शिक्षण–प्रशिक्षण अशा अनेक विषयांची संपूर्ण

माहिती मिळवू शकतो. यातूनच शिक्षणाचे अनेक विभाग म्हणजेच पर्यायाने शिक्षण समृद्ध करू शकतो.

मनुष्य पूर्वीच्या अनुभवातून वर्तमानातील समस्या दूर करू शकतो; कारण मानवी जीवनामध्ये, वर्तनामध्ये व कार्यामध्ये भूतकाळाशी अतूट असा दुवा नेहमीच दिसून येतो. मानवी जीवनाची आजची प्रगती ही मानवाने काल किती प्रगती केलेली होती यावर अवलंबून आहे. इतकेच नव्हे, तर तो उद्या किती प्रगती करू शकेल याचा अंदाजसुद्धा यावरून बांधता येऊ शकतो. भूतकाळ व वर्तमानकाळ यांच्या अभ्यासाने मनुष्यप्राणी बऱ्याच वेळा भविष्यकाळात निर्माण होणाऱ्या प्रश्नांची उकल करू शकतो. ही स्थिती जीवनाच्या सर्व अंगांशी संबंधित आहे. या सर्व अंगांमध्ये सामाजिक, धार्मिक, राजकीय, आर्थिक, शैक्षणिक, सांस्कृतिक, क्रीडाविषयक अंगांचा समावेश होतो. पूर्वीच्या अनेक ऑलिंपिकमध्ये नेत्रदीपक पराक्रम करणारी अमेरिका २०१२ च्या लंडन ऑलिंपिकमध्ये पदकांच्या संख्येत एकूण १०४ पदके मिळविणारा देश म्हणून प्रथम क्रमांक मिळवतो व २०१६च्या ब्राझील ऑलिंपिकमध्ये भाग घेतल्यास याच प्रकारचे यश मिळविणार ही आहे भूतकाळ, वर्तमानकाळ व भविष्यकाळ यांची साखळी. भूतकाळ व वर्तमानकाळाच्या अभ्यासाने भविष्याचा अंदाज घेता येतो; म्हणजेच वर्तमान हा भूतकाळाच्या खांद्यावर बसून भविष्याचा वेध घेत असतो असे म्हटले तर ते वावगे ठरणार नाही; म्हणूनच आजच्या शैक्षणिक स्थितीचे यथार्थ आकलन होण्यासाठी कालच्या शैक्षणिक स्थितीचे सम्यक ज्ञान आवश्यक आहे.

ऐतिहासिक शैक्षणिक संशोधनात भूतकाळातील शैक्षणिक समस्यांचा वैज्ञानिक पद्धतीने विचार केला जातो. उदा. उपनिषदांमध्ये वर्णन केलेले प्राचीन हिंदू शिक्षण हा डॉ. सी. चटर्जी यांनी १९५०मध्ये लिहिलेला प्रबंध, तसेच बृहन्मुंबईमधील स्त्री-शिक्षणाचा विकास (१९६१ ते १९७४ या कालखंडाच्या संदर्भात) हा डॉ. वाय. आर. गांधी यांनी १९७७ साली लिहिलेला प्रबंध. या ऐतिहासिक संशोधनांमधून केवळ भूतकाळातील त्या विषयाच्या संदर्भात माहिती घेणे एवढीच भूमिका नसते. त्या संदर्भात आजची स्थिती सुधारण्यासाठी व उद्याचे योग्य नियोजन करण्यासाठी या संशोधनाचा उपयोग होत असतो. कदाचित ऐतिहासिक शैक्षणिक संशोधन करणाऱ्या संशोधकाची दृष्टी केवळ त्या समस्येच्या भूतकालीन स्थितीकडे असेल, कदाचित त्याचे उद्दिष्ट केवळ तत्कालीन स्थितीचा अभ्यास हेच असेल, परंतु शिक्षणशास्त्र मात्र त्या संशोधनाचा वर्तमानकाळात व भविष्यकाळात कसा उपयोग होऊ शकेल हेही पाहते. शिक्षणशास्त्राच्या दृष्टीने भूतकाळाचे ज्ञान, वर्तमानकाळाची प्रगती व भविष्यकाळातील योग्य नियोजन असे ऐतिहासिक शैक्षणिक संशोधनाचे तीन फायदे असतात. या संशोधनांचा समावेश 'हिस्ट्री ऑफ एज्युकेशन' या शैक्षणिक संशोधन

विषय विभागामध्ये केला जातो. आता आपण ऐतिहासिक शैक्षणिक संशोधन पद्धतीच्या पायऱ्या कोणत्या असतात त्याची माहिती घेऊ.

११.३ ऐतिहासिक संशोधनाच्या पायऱ्या

ऐतिहासिक संशोधन पद्धतीमध्ये आपणास वैज्ञानिक पद्धतीच्या पुढील सर्व पायऱ्या दिसून येतात.

१) समस्येची निवड : समस्या अतिशय व्यापक नसावी. प्राचीन भारतीय शिक्षणपद्धती हा अतिशय व्यापक विषय आहे. यापेक्षा वाल्मिकी रामायणातून दिसून येणारे 'प्राचीन भारतीय शिक्षण' हा विषय ऐतिहासिक संशोधनाला योग्य आहे. तसेच समस्या निवडताना त्या संदर्भात आवश्यक असणारी माहिती उपलब्ध होऊ शकेल का, हाही विचार महत्त्वाचा आहे. ज्या समस्येची माहिती उपलब्ध होणार नाही अशी समस्या निवडू नये. तसेच ज्या समस्येला ऐतिहासिक महत्त्व आहे अशीच समस्या निवडावी. समस्या अचूक व मोजक्या शब्दांत मांडावी.

२) माहिती संकलन : समस्येच्या संदर्भात आवश्यक वाटणारी माहिती जमा करावी. यामध्ये प्राथमिक स्रोतांना अधिक महत्त्व आहे. विविध अवशेष किंवा घटना प्रत्यक्ष पाहिलेल्या अथवा अनुभवलेल्यांनी लिखित स्वरूपात ठेवलेली माहिती याचा प्राथमिक स्रोतांमध्ये समावेश होतो, परंतु काही वेळा दुय्यम स्रोतांच्या साहाय्यानेसुद्धा, समस्येच्या संदर्भात, माहिती मिळवावी लागते. या ठिकाणी लेखकाने घटना प्रत्यक्ष पाहिलेली वा अनुभवलेली नसते. जिथे प्राथमिक स्रोत कमी पडतात तिथेच दुय्यम स्रोतांचा वापर करावा. (प्राथमिक स्रोत व दुय्यम स्रोत यांची अधिक माहिती ११.४ मध्ये पहावी.)

३) संकलित माहितीची चिकित्सा : जमा केलेली सर्वच माहिती सत्य समजून चालत नाही. ऐतिहासिक घटनांच्या प्रत्यक्ष निरीक्षणास वाव नसतो. यामुळे मिळविलेल्या या माहितीवर बाह्य चिकित्सा व आंतरिक चिकित्सा करून ही माहिती सत्य वा असत्य हे पडताळून पाहावे लागते. बाह्य चिकित्सा करताना उपलब्ध मजकुराचे कागद वा वस्तू खरोखरी त्या निश्चित ऐतिहासिक काळामधील आहेत का, याची खात्री करून घ्यावी लागते. आंतरिक चिकित्सा करताना उपलब्ध मजकूर खरा ऐतिहासिक असला तरी तो वस्तुनिष्ठ, वैध, विश्वसनीय आहे का हे पाहावे लागते. (बाह्य व आंतरिक चिकित्सा यांची अधिक माहिती आपण ११.५ मध्ये पाहणार आहोत.)

४) माहितीचे वर्गीकरण व विशदीकरण : संशोधकाने जी माहिती जमा केलेली आहे व जिची बाह्य व आंतरिक चिकित्सा केलेली आहे त्या माहितीचे वर्गीकरण करावे. ही माहिती कालमानानुसार क्रमाने लावण्याची प्रक्रिया करावी. प्रत्येक विशिष्ट

बाबींमध्येसुद्धा संशोधकाने कमी महत्त्वाची, जास्त महत्त्वाची व सर्वांत महत्त्वाची माहिती कोणती हे ठरवावे व तशी नोंद करावी. त्याचबरोबर विशिष्ट मुद्याशी संबंधित माहिती एकत्र करता यावी. उदा. भारतामधील व्यावसायिक शिक्षण (१८८१ ते १९६१) या विषयाचा विचार केल्यास १८८१ पासून कालक्रमानुसार व्यावसायिक शिक्षणात झालेला महत्त्वपूर्ण बदल लक्षात घ्यावा लागेल. स्वातंत्र्यपूर्व व स्वातंत्र्योत्तर कालखंडातील स्थिती ध्यानात घ्यावी लागेल. तसेच या सर्व बदलांमध्येही महत्त्वाच्या क्रमाने माहितीची रचना करावी लागेल.

माहितीचे वरीलप्रमाणे वर्गीकरण केल्यानंतर आता संशोधकास त्या माहितीचे विशदीकरण करावे लागेल. या ठिकाणी घडून गेलेल्या घटनांची सविस्तर माहिती देणे व मिळविलेली माहिती जशीच्या तशी लिहून काढणे म्हणजे संशोधन केले असे नाही. संशोधन विषयाच्या संदर्भात त्या माहितीतून अर्थ शोधणे, समाजाला अनभिज्ञ असणारा एखादा विचारप्रवाह शोधणे, तत्कालीन घटनांचा नवीन दृष्टिकोनातून अर्थ विशद करणे म्हणजे 'संशोधन.' माहितीच्या विशदीकरणाची ही संकल्पना आहे.

५) अहवाल लेखन : ऐतिहासिक संशोधनात संशोधक संशोधनाशी संबंधित घटना कधीच पाहू शकत नाही, त्या घटना पूर्वीच घडून गेलेल्या असतात. अहवाल लिहिताना ऐतिहासिक सत्याचा पूर्णपणे मान राखून, पण स्वत:ची कल्पनाशक्ती व तर्कशक्ती वापरून त्या माहितीतून एक नवीन विचार शोधणे व त्याचे लेखन करणे हे अत्यंत अवघड कार्य संशोधकास करावे लागते. ऐतिहासिक संशोधनातील ही सर्वांत महत्त्वपूर्ण बाब आहे. तसेच अहवाल लेखन अत्यंत वस्तुनिष्ठपणे होणे आवश्यक आहे. संशोधकाची आवड, त्याचे स्वत:चे विचारप्रवाह या गोष्टी कुठेही दृग्गोचर होता कामा नयेत. सर्व लेखन तटस्थतेच्या भूमिकेतून करावे. संशोधकाने, ज्या आधारांचा उपयोग संशोधनात केलेला आहे त्यांचे फोटो, आलेख, नकाशे यांचा उपयोग अहवालात करावा. भाषा स्पष्ट, रोखठोक व विचार निर्भीड असावेत.

या ठिकाणी एक महत्त्वपूर्ण बाब लक्षात ठेवणे आवश्यक आहे की, आपण वर ज्या पाच पायऱ्या सविस्तरपणे पाहिल्या त्या ऐतिहासिक संशोधनाच्या विशेष उल्लेखनीय पायऱ्या आहेत. ऐतिहासिक संशोधन पद्धतीचा वेगळेपणा व्यक्त करणाऱ्या बाबी त्यामध्ये सांगितल्या आहेत. तथापि, संशोधन अहवाल लिहिताना सर्वसामान्यपणे ज्या पायऱ्या शैक्षणिक संशोधनात येतात त्या ऐतिहासिक संशोधन अहवालातही येणारच. त्या पायऱ्या पुढीलप्रमाणे आहेत –

१) समस्या कथन २) संदर्भ साहित्याचे व संशोधनाचे परिशीलन ३) संशोधन पद्धती व साधने ४) माहिती संकलन विशदीकरण, निष्कर्ष व शिफारशी ५) अहवाल लेखन.

११.४ प्राथमिक स्रोत व दुय्यम स्रोत

ऐतिहासिक संशोधन करताना संशोधक जी माहिती संकलित करतो ती काही साधनांच्याद्वारे. याचे दोन प्रकार पडतात. ते पुढीलप्रमाणे – १) प्राथमिक स्रोत २) दुय्यम स्रोत.

प्राथमिक स्रोत : घटना प्रत्यक्ष पाहिलेल्या, अनुभवलेल्या किंवा घटनेमध्ये प्रत्यक्ष सहभागी झालेल्या व्यक्तीने लिहून ठेवलेल्या, तसेच निर्माण केलेल्या कृतींचा समावेश प्राथमिक स्रोतांमध्ये होतो. याचे दोन विभाग पडतात.

१) अवशेष : यामध्ये पुढील वस्तूंचा समावेश होतो. सांगाडे, हत्यारे, शस्त्रे, भांडी, वस्त्रे, चित्रे, इमारती, नाणी व विविध कलात्मक किंवा सामान्य वस्तू. या वस्तूंच्या साहाय्याने तत्कालीन जीवनातील विविध अंगांचा, मानवी प्रगतीचा आलेख डोळस संशोधक काढू शकतो. त्या वस्तूच आपल्याला तत्कालीन जीवन व राहणीमानाचा इतिहास सांगू शकतात.

२) लेखी व मौखिक अभिलेख : यामध्ये आत्मचरित्र, पत्रे, दैनंदिनी, मृत्युपत्रे, दानपत्रे, पावत्या, जाहीरनामे, शिलालेख, वंशावळ्या, करारनामे, वृत्तपत्रे, नियतकालिके, ग्रंथ या लिखित बाबींचा जसा समावेश होतो त्याचप्रमाणे रेकॉर्ड (तबकडी), कॅसेट (ध्वनिफिती), चित्रपट (चित्रफिती) या मौखिक बाबींचाही समावेश होतो.

दुय्यम स्रोत : या ठिकाणी लेखकाने घटना प्रत्यक्ष पाहिलेली नसते, अनुभवलेली नसते. लेखक या घटनेचा साक्षीदार नसतो. त्यामुळे या साधनांची विश्वासार्हता प्राथमिक स्रोतांच्या तुलनेत फारच कमी ठरते.

११.५ बाह्य चिकित्सा व आंतरिक चिकित्सा

प्राथमिक स्रोत व दुय्यम स्रोत याद्वारे माहिती जमा केली जाते. ती सर्वच माहिती सत्य समजून चालत नाही. त्यावर योग्यप्रकारे चिकित्सा व्हावी लागते. चिकित्सेच्या प्रक्रियेतून बाहेर पडल्यावर ती माहिती ‘सत्य’ का ‘असत्य’ हे निश्चित होते. ही चिकित्सा दोन पद्धतींनी करता येते.

बाह्य चिकित्सा (External Criticism) : बाह्य चिकित्सा म्हणजे मिळविलेल्या माहितीच्या खरे-खोटेपणासंबंधी खातरजमा करून घेणे. लेखाचा काळ, लेखक स्वाक्षरी, लिपी, भाषा, शाई, रंग, तत्कालीन ज्ञानाची कक्षा, मजकुरातील सुसंगतपणा, कागद यांचे शास्त्रशुद्ध परीक्षण हवे. इतकेच नव्हे तर काही वेळा आवश्यकता वाटल्यास त्याची भौतिक व रासायनिक परीक्षाही करावयास हवी; म्हणजेच प्रत्यक्ष मजकुरातील तपशीलात अधिक न जाता, मिळालेला मजकूर अथवा वस्तू खोटी नसून खरी आहे हे त्या मजकुराच्या व वस्तूच्या बाह्य परंतु शास्त्रशुद्ध परीक्षणाने ठरविणे. त्या मजकुराच्या

किंवा वस्तूच्या ऐतिहासिक खरेपणाविषयी संशोधकाची स्वत:ची खात्री पटली पाहिजे. तसेच आवश्यकता वाटल्यास संशोधकाने इतरांचीही खात्री पटविली पाहिजे. उदा. भारतीय शिक्षणपद्धतीवर ब्रिटिशांच्या शैक्षणिक धोरणाचा परिणाम या विषयावर संशोधन करताना तत्कालीन एखादे पत्र, एखादा लेख संशोधकास उपलब्ध झाला तर प्रथम त्याने ते पत्र वा तो लेख हा तत्कालीन आहे, खरा आहे याची प्रथम खात्री करून घेणे आवश्यक आहे. वर उल्लेखिलेल्या या साधनांच्याद्वारे त्यास ही खात्री करून घेता येईल.

आंतरिक चिकित्सा (Internal Criticism) : मिळविलेली माहिती संबंधित व्यक्तीने लिहिलेली आहे याची खात्री होऊनदेखील आपण माहिती जशीच्या तशी स्वीकारू शकत नाही. लगेच विश्वासार्ह मानू शकत नाही; कारण अनेकवेळा पुढील शक्यता आपणास नाकारता येत नाहीत – १) घटना घडून गेल्यानंतर फार दिवसांनी तो प्रसंग लिहिल्याने त्या व्यक्तीचे काही संदर्भात विस्मरण होऊ शकते. २) ती माहिती लिहिताना लेखक विशिष्ट दडपणाखाली असण्याची शक्यता असते. ३) त्या व्यक्तीने गैरसमजातून, परिस्थितीचे पूर्ण आकलन न होताच ते लेखन केले असेल.

म्हणजेच तो मजकूर संबंधित व्यक्तीनेच लिहिला असला तरी त्याचीही काळजीपूर्वक चिकित्सा, मीमांसा, परीक्षण करूनच त्या माहितीचा संशोधनकार्यात उपयोग केला जावा.

११.६ ऐतिहासिक संशोधन पद्धतीमधील महत्त्वपूर्ण बाबी

१) समस्येचे स्वरूप फार स्थूल नसावे : इतर सर्व प्रकारच्या संशोधनपद्धतींप्रमाणे ऐतिहासिक संशोधनातील समस्याही फार स्थूल, व्यापक नसावी. संशोधक सुरुवातीच्या उत्साहात फार मोठा विस्तार असलेली समस्या निवडतो. मग त्यासाठी प्रचंड प्रमाणात माहिती मिळवावी लागणे, त्यातील अडचणी, वेळ, आर्थिक प्रश्न यामुळे संशोधनप्रक्रिया अत्यंत अवघड व त्रासदायक बनते, अडचणीची बनते. अशा परिस्थितीत संशोधन बंद केले जाते. त्याचा विस्तार कमी केला जातो किंवा तेच संशोधन फार सखोलपणे न करता फक्त वरवरची माहिती सांगणारे बनते. या तिन्ही गोष्टी टाळण्यासाठी सुरुवातीसच सर्व घटकांचा विचार करून समस्या मर्यादित करावी.

२) प्राथमिक स्रोतांचा अधिक वापर करावा : प्राथमिक स्रोत हे दुय्यम स्रोतांपेक्षा अधिक विश्वासार्ह असतात. जेव्हा प्राथमिक स्रोत उपलब्ध नसतील तेव्हाच दुय्यम स्रोतांचा उपयोग करावा. सर्व संशोधन पद्धतींप्रमाणे ऐतिहासिक संशोधन पद्धतीतही 'सत्यता' हा मूलभूत महत्त्वाचा घटक आहे. दुय्यम स्रोतांपेक्षा प्राथमिक स्रोतांची सत्यता अधिक असते.

३) घटनांच्या संमिश्र कारणांचा विचार व्हावा : मानवी मनाच्या सर्व प्रक्रिया अत्यंत गुंतागुंतीच्या असतात. कोणतीही एक घटना घडण्यास एकच कारण असते असे नाही. एखाद्या प्रसंगी वरवर पाहता आपल्याला एका घटनेचे एक कारण दिसते; पण आपण जर सखोल विचार केला व माहिती मिळविली तर अनेक कारणांचा संमिश्र परिपाक ती घटना घडविण्यास कारणीभूत होताना दिसते. ऐतिहासिक काळातील व्यक्तींच्या संदर्भात जेव्हा आपण विचार करतो, तेव्हा तर ही प्रक्रिया अधिकच अवघड बनते; कारण तत्कालीन वर्तनाला तत्कालीन संदर्भ असतात व तेही संमिश्र; म्हणून संशोधकाने त्या दृष्टीने विचार करण्याची आवश्यकता असते. उदा. ब्रिटिशांच्या शैक्षणिक धोरणाचा भारतीय शिक्षणपद्धतीवर होणारा परिणाम पाहत असताना तत्कालीन भारतीय सामाजिक, धार्मिक, राजकीय परिस्थितीचे ज्ञान संशोधकास हवे. केवळ शैक्षणिक परिस्थितीची माहिती सम्यक दर्शन घडविण्यास पुरेशी ठरणार नाही.

४) घटनांना त्यांच्या योग्यतेप्रमाणे महत्त्व द्यावे : इतिहासातील प्रत्येक घटनेची एक विशिष्ट योग्यता असते. त्या घटनेस तिच्या योग्यतेप्रमाणे महत्त्व द्यावे लागते. काही वेळा संशोधकास एखाद्या घटनेची अधिक माहिती उपलब्ध होते किंवा एखादी घटना आवडते, जास्त परिणामकारक, प्रभावी वाटते. असे असले तरी त्या घटनेच्या ऐतिहासिक योग्यतेप्रमाणेच तिला महत्त्व देणे आवश्यक असते.

११.७ ऐतिहासिक संशोधनाचे प्रकार

१) जीवन चरित्रे : शिक्षणक्षेत्रात देदीप्यमान कामगिरी करणाऱ्या अनेक विभूती होऊन गेल्या आहेत. त्यांचे जीवन, कार्य व विचार यातून शिक्षणविषयक सूत्र शोधून काढणे व त्याचा अर्थ स्पष्ट करणे हा ऐतिहासिक संशोधनाचा पहिला प्रकार होय. मॉंटेसरी, फ्रोबेल, पेस्टॅलॉझी, ड्युई या पाश्चिमात्य शिक्षणतज्ज्ञांप्रमाणे विवेकानंद, टागोर, महात्मा गांधी, कर्मवीर भाऊराव पाटील इत्यादी भारतीय शिक्षणतज्ज्ञांचा यामध्ये समावेश होईल.

२) संस्था व संघटना यांचा इतिहास : भारतामध्ये अनेक मोठ्या शैक्षणिक संस्था व शिक्षणविषयक कार्य करणाऱ्या संघटना आहेत, ज्यांना स्वत:चा एक मोठा इतिहास आहे. आजच्या शिक्षणप्रसारामध्ये या संस्था व संघटनांचा फार मोठा वाटा आहे. या संस्था व संघटनांचा इतिहास व शिक्षणविषयक कार्य यांचा अभ्यास करून त्यांचे शैक्षणिक प्रसारामधील, प्रगतीमधील वेगळे असे वैशिष्ट्य शोधून काढणे हा या प्रकारच्या संशोधनाचा हेतू असतो. रवींद्रनाथ टागोर यांचे शांतिनिकेतन, कर्मवीर भाऊराव पाटील यांची रयत शिक्षण संस्था, महाराष्ट्र राज्य माध्यमिक शिक्षक-प्रशिक्षक संघटना ही यांपैकी काही संस्थांची व संघटनांची उदाहरणे.

३) शैक्षणिक विचारप्रवाहांचा इतिहास : शिक्षणक्षेत्रात अनेक महत्त्वपूर्ण विचारप्रवाह आहेत. हे विचारप्रवाह केव्हा व कसे सुरू झाले, त्यांची वैशिष्ट्ये, त्यांचे शिक्षणपद्धतीवर झालेले परिणाम व संशोधकाला जाणवलेले त्या पद्धतीचे वेगळेपण हा ऐतिहासिक संशोधनाचा एक प्रकार आहे. उदा. गुरुकुल शिक्षण प्रणाली, मूलोद्योगी शिक्षणपद्धती किंवा वर्धा शिक्षणपद्धती.

४) वैधानिक संशोधन : केंद्र, राज्य व जिल्हा परिषदेचे विविध प्रशासक, मुख्याध्यापक, प्राचार्य अशा विविध प्रशासकांना अत्यंत उपयुक्त असा प्रकार म्हणजे वैधानिक संशोधन. काही शैक्षणिक संस्था या विविध धार्मिक संघटनांच्या मार्फत चालविल्या जातात. त्यांच्या संबंधात असणाऱ्या कायदेशीर तरतुदी यांचा अभ्यास या प्रकारच्या संशोधनात येतो. सरकारमान्य व अनुदानप्राप्त खासगी माध्यमिक शाळांचे प्रशासन कोणत्या नियमांनुसार चालते, ते नियम केव्हा, कसे तयार झाले व त्यांचा योग्य अर्थ काय ? केंद्र व राज्य यांचे शिक्षणविषयक कायदेशीर अधिकार, कर्तव्ये व संबंध यांचा आढावा. असे शिक्षणक्षेत्रातील असंख्य विभाग व त्यांना असणारा कायदेशीर पाया व आधार या गोष्टींचा या प्रकारच्या संशोधनात विचार केला जातो. विशिष्ट समस्येच्या संदर्भात असणारी कायदेशीर तजवीज व विविध न्यायालयांनी दिलेले त्यासंबंधीचे निर्णय असा चिकित्सात्मक परामर्श या प्रकारच्या संशोधनात घेतला जावा. तथापि, संशोधकास कायदाविषयक खास प्रशिक्षण असणे अत्यावश्यक आहे.

५) संदर्भसंशोधन – ग्रंथसंशोधन : ऐतिहासिक संशोधनाचा हा पाचवा व शेवटचा प्रकार आहे. एखाद्या विशिष्ट विषयावर आजपर्यंत झालेल्या अनेक संशोधन वृत्तान्तामधील निष्कर्षांची तुलना करून त्या विषयासंबंधी निघालेले सर्वसामान्य निष्कर्ष सांगता येतात. याचबरोबर वेगळ्या निष्कर्षांबाबतही विवेचन करता येते. या प्रकारच्या संशोधनास वारंवार वाव नसला तरी त्यांचेही स्वतःचे एक विशिष्ट असे स्थान आहे.

१२

वर्णनात्मक संशोधन पद्धती

१२.१ वर्णनात्मक संशोधन पद्धती
१२.२ सर्वेक्षण
१२.३ शालेय सर्वेक्षण स्वरूप
१२.४ लोकमत सर्वेक्षण
१२.५ सामाजिक सर्वेक्षण
१२.६ व्यक्तिअभ्यास
१२.७ तौलनिक कार्यकारण पद्धती
१२.८ सहसंबंध आणि पूर्वानुमान पद्धती
१२.९ तिर्यक संस्कृती आणि तुलनात्मक अध्ययन पद्धती
१२.१० वांशिक किंवा विकासात्मक पद्धती
१२.११ दस्तऐवज पृथक्करण

१२.१ वर्णनात्मक संशोधन पद्धती

या प्रकरणात आपण अशा अनेक पद्धतींचा विचार करणार आहोत, ज्या प्रामुख्याने वर्तमानकाळाशी संबंधित आहेत. 'प्रामुख्याने' हा शब्द योजण्याचा हेतू असा की, या विभागात घेतलेल्या विविध पद्धतींमधील व्यक्तिअभ्यास पद्धती आणि विकासात्मक पद्धती यांचा जसा वर्तमानकाळाशी संबंध आहे तसा भूतकाळाशी म्हणजे ऐतिहासिक पद्धतीशीही आहे. तसेच या विभागातील आणखी दोन पद्धती म्हणजेच तौलनिक कार्यकारण पद्धती व सहसंबंध पद्धती, या प्रायोगिक पद्धतीशी काही प्रमाणात साधर्म्य राखतात; म्हणून काही ग्रंथांमध्ये या चार पद्धतींचा स्वतंत्रपणे विचार केला

गेला आहे. अर्थात, संशोधन पद्धतींच्या विभाजनाची ठरावीक अशी एकच पद्धत कोणतीही नाही. याचबरोबर वर उल्लेखिलेल्या चारही पद्धतींचा आजच्या परिस्थितीशी, वर्तमानकाळाशी अधिक संबंध आहे; म्हणून त्या चार पद्धतींचा समावेश याच प्रकरणात म्हणजेच वर्णनात्मक संशोधन पद्धतींमध्येच केला आहे.

International Dictionary of Education मध्ये G. Terry Page, J. B. Thomas, A. R. Marshall यांनी Descriptive Research चा पुढीलप्रमाणे अर्थ दिला आहे –

"Research concerned with the gathering of basic information serving as a base for deeper investigation by the presentation of tabulated and interpreted data. Concerned with existing data collected in various ways e.g. by questionnaire, or test. Types of descriptive research may roughly be classified as survey studies, case studies, developmental studies."

यातून वर्णनात्मक पद्धतीची आपणास पुढील माहिती मिळते – १) मूलभूत स्वरूपाची माहिती जमा केली जाते. २) ती प्रश्नावली व कसोट्यांसारख्या साधनाने जमा केली जाते. ३) त्या माहितीचे योग्य पद्धतीने सारणीकरण करून त्यातून सखोल संशोधनासाठी अर्थनिर्वचन केले जाते. ४) यामध्ये सर्वेक्षण, व्यक्तिअभ्यास व विकासात्मक यांसारख्या पद्धती येतात. आपल्या या प्रकरणात आपण ज्या विविध पद्धतींचा समावेश केला आहे त्याला वरील आधार आहे. त्याचप्रमाणे John W. Best - "A descriptive study describes and interprets what is. It is concerned with conditions or relationships that exist, opinions that are held, processes that are going on; effects that are evident, or trends that are developing. It is primarily concerned with the present, although it often considers past events and influences as they relate to current conditions." म्हणजेच, वर्णनात्मक संशोधनात सद्य:स्थिती काय आहे याचे वर्णन व अर्थनिर्वचन करतात. कोणती स्थिती किंवा संबंध अस्तित्वात आहेत, कोणती मते आहेत, कोणत्या प्रक्रिया चालू आहेत, कोणते परिणाम दिसून येतात, कोणत्या प्रवृत्ती दिसून येतात या बाबींशी या संशोधनाचा संबंध असतो. या संशोधनाचा मूलत: वर्तमानकाळाशी संबंध आहे. तथापि, भूतकाळात घडलेल्या व परिणामांचासुद्धा यामध्ये बऱ्याचवेळा विचार केला जातो; कारण त्यांचा सद्य:स्थितीशी संबंध असतो.

याच संबंधात संशोधकाला परीक्षण व मूल्यमापन या प्रकारांची माहिती असणे आवश्यक आहे. परीक्षणामध्ये सद्य:स्थिती जाणून घेतली जाते. या पद्धतीत परिकल्पना नसते. चलांचा परस्परांशी संबंध जोडला जात नाही. शिफारशी सुचविलेल्या नसतात.

येथे मूल्यनिर्णय नसतो, पण वस्तुस्थिती समाधानकारक आहे का ? त्यातून समाजाच्या अपेक्षा पूर्ण केलेल्या आहेत का ? अशा प्रश्नांची उत्तरे मिळतात. यामध्ये सामाजिक सर्वेक्षण, लोकमत सर्वेक्षण, प्रवृत्ती अध्ययन पद्धती या पद्धतींचा समावेश होतो.

मूल्यमापनामध्ये सद्य:स्थितीत कोणत्या प्रक्रिया, पद्धती चालू आहेत; त्यांची आवश्यकता, परिणामकारकता पाहिली जाते. या पद्धतीतही शिफारशी नसतात. यामध्ये परिकल्पनांचा उपयोग नसतो. यातील निष्कर्ष इतर ठिकाणी उपयोगी पडत नाहीत. यामध्ये शालेय सर्वेक्षण, अनुधावन पद्धती यांचा समावेश होतो.

परीक्षण व मूल्यमापन या विभागातील पद्धतींचा समावेश आपण वर्णनात्मक संशोधन पद्धतींमध्ये करणार आहोत, कारण त्यांचा संबंध वर्तमानकाळाशी आहे. थोडक्यात, वर्णनात्मक संशोधन पद्धती हा शब्द जरी अर्थपूर्ण नसला तरी, ऐतिहासिक म्हणजे भूतकाळाशी संबंधित व प्रायोगिक म्हणजे भविष्यकाळाशी संबंधित संशोधन वगळता, वर्तमानकाळाशी संबंधित असणारे पुढील सर्व प्रकार वर्णनात्मक संशोधनाच्या विभागामध्ये घेतलेले आहेत.

१) सर्वेक्षण (Survey) अ) शालेय सर्वेक्षण (School Survey) ब) लोकमत सर्वेक्षण (Public Opinion Survey) क) सामाजिक सर्वेक्षण (Social Survey) २) व्यक्तिअभ्यास (Case Study) ३) तौलनिक कार्यकारण पद्धती (Causal Comparative Study) ४) सहसंबंध व पूर्वानुमान पद्धती (Correlation and Prediction Method) ५) तिर्यक संस्कृती व तुलनात्मक अभ्यास (Cross Cultural and Comparative Method) ६) वांशिक पद्धती (Genetic Method) अ) रेखांशात्मक व तिर्यक छेदात्मक अभ्यास (Longitudinal and Cross Sectional Studies). ब) अनुधावन पद्धती (Follow-up Method) क) प्रवृत्ती अध्ययन पद्धती (Trend Studies) ७) दस्तऐवज पृथक्करण (Documentary Analysis).

वर्णनात्मक संशोधनाचे स्वरूप लक्षात घेताना एक महत्त्वाचा मुद्दा ध्यानात ठेवणे आवश्यक आहे. एखाद्या विषयावर फार मोठ्या प्रमाणावर केवळ माहिती गोळा करणे म्हणजे संशोधन नव्हे. वर्णनात्मक संशोधनाच्या आधारे पुढील तीन प्रश्नांची उत्तरे शोधावी लागतात - अ) संबंधित शैक्षणिक समस्येबाबत आजची परिस्थिती काय आहे ? ब) यामध्ये निश्चितपणे कोणत्या अडचणी, त्रुटी आहेत ? क) मिळालेल्या माहितीच्या आधारे, विविध तज्ज्ञांची मते घेऊन व संशोधकाने स्वत:चे ज्ञान व अनुभव विचारात घेऊन या समस्येवर कोणता उपाय शोधला ? अर्थात उत्तरे शोधण्याची प्रक्रिया वैज्ञानिक पद्धतीने करावी लागते.

वर्णनात्मक संशोधन पद्धती ही सर्व संशोधन पद्धतींमध्ये अत्यंत लोकप्रिय पद्धती असून या पद्धतीचा मोठ्या प्रमाणावर उपयोग केलेला दिसून येतो. जास्तीत जास्त

शैक्षणिक संशोधन या पद्धतीनेच केलेले दिसून येते. आता वर उल्लेखिलेल्या पद्धती व त्यांचे उपप्रकार यांची संख्या अकरा होते. त्यांपैकी कोणती पद्धती वापरायची याचा निर्णय समस्येच्या स्वरूपावर अवलंबून राहील. पुढे आपण या प्रकारांची सविस्तर माहिती पाहणार आहोत.

या पद्धतीमध्ये स्थानिक, तालुका, जिल्हा, राज्य, राष्ट्र व आंतरराष्ट्रीय स्तरांपैकी कोणत्याही स्तरावरील समस्या सोडविण्याचा प्रयत्न केला जातो. उदा. १) मुंबईमधील अनुसूचित जातीच्या महाविद्यालयीन विद्यार्थ्यांच्या समस्या. २) सोलापूर जिल्ह्यातील आठवी, नववी, दहावीच्या विद्यार्थ्यांच्या मराठी लेखनातील दोष व त्यावर उपाय. ३) भारतातील विविध राज्यांतील माध्यमिक शाळेतील इंग्रजीचा अभ्यासक्रम – साम्य व फरक. ४) विविध राष्ट्रांमधील शिक्षण पद्धतींची तुलना.

या पद्धतीच्या आधारे केवळ समस्या सोडविणे एवढेच उद्दिष्ट न ठेवता मूलभूत सिद्धान्तासाठी माहिती मिळविणे, मूलभूत तत्त्व शोधणे हीदेखील उद्दिष्टे ठेवली जातात. याप्रमाणेच या पद्धतीचे आणखी एक वैशिष्ट्य म्हणजे या प्रकारात प्रयोज्य ज्या स्थितीत आहे, घटक ज्या स्थितीत आहे, त्या स्थितीतच त्या प्रयोज्याचा, घटकाचा विचार, अभ्यास केला जातो. या स्थितीमध्ये बदल केला जात नाही. उदा. नववीच्या विद्यार्थ्यांच्या इंग्रजी वाक्यरचनेच्या चुका शोधताना संशोधकाने विद्यार्थ्यांना काहीही शिकविणे व त्यांच्या चुका कमी करण्याचा प्रयत्न करणे या पद्धतीमध्ये पूर्णत: चुकीचे ठरते.

मानवी जीवनात अव्याहतपणे विविध प्रकारच्या घटना घडत असतात. भूतकाळात घडून गेलेल्या गोष्टींचा वर्तमानकाळाशी संबंध असतो. त्यांपैकी काही घटना पुन:पुन्हा घडतात, काही घटनांचे स्वरूप बदलते व त्या पुन्हा घडतात. भूतकाळात घडून गेलेल्या घटनांचा वर्तमानकाळातील घटनांशी असा संबंध असतो. म्हणजेच भूतकाळात घडून गेलेल्या पण वर्तमानकालीन समस्यांशी संबंधित घटनांचा वर्णनात्मक संशोधन पद्धतींशी संबंध हा असतोच; म्हणून काल किंवा त्याआधी घडलेल्या घटना म्हणजे भूतकाळ व मग तो ऐतिहासिक संशोधनाचा विषय असा ग्रह करणे हे चुकीचे ठरते. एखादी प्रक्रिया वा स्थिती घडून गेलेली होती, म्हटले की, तिचा ऐतिहासिक संशोधन पद्धतीशी संबंध येतो. एखादी प्रक्रिया वा स्थिती घडत आलेली आहे असे म्हटले की, तिचा वर्णनात्मक संशोधन पद्धतीशी संबंध येतो; म्हणून विद्यार्थ्यांच्या घरविषयक समस्या शोधताना वर्णनात्मक संशोधन पद्धतीमध्ये संशोधक त्या मुलाला प्रश्न विचारतो.

१) तुझ्यावर घरातील माणसांपैकी सर्वांत जास्त कोण प्रेम करतो ? २) या उत्तरास पोषक असे, पूर्वी घडून गेलेले, दोन प्रसंग थोडक्यात सांग.

वर्णनात्मक संशोधन पद्धतीमध्ये सर्वसाधारणपणे, परिकल्पना मांडणे व ती तपासणे ही प्रक्रिया होते. तथापि, सर्वच प्रकारात परिकल्पना हव्यातच असा अट्टाहास नसतो. उद्दिष्टांची आवश्यकता सर्व प्रकारात असते. विविध चलांमधील संबंध पाहिले जातात. यातील निष्कर्ष इतर ठिकाणी उपयोगी पडू शकतात.

वर्णनात्मक संशोधन पद्धतीने सद्य:स्थितीची माहिती मिळण्यास मदत होते. समाजात विशिष्ट प्रश्नासंबंधी कोणती मते आहेत ? विविध घटकांची सर्वसामान्य प्रवृत्ती कोणती आहे ? विविध समस्यांबाबत घटकांच्या सूचना कोणत्या आहेत ? एखाद्या शिक्षणविषयक प्रक्रियेचे परिणाम कोणते आहेत ? एखाद्या शिक्षणविषयक घटकांत प्रगती किती झाली ? यांसारख्या प्रश्नांची उत्तरे शोधण्यास वर्णनात्मक संशोधन पद्धतीव्यतिरिक्त अन्य मार्ग नसतो. पूर्व प्राथमिक, प्राथमिक, माध्यमिक, महाविद्यालयीन शिक्षणामधील विविध घटक असोत किंवा अध्ययन-अध्यापन पद्धतीमधील एखादी समस्या असो, मूल्यमापन प्रक्रिया असो वा विद्यार्थ्यांच्या लेखनातील त्रुटी असोत, हे सर्व समजून घेण्यासाठी वर्णनात्मक संशोधन पद्धतीच वापरावी लागते. तसेच बदल हा शिक्षणाचा मूलभूत गुणधर्म आहे. ज्ञानाचा प्रस्फोट व विविध पद्धतींचा उगम तसेच समाजाच्या बदलत्या अपेक्षा यामुळे हे बदल अनिवार्य असतात. अर्थात, हे बदल एकदम करून चालत नाही. त्यासाठी संशोधन हवे. त्यासाठीही ही पद्धती उपयुक्त आहे.

या पद्धतीत ऐतिहासिक व प्रायोगिक पद्धतींच्या मानाने मोठ्या प्रमाणात माहिती गोळा केली जाते. समस्येच्या संदर्भात विविध साधनांच्याद्वारे ही माहिती मिळविली जाते. या पद्धतींमध्ये यासाठी सर्वसाधारणपणे 'तिर्यक छेदात्मक पद्धत' वापरली जाते. एका उदाहरणाने तिर्यक छेदात्मक पद्धत याचा अर्थ आपण समजून घेऊ. आपणास वय वर्षे १०, ११, १२, १३, १४, १५ या सहा वर्षांत मुलांमध्ये होणारी शारीरिक वाढ व बौद्धिक विकास यांचे प्रमाण शोधायचे तर, प्रत्येक वयोगटातील काही मुले योग्य पद्धतीने निवडून त्या सर्वांच्या संबंधात योग्य साधनांच्याद्वारे माहिती घेणे म्हणजे तिर्यक छेदात्मक पद्धतीचा उपयोग होय.

या पद्धतीत संशोधनप्रक्रियेतील एका व्यक्तीच्या गुणावगुणांना महत्त्व नसून त्या गटाच्या गुणावगुणांच्या मध्यमानाला महत्त्व असते; म्हणजेच संशोधनाचा संबंध व्यक्तीशी नसून विशिष्ट गटाशी असतो. उदा. सुरेशला किती टक्के गुण पडले, यापेक्षा तो ज्या कामगारांच्या मुलांच्या संशोधन गटात आहे. त्या गटाच्या गुणांच्या टक्केवारीची सरासरी किती आहे, याला संशोधनात खरे महत्त्व आहे. संशोधकाने हा मुद्दा संशोधनाच्या वेळी प्रतिसादकांना योग्य पद्धतीने समजावून सांगितला तर प्रतिसादक अधिक विश्वासार्ह उत्तरे देतात असा अनुभव आहे.

वर्णनात्मक संशोधनात घटकांच्या संबंधात जशी संख्यात्मक माहिती गोळा केली जाते. तशी गुणात्मक माहितीही गोळा केली जाते. या संशोधनातील माहितीच्या आधारे एखादा प्रायोगिक प्रकल्प हाती घेता येऊ शकेल अशी माहिती पुरविण्याचे कार्यही या प्रकारच्या संशोधनातून होते. विविध प्रकारची माहिती गोळा केल्याने संबंधित विषयक्षेत्रात ज्ञानवृद्धी होत असते. वर्णनात्मक संशोधनात, समस्येच्या संदर्भात, माहिती गोळा करण्यासाठी प्रश्नावली, मुलाखती, कसोट्या, निरीक्षण वगैरे अनेक साधनांचा उपयोग करता येतो. माहिती कोणत्या प्रकारची हवी आहे व प्रतिसादकाचा दर्जा कसा आहे, यावर कोणते साधन वापरायचे हे ठरवावे लागते. या साधनांपैकी काही साधने संशोधक स्वत: तयार करतो. काही वेळा प्रमाणित साधनांचाही उपयोग केला जातो. या दोन्ही प्रकारच्या साधनांची पूर्वचाचणी घेणे फायदेशीर ठरते. स्व-रचित साधनांमधील राहिलेले दोष पूर्वचाचणीद्वारे दूर होतात व प्रमाणित चाचण्या देण्याचा अनुभव संशोधकास मिळतो. ज्यायोगे प्रत्यक्ष चाचणीचे आयोजन करतेवेळी अडचणी उद्‌भवत नाहीत. आता आपण पूर्वी उल्लेखिलेल्या वर्णनात्मक संशोधनाच्या विविध प्रकाराची आवश्यक अशी माहिती मिळवू.

१२.२ सर्वेक्षण (Survey)

International Dictionary of Education G. Terry Page & J. B. Thomas with A. R. Marshall यामध्ये survey studies चा अर्थ पुढीलप्रमाणे दिलेला आहे. "Research or investigation of an educational problem using scientific methods of sampling and carefully planned methods of questioning." प्रश्न विचारण्याच्या काळजीपूर्वक आयोजिलेल्या पद्धती आणि नमुना निवडीच्या शास्त्रीय पद्धती वापरून केलेले शैक्षणिक समस्येचे संशोधन म्हणजे 'सर्वेक्षण' होय. John W. Best, "The survey method gathers data from a relatively large number of cases at a particular time. It is not concerned with characteristics of individuals as individuals. It is concerned with the generalized statistics that result when data are abstracted from a number of individual cases. It is essentially crosssectional." सर्वेक्षण पद्धतीमध्ये एका विशिष्ट वेळच्या परिस्थितीत, खूप मोठ्या जनसंख्येच्या संदर्भात माहिती गोळा केली जाते. एका व्यक्तीच्या गुणवैशिष्ट्यांशी याचा संबंध नसतो. सर्वेक्षणाचा संबंध मोठ्या संख्येमधून माहिती काढून त्यावरून निघालेल्या सर्वसामान्य संख्याशास्त्रीय माहितीशी असतो. सर्वेक्षण हे तिर्यक छेदात्मकच असते.

वर्णनात्मक संशोधन पद्धतीमध्ये आपण पाहिलेली बहुतेक सर्व माहिती सर्वेक्षण पद्धतीला लागू पडते असे दिसून येते. या पद्धतीत सद्य:स्थितीची माहिती घेतली

जाते. अर्थात, यातूनच पुढे भविष्यकाळाची वाट जाणार असल्याने, वर्तमानकाळाच्या परिशीलनाने प्रगत भविष्यकाळ घडवावा हेही अप्रत्यक्ष उद्दिष्ट असतेच. सद्य:स्थितीची जाणीव ही सर्वेक्षणाची पहिली पायरी. दुसरी पायरी म्हणजे सर्वमान्य प्रमाणाशी त्या स्थितीशी तुलना करणे. हे सर्वमान्य प्रमाण त्या विषयातील तज्ज्ञांनी ठरविलेले असते. तिसरी पायरी म्हणजे सद्य:स्थितीमध्ये प्रगती घडवून आणण्यासाठी विविध मार्गांचा विचार करणे, म्हणजेच सद्य:स्थितीकडून सर्वमान्य प्रमाणापर्यंत जाण्याचा मार्ग शोधणे. सर्वेक्षण पद्धतीने एखाद्या समस्येचे मूलभूत कारण शोधले जात नसून फक्त समस्या व तिचे कारण यांचा सहसंबंध दर्शविला जातो. तसेच सर्वेक्षण पद्धतीवर असा आरोप केला जातो की, यामध्ये प्रतिसादक प्रश्नांची अपेक्षित उत्तरे न देता आदर्श उत्तरे देण्याचा प्रयत्न करतात, त्यामुळे या प्रकल्पांची विश्वासार्हता कमी होते; पण ही परिस्थिती तर प्रायोगिक पद्धतीमध्येही निर्माण होऊ शकते; म्हणजेच वर निर्माण केलेली समस्या हा संशोधन पद्धतीचा दोष नसून तो वापरणाऱ्याचा कमकुवतपणा आहे.

वैशिष्ट्ये

१) जनसंख्या मोठी असते. २) तिर्यक छेदात्मक पद्धतीचा वापर केला जातो. ३) व्यक्तीच्या गुणांकापेक्षा गटाच्या सरासरीचा विचार केला जातो. ४) स्थानिक समस्या सोडविणे व मूलभूत संशोधनास माहिती पुरविणे ही उद्दिष्टे असतात. या दोनपैकी पहिल्या उद्दिष्टावर अधिक भर असतो. उदा. अ) पुण्यातील महाराष्ट्रीय हिंदू कुटुंबातील मुलांचे संगोपन कसे केले जाते ? ब) मुंबईमधील अनुसूचित जातीच्या महाविद्यालयीन विद्यार्थ्यांच्या समस्या. क) तेहरामधील शैक्षणिक दूरचित्रवाणी– समाजशास्त्रीय अभ्यास. या उदाहरणांनी स्थानिक समस्या या संकल्पनेचा अर्थ स्पष्ट होईल. ५) संख्यात्मक व गुणात्मक अशी दोन्ही प्रकारची माहिती मिळवली जाते. ६) समस्या, उद्दिष्टे, माहिती–संकलन, पृथक्करण, अर्थनिर्वचन या सर्व बाबतीत अत्यंत काळजीपूर्वक योजना केली जाणारी ही संशोधनाची एक महत्त्वपूर्ण पद्धती आहे. ७) शाब्दिक वर्णनाबरोबर गणितीय चिन्हांचाही वापर केला जातो.

महत्त्व

१) सद्य:स्थितीमधील शैक्षणिक घटकाची जाणीव होते व संशोधकाला भेडसावणाऱ्या समस्या सोडविल्या जातात. २) वर्तमानकाळाला उपयुक्त असा भूतकाळाचा अभ्यास केला जातो व या सर्वातून भविष्यकालीन प्रगतीचा वेध घेतला जातो. ३) माहिती–संकलनासाठी चांगल्या प्रकारची साधने तयार केली जातात. ४) सर्वेक्षणाद्वारे मूलभूत संशोधनासाठी पूरक अशी माहिती पुरवली जाते, तसेच विशिष्ट विषयक्षेत्रात ज्ञानवृद्धी होते.

तथापि, सर्वेक्षण घटनेच्या कारणांचा विचार करत नाही. ते फक्त स्थितीचा विचार करते. हा मुद्दा लक्षात ठेवणे आवश्यक आहे.

१२.३ शालेय सर्वेक्षण स्वरूप (School Survey Form)

सर्वेक्षणाचा हा पहिला, सर्वांत मोठा व शिक्षणशास्त्राच्या दृष्टीने सर्वांत महत्त्वाचा असा प्रकार आहे. शिक्षणाच्या विविध अवस्थांचा विचार करता शाळेशी संबंधित अशा घटकांची संख्या जास्त असल्याने या प्रकारास शालेय सर्वेक्षण असे नाव देण्यात आले आहे. तथापि, महाविद्यालयीन, विद्यापीठीय व इतर शैक्षणिक संस्थांमधील समस्यांचे संशोधनसुद्धा याच पद्धतीने करता येते. या पद्धतीने विविध शालेय कार्यक्रमांचा होणारा बरा-वाईट परिणाम अभ्यासता येतो. यामध्ये सर्व शालेय घटकांचा समावेश होतो तसेच स्थानिक जिल्हा, राज्य, राष्ट्र स्तरावरसुद्धा असा संशोधन प्रकल्प हाती घेता येतो.

क्षेत्र : पूर्व प्राथमिक, प्राथमिक, माध्यमिक, उच्च माध्यमिक, उच्च शिक्षणातील अनेकविध समस्या यांचा या प्रकारात विचार केला जातो. यामध्ये शिक्षणाची ध्येये, निष्पत्ती, विद्यार्थ्यांचे संपादन, अभ्यासक्रम, पद्धती, दृक्‌श्राव्य साधने, शिक्षक व शिक्षकेतर कर्मचारी, क्रीडाविषयक साहित्य, मैदान, इमारत, आर्थिक प्रश्न, प्रशासकीय प्रश्न इत्यादी अनेकविध घटकांच्या संबंधात निर्माण झालेल्या, असलेल्या समस्यांचा विचार केला जातो.

पायऱ्या : सर्वसामान्य वैज्ञानिक पद्धतीनेच हे संशोधन पुरे केले जाते. प्रथमत: समस्याकथन, त्यानंतर विविध साधने, नंतर माहिती संकलन, पृथक्करण, अर्थनिर्वचन, अहवाल लेखन व शेवटी शक्य असेल तेथे, त्या निष्कर्षांचा व सूचनांचा पाठपुरावा. या पायऱ्या बंधनकारक नसून मार्गदर्शक आहेत. संशोधक यामध्ये बदल करू शकतो वा यामध्ये भर टाकू शकतो.

शालेय सर्वेक्षणाचे पुढील अनेक प्रकार दिसून येतात.

याचे प्रकार पुढीलप्रमाणे -

अ) सर्वेक्षण परीक्षण (Survey Testing) : विद्यार्थ्याने विविध विषयांत जी प्राप्ती, जे संपादन केलेले असते त्याचे मापन करणे आवश्यक आहे. त्याचबरोबर त्याची बुद्धिमत्ता, व्यक्तिमत्त्व, अभिरुची, कल, अभिवृत्ती याही घटकांचे मापन करणे आवश्यक आहे. या सर्वप्रकारच्या मापनांचा समावेश 'सर्वेक्षण परीक्षण' या विभागात होतो.

१) संपादन परीक्षण (Achievement Testing) : आपल्या पाल्याने शालेय विषयात किती यश प्राप्त केले हे त्याने त्या विषयात किती गुण मिळविले यावरून

पालकांना ज्ञात होते. शिक्षकांना आपली अध्यापन पद्धती कितपत यशस्वी झाली हे या गुणांवरून म्हणजेच संपादन परीक्षणावरून अजमावता येते. या कसोट्या सर्वसामान्यपणे शालेय स्तरावर, काही वेळा विभागीय स्तरावर (S.S.C., H.S.C. Examination) व काही वेळा राज्य व राष्ट्रीय स्तरावरसुद्धा आयोजित केल्या जातात. अनेक प्रशिक्षणांसाठी या टक्केवारीवर प्रवेश दिला जातो. विविध शाळांमधील विद्यार्थ्यांच्या दर्जाची तुलना या संपादन परीक्षणाने करता येते.

२) **बुद्धिमत्ता परीक्षण** (Intelligence Testing) : आज बुद्धिमत्ता मापनासाठी अनेक कसोट्या उपलब्ध आहेत. त्यांपैकी काही शाब्दिक, तर काही अशाब्दिक, काही व्यक्तिगत तर काही गटावर आयोजित करता येणाऱ्या, काही संस्कृतीचा अडसर न येणाऱ्या Culture Free अशा आहेत. अलेक्झांडर, रेव्हन, भाटिया, कामत यांची या क्षेत्रातील कामगिरी उल्लेखनीय आहे. या बुद्धिमापन कसोट्यांद्वारे मुलांची बौद्धिक वाढ समजते. असामान्य, सामान्य, मतिमंद असे मुलांचे गट करता येतात; यावरून त्यांना योग्य अशा बौद्धिक प्रशिक्षणासाठी निवडता येते.

३) **व्यक्तिमत्त्व परीक्षण** (Personality Testing) : व्यक्तीचे वर्तन नियंत्रित ठेवण्याचे कार्य त्या व्यक्तीच्या अंगभूत गुणांमध्ये असते. यांपैकी काही व्यक्ती नम्र, काही तापट, काही प्रेमळ, काही आक्रमक इत्यादी प्रकारच्या असतात. व्यक्तीच्या विविध गुणवैशिष्ट्यांनी व्यक्तिमत्त्वास आकार येत असतो. विविध कसोट्यांद्वारे विद्यार्थ्यांचे व्यक्तिमत्त्व मोजता येते. याद्वारे विद्यार्थ्यांचा स्वभावविशेष, त्यांच्या घरचे वातावरण, त्यांची समाजात मिसळण्याची क्षमता, त्याला समायोजन करण्यात येणाऱ्या अडचणी समजतात. त्याला स्वत:ची ओळख स्वत: करून घेण्याससुद्धा याचा उपयोग होतो. विद्यार्थ्याचे संपादन, बुद्धिमत्ता, व्यक्तिमत्त्व या क्षेत्रात मापन अधिक प्रमाणात केले जाते व अभिरुची, अभिवृत्ती, कल या क्षेत्रातील मापन त्या मानाने कमी केले जाते. संशोधकाने या सर्व कसोट्या वापरल्यानंतर अर्थनिर्वचन करताना फार जागरूकता, तार्किकता वापरणे आवश्यक आहे.

ब) चाचणीची विरचना (Test Construction) : चाचणी तयार करणे व ती प्रमाणित करण्यासाठी पुढील प्रक्रिया आवश्यक आहेत.

१) **नियोजन :** ज्या भागावर चाचणी तयार करायची त्याचा निश्चित पाठ्यांश ठरवावा, त्या चाचणीची उद्दिष्टे ठरवावीत, त्या चाचणीसाठी संविधान तक्ता तयार करावा.

२) **प्रश्नरचना :** ज्या प्रश्नांमध्ये वैधता, विश्वसनीयता, वस्तुनिष्ठता, भेदभावक्षमता, पर्याप्तता, उपयुक्तता, व्यावहारिकता आहे असे प्रश्न तयार करणे. संविधान तक्त्यानुसार प्रश्नरचना हवी.

३) संपादन : तयार केलेल्या प्रश्नांचे योग्य संपादन करणे. सूचना, पर्याय, प्रश्नप्रकार, प्रथम सोपे नंतर क्रमाने अवघड होत जाणारे प्रश्न इत्यादी अनेक घटकांचा चाचणीच्या संपादनात समावेश होतो. प्रश्न पृथक्करणाने चाचणीमधील त्रुटी ज्ञात होतात.

४) आयोजन : चाचणीचे आयोजन व्यवस्थितपणे करणे, गुणदानाची निश्चित व वस्तुनिष्ठ योजना प्रमाणित करणे, चाचणीच्या आयोजनानंतर प्रश्नविश्लेषण (Item Analysis) करणे. चाचणी प्रमाणित करू इच्छिणाऱ्यांनी वरील विवेचनातील विविध शब्दांचा व प्रक्रियांचा योग्य अर्थ ध्यानात घेण्यासाठी स्वतंत्र विषय पुस्तक व इतर काही प्रमाणित चाचण्या पाहणे उचित ठरेल.

क) शालेय मूल्यमापन (School Appraisal) : या सर्वेक्षणाद्वारे शाळेशी संबंधित घटकांचे मूल्यमापन केले जाते. शाळेची इमारत, मैदान, दृक्‌श्राव्य साधने, शिक्षकांची शैक्षणिक पात्रता, प्रयोगशाळा, ग्रंथालय, अभ्यासानुवर्ती कार्यक्रम, विद्यार्थ्यांची टक्केवारी वगैरे संबंधात माहिती प्राप्त केली जाते. पडताळा सूची, पदनिश्चयन श्रेणी, विद्यार्थ्यांचे गुणदान तक्ते, प्रश्नावली (शेड्यूल) या साधनांच्याद्वारे ही माहिती गोळा केली जाते.

ड) शालेय दर्जा सर्वेक्षण (School Status Survey) : शाळेचा दर्जा व प्रतिष्ठा ही विद्यार्थ्यांच्या निकालावरून, शिक्षकांच्या गुणवत्तेवरून, कार्यालयीन कर्मचाऱ्यांच्या व्यवस्थितपणावरून व मुख्याध्यापकांच्या प्रशासनावरून निश्चित होत असते. या प्रकारच्या सर्वेक्षणामध्ये शाळेतील शिक्षक व कार्यालयीन कर्मचारी यांच्याबद्दल व्यक्तिगत व व्यावसायिक अशी दोन्ही प्रकारची माहिती सविस्तरपणे विचारली जाते. याच्याशीच संबंधित शिक्षकांच्या मुलाखती, नेमणुका, नोकरीच्या अटी, नियम, कार्यभार या संबंधात स्वतंत्रपणे संशोधन करता येते.

ई) अभ्यासक्रम संशोधन (Research on Syllabus) : अभ्यासक्रम हा मूलभूत तत्त्वांवर आधारित आहे का ? तो उद्दिष्टानुगामी आहे का ? तो मुलांच्या गरजांशी अनुरूप आहे का ? समाजाच्या अपेक्षांचे प्रतिबिंब त्यात उमटले आहे का ? या प्रश्नांचा अभ्यास या प्रकारच्या संशोधनात केला जातो.

फ) शैक्षणिक कार्यक्रम मूल्यमापन (Educational Programme Evaluation): शैक्षणिक क्षेत्रात प्राथमिक, माध्यमिक, उच्च माध्यमिक, महाविद्यालयीन, विद्यापीठ आणि काही बाह्य संस्थाही अनेक शैक्षणिक कार्यक्रम आयोजित करतात. ज्यांचा कालावधी काही दिवसांचा, काही आठवड्यांचा, काही महिन्यांचा तर काही कार्यक्रम अनेक वर्षांचेसुद्धा असतात. अनेक वर्षांच्या कार्यक्रमाचे एक उत्तम उदाहरण म्हणजे केंद्र सरकारचा 'सर्व शिक्षा अभियान कार्यक्रम.' या कार्यक्रमांची काही उद्दिष्टे ठरविली

जातात. त्यासाठी अनुदानाची व्यवस्था केली जाते. शिक्षणतज्ज्ञ एकत्र येऊन त्या कार्यक्रमाची रूपरेखा ठरवतात. त्यानंतर संबंधितांना प्रशिक्षण दिले जाते. प्रत्यक्ष कार्यक्रम राबविला जातो. तिथे काही तज्ज्ञांची व्याख्याने आयोजित केली जातात. सहभागी व्यक्ती काही प्रात्यक्षिक कार्य करतात व शेवटी या कार्यक्रमाचे मूल्यमापन केले जाते. या संशोधन प्रकारात हे मूल्यमापनाचे कार्य केले जाते. अर्थातच मूल्यमापनात वरील सर्व मुद्यांचा समावेश अनिवार्य असणार. हे मूल्यमापन शैक्षणिक कार्यक्रम सुरू असताना करता येईल आकारिक formative तसेच हा कार्यक्रम पूर्ण झाल्यावरही अंतिम एकत्रित Summative करता येईल. कार्यक्रम सुरू असताना मूल्यमापन करावयाचे म्हणले तर संशोधकाची भूमिका एकतर सहभागी सदस्याची असेल नाही तर निरीक्षकाची असेल. याचा कार्यक्रमाच्या कार्यप्रणालीवर कोणताही परिणाम होणार नाही याची खबरदारी घ्यावी लागेल. कार्यक्रम पूर्ण झाल्यावर मूल्यमापन करावयाचे म्हणले तर संशोधकाच्या वेळेची बचत होईल तसेच उद्दिष्टांची परिपूर्ती झाली का हे त्वरित पाहाता येईल.

"Quantitative methods, qualitative methods or a combination may be used to collect the pertinent data for a complete evaluation. Benson and Michael (1990) describe four besic designs that can be used effectively to evaluate programms : experimental, quasi experomental, survey and naturalistic."

- Best and Kahn (2006, P. 131).

या पद्धतीच्या एका उदाहरणाचा उल्लेख करावासा वाटतो. शीर्षक 'सर्व शिक्षण मोहिमेअंतर्गत राबविण्यात येणाऱ्या उपक्रमांचा अभ्यास' (पीएच. डी., पुणे विद्यापीठ, सूर्यवंशी अंजली रामदास २०१३)

संशोधकाने पुढील उद्दिष्टे मांडली आहेत : १) सर्व शिक्षण मोहिमेअंतर्गत राबविण्यात येणाऱ्या उपक्रमांचा अभ्यास करणे. २) सर्व शिक्षण मोहिमेअंतर्गत राबविण्यात येणाऱ्या उपक्रमांची सद्य:स्थिती अभ्यासणे. ३) सर्व शिक्षण मोहिमेअंतर्गत राबविण्यात येणाऱ्या विविध उपक्रमांचे मूल्यमापन करणे. (पीएच. डी., पुणे विद्यापीठ, सूर्यवंशी अंजली रामदास, २०१३).

ग) आर्थिक सर्वेक्षण (Monetary Survey) : अनुदानाचे प्रमाण कसे आहे ? त्याचे प्रकार व टक्केवारी काय आहे ? इतर चांगल्या मार्गांनी पैसा कसा उभा केला जातो ? कर्मचाऱ्यांचा पगार व इतर खर्च कसा केला जातो ? इत्यादी अर्थविषयक प्रश्नांचा अभ्यास या सर्वेक्षणामध्ये केला जातो.

ह) इमारत सर्वेक्षण (Building Survey) : शाळेच्या इमारतीचा आकार, त्यातील खोल्यांची रचना, स्वच्छतेच्या सोयी, जवळपासचे वातावरण, स्वच्छ हवा, पिण्याच्या पाण्याची सोय या घटकांचा अभ्यास या प्रकारात केला जातो. तसेच इमारत वाढविण्याची

गरज भासली तर काय सोयी आहेत? कोणत्या प्रदूषणाचा त्रास आहे ? याही समस्यांचा अभ्यास केला जातो.

य) व्यवसाय पृथक्करण (Job Analysis) : शिक्षक, शिक्षकेतर कर्मचारी व प्रशासकीय व्यक्तींची कर्तव्ये, अधिकार व जबाबदाऱ्यांचा अभ्यास, या संशोधनात केला जातो. त्यांचे कामाचे स्वरूप, प्रशिक्षण, अनुभव, कौशल्य, व्यक्तिगत गुणधर्म वगैरे घटकांचा अभ्यास केला जातो. Van Dalenच्या मताप्रमाणे या प्रकारच्या संशोधनाचे प्रशासकांना व शिक्षणतज्ज्ञांना पुढील फायदे होतात –१) प्रचलित कार्यप्रणालीमधील दोष, अकार्यक्षमता, द्विरुक्ती शोधणे. २) समान कार्यांचे एकसंध वर्गीकरण स्थापित करणे. ३) कौशल्य व जबाबदारीच्या दर्जानुसार वेगवेगळ्या कार्य श्रेण्यांसाठी पगार निश्चित करणे. ४) कर्मचाऱ्यांच्या नेमणुका करताना त्यांच्या क्षमता शोधणे. ५) उपलब्ध मानवसंपत्तीचा जास्तीतजास्त चांगला उपयोग करता येईल अशा पद्धतीने कामाची जबाबदारी सोपविणे. ६) सेवेत असणाऱ्या किंवा येणाऱ्या कर्मचाऱ्यांसाठी प्रशिक्षण कार्यक्रम आखणे व अध्यापन साहित्य तयार करणे. ७) बढतीची गरज स्थापन करणे. ८) कर्मचाऱ्यांच्या पूर्व प्रशिक्षणाचे किंवा बदलीचे निर्णय घेणे. ९) प्रशासकीय कार्ये व रचनेच्या अभ्यासाकरिता एक सैद्धांतिक चौकट, स्वरूप विकसित करणे.

या प्रकारच्या संशोधनात संशोधक अनेक साधनांचा उपयोग करून माहिती मिळवतो.

१२.४ लोकमत सर्वेक्षण (Public Opinion Survey)

'लोकमत' हा लोकशाहीचा कणा आहे. अनेक क्षेत्रांमध्ये लोकमत सर्वेक्षण केले जाते. येथे आपण फक्त शिक्षणक्षेत्रापुरतेच मर्यादित असे लोकमत सर्वेक्षण पाहणार आहोत.

समाजातील सर्व घटकांचे एखाद्या शैक्षणिक प्रश्नांबद्दल काय मत आहे हे पाहणे अशक्य नसले तरी किचकट काम आहे व त्याची आवश्यकताही नाही. योग्य नमुना निवड पद्धतीचा अवलंब करून सर्व विश्वाचे (Universe) मत आपण प्राप्त करू शकतो. प्रश्नावली, शेड्यूल, मुलाखती या साधनांचा उपयोग करून ही माहिती जमा केली जाते.

आपल्या भारतामध्ये शिक्षण आणि समाजाच्या अपेक्षा यात त्या मानाने मोठी तफावत आहे. ही तफावत दूर केल्याशिवाय समाजाचा अधिक सहभाग प्राप्त करणे शिक्षणक्षेत्राला शक्य होणार नाही. लोकमत सर्वेक्षणाद्वारे जर समाजाच्या अपेक्षा ध्यानात घेतल्या तर शिक्षणतज्ज्ञांना अभ्यासक्रमाची उद्दिष्टे ठरविताना त्या अपेक्षांना योग्य स्थान

देता येईल. अर्थात, इथे एक महत्त्वपूर्ण मुद्दा लक्षात ठेवणे आवश्यक आहे की, शिक्षणाची मूलभूत तत्त्वे व दर्जा यांमध्ये कोणत्याही प्रकारची तडजोड न करता लोकमताचा अवश्य स्वीकार केला जावा.

१२.५ सामाजिक सर्वेक्षण (Social Survey)

एखाद्या विशिष्ट प्रकारच्या समाजाच्या प्रवृत्तीचे संशोधन या सामाजिक सर्वेक्षणाद्वारे करता येते. अमेरिकेतील निग्रो लोक, महाराष्ट्रातील ठाणे जिल्ह्यातील वारली या समाजांचा विशिष्ट उद्दिष्टे ठेवून यापूर्वी अभ्यास केला गेला आहे. त्याचप्रमाणे साखर कारखान्यांसाठी ऊस वाहतूक करणारे मजूर, भूमिहीन शेतमजूर, झोपडपट्टीवासी अशाप्रकारचा समाज व त्यांच्या प्रामुख्याने शैक्षणिक समस्यांचा अभ्यास या संशोधनामध्ये होतो. या समाजाचे गुणधर्म बऱ्याच प्रमाणात सारखे असतात. या सामाजिक सर्वेक्षणातून त्या विशिष्ट समाजाच्या शिक्षणविषयक त्रुटी, गरजा, अपेक्षा यांचा बोध होतो.

१२.६ व्यक्तिअभ्यास (Case Study)

P. V. Young, "A comprehensive study of a Social Unit be that unit a person, a group, a social institution, a district, or a community is called a case study." एखाद्या सामाजिक घटकाचा सर्वसमावेशक असा अभ्यास म्हणजे 'व्यक्तिअभ्यास' होय. तो सामाजिक घटक एखादी व्यक्ती असेल, एखादा गट असेल, एखादी सामाजिक संस्था असेल, एखादा जिल्हा असेल किंवा एखादा समाज असेल. पी. व्ही. यंगची ही व्याख्या व्यक्तिअभ्यासाची संकल्पना फार सुरेख पद्धतीने स्पष्ट करते; म्हणजेच या प्रकारात आपण एखाद्या व्यक्तीचा, सारखेपणा असणाऱ्या व्यक्तिसमूहाचा, कुटुंबाचा, शाळेचा किंवा याहीपेक्षा मोठ्या घटकाचा सखोल अभ्यास करू शकतो. त्या घटकाचा सखोल अभ्यास करण्यासाठी त्या घटकाच्या भूतकाळाचा म्हणजे भूतकालीन महत्त्वपूर्ण घटनांचा अभ्यास केला जातो. या बाबतीत व्यक्तिअभ्यास ऐतिहासिक संशोधनपद्धतीकडे काही प्रमाणात झुकतो; पण त्याचबरोबर व्यक्तीच्या वर्तमानकाळाचा, व्यक्तीच्या परिसराचा यात साकल्याने विचार होत असल्याने या पद्धतीचे वर्तमानकाळाशी म्हणजेच वर्णनात्मक पद्धतीशी अधिक जवळचे नाते आहे. त्या घटकाच्या सभोवतालच्या परिसराचाही या प्रकारात अभ्यास केला जातो; कारण व्यक्तीच्या, समाजाच्या जडणघडणीत आवतीभोवतीचा परिसर अत्यंत महत्त्वपूर्ण भूमिका पार पाडीत असतो.

व्यक्तिअभ्यास हा शब्द मूलत: वैद्यकीय शाखेतील आहे. डॉक्टरला आजारी व्यक्तीच्या आजाराचे प्रथम निदान करावे लागते. हे निदान करण्यासाठी त्या व्यक्तीचा कौटुंबिक इतिहास, व्यक्तीचा इतिहास, परिसर, सवयी इत्यादींचा बारकाईने अभ्यास

करणे आवश्यक असते. फ्रॉईडने या पद्धतीचा उपयोग केला. या पद्धतीमध्ये संशोधक ज्या एक वा अनेक व्यक्तींचा सखोल अभ्यास करतो तो ती एक वा अनेक व्यक्ती प्रातिनिधिक मानून करतो. विशिष्ट अशा 'क्ष' या व्यक्तीबद्दल जे निष्कर्ष काढले जातात ते शैक्षणिक संशोधनाच्या दृष्टीने विशेष महत्त्वाचे नसतात, तर ती 'क्ष' व्यक्ती ज्या घटकाचे प्रतिनिधित्व करते त्या घटकाचे ते निष्कर्ष असतात. या बाबीला शैक्षणिक संशोधनाच्या दृष्टीने विशेष महत्त्व असते. या पद्धतीमध्ये हुशार व मंद अशा दोन्ही टोकांकडच्या व्यक्तींचा अभ्यास केला जातो. सर्वसाधारणपणे त्या गटातील प्रतिसादकांची संख्या कमी असते. हुशार विद्यार्थ्यांच्या हुशारीची कारणे तसेच मतिमंद विद्यार्थ्यांच्या मंदपणाची कारणे शोधण्याचा प्रयत्न केला जातो. केवळ हुशार व मतिमंद विद्यार्थ्यांचा हा अभ्यास नसून शिक्षणक्षेत्राशी संबंधित घटकांमध्ये जे दोन्ही टोकांचे गुणधर्म, वैशिष्ट्ये दिसतात अशा सर्व गुणधर्मांचा, वैशिष्ट्यांचा हा अभ्यास आहे.

व्यक्तिअभ्यास या संशोधनपद्धतीमध्ये प्रतिसादकांची संख्या कमी असते असा उल्लेख वर केला. यामागचे सूत्र असे आहे की, मोठ्या संख्येने प्रतिसादक घेऊन त्यांची थोडी व वरवरची माहिती मिळविण्यापेक्षा छोट्या संख्येने प्रतिसादक घेऊन त्यांची सखोल व संपूर्ण माहिती मिळविणे हे अधिक योग्य असते. सर्वेक्षण पद्धतीला आवश्यक अशी पूरक माहिती या प्रकारच्या संशोधनपद्धतीद्वारे मिळू शकते.

सर्वसामान्यपणे आपण असे विधान करू शकतो की, एखादी व्यक्ती अथवा अनेक व्यक्तींचा पण एक घटक आज ज्या स्थितीत असतो, आज त्या घटकाची जी प्रवृत्ती असते, आज तो घटक जे वर्तन करतो, त्यामागे त्या घटकाने आजपर्यंत जे विविध अनुभव घेतले ते असतात. 'क्ष' आणि 'य' यांचे जे संबंध आहेत त्यामागे दोघांच्या संबंधात आजपर्यंत आलेल्या विविध अनुभवांची मालिका असते. हुशार मुलांच्या हुशारीमागे, मतिमंद मुलांच्या मतिमंदत्वामागे, स्वैराचार करणाऱ्यांच्या स्वैराचारामागे एक विशिष्ट अनुभवांची मालिका असते; म्हणजेच या गोष्टीस वर्तमानापेक्षा इतिहासच अधिक जबाबदार असतो.

अर्थात, हे सर्व संशोधन पूर्ण करताना व केल्यानंतरही त्या विशिष्ट घटकासंबंधी गोपनीयता पाळणे हे आवश्यक आहे. तशी खात्री त्या घटकाला व त्यातील विविध प्रतिसादकांना दिली तरच ते योग्य व विश्वासार्ह प्रतिसाद देतील.

गृहीततत्त्वे

१) घटक एकसंध असतो : हे या पद्धतीमधील पहिले गृहीततत्त्व आहे. त्या घटकात एक व्यक्ती असेल, अनेक व्यक्ती असतील, एखादा समाज असेल, एखादी सामाजिक संस्था असेल, पण त्या घटकाची एकरूपता चांगली असते. एखाद्या संशोधनात बालगुन्हेगार या घटकात दहा बालगुन्हेगारांचा सखोल अभ्यास केला

जाणार असेल तर हा गट एकसंध, एकजिनसी मानण्यात येतो. शिक्षणामुळे त्यांच्यात घडलेला बदल अभ्यासायचा असेल तर त्यांची एकत्रित माहिती ही त्या गटाची, घटकाची माहिती आहे असे मानण्यात येते.

२) घटक प्रातिनिधिक असतो : हे दुसरे गृहीततत्त्व आहे. संशोधनाच्या दृष्टीने त्या विशिष्ट घटकासंबंधी माहिती मिळवणे हे उद्दिष्ट नसून, तो घटक ज्या विभागाचे प्रतिनिधित्व करतो, त्याच्याबद्दल माहिती मिळवणे हे महत्त्वाचे असते. वरील उदाहरणामधील दहा बालगुन्हेगारांची माहिती ही केवळ त्यांची माहिती नसून सर्वसामान्य बालगुन्हेगारांबद्दलची माहिती आहे; म्हणजेच घटक प्रातिनिधिक असतो.

३) सामाजिक प्रक्रिया अतिशय गुंतागुंतीची असते म्हणून सखोल अभ्यास हवा : हे या पद्धतीसंबंधीचे तिसरे गृहीततत्त्व आहे. कोणतीही एखादी घटना घडते तेव्हा त्यावेळचे दिसून येणारे कारण जरी महत्त्वाचे असले तरी तेच एकमेव कारण ती घटना घडविते असे मानणे योग्य नसते. त्यामागे इतरही काही कारणे असू शकतात. या इतर कारणांचा शोध घेण्यासाठी त्या घटकाचा सखोल अभ्यास करणे आवश्यक असते.

फायदे

१) घटकाचा सखोल अभ्यास केला जातो. घटकाच्या वर्तमानकालीन स्थितीचा, भूतकालीन विविध घटनांचा अतिशय मूलगामी स्वरूपाचा अभ्यास केला जातो. २) संशोधकाला मानवी वर्तनासंबंधी सखोल दृष्टी प्राप्त होते. मानवी वर्तन हा अनेक घटनांचा एकत्रित असा परिणाम आहे याची त्याला अनुभूती मिळते. ३) विविध घटनांचा पूर्णार्थाने अभ्यास केला जातो. त्या घटनांचा क्रम, त्यांचा एकमेकांशी संबंध व विशिष्ट अशा घटनेचा पुढील घटनांवर होणारा परिणाम यांचा सखोल अभ्यास केला जातो. ४) अतिशय सखोल अभ्यास करून काढलेले निष्कर्ष इतर संशोधनाला उपयुक्त माहिती पुरवितात.

मर्यादा

१) व्यक्तिअभ्यासात व्यक्तिनिष्ठता येण्याची अधिक शक्यता असते. संशोधक केवळ आपल्या स्मरणशक्तीवर विसंबून राहिला तर अहवाल लेखनापर्यंत इतक्या अनंत घटना अभ्यासलेल्या असतात की, काही घटनांतील तपशीलाचे विस्मरण होण्याची शक्यता असते. याचबरोबर संशोधकाचा पूर्वग्रहदूषित दृष्टिकोन, संशोधकाची व प्रयोज्याची समाजमान्य उत्तरे लिहिण्याची व देण्याची प्रवृत्ती, संशोधकाने चुकीचे अनुमान काढणे, अशाप्रकारच्या गोष्टींमुळे संशोधन कार्यावर व दर्जावर विपरीत परिणाम होतो. २) या प्रकारात चांगल्या किंवा वाईट अशा टोकाच्या पण थोड्या प्रयोज्यांचा सखोल अभ्यास केला जातो. काही वेळा हे निवडले गेलेले प्रयोज्य अपवादात्मक

असतात, प्रातिनिधिक नसतात. अशा वेळी या संशोधनातून येणारे निष्कर्ष सर्वत्र लागू पडतील, त्या विभागाला, गटाला, प्रातिनिधिक ठरू शकतील असे नाही. ३) या संशोधनात घटकाच्या शैक्षणिक, सामाजिक, आर्थिक, शरीरशास्त्रीय, मानसशास्त्रीय अशा विविध समस्यांचा सखोल अभ्यास केला जातो. एक संशोधक इतक्या विविध विषयांमध्ये तज्ज्ञ असणे हे असंभव आहे; म्हणून एका व्यक्तीला अशाप्रकारचे संशोधन करणे हे फार अवघड जाते.

माहिती संकलनाचे मार्ग, साधने : व्यक्तिअभ्यास पद्धतीसाठी पुढील साधनांच्याद्वारे माहिती संकलित केली जाते- १) घटकातील विविध प्रतिसादकांना वेगवेगळ्या प्रकारच्या मानसशास्त्रीय कसोट्या देऊन त्या घटकासंबंधी आवश्यक माहिती मिळवता येते. २) घटकाच्या संबंधातील विविध प्रसंगांचे निरीक्षण करून माहिती जमा केली जाते. ३) घटकातील प्रयोज्यांचा जीवनेतिहास जाणून घेऊन माहिती मिळते. ४) विविध प्रकारच्या पुस्तकांतून, नियतकालिकांमधून त्या विशिष्ट घटकासंबंधी सविस्तर माहिती मिळते. ५) त्या घटकातील व्यक्तींचे लेख, त्यांनी दिलेल्या व फार गोपनीय नसलेल्या रोजनिशी, पत्रे याद्वारे ही महत्त्वपूर्ण माहिती मिळते. गुणात्मक माहिती अधिक प्रमाणात प्राप्त होत असल्याने या पद्धतीचा गुणात्मक संशोधनाची एक पद्धती म्हणून समावेश होतो. (पाहा – प्रकरण १४ मधील पॉइंट १४.५)

पायऱ्या

१) घटकाची संपूर्ण माहिती मिळविणे : संशोधकाला जो घटक अभ्यासण्यास घ्यायचा आहे त्या घटकाची विविध साधनांच्याद्वारे सर्वसाधारण स्वरूपाची पण संपूर्ण माहिती मिळविणे.

२) परिकल्पनांची निश्चिती : त्या घटकाच्या संबंधात जी सर्वसाधारण माहिती मिळाली असेल, त्या विषयासंबंधी संशोधकाने जे ज्ञान प्राप्त केले असेल, या दोन गोष्टींचा आधार घेऊन, त्या घटकासंबंधी विविध समस्यांची संशोधकास योग्य वाटणारी उत्तरे म्हणजेच परिकल्पनांची निश्चिती होय.

३) परिकल्पनांची तपासणी : ज्या परिकल्पना मांडलेल्या आहेत त्यांच्या संबंधात समग्र माहिती मिळविणे आवश्यक ठरते. त्यासाठी यापूर्वी माहिती संकलनाच्या विविध साधनांचा आपण विचार पाहिला. त्या साधनांच्याद्वारे माहिती संकलित करावी. जमा केलेल्या माहितीच्या आधारे गृहीत धरलेल्या परिकल्पना मान्य का अमान्य हे निश्चित करावे.

४) उपाय सुचवणे : त्या घटकाच्या विविध समस्यांच्या संदर्भात कोणती उत्तरे मिळाली आहेत, संशोधनाचे निष्कर्ष कोणते आहेत, संशोधनातील कोणत्या परिकल्पना मान्य व कोणत्या अमान्य झाल्या या तीन गोष्टींचा प्रथम समग्र विचार करावा. त्यानुसार

व संशोधकाच्या ज्ञान व अनुभवानुसार योग्य ते उपाय सुचविणे आवश्यक आहे.

५) अनुधावन : घटकाच्या विविध समस्यांच्या संदर्भात संशोधकाने जे उपाय सुचविले त्यांची अंमलबजावणी करावी लागते. त्यानंतर ठरावीक कालावधी जावा लागतो. त्यानंतर त्या समस्या कोणत्या अवस्थेत आहेत ते पाहावे. जर त्या समस्या संपूर्णपणे दूर झाल्या असतील अथवा त्यांची तीव्रता, त्यांचे प्रमाण कमी झाले असेल तरच केलेले निदान व सुचविलेले उपाय योग्य आहेत असा निष्कर्ष निघतो. अन्यथा, पुन्हा नव्याने सर्व प्रक्रिया सुरू करावी लागते.

१२.७ तौलनिक कार्यकारण पद्धती (Causal Comparative Method, Ex Post Facto Research)

ही पद्धती जॉन स्टुअर्ट मिलच्या पुढील सिद्धान्तांवर आधारित आहे.

1) Method of Agreement, "If two or more instances of the phenomenon under investigation have only one circumstance in common, the circumstances in which alone all the instances agree, is the cause (or effect) of the given phenomena."

2) Joint Method of Agreement and Differences, "If two or more instances in which the phenomenon occurs have only one circumstance in common, while two or more instances in which it does not occur have nothing in common save the absence of that circumstance, the circumstance in which alone the two sets of instance differ, is the effect or cause or necessary part of the cause, of the phenomenon."

मिलच्या सिद्धान्तांचा सोप्या शब्दांमध्ये अर्थ ध्यानात घ्यायचा असे ठरविले तर तो अर्थ पुढे दिल्याप्रमाणे होईल – 'एखादी घटना घडताना दोन किंवा अधिक वेळा एकच परिस्थिती समान असेल व त्या परिस्थितीतच केवळ तसे घडत असेल तर ती परिस्थिती हे त्या घटनेचे कारण किंवा परिणाम असतो. तसेच दोन किंवा अधिक वेळा घटना घडण्यासाठी एक परिस्थिती समान असेल आणि दोन किंवा अधिक वेळा ती घटना घडत नसेल व ती समान परिस्थिती नसेल तर या दोन्ही वेळी फरक घडवून आणणारी परिस्थिती हे त्या घटनेचे कारण, परिणाम किंवा कारणाचा महत्त्वपूर्ण भाग आहे.'

एखाद्या घटनेचे कारण किंवा परिणाम ठरविण्यासाठी वरील सिद्धान्ताचा उपयोग करून घेतला जातो. सर्वसाधारणपणे घडून गेलेल्या घटनांच्या कारणमीमांसेसाठी या पद्धतीचा उपयोग केला जातो. कारण Ex post fact म्हणजे घटनेनंतर तथापि काही वेळा वर्तमानकाळात घडत असलेल्या घटनांचा अभ्याससुद्धा या प्रकारात केला जातो.

उदा. एका गावात दोन शाळा आहेत. पहिल्या शाळेचा एस.एस.सी.चा निकाल नव्वद टक्के व दुसऱ्या शाळेचा सत्तर टक्के लागला. संशोधकाने दोन्ही शाळांमधील सर्व शैक्षणिक घटकांची तुलना केली. त्याला असे दिसून आले की, एक घटक सोडून इतर सर्व घटकांमध्ये साम्य आहे. तो घटक म्हणजे पहिल्या शाळेत एस.एस.सी.च्या विद्यार्थ्यांकडून अनेक प्रश्नपत्रिका सोडवून घेतल्या गेल्या, उत्तरे तपासली व त्यानुसार सूचना दिल्या गेल्या. दुसऱ्या शाळेत ही प्रक्रिया घडली नाही. पहिल्या शाळेच्या एस.एस.सी.चा निकाल वीस टक्क्यांनी अधिक लागण्याचे कारण त्या शाळेत एस.एस.सी.च्या विद्यार्थ्यांकडून प्रश्नपत्रिका सोडवून घेतल्या, तपासल्या व सूचना दिल्या गेल्या असा निष्कर्ष संशोधकाने काढला. उदा. 'क्ष' हे उत्तम व विद्यार्थिप्रिय शिक्षक आणि 'य' हे कमी दर्जाचे, चांगले न शिकविणारे व विद्यार्थ्यांमध्ये प्रिय नसलेले शिक्षक. अध्यापनाच्या आणि सर्वसामान्य वर्तणुकीच्या संदर्भात संशोधकाने 'क्ष' आणि 'य' दोन्ही शिक्षकांचा सूक्ष्म अभ्यास केला. दोन्ही शिक्षकांच्या या सविस्तर माहितीवरून त्याने तुलना करून विद्यार्थिप्रिय आणि उत्तम शिक्षकाचे निकष, कारणे शोधून काढली. जेव्हा संशोधकाला अनेक कारणांनी प्रायोगिक पद्धती वापरणे अशक्य असते तेव्हा ही पद्धती वापरली जाते. काही वेळा प्रायोगिक पद्धती अधिक वेळ घेणारी म्हणून संशोधक वापरत नाही तर काही वेळा ती अधिक खर्चीक म्हणून वापरली जात नाही. काही वेळा ती कृत्रिम वातावरण तयार करून नैसर्गिकता घालवते म्हणून संशोधकास नको असते, तर काही वेळा ती पद्धती वापरणे हे पूर्णपणे अयोग्य असते. उदा. वाहनांच्या अपघाताची कारणे शोधून काढण्यासाठी वाहनांचे अपघात घडवून आणणे, बालगुन्हेगारीची कारणे शोधण्यासाठी बालकांना गुन्हे करण्यास भाग पाडणे. अशी परिस्थिती निर्माण करणे पूर्णतः गैर आहे; पण अशा परिस्थितीची कारणे माहीत असणे तर आवश्यक असते. अशा वेळेस ज्या ठिकाणी अशी परिस्थिती घडून गेलेली आहे तेथील परिस्थितीचा अभ्यास करणे हाच एकमेव योग्य मार्ग ठरतो. तसेच जेव्हा संशोधकाला प्रायोगिक पद्धतीने स्वतंत्र चलांवर नियंत्रण ठेवणे शक्य नसते तेव्हा ही पद्धती वापरली जाते; म्हणूनच यास 'अनियंत्रित प्रायोगिक पद्धती' असेही म्हणतात. या पद्धतीमध्ये सर्वसामान्यपणे दोन परस्परविरोधी गट असतात व त्यांची तुलना करून कारणे शोधली जातात. उदा. बुद्धिमान व मतिमंद विद्यार्थ्यांमध्ये तुलना करून बुद्धिमान विद्यार्थी होण्यासाठी कोणते घटक कारणीभूत होतात ते अभ्यासणे. तथापि, काही वेळा एका गटाचा उपयोग करूनही हे संशोधन केले जाते. उदा. कमी उपस्थितीची कारणे शोधणे. या पद्धतीमध्ये घडणाऱ्या दोन विरोधी घटनांना संशोधक जबाबदार नसतो. त्या घडण्यावर संशोधकाचे कोणतेही नियंत्रण नसते. नैसर्गिक स्थितीत त्या घटना घडत असताना संशोधक पाहत असतो, अभ्यासत असतो एवढेच.

उपयोग

१) अनेक शैक्षणिक प्रक्रिया या अत्यंत गुंतागुंतीच्या असतात, त्यांची निश्चित कारणे शोधणे हे प्रायोगिक पद्धतीलासुद्धा अवघड जाते. अशा प्रसंगी ही पद्धत बापरावी. २) प्रायोगिक पद्धतीमध्ये संशोधन प्रक्रियेसाठी संशोधक मर्यादित कालावधी देऊ शकतो. फार मोठा कालावधी देणे हे अनेक समस्या निर्माण करणारे म्हणून अवघड असते. परंतु, काही घटकांच्या निर्मितीस फार मोठा कालावधी लागतो. अशा वेळी या पद्धतीने संशोधन करणे योग्य ठरते. उदा. चारित्र्यनिर्मिती ही एक दीर्घकाळ चालणारी प्रक्रिया आहे. तिच्या कारणांचा शोध तौलनिक कार्यकारण पद्धतीने घेता येतो. ३) प्रायोगिक पद्धतीमधील वातावरण हे कृत्रिम घडविलेले असते. ज्या घटना नैसर्गिक वातावरणात घडलेल्या पाहावयाच्या असतील त्या बाबतीत तौलनिक कार्यकारण पद्धती योग्य आहे. तसेच काही घटना घडविणे हे अयोग्य, चुकीचे व आक्षेपार्ह असते. उदा. अपघात घडवून त्याची कारणे शोधणे, अशैक्षणिक वातावरण तयार करून त्याचा विद्यार्थ्यांच्या अध्ययनावर होणारा परिणाम अभ्यासणे. प्रायोगिक पद्धतीने हे संशोधन शक्य होणार नाही तर अशासारख्या घटना घडून गेल्यानंतर तौलनिक कार्यकारण पद्धतीने त्यांच्या कारणांचा शोध घेणे योग्य ठरते.

मर्यादा

१) नियंत्रणाचा अभाव : या पद्धतीमध्ये विविध चलांवर संशोधकाचे नियंत्रण नसते. घटना जशा घडल्या तशाच त्या पाहाव्या लागतात. संशोधकाला विशिष्ट घटकाचा परिणाम अथवा कारण पाहावयाचे असेल व ते घडलेल्या परिस्थितीत दृश्यमान नसेल तर संशोधक त्या घटकाचा विचार सोडून देतो.

२) साहचर्य म्हणजे कारण नव्हे : एखाद्या घटनेची संबंधित कारणे शोधणे अवघड असते. अनेक वेळा दोन चलांमध्ये, घटकांमध्ये साहचर्य आहे एवढेच सांगता येते, पण त्यांपैकी एक कारण मानणे असंभव ठरते.

३) कारणांची संमिश्रता : विविध शैक्षणिक प्रक्रिया इतक्या गुंतागुंतीच्या असतात की त्यांच्यामागे अनेक कारणांचा एकत्रित परिणाम जबाबदार, कारणीभूत असतो अशा वेळी एक किंवा दोन अथवा काही निश्चित कारणे देणे हे फार अवघड असते.

४) काही वेळा कारण कोणते व परिणाम कोणता हा संभ्रम : काही वेळा एखाद्या घटनेचे कारण कोणते व त्याचा परिणाम कोणता हे ठरविणे अवघड जाते.

५) दोन समान गट करणे अवघड : संशोधक जो एक विशिष्ट घटक अभ्यासणार आहे त्या व्यतिरिक्त बाकी सर्व बाबतीत साम्य असणारे दोन विद्यार्थी–गट तयार करणे ही अत्यंत अवघड बाब आहे.

पद्धती

सर्वसामान्य शैक्षणिक संशोधनाच्या पायऱ्यांचा वापर याही पद्धतीत केला जातो. परंतु, यामध्ये पुढील तीन प्रक्रियांचा आधार महत्त्वपूर्ण ठरतो – १) ज्या ठिकाणी ती विशिष्ट परिस्थिती दिसते, त्यासंबंधी सविस्तर माहिती मिळविणे. २) ज्या ठिकाणी ती विशिष्ट परिस्थिती दिसत नाही त्यासंबंधी सविस्तर माहिती मिळविणे. ३) दोन्ही ठिकाणांहून मिळालेल्या माहितीची तुलना करणे अथवा पहिल्या माहितीतून दुसरी माहिती वजा करणे. यावेळी जी माहिती शिल्लक राहील ती त्या विशिष्ट परिस्थितीचे कारण अथवा परिणाम होय.

या ठिकाणी काही महत्त्वाचे मुद्दे ध्यानात घेणे आवश्यक आहेत, ते पुढीलप्रमाणे – १) काही कारणे घटना घडण्यास प्रत्यक्ष जबाबदार असतात तर काही अप्रत्यक्ष जबाबदार असतात. २) पाठ्यांशाची उत्तम तयारी हे चांगल्या अध्यापनाचे प्रत्यक्ष कारण होय तर शिक्षकाला लाभलेले कौटुंबिक समाधान हे चांगल्या अध्यापनाचे अप्रत्यक्ष कारण होय.एखाद्या गोष्टीचे जेव्हा एक कारण सांगितले जाते, तेव्हा ते शंभर टक्के कारण नसून जास्तीत जास्त प्रभाव पाडणारा घटक असतो. उदा. शिक्षकाने सुरेशला भाषण करण्यास सांगितले म्हणून सुरेशने भाषण केले असे जेव्हा आपण म्हणतो, त्या वेळी सुरेशने भाषण करण्याचे शंभर टक्के कारण शिक्षकाचे सांगणे नसून तो त्यावेळचा एक प्रभावी घटक असतो एवढेच. जर सुरेशची त्या विषयाची अजिबात तयारी नसती, सुरेशला सभाधीटपणा अजिबात नसता, वगैरे वगैरे तर सुरेशने भाषण केले असते का ? एखादी गोष्ट घडण्याला एक बाब कारण नसून संमिश्रपणे अनेक बाबी ती घटना घडवितात. अनेक वेळा दोन गोष्टींचे साहचर्य असते, पण त्यांपैकी एक दुसरीचे कारण असतेच असे म्हणणे योग्य नाही. एखाद्या परीक्षेत पहिल्या दहा क्रमांकांनी उत्तीर्ण झालेल्या विद्यार्थ्यांपैकी आठ विद्यार्थ्यांचे केस खूप वाढविलेले दिसले तरी त्या वाढविलेल्या केसांचा व परीक्षेतील यशाचा संबंध कसा जोडता येणार व संबंध जोडला तरी पहिले दुसऱ्याचे कारण कसे होणार ? दोन चलांमध्ये साहचर्य प्रस्थापित झाल्यानंतर त्यांपैकी कोणते चल हे कारण आहे व कोणते चल हा परिणाम आहे हे ठरविणे अनेक वेळा अवघड असते. उदा. चांगले अध्यापन व विद्यार्थ्यांचा उत्तम प्रतिसाद. या सर्व बाबींचा अत्यंत बारकाईने अभ्यास करून मगच निष्कर्ष काढणे हे योग्य ठरते. या सर्व परिस्थितीचा योग्य विचार करून संशोधकाने जर योग्य तर्कशक्ती वापरली व अर्थनिर्वचन केले तरच या पद्धतीने केलेल्या संशोधनातून योग्य निष्कर्ष बाहेर पडतील.

१२.८ सहसंबंध आणि पूर्वानुमान पद्धती (Correlation and Prediction Studies)

विविध चलांचा परस्परांगधील सहसंबंध काढून त्या आधारे त्या चलांसंबंधी पूर्वानुमान म्हणून काही निष्कर्ष काढण्याची ही एक प्रभावी पद्धती आहे. तौलनिक कार्यकारण पद्धतीपेक्षा अधिक संख्याशास्त्रीय आधार असणारी ही पद्धती आहे. प्रायोगिक पद्धतीपेक्षा अधिक संख्याशास्त्रीय आधार असणारी ही पद्धती आहे. प्रायोगिक पद्धतीपेक्षा काही वेळा अधिक उपयुक्त अशी ही पद्धती आहे; कारण या पद्धतीत अनेक चलांचा एकदम अभ्यास करता येतो व प्रायोगिक पद्धतीचा कृत्रिम साचेबंदपणाही येथे नसतो. या पद्धतीचा उपयोग करताना संख्याशास्त्रातील सहसंबंध पद्धतीचा सविस्तर परिचय असणे आवश्यक आहे. सहसंबंध हा पूर्णपणे ऋण (– १ ते) अजिबात सहसंबंध नाही. (०) ते पूर्णपणे धन (+ १) अशा प्रकारे विस्तारलेला असतो हे आपण पुढील उदाहरणांनी अधिक व्यवस्थित समजून घेऊ.

पूर्ण ऋण सहसंबंध

	सुरेश	रमेश	राजेश	प्रतिभा	सोनाली
मराठीचे गुण	५०	५५	६०	६२	६८
गणिताचे गुण	९०	८५	८३	८०	७८

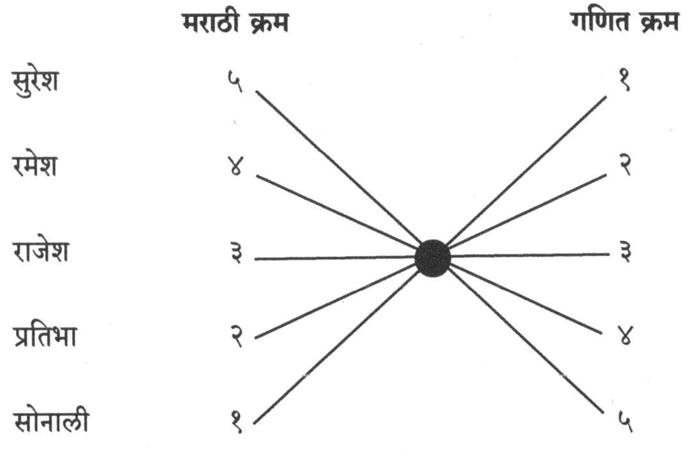

पूर्ण धन सहसंबंध

	सुरेश	रमेश	राजेश	प्रतिभा	सोनाली
मराठीचे गुण इंग्रजीचे गुण	५० ५२	५५ ५६	६० ६३	६२ ६८	६८ ७०

मराठी क्रम **गणित क्रम**

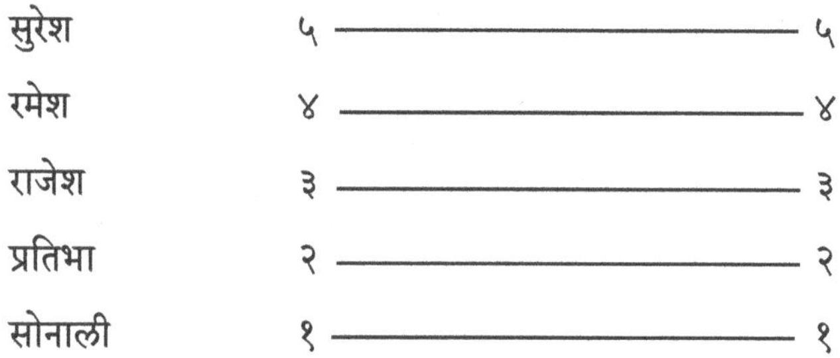

शून्य सहसंबंध

	सुरेश	रमेश	राजेश	प्रतिभा	सोनाली
मराठीचे गुण भूगोलाचे गुण	५० ५८	५५ ६३	६० ४०	६२ ३५	६८ ५०

मराठी क्रम **भूगोल क्रम**

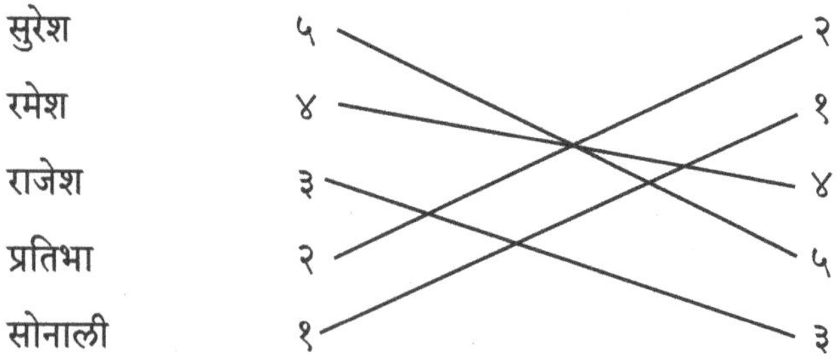

+.२ आणि +.४ असे दोन सहसंबंध गुणक आपल्यासमोर आहेत असे आपण समजू. गणिताच्या दृष्टिकोनातून दुसरा गुणक पहिल्याच्या दुप्पट आहे पण सहसंबंधासंबंधी पहिल्याच्या दुप्पट दुसरा आहे असे विधान चुकीचे आहे, कारण सहसंबंध गुणकाच्या अर्थनिर्वचनाची संख्याशास्त्रीय संकल्पना ही स्वतंत्र आहे. ही संकल्पना त्या दोन चलांवरही अवलंबून आहे. उदा. एखाद्या संशोधनात उंची व बुद्धिमत्ता यांचा सहसंबंध गुणक +.३० आला तर हा अंक कमी असला तरी महत्त्वपूर्ण आहे; कारण शारीरिक आणि बौद्धिक कृती यांचा सहसंबंध गुणक सर्वसाधारणपणे फारच कमी जवळजवळ शून्य असतो. याउलट, सर्वसामान्य बुद्धिमत्ता व परीक्षेतील गुणानुक्रम यांचा सहसंबंध गुणक जर +.३० असेल तर तो फार कमी मानावा लागेल, कारण त्या चलांमध्ये सर्वसाधारणपणे +.४० ते +.६० सहसंबंध गुणक असतो; म्हणजेच त्या दोन चलांची सविस्तर माहिती, त्यांचा सर्वसाधारणपणे असणारा सहसंबंध गुणक, ज्या परिस्थितीत तो विशिष्ट 'सहसंबंध गुणक' मिळाला ती परिस्थिती यांचा विचार अर्थनिर्वचनाच्या वेळी करणे आवश्यक आहे. तसेच संशोधनाची उद्दिष्टे काय आहेत याचाही विचार करावा. नमुना मोठा असेल तर सहसंबंध गुणक कमी असूनही संख्याशास्त्रीयदृष्ट्या महत्त्वपूर्ण मानण्यात येतो, व या संबंधातील शेवटची महत्त्वपूर्ण गोष्ट म्हणजे मापनाच्या त्रुटी व न्यादर्शन त्रुटी ध्यानात घ्याव्यात.

वरील सर्व घटकांचा विचार महत्त्वपूर्ण आहे हे निश्चित; पण प्रत्येक संशोधकाच्या, वाचकाच्या मनात असा प्रश्न येईल की, वरील सर्व घटक मान्य करूनही सहसंबंध गुणकांच्या अर्थनिर्वचनासाठी एखादे सर्वसामान्य सूत्र नाही का ? याचे उत्तर 'आहे' असेच आहे. हे सर्वसामान्य सूत्र मानसशास्त्रीय व शैक्षणिक कसोट्यांमध्ये मान्य केलेले आहे. गॅरेटच्या पुस्तकात १७६ पानावर या सूत्राचे कोष्टक आहे. ते पुढीलप्रमाणे –

→ means symbol for Pearson Product Moment Coefficient of Correlation.
→ from .00 to + .20 denotes indifferent or negligible relationship.
→ from .20 to + .40 denotes low correlation, present but slight.
→ from .40 to + .70 denotes substantial or marked relationship.
→ from .70 to + 1.00 denotes high to very high relationship.'

उपयोग : १) कसोटीची वैधता व विश्वसनीयता काढता येते. २) शालेय नियोजनास मदत होते; कारण विशिष्ट चलासंबंधी अनुमान काढता येते. ३) विद्यार्थ्यांच्या गटाच्या शैक्षणिक यशासंबंधी अनुमान काढता येते. हे या पद्धतीचे तीन प्रमुख उपयोग आहेत.

पद्धती : सर्वसामान्य शैक्षणिक संशोधनाच्या पायऱ्यांचा वापर याही ठिकाणी केला जातो. तथापि, सहसंबंध गुणक काढणे व त्यासंबंधी योग्य ती संख्याशास्त्रीय माहिती मिळवून अर्थनिर्वचन करणे या भागाला महत्त्वाचे स्थान आहे, हा मुद्दा या ठिकाणी ध्यानात ठेवणे आवश्यक आहे.

१२.९ तिर्यक संस्कृती आणि तुलनात्मक अध्ययन पद्धती (Cross Cultural and Comparitive Studies)

ही एक महत्त्वपूर्ण, व्यापक स्तरावर केली जाणारी व आवश्यक अशी संशोधन पद्धती आहे. या ठिकाणी दोन अथवा अधिक भिन्न संस्कृतींचा तुलनात्मक असा अभ्यास केला जातो. एका देशातील दोन किंवा अधिक भिन्न सांस्कृतिक पार्श्वभूमी असणारे समाज अथवा दोन किंवा अधिक देशांच्या संस्कृतीची तुलना करणे हे या संशोधनपद्धतीत अभिप्रेत आहे. अर्थात, हे सर्व शैक्षणिक उद्दिष्टे डोळ्यांसमोर ठेवून करणे आवश्यक असते. भारत आणि रशिया या दोन देशांच्या संस्कृतीची, शिक्षणपद्धतीची, क्रीडा-शिक्षणपद्धतीची तुलना करून योग्य मार्ग कार्यान्वित केले तर भारतीय क्रीडाक्षेत्रात आमूलाग्र परिवर्तन झालेले दिसून येईल. अमेरिकेतील एखादी शिक्षणपद्धती जशीच्या तशी भारतात राबिवली तर त्यात अपयश येण्याची शक्यता अधिक राहील; पण भारतीय व अमेरिकन संस्कृती, त्यांची वैशिष्ट्ये, त्यांच्या उणिवा यांची तुलना करून जर दोन शिक्षणपद्धतींचा तुलनात्मक अभ्यास केला व त्या पार्श्वभूमीवर तेथील एखादी महत्त्वपूर्ण शिक्षणपद्धती भारतात राबविली तर ती निश्चितपणे उपयुक्त ठरेल. याचसाठी या पद्धतीला अगदी सुरुवातीला 'महत्त्वपूर्ण' व 'आवश्यक' अशी विशेषणे लावली आहेत.

या पद्धतीतील उणिवा व त्यावर उपाय : ही पद्धती वापरताना यामध्ये कोणकोणत्या उणिवा, दोष, मर्यादा आहेत हे माहीत असणे आवश्यक आहे. त्याचबरोबर या उणिवा दूर कशा करता येतील हे संशोधकास माहीत हवे. काही वेळा उणिवा संपूर्णपणे दूर करता आल्या नाहीत तरी काही प्रमाणात कमी करता येतात – १) संशोधकाला त्याच्या संशोधनासाठी जी माहिती हवी असते अशी माहिती उपलब्ध होणे फार अवघड असते. संशोधकाने प्रत्यक्ष त्या संस्कृतीत जाऊन वास्तव्य करणे यातून ही माहिती उपलब्ध होऊ शकते. तथापि, सर्वसामान्यपणे ही प्रक्रिया अवघड आहे. २) प्रत्यक्ष भेट न देता मुलाखती, विविध पुस्तके, नियतकालिके, विविध कोश यांद्वारे संबंधित संस्कृतीची माहिती मिळविली जाते. ही माहिती पूर्णपणे विश्वासार्ह असतेच असे नाही. यावर पर्याय म्हणजे एक माहिती दोन ठिकाणांकडून मिळविणे. दोन वेगळ्या पुस्तकांत एकच माहिती असेल तर तिची विश्वासार्हता वाढते. ३) दोन संस्कृतींमध्ये मोठी तफावत असल्याने येथील एखाद्या घटकाची दुसऱ्या संस्कृतीमधील

नेमक्या त्याच घटकाची तुलना करणे अवघड असते. कदाचित तो घटक त्या संस्कृतीत नसण्याचीही शक्यता आहे. उदा. आज आपल्या देशात वृद्धांच्या ज्या समस्या जाणवतात, त्या रशियामध्ये नाहीत; कारण तेथे ती राष्ट्रीय जबाबदारी मानली जाते. अशा वेळेस जेवढ्या घटकांची तुलना करता येऊ शकेल तेवढ्या घटकांची तुलना करणे एवढाच मार्ग उरतो. ४) संशोधनासाठी आवश्यक अशी नवीन संस्कृतीची माहिती जेव्हा विविध पुस्तकांतून उपलब्ध केली जाते, तेव्हा त्या प्रक्रियेमध्ये दोन दोष संभवतात. पहिला दोष म्हणजे ते पुस्तक ज्या काळात लिहिले गेले आहे तो जर पूर्वीचा असेल तर त्यातील माहितीसुद्धा त्या विशिष्ट काळातीलच असते. पंधरा वर्षांपूर्वी लिहिल्या गेलेल्या पुस्तकात, त्या संस्कृतीची पंधरा वर्षांपूर्वीची माहिती असते. त्यानंतरच्या काळाची, आजची माहिती मिळविण्यासाठी अगदी आधुनिक पुस्तके मिळवावी लागतील. सर्व आवश्यक, संबंधित विषयासंबंधी अशी पुस्तके मिळणे अवघड आहे. दुसरा दोष म्हणजे ते पुस्तक ज्या लेखकाने लिहिले आहे त्याच्या क्षमतेनुसार ते पुस्तक तयार झाले असणार. त्याने जर व्यक्तिगत स्वार्थापोटी, अनवधानाने, विशिष्ट बौद्धिकक्षमता असल्याने जर अवास्तव, अतिरंजित, अतिशयोक्तिपूर्ण किंवा पूर्णपणे विश्वासार्ह नसणारी माहिती लिहिली तर तो आधार संशोधनास योग्य ठरणार नाही. या दोषावर उपाय म्हणजे दर्जेदार लेखकांच्या साहित्यकृतींचा आधार घेणे. ५) एका संस्कृतीचा अभ्यास करण्यासाठी तयार केलेले एखादे प्रश्नावलीसारखे साधन दुसऱ्या संस्कृतीसाठी रूपांतरित, भाषांतरित करणे ही जरा अवघड अशी प्रक्रिया आहे. यात केवळ भाषेचा प्रश्न नसून दोन संस्कृतींमधील कल्पनांच्या भिन्नतेचाही प्रश्न असतो. हा दोष दूर करण्यासाठी ही भाषांतरित प्रश्नावली संबंधित देशातील, संस्कृतीमधील तज्ज्ञ व्यक्तींकडून तपासून घ्यावी. ६) प्रत्येकाला आपल्या संस्कृतीचा अभिमान असतो; पण अभिमान असणे म्हणजे 'दुराग्रही असणे' असे नाही. संस्कृतीचा अभिमान असणाऱ्यांनीसुद्धा त्या संस्कृतीमधील काही अनिष्ट परंपरा असल्या तर त्या मोकळेपणाने मान्य करणे योग्य असते. दुराग्रही मंडळी मात्र हे मान्य करीत नाहीत. संशोधनप्रक्रियेत स्वत: संशोधकाने व प्रतिसादकांनी या दुराग्रहापासून दूर राहिले पाहिजे व प्रामाणिकपणे गुण-दोषांची नोंद केली पाहिजे. ७) आपल्या भारत देशाएवढी संस्कृतीची विविधता असणारा दुसरा देश मिळणे अवघड आहे. यावर पर्याय म्हणजे आपल्या देशातील सर्व बाबींचे प्रतिनिधित्व करणारा नमुना गट घेणे व दुसऱ्या संबंधित देशातील सर्व बाबींचे प्रतिनिधित्व करणारा नमुना गट घेणे. इथे एक मुद्दा ध्यानात घेणे आवश्यक आहे तो म्हणजे या संशोधनात दोन किंवा अधिक संस्कृतींचा शिक्षणविषयक दृष्टिकोनातून तुलनात्मक अभ्यास करावयाचा असतो. दोन किंवा अधिक देशांचा त्यात समावेश केलाच पाहिजे असे बंधन नाही. ८) एका संशोधकास असा प्रकल्प

पूर्ण करण्यास खूप कालावधी लागतो; कारण माहिती-संकलन ही खरोखरच अवघड प्रक्रिया आहे. यावर पर्याय म्हणजे आपल्याकडे अजूनही प्रचारात न आलेली गट संशोधन पद्धती; पण या गट संशोधन पद्धतीत काही समस्या आहेत. मुख्य समस्या म्हणजे पदवी कुणाला द्यावी? अर्थात, ही तांत्रिक अडचण शिक्षणतज्ज्ञांनी सोडवावी.

पद्धती

प्रथमत: संशोधकाने संशोधनाची उद्दिष्टे निश्चित करावीत व दोन संस्कृती व त्यातील शिक्षणप्रणाली यांची तुलना करण्याचा हेतू काय हे स्पष्ट करावे. नंतर परिकल्पनांमधून ही तुलना स्पष्ट व्हावी. त्यानंतर विविध साधने विकसित करावीत व पद्धती स्पष्ट करावी. नंतर त्या दोन्ही संस्कृतींची शैक्षणिक दृष्टिकोनातून तुलना स्पष्ट व्हावी. जनसंख्या कोणती हे निश्चित करावे. प्रत्यक्ष माहिती जमा करावी. त्या माहितीत वैधता व विश्वासार्हता हवी व नंतर निष्कर्ष काढावेत. सर्वसामान्य संशोधन पद्धतीच्या नेहमीच्या पायऱ्या वापराव्यात व वरील मुद्यांचा त्यांच्यात समावेश करावा.

१२.१० वांशिक किंवा विकासात्मक पद्धती (The Genetic or The Developmental Method)

वांशिक किंवा विकासात्मक पद्धतीत त्या विशिष्ट घटकाच्या बौद्धिक, शारीरिक व भावनिक विकासाचा अभ्यास केला जातो. विकासाची दिशा, प्रवृत्ती, मर्यादा व शेवट यांचाही विचार या संशोधनात केला जातो. या विभागात पुढील तीन संशोधन पद्धतींचा समावेश करता येईल- १) विकास पद्धती २) अनुधावन पद्धती ३) प्रवृत्ती अध्ययन पद्धती.

१) विकास पद्धती (Growth Studies) : ही वरील तीनपैकी अधिक महत्त्वाची अशी पद्धती आहे. व्यक्तिअभ्यास व विकास पद्धती यांच्यामध्ये आपल्याला पुढीलप्रमाणे फरक सांगता येईल. व्यक्तिअभ्यासापेक्षा विकास पद्धतीची मुदत खूप मोठी असते; कारण विशिष्ट घटकाच्या विविध अवस्थांचा विकास कसकसा होत जातो हे पाहणे, हे या पद्धतीचे उद्दिष्ट असते. व्यक्तिअभ्यासामध्ये घटक चांगला, वाईट, जसा असेल तसा त्याचा अभ्यास केला जातो, तर विकास पद्धतीमध्ये विकासाची अवस्था पाहावयाची असल्याने चांगलेच घटक विचारात घेतले जातात.

हेतू /उद्दिष्टे : १) बुद्धिवंत विद्यार्थ्यांच्या विकासाचे टप्पे शोधून काढणे, २) शिक्षक, शिक्षणतज्ज्ञ यांना विकासाच्या टप्प्यांचे ज्ञान उपलब्ध करून देणे.

प्रकार : विकास पद्धतीचा अभ्यास दोन प्रकारांनी करता येतो - १) रेखांशात्मक, २) तिर्यक छेदात्मक.

१) रेखांशात्मक (Longitudinal) : संशोधनासाठी निवडलेल्या घटकाचा प्रदीर्घ

काळपर्यंत पाठपुरावा केला जातो. निरीक्षण व इतर साधनांचा वारंवार उपयोग करून माहिती जमा केली जाते. यालाच आपण मोठ्या प्रमाणावर केलेला व्यक्तिअभ्यास म्हटले तरी चालेल. ही पद्धती दुसऱ्या पद्धतीपेक्षा म्हणजेच तिर्यक छेदात्मक पद्धतीपेक्षा दीर्घकाळ चालणारी व त्रासदायक वाटते. परंतु, या पद्धतीत घटक तोच राहिल्याने, वेगळे घटक घेतल्याने निर्माण होणाऱ्या इतर कारकांचा प्रभाव निष्कर्षांवर पडत नाही. तिर्यक छेदात्मक पद्धतीमध्ये नमुना निवडीच्या ज्या अडचणी निर्माण होतात त्या या पद्धतीत नसल्याने नमुना निवड सोपी असते. तथापि, या पद्धतीचा वापर करताना नमुना अत्यंत काळजीपूर्वक व बारकाईने निवडावा. त्यामुळे संशोधकावर कोणताही दोषारोप येत नाही. काही नैसर्गिक कारणांनी नमुना कमी होण्याची शक्यता असते हे ध्यानात घेऊन नमुना आधीच थोडा मोठा घ्यावा. या पद्धतीचा कालावधी प्रदीर्घ असल्याने कालमानानुसार माहिती संकलनाच्या साधनात जी प्रगती, बदल होतो त्याचा वापर अवघड ठरतो. पाचव्या वर्षी प्रतिसादकांच्या बुद्धिमत्ता किंवा शारीरिक वाढीची स्थिती काय होती याचे मापन करण्यासाठी जे साधन वापरले असेल ते आणखी दहा वर्षांनी बदलू शकते. काही वेळा अगदी नवीन तंत्रही येते. त्याचा वापर केला तर, म्हणजेच पंधराव्या वर्षी प्रतिसादकांची बुद्धिमत्ता किंवा शारीरिक वाढ याच्या मापनासाठी नवीन साधनांनी मिळविलेल्या माहितीची तुलना पाचव्या वर्षीच्या माहितीशी करता येत नाही.

२) तिर्यक छेदात्मक पद्धती (Cross Sectional Method) : विविध इयत्ता गटातील, वयोगटातील व विकासाच्या विविध अवस्थांमधील योग्य नमुना घेऊन, एकाचवेळी या सर्व अवस्थांमधील घटकांचा विकासाच्या संदर्भात अभ्यास केला जातो. पहिल्या पद्धतीमध्ये लागणारा प्रदीर्घ कालावधी हा घटक, जो त्रासदायक ठरू शकतो, तो या पद्धतीत दूर केला जातो. या पद्धतीमध्ये पहिल्या पद्धतीच्या मानाने मोठा नमुनागट घ्यावा लागतो. यामुळे अधिक व्यक्तींना समाविष्ट होण्याची संधी मिळते. यादृच्छिक नमुना पद्धतीने त्या विशिष्ट गटाचे प्रतिनिधित्व करतील असा मोठ्या संख्येचा नमुना घ्यावा लागतो. अर्थात, रेखांशात्मक पद्धतीच्या वापराने मिळणारे निष्कर्ष या पद्धतीच्या वापरापेक्षा अधिक विश्वासार्ह असतात हे मान्य करावेच लागते; कारण रेखांशात्मक पद्धतीत त्याच व्यक्ती वा व्यक्तींच्या विकासाचा अभ्यास केला जातो, तर या पद्धतीत विविध गटांतील व्यक्ती भिन्न असतात. शैक्षणिक क्षेत्रात तिर्यक छेदात्मक पद्धती हा प्रकार संशोधनासाठी वापरला जातो तर वैद्यकीय क्षेत्रात रेखांशात्मक पद्धती. या पद्धतीत दिसून येणारी आणखी एक उणीव म्हणजे यातून व्यक्तीच्या वाढीसंबंधी मिळणारे निष्कर्ष हे विश्वासार्हतेच्या बाबतीत कमी प्रतीचे असतात; कारण परिपक्वतेची अवस्था ही प्रत्येक व्यक्तीच्या बाबतीत भिन्न अशा वयात येऊ शकते व अनेक व्यक्ती

घेतल्या तर सरासरीने येणारे निष्कर्ष हे प्रत्यक्षापेक्षा अगदी वेगळे असतात.

विषय : विकास पद्धतीच्या रेखांशात्मक व तिर्यक छेदात्मक पद्धतीच्याद्वारे पुढील घटकांचा अभ्यास करता येतो. विशिष्ट वय, इयत्ता किंवा शैशव, किशोर, कौमार्य, प्रौढ, वृद्ध अशा अवस्थांतील व्यक्तीच्या वाढीसंबंधी, विकासासंबंधी, परिपक्वतेसंबंधी व विकासाच्या शेवटासंबंधी निश्चित निष्कर्ष काढता येतात. बौद्धिक, शारीरिक व भावनिक विकासासंबंधी तुलना करता येते. विकास आणि परिसराचा त्यावरील परिणाम अभ्यासता येतो. काही घटकांमध्ये विकास कमी किंवा अधिक वेगाने होत असतो. अशा अपवादात्मक घटकांचा अभ्यास करता येतो.

माहिती संकलनाची साधने : संशोधनात समाविष्ट असलेल्या घटकाचे, व्यक्तींचे निरीक्षण करणे व नोंदी ठेवणे, त्यांना विविध प्रकारच्या कसोट्या देणे, त्यांनी तयार केलेल्या वस्तू पाहणे, त्यांनी लिहिलेले लेख अभ्यासणे, त्यांनी लिहिलेले स्वत:चे वर्णन वाचणे, त्यांच्या गतकालीन आठवणी ऐकणे, त्यांचे पालक, नातेवाईक व मित्र यांच्या त्यांच्यासंबंधी आठवणी व अनुभव ऐकणे इत्यादी विविध पद्धतीने या संशोधनासाठी माहिती गोळा केली जाते. विकास पद्धतीचा अभ्यास प्रायोगिक पद्धतीने तसेच सर्वेक्षण पद्धतीनेही करता येतो. सर्वसामान्य शैक्षणिक संशोधनाच्या पायऱ्यांचा वापर याही ठिकाणी केला जातो. या पद्धतीने व्यक्तीप्रमाणे एखाद्या संस्थेच्या विकासाचासुद्धा अभ्यास करता येतो.

२) अनुधावन पद्धती (Follow Up Studies) : विकासात्मक पद्धतीमध्ये येणारी ही दुसरी पद्धती आहे. एखादे विशिष्ट प्रकारचे प्रशिक्षण दिल्यानंतर प्रत्यक्ष व्यवसायात त्याचा कितपत परिणाम दिसून येतो ? तो योग्य, अयोग्य कसा असतो ? या प्रकारच्या प्रश्नांचा या संशोधनात अभ्यास केला जातो. जर परिणाम अयोग्य दिसून आला किंवा त्यामध्ये काही उणिवा दिसून आल्या तर प्रशिक्षणात पुन्हा बदल करून पुन्हा त्याच्या उपयुक्ततेसंबंधी पाठपुरावा केला जातो. त्या प्रशिक्षणाचा हुशार विद्यार्थ्यांना कितपत उपयोग झाला, मध्यम बुद्धिमत्तेच्या मुलांना कितपत उपयोग झाला व मंदबुद्धीच्या विद्यार्थ्यांना कितपत उपयोग झाला असाही अभ्यास या संशोधनात केला जातो. सर्वसामान्य शैक्षणिक संशोधनाच्या पायऱ्यांचा वापर याही संशोधनात केला जातो.

३) प्रवृत्ती अध्ययन पद्धती (Trend Studies) : या संशोधनात संबंधित विषयासंबंधीचा, भूतकाळ व वर्तमानकाळाचा सखोल अभ्यास करून, त्या विषयाच्या भविष्यकालीन स्थितीसंबंधी, प्रवृत्तीसंबंधी अंदाज बांधला जातो.उदा.लोकसंख्या वाढीचे प्रमाण लक्षात घेऊन पुढे आवश्यक ठरणाऱ्या प्राथमिक व माध्यमिक शिक्षणाची सोय करण्यासंबंधी नियोजन व तयारी करणे. संशोधकाने त्या विशिष्ट समस्येच्या सामाजिक, आर्थिक व राजकीय स्थितीचा, भूतकालीन व वर्तमानकालीन अशा दोन्ही

वेळचा योग्य अभ्यास केला तर भविष्यकाळातील गरजांची आज निश्चिती होऊ शकेल. तांत्रिक शिक्षणाकडे समाजमनाला असलेला ओढा, राज्यकर्त्यांचे त्या प्रकारच्या शिक्षणाला उदार धोरण व आर्थिक सुरक्षितता असल्याने तंत्रशिक्षणाच्या सोयी अधिक प्रमाणात कराव्या लागल्या. सध्या इलेक्ट्रॉनिक, संगणक विषयांकडे समाजाचा अधिक कल दिसून येतो. सामाजिक अपेक्षा व शैक्षणिक बदल यांना एक विशिष्ट दिशा असते व त्यासंबंधी, संशोधनाने पूर्वानुमान काढता येते. ४४ वर्षांपूर्वी भारतातील प्रमुख बँकांचे राष्ट्रीयीकरण झाले तेव्हा बँकांच्या अनेक नवीन शाखा निघणार व नोकरीची संधी मिळणार म्हणून अनेक पालकांचा आपल्या पाल्यांना वाणिज्य विषयातील पदवीधर करण्याकडे अधिक कल दिसून आला. असे जागरूक पालकांचे प्रमाण किती टक्के असते, किती होते? त्यांची मते निश्चित होण्यासाठी कोणती सामाजिक, आर्थिक व राजकीय परिस्थिती कारणीभूत होती याचा विचार करता येतो. या पद्धतीत भूतकाळाचा अभ्यास म्हणजे ऐतिहासिक पद्धती येते. प्रचलित साहित्याचा बारकाईने अभ्यास करावा लागतो म्हणजे दस्तऐवज पद्धती येते. तसेच सर्वेक्षण पद्धतीचाही विचार करावा लागतो.

१२.११ दस्तऐवज पृथक्करण (Documentary Analysis)

ऐतिहासिक पद्धतीमध्ये भूतकाळावर भर असतो तर या पद्धतीमध्ये वर्तमानकाळावर भर असतो. तथापि, या दोन्ही पद्धतींच्या स्वरूपामध्ये बरेचसे साम्य आहे. या पद्धतीतही दुय्यम स्रोतांपेक्षा प्राथमिक स्रोतांवर अधिक भर द्यावा. बाह्य व आंतरपरीक्षणाची प्रक्रिया येथेही हवी.

दस्तऐवज म्हणजे काय? दस्तऐवजात पुढील गोष्टींचा समावेश होतो - १) सर्व प्रकारची पुस्तके २) नियतकालिके, वृत्तपत्रे ३) पत्रे ४) सर्वप्रकारचे अहवाल ५) विद्यार्थ्यांचे विविध प्रकारचे लेखन ६) अभ्यासक्रम ७) पाठटाचण ८) प्रशासकीय कामकाज व फॉर्मस ९) जाहिराती १०) फोटोग्राफ, चित्रे, चित्रपट इ. ११) न्यायालयीन निर्णय.

हेतू : या संशोधनाचे पुढील तीन हेतू असतात - १) संबंधित लिखाणामागील लेखकाचा हेतू शोधणे, त्याची मते निश्चित करणे, त्याचे विचार समजून घेणे किंवा संशोधकास योग्य वाटेल अशी माहिती त्या दस्तऐवजातून शोधणे. २) दस्तऐवजातील गुण-दोष शोधणे. ३) त्या दस्तऐवजात एखाद्या संकल्पनेची, शब्दसमूहाची, वाक्याची अथवा शब्दाची होणारी वारंवारता शोधणे व त्यातून लेखकाचे त्यामागचे उद्देश शोधणे.

या संशोधनात, इतर शैक्षणिक संशोधनाप्रमाणे, शैक्षणिक क्षेत्राचा विकास व्हावा हेच उद्दिष्ट असते. केवळ भारंभार माहिती जमविणे असा भाग नसतो.

या संशोधनामध्ये पुढील प्रकारचे संशोधन प्रामुख्याने केले जाते.

१) पाठ्यपुस्तक विश्लेषण : हा संशोधन प्रकार अत्यंत प्रचलित आहे. विषयाच्या उद्दिष्टांशी पाठांमधील आशय सुसंगत आहे का याचा शोध घेणे, विद्यार्थ्यांचे वय, इयत्ता, आवड व अनुभव यानुसार आशय आहे का याचे विश्लेषण करणे, पुस्तकातील शब्दरचना सुसंगत आहे का हे पाहणे, व्याकरणाची रचना योग्य त्या क्रमाने केली आहे का हे पाहणे, विविध अध्यापन सूत्रांचा अवलंब केला आहे का हे पाहणे, विविध साहित्यप्रकारांचा परिचय करून दिला आहे का हे शोधणे, चित्रांचा, स्वाध्यायांचा योग्य वापर केला आहे का हे पाहणे अशा विविध दृष्टिकोनातून पाठ्यपुस्तकाचे विश्लेषण केले जाते. महाराष्ट्र राज्य पाठ्यपुस्तक निर्मिती व अभ्यासक्रम संशोधन मंडळाच्या माध्यमातून अनेक संशोधकांनी आणि प्रस्तुत लेखकानेही या प्रकारचे संशोधन पूर्ण केलेले आहे.

२) शब्दसंग्रह विश्लेषण : शब्दसंपत्तीचा अभ्यास हेसुद्धा एक मोठे आवश्यक असे ज्ञान आहे. सर्वसामान्य व्यक्तीला संभाषण करण्यास व आपले विचार लेखी स्वरूपात व्यक्त करण्यास सर्वसाधारणपणे किती शब्द माहीत हवेत? श्रवण व वाचन यामध्ये येणारे शब्द कोणत्या प्रकारात मोडतात व बोलणे व लेखन यामध्ये येणाऱ्या शब्दांपेक्षा ते वेगळे कसे असतात? या यादीतील शब्दांचा क्रम कसा असावा व तो पाठ्यपुस्तकात पाळला गेला आहे का? एका पानावर सर्वसाधारणपणे किती नवीन शब्द असावेत? नवीन शब्दांची पुनरावृत्ती पुढील पाठांत सर्वसाधारणपणे किती वेळा करावी? या व अशांसारख्या समस्यांच्या दृष्टिकोनातून पाठ्यपुस्तकाचे विश्लेषण हाही एक महत्त्वपूर्ण प्रकार आहे.

३) अभ्यासक्रम पृथक्करण : राष्ट्रीय शैक्षणिक उद्दिष्टांनुसार अभ्यासक्रम व त्यानुसार पाठ्यपुस्तके तयार होत असतात. उद्दिष्टे, अभ्यासक्रम व पाठ्यपुस्तके यांचा संबंध स्पष्ट करणे हाही एक महत्त्वाचा संशोधन प्रकार आहे. मनुष्यबळ विकास खात्याने इ.स. १९८६मध्ये राष्ट्रीय शैक्षणिक धोरण जाहीर केले आहे. त्यात शिक्षणाची राष्ट्रीय उद्दिष्टे (दहा गाभाभूत घटक) पुढीलप्रमाणे दिली आहेत - १) भारतीय स्वातंत्र्याचा इतिहास २) घटनात्मक जबाबदाऱ्या ३) राष्ट्रीय व्यक्तिमत्त्वाची जोपासना ४) भारताचा समान सांस्कृतिक वारसा ५) समानता, लोकशाही आणि निधर्मी वृत्ती ६) स्त्री-पुरुष समानता ७) पर्यावरणाचे रक्षण ८) सामाजिक अडसरांचे निर्मूलन ९) मर्यादित कुटुंबाची आवश्यकता १०) शास्त्रीय दृष्टिकोनाचा परिपोष यानुसार अभ्यासक्रम व पाठ्यपुस्तके तयार करण्याचे कार्य झाले. पुन्हा त्यांचा अभ्यासक्रमाचा व उद्दिष्टांचा संबंध कसा आहे हे स्पष्ट करता येते.

४) चुकांचा शोध व उपाय : दस्तऐवज पृथक्करणाचा पुढील प्रकार म्हणजे विशिष्ट दस्तऐवजात दिसून येणाऱ्या चुका शोधणे. विद्यार्थ्यांच्या लेखनातील चुका शोधणे व त्यांचा एखादा विशिष्ट प्रकारचा गट तयार होत असेल तर तो करणे तसेच या चुका दूर होण्यासाठी त्यावर उपाय सुचविणे हे या संशोधनात अभिप्रेत आहे.

५) व्यवसाय पृथक्करण : विशिष्ट व्यवसायाशी संबंधित दस्तऐवजाचा अभ्यास करून, त्या व्यवसायात यशस्वी होण्यासाठी योग्य असणाऱ्या गुणांचा शोध घेणे. या प्रकारच्या संशोधनात अशा प्रकारच्या गुणांचा शोध अपेक्षित असतो.

संशोधकाने जो दस्तऐवज संशोधन घटक म्हणून घेतला आहे त्या संबंधात संबंधित विषयतज्ज्ञांकडून प्रश्नावली व मुलाखतीद्वारेही योग्य अशी माहिती उपलब्ध करून घेता येईल.

सर्वसामान्य शैक्षणिक संशोधनाच्या सर्व पायऱ्यांचा याही ठिकाणी अवलंब करता येईल.

१३

प्रायोगिक पद्धती

१३.१ विविध चले व त्यावर नियंत्रण
१३.२ प्रायोगिक पद्धतीच्या पायऱ्या
१३.३ अंतर्गत वैधता व बाह्य वैधता
१३.४ प्रायोगिक अभिकल्प १ ते १०
१३.५ प्रायोगिक पद्धतीच्या मर्यादा
१३.६ प्रायोगिक पद्धतीचे महत्त्व

इतर सर्व शैक्षणिक संशोधनाप्रमाणे प्रायोगिक पद्धतीचेही मूलभूत प्रयोजन म्हणजे प्रचलित विशिष्ट शैक्षणिक परिस्थितीबद्दल असमाधान व ते असमाधान संशोधनाद्वारे दूर करण्याचा प्रयत्न करणे. प्रायोगिक संशोधन पद्धतीमध्ये संशोधकाचे लक्ष भविष्यकाळाकडे असते. त्या संशोधकापुढे पुढील प्रश्न सतत येत असतात. काळजीपूर्वक नियंत्रणाखाली असे केले तर काय घडेल ? कसे घडेल ? व का घडेल ? शास्त्र प्रयोगशाळेतील ही एक अतिशय चांगली पद्धती, चलांवर नियंत्रण ठेवून, शिक्षणशास्त्राने वर्गात आणली आहे. इथे एक गोष्ट संशोधकाने फार काळजीपूर्वक ध्यानात ठेवावी की, त्याच्या प्रयोगाच्या कोणत्याही भागाने अथवा प्रयोगाने एकाही प्रयोज्याचे बौद्धिक, भावनिक, शारीरिक, आर्थिक अथवा इतर कोणत्याही प्रकारचे कसलेही नुकसान होता कामा नये. याचबरोबर संशोधकाने आणखीही एक गोष्ट ध्यानात घ्यावी की, संपूर्ण प्रयोगाचे नियोजन केल्यानंतर प्रत्यक्ष प्रयोग सुरू करण्यापूर्वी त्याचा छोट्या प्रमाणातील प्रयोग-मार्गदर्शक अभ्यास करावा, ज्यायोगे नियोजनात व कार्यवाहीत योग्य ते फेरफार करून प्रयोग अधिक परिपूर्णतेने करता येतो.

१३.१ विविध चले व त्यावर नियंत्रण

विविध प्रायोगिक पद्धतीची माहिती घेताना आपल्याला प्रथमत: चल म्हणजे काय व त्याचे विविध प्रकार कोणते आहेत आणि त्यांचा अर्थ माहीत असणे आवश्यक आहे. चल-संख्यात्मक अथवा गुणात्मक मूल्यामध्ये व्यक्त करता येऊ शकणारी कोणतीही संकल्पना याला 'चल' असे म्हणतात. शैक्षणिक संशोधनात चल याचा अर्थ पुढीलप्रमाणे घेता येईल. चल-शैक्षणिक प्रक्रियेच्या व्यवस्थापन व निरीक्षणावर परिणाम करणारा शैक्षणिक संशोधनातील कोणताही एखादा घटक म्हणजे चल. उदा. बुद्धिमत्ता, वय.

१) **अखंडित चल** (Continuous Variable) : हळूहळू बदलत जाणारी व विशिष्ट विस्तारात ज्याची किंमत पडते असा चल म्हणजे 'अखंडित चल.' उदा. उंची.

२) **खंडित चल** (Discrete Variable) : विशिष्ट पायऱ्यांनी ज्याची किंमत बदलते असा चल म्हणजे 'खंडित चल.' उदा. इयत्ता.

३) **अवलंबित चल किंवा आश्रयी चल** (Dependent Variable) : एखाद्या घटनेचा गृहीत परिणाम किंवा कारण म्हणजे 'आश्रयी चल.' उदा. वाचनक्षमता.

४) **दोन किमती घेऊ शकणारे चल** (Dichotomous Variable) : ज्या चलाच्या परस्परविरोधी अशा केवळ दोनच किमती होऊ शकतात, त्यांना या विभागात समाविष्ट केले जाते. उदा. पुरुष-स्त्री, पास-नापास.

५) **स्वतंत्र किंवा स्वाश्रयी चल** (Independent Variable) : इतर उल्लेखलेल्या चलांमधील बदलावर ज्याचे बदल अवलंबून नाहीत असे गृहीत धरलेले असते, त्यास 'स्वतंत्र किंवा स्वाश्रयी चल' असे म्हणतात. उदा. अध्यापन पद्धती.

६) **दरम्यान येणारे चल** (Intervening Variable) : ज्याचे मापन करता येत नाही व ज्यावर नियंत्रण ठेवता येत नाही असा कारण व परिणाम यांच्या दरम्यान प्रभाव पाडणारा चल. उदा. उत्सुकता, भूक लागणे.

७) **जैविक चल** (Attribute Variable) : प्रत्येक जिवाचे विशिष्ट गुणधर्म असतात. ते प्रयोजकाला बदलता येत नाहीत. त्यास 'जैविक चल' असे म्हणतात. उदा. लिंग.

८) **बाह्य चल** (Extraneous Variable) :ज्यावर नियंत्रण ठेवता येत नाही असे बाह्य घटक म्हणजे 'बाह्य चल.' उदा. सामाजिक, आर्थिक स्थिती, पालकांची प्रवृत्ती.

मूलभूत पाया : प्रायोगिक पद्धती ज्या मूलभूत पायावर आधारित आहे तो म्हणजे जॉन स्टुअर्ट मीलचा एक चल सिद्धान्त. मील असे स्पष्ट करतो की, ''दोन

परिस्थितीमध्ये सर्व बाबतीत साम्य आहे अशा वेळेस त्यांपैकी एका परिस्थितीमध्ये एक घटक वाढविला किंवा त्यातून एक घटक कमी केला व दुसरी परिस्थिती तशीच ठेवली तर तो फरक दिसून येईल, त्यास तो वाढविलेला अथवा कमी केलेला घटक जबाबदार आहे.'' आपल्या म्हणण्याच्या पुष्ट्यर्थ मीलने पाच नियम सांगितले. त्याचे हे कार्य खरोखरीच अत्यंत महत्त्वपूर्ण आहे. परंतु, शिक्षणशास्त्रातील प्रयोगांमध्ये मानवी मनोव्यापारांचा संबंध असल्याने हे ज्ञान अपुरे पडू लागले; कारण एखाद्या परिस्थितीच्या निर्मितीस इथे एकापेक्षा अधिक घटक कारणीभूत होतात. या समस्येवर तोडगा काढण्यासाठी संशोधकांना, आर. ए. फिशरने यादृच्छिक पद्धतीने दोन सारखे गट कसे करायचे याचा आणि प्रचलनाचे विश्लेषण व सहप्रचलनाचे विश्लेषण (Analysis of Variance and Analysis of Co-Variance) या संख्याशास्त्राचा उपयोग झाला. यातूनच पुढे एकापेक्षा अधिक स्वतंत्र चलांसंबंधीचे अभिकल्प तयार करण्यात येऊन या क्षेत्राची प्रगती झाली.

नियंत्रण : प्रायोगिक पद्धतीमध्ये सर्वांत महत्त्वपूर्ण बाब म्हणजे विविध चलांवर योग्य नियंत्रण ठेवणे. हे नियंत्रण ठेवल्याशिवाय स्वतंत्र चलांचा परिणाम पाहणे केवळ अशक्य आहे. प्रायोगिक संशोधनात पुढील तीन प्रकारच्या चलांवर नियंत्रण ठेवावे लागते.

१) जनसंख्येमुळे परिणाम होणारे चल : संशोधकाने ज्या प्रयोज्यांना प्रयोगात समाविष्ट करून घेतले आहे, त्यांचे स्वतःचे जे जैविक गुणधर्म असतात, तेसुद्धा प्रयोगावर परिणाम करीत असतात. यासाठी प्रयोज्यांच्या माहिती असलेल्या सर्व गुणधर्मांचे आधीच विश्लेषण करणे हे संशोधकाला क्रमप्राप्त ठरते. उदा. उंची, बुद्धिमत्ता. दोन समान गट करताना या जैविक गुणधर्माचा विचार करूनच तसे गट करावेत.

२) पद्धतीमुळे निर्माण होणारे चल : संशोधकाने दोन गट करताना सारखे करावेत व त्यांना समान वागणूक द्यावी. प्रायोगिक अभिनिवेशाने, प्रायोगिक गटाला अधिक आदराने, कौतुकाने वागविले जाते व नियंत्रित गटाला दुर्लक्षित वर्तणूक दिली जाते. असे होता कामा नये. प्रयोज्यांना प्रयोगाच्या संदर्भातील पहिली कृती अत्यंत उत्साहाने करावीशी वाटते व नंतरच्या कृती करताना कंटाळा येतो. असे झाले तर प्रयोगाचे निष्कर्ष बिनचूक राहणार नाहीत. यासाठी संशोधकाने प्रयोज्यांचा उत्साह योग्य पद्धतीने टिकवून धरणे आवश्यक आहे. काही वेळा प्रायोगिक गटातील घटक प्रयोजकाची भूमिका जाणून स्वतःचे वर्तन आदर्श ठेवण्याचा कृत्रिम करण्याचा प्रयत्न करतात. अशा वेळेस त्यांना समजावून सांगावे लागते की, ''तुम्ही जसे आहात तसेच मला दिसू द्या. तुम्ही व्यक्ती म्हणून इथे नोंदविल्या जाणार नसून तुम्ही ज्या गटाचे प्रतिनिधित्व करता त्या गटाचे विशिष्ट गुणधर्म नोंदविले जाणार आहेत. तुम्ही जर कृत्रिम, नाटकी

पद्धतीने चांगले दाखविण्याचा प्रयत्न करण्याच्या पद्धतीने वागलात तर तुमच्या गटासंबंधी व पर्यायाने तुमच्यासारख्या अगणित मुलांसंबंधी चुकीचे निष्कर्ष निघण्याची शक्यता आहे. म्हणून, 'तुम्ही जसे आहात तसेच मला दिसू द्या.''

याचबरोबर दोन समान गट करण्यामध्ये काही दोष राहिला, योग्य नियंत्रण ठेवले नाही तर प्रयोगाची वैधता कमी होईल. यास्तव पद्धतीमुळे कोणताही वेगळाच चल निर्माण होऊन तो प्रयोगाच्या निष्कर्षांवर विपरीत परिणाम करीत आहे असे होऊ नये.

३) बाह्य प्रभाव : दोन समान वर्गांपैकी एका वर्गात अधिक गडबड, गोंधळ असेल; त्या वर्गाचा नेता अधिक प्रभावी असल्याने उत्तरे न देणे अथवा उत्तरे देण्यास अधिक मदत होत असेल, एका वर्गाचा तास कायम सातवा, आठवा व दुसऱ्या वर्गाचा कायम पहिला, दुसरा असेल तर या बाह्य घटकांनीसुद्धा प्रयोगाच्या निष्कर्षांवर प्रभाव पडण्याची शक्यता आहे. अशा वेळेस या सर्व घटकांचा विचार करून त्यांचा प्रभाव टाळणे आवश्यक आहे. वर्गातील गडबड, गोंधळ कमी करून दोन्ही वर्गांतील वातावरण सारखे ठेवणे, एखादा विद्यार्थी नेता फारच प्रभावी असेल तर त्याला वगळून गट तयार करणे व दोन्ही गटांचे तास योग्य त्या क्रमाने घेणे, म्हणजे आज प्रायोगिक गटाचा पहिला व नियंत्रित गटाचा पाचवा तर उद्या प्रायोगिक गटाचा पाचवा व नियंत्रित गटाचा पहिला तास घेणे. एवढे काटेकोर नियंत्रण प्रयोगात अत्यावश्यक आहे. वर आपण एका घटकाचा विचार केला तो या ठिकाणीसुद्धा करणे योग्य ठरेल. तो म्हणजे प्रयोजकानेसुद्धा प्रायोगिक पद्धतीबद्दल वेगळी आत्मीयता बाळगू नये.

हेतू : या पद्धतीमध्ये नियंत्रण ठेवण्याचे तीन हेतू असतात – १) ज्या स्वतंत्र चलाचा प्रभाव पाहायचा, अभ्यासायचा आहे अशा चलास अवलंबित, मधे येणाऱ्या व जैविक चलांपासून स्वतंत्र ठेवणे. २) प्रायोगिक किंवा स्वतंत्र चलाचा प्रभाव किती मोठा आहे हे पाहणे. ३) हा प्रभाव संख्यात्मकरीत्या किती मोठा आहे हे पाहणे.

नियंत्रण पद्धती : पुढील चार उपायांनी हे नियंत्रण परिपूर्ण ठेवण्याचा प्रयत्न केला जातो.

१) स्वतंत्र किंवा स्वाश्रयी चलांवर परिणाम होईल असे सर्व बाह्य व दरम्यान येणारे चल प्रयोगातून दूर करणे. उदा. अध्यापन पद्धती हा स्वतंत्र चल असेल तर दोन समान गट करताना मतिमंद व असामान्य बुद्धिमान अशा अती टोकाकडील प्रयोज्यांना प्रयोगापासून दूर ठेवावे. २) प्रयोगाच्या वेळी दोन गटांचे बाबतीत अत्यंत समान वागणूक ठेवणे. प्रयोगातून फक्त स्वतंत्र चलाचाच परिणाम दिसून यावा. इतर कोणत्याही चलाने अवलंबित चलावर प्रभाव पाडू नये याची काळजी घ्यावी. उदा. अध्यापन पद्धती हा स्वतंत्र चल आहे. दोन वर्ग समान केले. फक्त वेळ या घटकाकडे जर दुर्लक्ष झाले,

म्हणजे एक वर्ग, ते विद्यार्थी उत्साही असताना पहिल्या तासाला बोलावून अध्यापन केले व दुसरा वर्ग शेवटच्या तासाला विद्यार्थी कंटाळलेले असताना बोलावून अध्यापन केले. या ठिकाणी अध्यापन पद्धती या स्वतंत्र चलाचा परिणाम दिसून येताना, या उत्साह व कंटाळा या दोन घटकांचा परिणाम, निष्कर्ष बदलवून टाकण्याची शक्यता आहे; म्हणजेच परीक्षेतील प्राप्तांक या अवलंबित चलावर अनिष्ट परिणाम होऊ शकेल. थोडक्यात, हे दोन्ही गटच विषम होतील हे टाळावे. ३) संशोधकाने पूर्ण विचारांती, स्वत:च दोन समान गट तयार करावेत. दोन समान गट तयार करताना मध्यमान व प्रमाण विचलन या संख्याशास्त्राचा वापर करून गट सारखे करावेत. ४) यादृच्छिक पद्धतीनेसुद्धा दोन समान गट तयार करता येतात. यादृच्छिक निवड पद्धती ही सर्वांत योग्य निवड पद्धती आहे. त्यामुळे नियंत्रण करता न येणाऱ्या घटकांचा प्रभाव कमी करता येतो व जो फरक येईल तो संख्याशास्त्रीय पद्धतीने समजू शकतो. जेव्हा दोन गट यादृच्छिक निवड पद्धतीने सारखे केले जातात तेव्हा खरे म्हणजे पूर्वचाचणी देणेसुद्धा अत्यावश्यक आहेच असे नाही, कारण दोन गट सारखेच असतात.

प्रयोगामधील प्रायोगिक व नियंत्रित गटाची संख्या वाढवून, पुनरावृत्तीनेसुद्धा फरक कमी करता येतो. प्रयोगामध्ये नियंत्रण पूर्ण असावे पण वातावरण कृत्रिम असू नये व तसे असणे अयोग्य. शिक्षणक्षेत्रातील संशोधनामध्ये हे सर्व काळजीपूर्वकच करावे लागते.

१३.२ प्रायोगिक पद्धतीच्या पायऱ्या

प्रायोगिक पद्धतीच्या पुढील सर्वसामान्य पायऱ्या आहेत. प्रयोजक त्यामध्ये प्रयोगानुसार थोडाफार बदल करू शकतो.

१) **समस्याकथन :** या ठिकाणी प्रयोजकाने संशोधन समस्या स्पष्ट करावी.

२) **संबंधित साहित्य व संशोधनाचे परिशीलन :** संशोधन विषयाच्या संबंधात जे महत्त्वपूर्ण ज्ञान विविध ग्रंथांमध्ये आहे व त्या विषयाशी संबंधित यापूर्वी झालेले संशोधन यांचा आढावा या पायरीमध्ये अपेक्षित आहे.

३) **परिकल्पना निश्चिती :** प्रायोगिक संशोधन पद्धतीत सांख्यिकी परिकल्पना अथवा शून्य परिकल्पनांचा उत्तम उपयोग होतो.

४) **अभिकल्प निश्चिती :** प्रयोजकाने प्रयोगासाठी अभिकल्प निश्चित करताना तो चांगला किंवा वाईट या भूमिकेतून विचार न करता तो प्रयोगासाठी अनुरूप आहे का, या भूमिकेतून विचार करावा. याचबरोबर योग्य नियंत्रण, अंतर्गत वैधता व बाह्य वैधता यांचाही विचार करावा.

५) **कार्यवाही :** प्रत्यक्ष प्रायोगिक संशोधनाचे कार्य योजनेनुसार पूर्ण करावे.

६) **माहितीचे पृथक्करण व निष्कर्ष :** संकलित माहितीचे पृथक्करण करावे, अर्थनिर्वचनाची क्रिया करावी व निष्कर्ष काढावेत.

७) **अहवाल लेखन :** शेवटची पायरी म्हणजे अहवाल लेखन होय.

वर आपण अंतर्गत वैधता व बाह्य वैधता या शब्दांचा उल्लेख केला. प्रायोगिक पद्धतीत या दोन्ही प्रकारच्या वैधतेला एक महत्त्वाचे स्थान आहे. आता आपण या दोन्ही शब्दांचा, दोन्ही संकल्पनांचा अर्थ सविस्तर पाहू.

१३.३ अंतर्गत वैधता व बाह्य वैधता

अंतर्गत सप्रमाणता – अंतर्गत यथार्थता (Internal Validity) : प्रायोगिक पद्धतीमुळे संशोधकाला त्याने निश्चि केलेल्या स्वाधीन चलाचा प्रभाव पाहायचा असतो. यावेळी इतर बाह्य चल हे आपली कामगिरी करून स्वाधीन चलावर व प्रायोगिक परिस्थितीवर प्रभाव पाडण्याची शक्यता असते. मग दिसून येणारा प्रभाव हा केवळ स्वाधीन चलाचा का इतर चलांचाही त्यात सहभाग आहे हे पहाणे निश्चित महत्त्वाचे ठरते व असे झाले तर त्या प्रायोगिक परिस्थितीमध्ये दिसून येणारा परिणाम केवळ स्वाधीन चलाचा असे म्हणता येत नाही. मग दिसून येणाऱ्या परिणामांच्या संबंधातसुद्धा आपण खात्रीपूर्वक काही सांगू शकत नाही. मग असे कोणते घटक आहेत की जे प्रायोगिक परिस्थितीच्या सत्यतेवर, वैधतेवर, यथार्थतेवर परिणाम करतात हे पहाणे महत्त्वाचे ठरते. यामध्ये – १) अंतर्गत यथार्थतेवर परिणाम करणारे घटक येतात तसेच २) बाह्य यथार्थतेवर–सप्रमाणतेवर परिणाम करणारे घटकही येतात. ते कोणते ते आपण आता पाहू. या दोन्ही प्रकारच्या घटकांवर नियंत्रण ठेवले तरच प्रायोगिक पद्धतीचे निष्कर्ष हे यथार्थ, सप्रमाण असतील. काही वेळा बाह्य चलांबरोबर किंवा बाह्य चलांशिवाय संशोधक वापरत असलेल्या अभिकल्पांमध्ये व त्या प्रक्रियेमध्ये काही त्रुटी राहिल्या तरीही येणारे निष्कर्ष सप्रमाण, यथार्थ असणार नाही; म्हणून या सर्व घटकांवरील नियंत्रण महत्त्वाचे असते. अर्थात, यावर पूर्ण नियंत्रण ठेवणे शक्य नसते.

"It is important that behavioral researchers anticipate them and take all possible precautions to minimize their influence through sound experiment design and execution." - Best & Kahn 2009 (P. 172).

Campbell and Stanley यांनी या घटकांचे दोन विभागात योग्य वर्णन केले आहे. ते दोन विभाग म्हणजे अंतर्गत वैधता सप्रमाणता व बाह्य वैधता सप्रमाणतेवर (Best & Kahn 2009) आपण Campbell and Stanley यांनी सांगितलेल्या या दोन्ही विभागांचा विचार करणार आहोत. तसेच Bracht आणि Glass यांनी सांगितलेल्या बाह्य सप्रमाणेवर धोका असणाऱ्या घटकांचाही विचार करणार आहोत. बाह्य सप्रमाणतेवर

या दोन्ही Campbell and stanley आणि Bracht and Glass यांच्या घटकांचा विचार काही वेळा पुनरुक्ती होणार असली तरी विषय अधिक स्पष्ट होण्यासाठी पाहाणार आहोत.

अंतर्गत सप्रमाणता/यथार्थता (Internal Validity) धोका उत्पन्न करणारे / प्रभाव पाडणारे घटक –

१) समकालीन घटना (History) : प्रायोगिक प्रक्रिया सुरू झाल्यापासून ती पूर्ण होईपर्यंत जो कालावधी लागेल त्या दरम्यान प्रयोज्यावर स्वाश्रयी किंवा स्वतंत्र चलाबरोबर त्याच्या जीवनात इतर अनेक घटना घडत असल्यामुळे होणारा बदल केवळ स्वाश्रयी चलाचाच आहे हे ठरविणे अवघड जाते. दूरदर्शनचे कार्यक्रम, प्रयोज्याचे वाचन, दैनंदिन जीवनातले अनुभव इ. असंख्य घटक यात येतात. यादृच्छिक पद्धतीने प्रायोगिक व नियंत्रित गटांची निवड करून हा प्रभाव कमी करता येतो.

२) परिपक्वता (Maturation) : प्रायोगिक प्रक्रिया सुरू झाल्यापासून ती पूर्ण होईपर्यंत जो कालावधी लागतो त्या दरम्यान प्रयोज्याची परिपक्वता अधिक झालेली असते. मग होणारा बदल हा स्वाश्रयी चलाचा का स्वाश्रयी चल आणि परिपक्वतेचा हे सांगणे अवघड जाते. पुन्हा वरील उपाय 'यादृच्छिक पद्धतीने' हा प्रभाव कमी करता येतो.

३) पूर्वपरीक्षण (Pretesting) : पूर्व परीक्षणाने प्रयोगाच्या हेतुविषयी प्रयोज्यास कल्पना येते. प्रयोज्याचे प्रतिसाद त्या हेतुला पूरक असे होण्याची दाट शक्यता असते. पूर्व चाचणी व उत्तर चाचणी जेव्हा सारखी असते तेव्हा दोन्हींच्या दरम्यान काहीही घडले नाही असे आपण हायपॉथेटिकली गृहीत धरले तरी फरक हा पडणारच. मग हा फरक कशाचा? स्वाश्रयी चलांचा? अभिकल्पामध्ये नियंत्रित गट असणारा अभिकल्प निवडून हा दोष आपण कमी करू शकतो.

४) मापनसाधन (Measuring Instrument) : पूर्व चाचणी व उत्तर चाचणी यामध्ये वेगवेगळ्या चाचण्या वापरल्या, त्यांची काठिण्यपातळी भिन्न असली, मापन पद्धती वेगळी असली, दोन्ही वेळचे परीक्षक आणि मुलाखती घेणारे भिन्न असले तर मापनात सप्रमाणता राहाणार नाही. दोन्ही वेळचे मापनसाधन व परिस्थिती अधिकाधिक प्रमाणात समान दर्जाची ठेवण्याचा प्रयत्न करून ही परिस्थिती नियंत्रणात ठेवता येऊ शकते.

५) सांख्यिकी समाश्रयण (Statistical Regression) : प्रयोगामध्ये जर दोन्ही टोकांकडचे प्रयोज्य असले म्हणजे अत्यंत निम्न गुणांक असणारे व अत्यंत उच्च गुणांक असणारे व त्यांना पूर्व चाचणी दिली व पूर्व चाचणीत असेच अत्यंत निम्न व अत्यंत उच्च गुणांक दिसून आले तर कोणतीही प्रक्रिया दरम्यान न करताही काही

कालावधीनंतर दिलेल्या उत्तर चाचणीत निम्नगुणांक असणारे प्रयोज्य थोडे पुढे जाताना व उच्च गुणांक असणारे थोडे मागे येताना दिसतात म्हणजेच दोन्ही गट सरासरीकडे झुकताना दिसतात. यालाच 'मध्यमान समाश्रयण' म्हणतात. दोन्ही टोकाकडचे प्रयोज्य टाळणे हा या समस्येवर उपाय आहे. "Statistical regression is a threat because subgroups selected on the basis of their extreme scores tend to give a false impression of change, by shifting toward the mean on subsequent tests." (वोकेल 1983)

६) **पूर्वग्रहदूषित निवड** (Selection Bias) : प्रायोगिक गट आणि नियंत्रित गट समान अभिरुची, अभिवृत्ती, बुद्धिमत्ता, प्रेरणा असणारे असे नसतील तर दोन्ही गटातील उत्तर चाचणीमध्ये दिसून येणारा गुणांकातील फरक हा प्रक्रियेचा का त्या दोन गटात मूलतः असणाऱ्या फरकाचा हे शोधणे अवघड असते. याही समस्येचा उपाय 'यादृच्छिक पद्धती' हाच आहे.

७) **प्रायोगिक मर्त्यता** (Experimental Mortality) : काहीवेळा पूर्व चाचणीमध्ये कमी गुणांक मिळविणारे प्रयोग प्रक्रियेच्या दरम्यान प्रयोगातून बाहेर पडतात किंवा अनुपस्थित राहतात. काही वेळा अगदी टोकाकडचे म्हणजे अतीनिम्न गुणांक असणारे आणि अतीउच्च गुणांक असणारे काही कारणाने प्रयोग सोडून बाहेर पडतात. अशा परिस्थितीचा प्रयोगाच्या निष्कर्षांवर विपरित परिणाम होताना दिसतो.

८) **प्रयोग निष्कर्ष अपेक्षा** (Expectancy) : संशोधक प्रायोगिक पद्धतीचा अवलंब करताना व त्याने ठरविलेल्या प्रक्रियेसंबंधी क्वचित प्रसंगी जर प्रभावित झालेला असेल किंवा जर त्याला त्या प्रक्रियेचा विशिष्ट प्रभाव घडून येणारच असा निर्णयाकडे झुकलेला विचार (बायस) त्याच्या मनात असेल तर निष्कर्ष चुकीचे येण्याची शक्यता आहे पण खरा संशोधक हा संशोधन प्रक्रियेत असा विचार कदापि करणार नाही. तो असे काही गृहीत धरून संशोधन करणार नाही. त्यामुळे ही समस्या योग्य पद्धतीने केलेल्या संशोधनात रहात नाही.

९) **प्रयोज्यांची मानसिकता** (Mentality of Subjects) : सर्वसाधारणपणे प्रायोगिक पद्धतीचे संशोधन करताना केलेले प्रायोगिक गट आणि नियंत्रित गट एकाच परिसरात असतात. काही वेळाने दोन्ही गटातील प्रयोज्यांना आपण कोणत्या गटात आहोत याचे ज्ञान होते. प्रायोगिक गटातील प्रयोज्यांना आपण श्रेष्ठ दर्जाचे आहोत व नियंत्रित गटातील प्रयोज्यांना आपण थोडे कमी दर्जाचे आहोत असे विनाकारण वाटायला लागते. या मनस्थितीचे काही वेगळे परिणाम होतात. प्रायोगिक गटातील प्रयोज्य प्रयोगाला अनुरूप राहण्याचा विनाकारण प्रयत्न करतात. तसेच नियंत्रित गटातील प्रयोज्य प्रायोगिक गटात कोणते कार्य चालले आहे हे जाणून घेण्याचा प्रयत्न करण्याची

शक्यता असते. यामुळे नेमका फरक स्वाश्रयी चलाचा किती आहे या मापनात फरक पडू शकतो. यावर उपाय म्हणजे संशोधकाने दोन्ही गटांना विश्वासात घेऊन असे न करण्याची व संशोधन वैज्ञानिक पद्धतीने चालू राहण्यासाठी त्यांचे प्रबोधन करावे.

१०) विविध घटकांची आंतरक्रिया (Interaction of Varied Factors) : प्रयोज्यांची बुद्धिमत्ता, अभिरुची, प्रेरणा, वय, निवड इ. अनेक चलांचा एकमेकांशी संबंध येतो. त्यांच्यात आंतरक्रिया होते व त्याचा परिणाम प्रयोगाच्या निष्कर्षावर होण्याची शक्यता असते.

यानंतर आपण बाह्य सप्रमाणतेची माहिती पाहू.

संशोधनाचे निष्कर्ष कोणत्या जनसंख्येला लागू पडतील हे अचूकपणे ठरविणे व प्रयोगाच्या निष्कर्षांवर तत्कालीन परिस्थितीचा प्रभाव नसून सर्व परिस्थितीत असेच निष्कर्ष येऊ शकतात याची खात्री देणे म्हणजे बाह्य वैधता होय.

बाह्य सप्रमाणता (External Validity) : यापूर्वी आपण प्रायोगिक संशोधनामध्ये अंतर्गत सप्रमाणतेवर परिणाम करणारे घटक व ते नियंत्रित कसे ठेवता येतील हे पाहिले. वस्तुत: अंतर्गत सप्रमाणतेवर परिणाम करणाऱ्या घटकांवर पूर्णत: नियंत्रण ठेवणे अशक्य असते. तथापि, संशोधकाने त्यांचा प्रभाव कमीतकमी कसा राहील असा प्रयत्न करावा. संशोधन त्यामुळे योग्य पद्धतीने पूर्ण करण्याचा प्रयत्न करावा. प्रयोगशाळेव्यतिरिक्त होणाऱ्या शैक्षणिक संशोधनात अति नियंत्रण ठेवले तर कृत्रिमता येते व मग बाह्य सप्रमाणतेवरही त्याचा परिणाम होतो. बाह्य सप्रमाणता म्हणजे प्रयोगाचे निष्कर्ष जनसंख्येला लागू पडणे. म्हणून यात समन्वय हवा. आता हे बाह्य सप्रमाणतेवर परिणाम करणारे घटक कोणते ते पाहू -

१) एक गट पूर्व उत्तर चाचणी अभिकल्पामध्ये गट एकच असल्याने पहिल्या प्रक्रियेचा परिणाम पूर्णत: पुसून टाकता येत नाही आणि तो पुढे रेंगाळत राहतो. एकाच गटाला प्रायोगिक पद्धतीने अध्यापन केले व त्याच गटाला त्याच दर्जाचा दुसरा घटक पारंपरिक पद्धतीने शिकवला तरी पहिल्या प्रक्रियेचा प्रभाव राहतोच. २) प्रयोगाच्या कृत्रिम वातावरणामुळे सामान्यीकरण करणे व तेही नैसर्गिक वातावरणाशी हे योग्य ठरत नाही. ३) पूर्व चाचणीने प्रयोजकाला काय करायचे आहे याचा प्रयोज्यांना अंदाज येतो व त्यांची त्याला पूरक अशी मनोभूमिका तयार होते. सॉलोमन चार गट - यादृच्छिक निवड अभिकल्प वापरून ही समस्या दूर होऊ शकते कारण येथे चारपैकी दोन गटांना पूर्व चाचणी दिली जाते व दोन गटांना पूर्व चाचणी दिली जात नाही. ४) प्रयोगासाठी निवडलेल्या शाळा यांची स्थिती, मनोभूमिका, प्रवृत्ती, वातावरण व ज्या शाळा निवडलेल्या नाहीत किंवा ज्यांनी नकार दिला आहे तेथील स्थिती, मनोभूमिका, प्रवृत्ती, वातावरण यात निश्चितच फरक असणार मग पहिल्या नमुन्यापासून आलेले

निष्कर्ष दुसऱ्या जनसंख्येला कसे लागू पडणार? ५) प्रयोगात वस्तुनिष्ठता यावी म्हणून संशोधक संशोधन प्रक्रियेत इतर मदतनीस वापरतो. ते मदतनीस प्रयोगप्रक्रियेत संशोधकास मदत करतात. आता प्रश्न येतो तो म्हणजे संशोधक व मदतनीस यांच्या संशोधन कार्याचा दर्जा समान राहील का? यावर उपाय म्हणजे संशोधकाने विविध पद्धतीने मदतनिसांची संशोधन कार्यातील मदत आदर्श व वस्तुनिष्ठ राहील हे सतत पहावे.

बाह्य सप्रमाणता (External Validity)

धोका निर्माण करणारे/प्रभाव पाडणारे घटक : निष्कर्षांचे सामान्यीकरण हाच संशोधनाचा प्रमुख हेतू असतो. यापूर्वी अंतर्गत सप्रमाणतेवर परिणाम करणारे १० घटक संशोधकाने नियंत्रित करूनही हे निष्कर्षांचे सामान्यीकरण करता येणार नाही; कारण संशोधकाला बाह्य सप्रमाणतेवर परिणाम करणारे घटकही नियंत्रित करावे लागतील. अंतर्गत वैधता, सप्रमाणता नियंत्रित करून त्या संशोधनातून आलेले निष्कर्ष त्या विशिष्ट प्रयोज्यांपुरते सप्रमाण ठरतील. परंतु, ते निष्कर्ष नमुन्यावरून Sample जनसंख्येपर्यंत Population सप्रमाण ठरवायचे असतील तर बाह्य सप्रमाणता आणणाऱ्या घटकांचाही संशोधकाला विचार करून त्यावर नियंत्रण ठेवावे लागेल. मग त्यावरून एकूण कोणत्या जनसंख्येला कोणत्या परिस्थितीत, कोणत्या घटकांच्या बाबतीत हे निष्कर्ष उपयोगी पडतील हे ठरवता येईल. Bracht and Glass यांनी बाह्य सप्रमाणता दोन प्रकारची असते असे म्हटले आहे. १) जनसंख्या सप्रमाणता २) परिस्थितीमुळे निर्माण होणारी सप्रमाणता (Lokesh Koul, 2009).

१) जनसंख्या सप्रमाणता (Population Validity) : येथे आपल्याला तीन शब्द ध्यानात घ्यावे लागतील. १) नमुना (Sample) २) जनसंख्या (Population) ३) विश्व (Universe). यासाठी आपण एक उदाहरण पाहू. इयत्ता ८ वीचे पुणे जिल्ह्यात 'क्ष' विद्यार्थी आहेत असे आपण मानू. त्यातून एका संशोधकाने यादृच्छिक पद्धतीचा अवलंब करून 'य' विद्यार्थी घेतले. प्रायोगिक पद्धतीने संशोधन प्रक्रिया पूर्ण केली. आलेले निष्कर्ष हे 'क्ष' विद्यार्थ्यांना लागू पडतील; म्हणजेच नमुना 'य' व जनसंख्या 'क्ष' यांच्यापुरते हे निष्कर्ष योग्य आहेत. तथापि, महाराष्ट्रातील आठवीच्या 'व' या विश्वासाठी हे निष्कर्ष योग्य ठरतील का? हे योग्य ठरण्यासाठी नमुना 'य' आणि विश्व 'व' यांच्यामध्ये बुद्धिमत्ता, वय, लिंग, सामाजिक स्थिती, आर्थिक स्थिती, त्यांची प्रेरणा इ. सर्व घटकांचे सविस्तर वर्णन संशोधकाने केले व त्या सर्व चलांमध्ये साम्य दिसून आले तरच सामान्य वाचक, तज्ज्ञ हे सर्व निष्कर्ष 'व' या विश्वासाठी योग्य आहेत असे ठरवतील व नंतरच निष्कर्षांचे Target Population साठी सामान्यीकरण होऊ शकेल.

२) परिस्थितीमुळे धोका निर्माण होणारी सप्रमाणता (Ecological Validity): नमुना, जनसंख्या, विश्व म्हणजेच Sample, accessible population व Target population या संबंधातील बाह्य सप्रमाणतेस धोका कसा निर्माण होतो हे आपण पाहिले आता दुसरा मुद्दा भोवतालच्या परिस्थितीत असणाऱ्या बदलामुळे निर्माण होणारा सप्रमाणतेवरील अडथळा. यासाठी निर्माण होणारे अडथळे व ते कसे दूर करावेत हे आपण पाहू. संशोधकाने या भूमिकेतून विचार करावा.

१) प्रायोगिक स्थितीचे सविस्तर वर्णन करावे. संबंधित संशोधन कोणत्या ठिकाणी, कोणत्या नमुना गटावर, केव्हा, कोणत्या परिस्थितीत, कोणकोणत्या चलांचा विचार करून इ. सर्व बाबी व्यवस्थितपणे नमूद कराव्यात. एखादा घटक जरी वेगळा असेल तरी त्या संशोधनाचे निष्कर्ष वेगळ्या ठिकाणी उपयुक्त पडणार नाहीत. उदा. संशोधन इंग्रजी माध्यमाच्या माध्यमिक शाळेत केले असेल तर इतर सर्व परिस्थिती समान असली तरी मराठी माध्यमाच्या माध्यमिक शाळेत त्या संशोधनाचे निष्कर्ष योग्य ठरणार नाहीत. २) प्रायोगिक संशोधनातील वातावरण व सर्वसामान्य परिस्थितीतील नैसर्गिक वातावरण यामध्ये वेगळेपणा राहणारच. ३) स्वाश्रयी चलाचा व आश्रयी चलांचा संशोधकाचा नेमका अर्थ व इतरांचा त्यांचा अर्थ यात सारखेपणा कसा येणार? अनेक संकल्पनांमध्ये व्यक्तीव्यक्तीत मतभिन्नता आढळते; म्हणून या चलांचे सविस्तर वर्णन करावे. ४) पूर्व चाचणीची पुढील प्रक्रियेशी आंतरक्रिया होऊन नमुन्यावर आलेले निष्कर्ष पूर्व चाचणी न झालेल्या जनसंख्येसाठी सामान्यीकरण प्रक्रियेत कसे उपयुक्त ठरणार? यावर उपाय म्हणजे पूर्व चाचणी नसणारा अभिकल्प निवडावा. ५) संशोधकाने प्रायोगिक पद्धतीत वापरलेली मापनसाधने जी असतील तीच त्या प्रयोगाचे निष्कर्ष जनसंख्येसाठी वापरणाऱ्या व्यक्तीने वापरली तरच त्यात साम्य असेल. मापन साधने वेगळी वापरल्यावर ते निष्कर्ष कसे उपयुक्त ठरतील?

यापूर्वी आपण या मुद्याचा विचार केला आहे तो म्हणजे अंतर्गत व बाह्य वैधता सप्रमाणता- यथार्थता परिपूर्णतेने म्हणजे १००% आणणे हे अवघड आहे. आपले संशोधन प्रयोगशाळेमध्ये निर्जीव वस्तूंवर नसून भावभावना असणाऱ्या मानवाशी संबंधित आहे. शिक्षणशास्त्र हे सामाजिक वर्तनशास्त्र आहे. तसेच एक वैधता अती नियंत्रित केली तर दुसऱ्या वैधतेवर म्हणजेच अंतर्गत वैधता अती नियंत्रित केली तर बाह्य वैधता म्हणजेच सामान्यीकरणावर परिणाम होऊ शकतो. संशोधकांनी या सर्वांचा सखोल अभ्यास करून हे धोके ओळखून आपले संशोधन अधिकाधिक शास्त्रीय करण्याचा प्रयत्न करावा आणि एवढे मात्र लक्षात ठेवावे की अंतर्गत व बाह्य वैधता ही प्रायोगिक पद्धतीची अत्यंत महत्त्वाची गरज आहे.

यानंतर आपण विविध प्रकारच्या अभिकल्पांचा विचार करू.

१३.४ प्रायोगिक अभिकल्प १ ते १० (Experimental Designs)

ज्याप्रमाणे इमारत बांधण्यापूर्वी इमारतीचा नकाशा आवश्यक आहे. प्रश्नपत्रिका तयार करण्यापूर्वी संविधान तक्ता तयार असणे आवश्यक आहे, त्याचप्रमाणे प्रयोग करण्यापूर्वी कोणता अभिकल्प वापरायचा हे निश्चित करणे आवश्यक आहे. अभिकल्प अनेक प्रकारचे आहेत. त्यांपैकी कोणता अभिकल्प निवडायचा हे प्रयोगाचा पूर्णपणे विचार करून, परिस्थितीचा विचार करून, विविध चलांचा विचार करून, संशोधकाने ठरवावयाचा भाग आहे.

यापुढे आपण चार विभागांमध्ये दहा प्रकारचे अभिकल्प पाहणार आहोत.

१) एक गट पूर्व उत्तर चाचणी अभिकल्प : एक गट घ्यावा. त्या गटास पूर्व चाचणी द्यावी. त्या गटास प्रायोगिक पद्धतीने शिकवावे. नंतर उत्तर चाचणी द्यावी. पुन्हा त्याच गटाला काही दिवसांनंतर पुन्हा पूर्व चाचणी द्यावी. त्याच गटाला पहिल्या पाठ्यांशाच्या क्षमतेचाच पाठ्यांश पारंपरिक पद्धतीने शिकवावा. नंतर उत्तर चाचणी द्यावी. योग्य पद्धतीने प्रायोगिक व पारंपरिक पद्धतींमधील फरक शोधून काढावा व निष्कर्ष काढावेत.

२) दोन गृहीत समान गट – फक्त उत्तर चाचणी अभिकल्प : दोन सारखे वाटणारे गट घ्यावेत. एका गटास प्रायोगिक पद्धतीने शिकवावे. नंतर उत्तर चाचणी द्यावी. दुसऱ्या गटास पारंपरिक पद्धतीने शिकवावे. नंतर उत्तर चाचणी द्यावी. दोन्ही पद्धतींमध्ये जर फरक दिसून आला तर तो प्रायोगिक पद्धतीमुळे आला असे म्हणता येईल.

वरील दोन्ही अभिकल्पांमध्ये बाह्य व दरम्यान येणाऱ्या चलांवर नियंत्रण नसते.

योग्य अथवा वास्तव अभिकल्प : योग्य नियंत्रणाच्या समावेशाने शिक्षणक्षेत्रातील संशोधनात या विभागातील अभिकल्पांचा उपयोग केला जातो.

३) यादृच्छिक निवड – दोन गट उत्तर चाचणी अभिकल्प : यादृच्छिक निवड पद्धतीने दोन गट समान केले जातात. पूर्व चाचणी दिली जात नाही. त्या दोन गटांपैकी एक गट प्रायोगिक मानावा व दुसरा नियंत्रित मानावा. त्यानंतर प्रायोगिक गटास प्रायोगिक पद्धतीने व नियंत्रित गटास पारंपरिक पद्धतीने शिकविले जाते. शेवटी दोन्ही गटांना उत्तर चाचणी दिली जाते व योग्य निष्कर्ष काढले जातात.

४) दोन गट – यादृच्छिक जोडी निवड – उत्तर चाचणी अभिकल्प : यादृच्छिक निवड पद्धतीने एकूण प्रयोज्य निवडावेत. समान शैक्षणिक क्षमता असेल अशा दोघादोघांच्या जोड्या तयार कराव्यात. त्यानंतर जोडीतील एक पहिल्या गटात व दुसरा दुसऱ्या गटात ठेवावा. नंतर छापाकाटा करून त्या दोन गटांपैकी एक गट प्रायोगिक ठरवावा. दुसरा गट नियंत्रित ठरेल, त्यानंतर दोन्ही गटांना योजनेप्रमाणे वागविले जावे, शिकविले जावे व शेवटी उत्तर चाचणी देऊन योग्य ते निष्कर्ष काढावेत.

५) दोन गट – यादृच्छिक निवड – पूर्व व उत्तर चाचणी अभिकल्प : यादृच्छिक निवड पद्धतीने दोन गट तयार करावेत. त्या गटांना पूर्व चाचणी द्यावी. नंतर प्रायोगिक गटास प्रायोगिक पद्धतीने व नियंत्रित गटास पारंपरिक पद्धतीने वर्तणूक दिली जावी. नंतर उत्तर चाचणी देऊन फरक पाहावा व निष्कर्ष काढावेत.

६) सॉलोमन तीन गट – यादृच्छिक निवड अभिकल्प : यादृच्छिक निवड पद्धतीने तीन समतुल्य गट निवडावेत. पहिल्या गटास पूर्व चाचणी द्यावी व प्रायोगिक पद्धतीने वर्तणूक द्यावी. दुसऱ्या गटास पूर्व चाचणी द्यावी व पारंपरिक पद्धतीने वर्तणूक द्यावी. तिसऱ्या गटास पूर्व चाचणी न देता प्रायोगिक पद्धतीने वर्तणूक द्यावी. तिन्ही गटांना उत्तर चाचणी द्यावी. या अभिकल्पात पहिला गट प्रायोगिक, दुसरा नियंत्रित व तिसराही नियंत्रित असतो. तिसऱ्या नियंत्रित गटाला फक्त प्रायोगिक पद्धतीने वर्तणूक दिली जाते व पूर्व चाचणी दिली जात नाही; जर पहिल्या व तिसऱ्या गटाच्या उत्तर चाचणीमध्ये दुसऱ्या गटाच्या उत्तर चाचणीपेक्षा लक्षात येण्यासारखा फरक दिसून आला तर तो परिणाम प्रायोगिक वर्तणुकीचा होय. या अभिकल्पातील सर्वांत महत्त्वाचा मुद्दा म्हणजे नियंत्रित गट दोन असतात व पूर्व चाचणी व प्रायोगिक पद्धती यांच्या आंतरक्रियेचा प्रभाव नष्ट होतो; म्हणजेच पूर्व चाचणीचा प्रायोगिक पद्धतीवरील प्रभाव दुसऱ्या (म्हणजेच क्रमाने तिसऱ्या) नियंत्रित गटाला पूर्व चाचणी न देता प्रायोगिक पद्धतीने वर्तणूक देऊन नष्ट केला जातो.

७) सॉलोमन चार गट – यादृच्छिक निवड अभिकल्प : यादृच्छिक निवड पद्धतीने चार गट तयार करावेत. त्यांना आपण अ, ब, क, ड अशी नावे देऊ. अ हा प्रायोगिक गट आणि ब, क, ड हे तीन नियंत्रित गट. 'अ' व 'ब' या गटांना पूर्वचाचणी द्यावी आणि 'क' आणि 'ड' यांना पूर्वचाचणी देऊ नये. 'अ' आणि 'क' यांना प्रायोगिक पद्धतीने वर्तणूक द्यावी व 'ब' आणि 'ड' यांना पारंपरिक पद्धतीने वर्तणूक द्यावी. चारही गटांना उत्तर चाचणी द्यावी. अभिकल्प सहामध्ये आणखी एक नियंत्रित गट वाढविला व हा अभिकल्प सादर केला गेला आहे असे म्हणता येईल.

घटकात्मक अभिकल्प : आतापर्यंत आपण अभ्यासलेल्या अभिकल्पांमध्ये फक्त एकाच स्वतंत्र किंवा स्वाश्रयी चलाचा विचार पाहिला. तथापि, शैक्षणिक प्रक्रियेमध्ये अनेक वेळा एकापेक्षा अधिक चलांचा स्वतंत्र किंवा संयुक्त प्रभाव दिसून येतो. त्यासाठी घटकात्मक अभिकल्पच आपल्या उपयोगी पडतात.

८) दोन किंवा अधिक स्वाश्रयी चलांसाठी : दोन स्वतंत्र चले प्रत्येकी दोन स्तरांवर अभ्यासायची असली तर दोन गुणिले दोन चार गट तयार करावे लागतील. उदा. डायरेक्ट मेथड व भाषांतर पद्धत यांचा ग्रामीण व शहरी विद्यार्थ्यांवरील परिणाम अभ्यासणे. या ठिकाणी चार गट तयार करावे लागतील. १) डायरेक्ट मेथडने ग्रामीण

विद्यार्थ्यांना अध्यापन करणे. २) डायरेक्ट मेथडने शहरी विद्यार्थ्यांना अध्यापन करणे. ३) भाषांतर पद्धतीने ग्रामीण मुलांना शिकविणे. ४) भाषांतर पद्धतीने शहरी मुलांना अध्यापन करणे.

याचप्रमाणे दोन स्वतंत्र चले प्रत्येकी तीन स्तरांवर अभ्यासायची असतील तर दोन गुणिले तीन सहा गट तयार करावे लागतील. दोन पद्धती व बुद्धिगुणांकांच्या तीन स्तरांवर त्यांचा परिणाम पाहावयाचा असेल तर असे सहा गट करावे लागतील. जेव्हा स्तंभ व ओळी समान असतात तेव्हा त्यास 'लॅटिन चौरस अभिकल्प' म्हणतात.

सर्व गटांची निवड यादृच्छिक निवड पद्धतीने करावी. यामुळे पूर्वचाचणी घेण्याची आवश्यकता नसते. सर्व गट समान असतात. उत्तर चाचणी हा याही पद्धतीत अपरिहार्य भाग असतो; कारण त्याशिवाय आश्रयी चलाचे प्रमाण समजू शकत नाही.

सर्व प्रायोगिक पद्धतीच्या अभिकल्पात व विशेषत: घटकात्मक अभिकल्पात संशोधकास संख्याशास्त्राचे ज्ञान चांगले असण्याची आवश्यकता असते.

प्रयोगसादृश पद्धती अभिकल्प : ज्या ठिकाणी नियंत्रण कमी व यादृच्छिक निवड अशक्य असते अशा ठिकाणी प्रयोगसादृश पद्धती वापरली जाते. निष्कर्षांचे वेळी या सर्व घटकांचा विचार करून निष्कर्ष काढावेत.

९) दोन गट पूर्व उत्तर चाचणी अभिकल्प : जेव्हा यादृच्छिक पद्धतीने दोन समान गट तयार करणे शक्य नसते तेव्हा ती पद्धती वापरली जाते. प्रथमत: दोन सर्वसाधारण समान असणारे गट घेतले जातात. त्या दोन गटांना पूर्व चाचणी दिली जाते. या चाचणीतून या दोन गटांत विशेष फरक दिसून आला तर तो संख्याशास्त्राच्या आधारे नाहीसा करता येतो. आता समान झालेल्या दोन गटांपैकी एक गट प्रायोगिक व दुसरा नियंत्रित ठरवावा. ही क्रियासुद्धा यादृच्छिक पद्धतीनेच करावी. प्रायोगिक गटास प्रायोगिक पद्धतीने आणि नियंत्रित गटास पारंपरिक पद्धतीने वर्तणूक दिली जाते; नंतर दोन्ही गटांना उत्तर चाचणी दिली जाते व फरक लक्षात घेऊन निष्कर्ष काढले जातात. जेथे एका वर्गाच्या दोन तुकड्यांतील विद्यार्थी बदलणे शक्य नसते तेथे ही पद्धती वापरली जाते.

१०) चक्रीय अभिकल्प : जेव्हा संशोधकाला यादृच्छिक पद्धतीने दोन गट सारखे करता येत नाहीत, तेव्हा ही पद्धती वापरावी. एका वर्गाच्या दोन तुकड्या घ्याव्यात. दोन समान क्षमतेचे घटक निवडावेत. पहिल्या गटाला पहिला घटक प्रायोगिक पद्धतीने शिकवावा, दुसऱ्या गटास तोच घटक पारंपरिक पद्धतीने शिकवावा. नंतर उत्तर चाचणी द्यावी. त्यानंतर पहिल्या गटाला दुसरा घटक पारंपरिक पद्धतीने शिकवावा. दुसऱ्या गटास दुसरा घटक प्रायोगिक पद्धतीने शिकवावा. नंतर उत्तर चाचणी द्यावी. दोन्ही उत्तर चाचण्यांतील दोन वर्गांचा फरक काढावा व त्यावरून निष्कर्ष काढावेत.

१३.५ प्रायोगिक पद्धतीच्या मर्यादा

प्रायोगिक पद्धतीला पुढील तेरा मर्यादा दिसून येतात.

१) बाह्य चल : शिक्षणशास्त्र हे सामाजिक शास्त्र आहे. यामध्ये मानवी जिवांचा संबंध प्रयोगाशी येतो. अशा वेळी विविध बाह्य चल नियंत्रित करणे हे फार अवघड बनते. अशा वेळेस स्वाश्रयी चलाचा आश्रयी चलावरील परिणाम पाहणे फार अवघड आहे.

२) एक घटक परिणाम अशक्य : जेव्हा एखादी नवीन पद्धती शिक्षकाकडून वापरली जाते व फार मोठे यश मिळते तेव्हा त्या पद्धतीबरोबर तिचा वापर करणारा बुद्धिमान, उत्साही शिक्षकही यशाचा एक महत्त्वाचा वाटेकरी असतो. मानवी व्यवहारात एका घटनेचे एकच एक कारण किंवा एका घटनेचा एकच एक परिणाम होतो असे गृहीत धरणे फार अवघड असते.

३) परिपक्वता : पूर्व व उत्तर चाचणीमध्ये जेवढा अधिक काळ जातो तेवढी प्रयोज्याची परिपक्वता कालमानानुसार वाढत जाते. या परिपक्वतेच्या मोजमापाचे साधन नसल्याने प्रायोगिक पद्धतीमध्ये स्वाश्रयी चलाचे प्रभावमूल्य विनाकारण वाढते.

४) कृत्रिमता : प्रयोगाच्या वेळचे वातावरण कृत्रिम असल्याने नैसर्गिक अवस्थेमधील निष्कर्ष मिळत नाहीत.

५) पूर्व चाचणीने जागरूकता येते : पूर्व चाचणीने दोन्ही गटांतील प्रयोज्य जागरूक बनतात. त्याचा परिणाम म्हणून ते नैसर्गिक प्रतिसाद न देता अपेक्षित प्रतिसाद देण्याचा प्रयत्न करतात.

६) प्रायोगिक गटांत अधिक आत्मीयता : नियंत्रित गटापेक्षा प्रायोगिक गटात आपला समावेश झाल्याने त्यातील प्रयोज्यात प्रयोगाबद्दल आत्मीयता वाढते त्यामुळे ते अधिक प्रयत्नपूर्वक लक्ष देतात व त्याचा परिणाम दिसून येतो.

७) प्रयोज्याच्या पूर्व परिचयाने पक्षपातीपणा : प्रयोजकाला प्रयोज्याची आधीच माहिती असेल तर प्रयोगप्रक्रियेवर विपरीत परिणाम होतो. प्रयोगामध्ये निष्पक्षपातीपणा राहत नाही. तसेच वस्तुनिष्ठता राहत नाही.

८) टोकाचे प्रयोज्य कमी झाल्यास विपरीत परिणाम : दोन्ही गटांमध्ये निवडलेले सदस्य काही कारणाने कमी झाले तर प्रयोगावर त्याचा विपरीत परिणाम होतो. ते जर खूप खालच्या अथवा वरच्या गुणांकांचे असतील तर हा परिणाम अधिक वाढलेला दिसून येतो.

९) असमान गटाने वैधता कमी होते : दोन गट जर समान झाले नाहीत तर प्रयोगावर अनिष्ट परिणाम होतो. निवड करताना जर फरक राहिला तर निष्कर्षांमध्ये वैधता कमी होते.

१०) सरासरीकडे झुकण्याचा कल : सरासरीकडे झुकणे ही नैसर्गिक मानवी प्रवृत्ती आहे. पहिल्या चाचणीत जास्त गुण मिळविणारा दुसऱ्यात कमी गुण मिळविणे आणि पहिल्या चाचणीत कमी गुण मिळविणारा दुसऱ्या चाचणीत जास्त गुण मिळविणे हे सरासरीकडे झुकण्याच्या मानवी प्रवृत्तीने शक्य आहे.

११) कसोट्यांचा अयोग्य वापर : विशिष्ट गुणवैशिष्ट्ये पाहण्यासाठी योग्य कसोटी मिळणे, तिचा योग्य वापर करता येणे व ती वापरली असता प्रयोज्याने योग्य तऱ्हेने समजून उत्तरे देणे या गोष्टीही अत्यंत महत्त्वाच्या आहेत. त्यांच्यामध्ये दोष राहिला तर निष्कर्षांवर विपरीत परिणाम होईल.

१२) एक गट अभिकल्पात पूर्व अध्यापनाचा प्रभाव : जेव्हा एक गट अभिकल्प वापरला जातो तेव्हा पहिल्या अध्यापनाचा प्रभाव पूर्णपणे पुसून अध्यापन सुरू करणे, असे घडत नाही.

१३) बाह्य कारकाचा समान परिणाम होत नाही : विशिष्ट बाह्य कारकाचा सर्व प्रयोज्यांवर सारखा परिणाम होत नाही. एखादा प्रयोज्य भूक सहन करू शकत नसेल तर एखादा भूक सहज सहन करू शकत असेल. अशा वेळेस दोघांच्या प्रतिसादामध्ये तफावत येण्याची शक्यता असते.

१३.६ प्रायोगिक पद्धतीचे महत्त्व

प्रायोगिक पद्धतीला वरील अनेक मर्यादा असल्या तरीही एक महत्त्वपूर्ण पद्धती आहे हे मान्य करावेच लागते. या पद्धतीचे महत्त्व आपणास पुढीलप्रमाणे सांगता येईल.

१) शास्त्रीय पद्धत : प्रायोगिक पद्धतीमधील कार्य अत्यंत शास्त्रीय पद्धतीने चालते. प्रयोगशाळेतील शास्त्र विषयासारख्या प्रयोगांमध्ये वापरली जाणारी पद्धती मानवी व्यवहार समजून घेण्यासाठी वर्गामध्ये आणली गेली आहे. अर्थात, ही पद्धती वर्गामध्ये आणताना त्यात आवश्यक ते फेरफार केले गेले आहेतच.

२) कार्यकारणभाव : योग्य पद्धतीने प्रयोग केल्यानंतर एखाद्या परिणामाचे निश्चित कारण कोणते याची निश्चिती या पद्धतीमधून करता येते; म्हणजेच कार्यकारणभावाची निश्चिती या पद्धतीतून होते.

३) अचूकता : या पद्धतीत जास्तीतजास्त अचूकता आणण्याचा प्रयत्न केला जातो. कार्यपद्धती अचूक असल्याने त्यातून मिळणारे निष्कर्षही बिनचूक असतात.

४) परिकल्पना तपासणी योग्य : संख्याशास्त्रीय पद्धतीने परिकल्पना तपासणी करता येते. त्यामुळे परिकल्पना तपासण्याची क्रिया योग्य पद्धतीने होते.

१४

गुणात्मक संशोधन

१४.१ गुणात्मक संशोधन संकल्पना

१४.२ गुणात्मक संशोधनात माहिती संकलनासाठी आवश्यक साधने

१४.३ गुणात्मक संशोधनाची वैशिष्ट्ये

१४.४ गुणात्मक संशोधनाची गृहीतके

१४.५ गुणात्मक संशोधनात वापरल्या जाणाऱ्या विविध पद्धती

१४.६ संशोधकाने संशोधन विषयाची माहिती घेणे केव्हा थांबवावे?

१४.७ गुणात्मक संशोधनात माहितीचे पृथक्करण व अर्थनिर्वचन

१४.८ ही पद्धती स्वीकारताना घ्यावयाची काळजी

१४.९ गुणात्मक संशोधनाचे फायदे

१४.१० गुणात्मक संशोधनाच्या मर्यादा

१४.११ गुणात्मक संशोधनाची सार्थकता

१४.१२ आराखडा व अहवाल लेखन पायऱ्या

१४.१३ गुणात्मक संशोधन पद्धती वापरता येऊ शकणारे काही संशोधन विषय

१४.१ गुणात्मक संशोधन संकल्पना

मानसशास्त्र, समाजशास्त्र, मानववंशशास्त्र या विषयांच्या विविध सिद्धान्तावर बऱ्याच प्रमाणात आधारित असलेले शैक्षणिक संशोधन प्रत्यक्षार्थवादी, प्रायोगिक स्वरूपाचे, संख्यात्मक असणे हे अगदी नैसर्गिक आहे आणि मोठ्या प्रमाणात शैक्षणिक संशोधनाचे स्वरूप आजही संख्यात्मक दृष्टिकोनांवर आधारित असलेले दिसून येते. तथापि, इतिहास, तत्त्वज्ञान यांसारख्या विषयांच्या सिद्धान्तावर आधारित शैक्षणिक

संशोधनाचा दुसराही दृष्टिकोन आहे. ज्याला 'गुणात्मक संशोधन' म्हणून संबोधले जाते. संख्यात्मक संशोधनाला निरीक्षणाचा प्रमुख आधार असतो. वास्तवता हा या संशोधनाचा मूलभूत स्रोत असतो. संशोधकाचे वस्तुनिष्ठ निरीक्षण हा त्याचा महत्त्वपूर्ण पाया असतो. सामान्यविधानक्षमता व कार्यकारणभाव ही या संशोधनाची प्रमुख वैशिष्ट्ये असतात तर व्यक्तिनिष्ठता, व्यक्तिगत मूल्ये, संशोधकाची मनोभूमिका, तत्त्वप्रणाली यांचा कसलाही समावेश या संशोधनात होऊ नये अशी अपेक्षा असते; पण प्रश्न असा निर्माण होतो की समष्टीवादी दृष्टिकोनाचे काय? गुलाबाच्या काही पाकळ्या, काही पाने व थोडे काटे असलेला देठ, पाकळ्या जोडलेल्या असतात तो स्त्रीकेसर, पुकेसराचा भाग आपल्यासमोर ओळीने मांडून ठेवले तर टवटवीत, देखण्या, सुवासिक, मन मोहून टाकणाऱ्या गुलाबाच्या फुलाची प्रचीती आपल्याला येऊ शकेल? याचे उत्तर 'नाही' असेच आहे; म्हणजेच समष्टीवादी दृष्टिकोनाचे The whole is greater than its parts हे सूत्र आपण मान्य करतो. तोच नियम संशोधन प्रक्रियेला लावला तर प्रश्नावली, मुलाखती, निरीक्षणाने मिळणारी आकडेवारी संख्या येथे संशोधन प्रक्रिया थांबवायची? याचेही उत्तर 'नाही' असेच आहे.

या सर्व चर्चेतून असे म्हणावेसे वाटते की, शैक्षणिक संशोधनाचे दोन दृष्टिकोन दोन विभाग आहेत एक संख्यात्मक दुसरा गुणात्मक. दोन्ही विभागाची क्षेत्रे वेगळी आहेत. दोन्ही विभागात सर्वेक्षण, दस्तऐवज पृथक्करण, Case Study च्या पद्धती वापरता येतात पण स्वरूप वेगळे असेल. यापूर्वी आपण अभ्यासलेल्या संशोधन प्रकारांपेक्षा अगदी वेगळा संशोधन प्रकार म्हणून गुणात्मक संशोधन प्रकाराकडे आपल्याला पाहावे लागेल. ही एक संशोधन पद्धती आहे. या पद्धतीची मूलभूत संकल्पना लक्षात येण्यासाठी आपल्याला संशोधनाचे दोन विभाग करावे लागतील, एक संख्यात्मक व दुसरा गुणात्मक.

यापूर्वी आपण संख्यात्मक संशोधन पद्धतींचा परिचय करून घेतला आहे. या पद्धतींमध्ये सांख्यिकीय तंत्राचा विचार केला जातो. विविध चलांचे मापन करताना त्यांच्या संख्यात्मक स्थितीचा विचार केला जातो. संशोधनाच्या उद्दिष्टांचे निर्णय या संख्यात्मक माहितीच्या आधारे केले जातात तसेच परिकल्पना असतील तर त्या स्वीकारणे अथवा त्याज्य करणे हे संख्यात्मक माहितीच्या आधारे ठरविले जाते.

गुणात्मक संशोधनात, ज्या पद्धतीला एरिकसनने अर्थ निर्वचनात्मक संशोधन (Interpretive Research) असे नेमके व अर्थपूर्ण नाव दिले आहे, नेमकी वेगळी प्रक्रिया होते. येथे सांख्यिकी पद्धतीचा त्याग केला जातो. येथे गुणधर्माकडे, माहितीच्या सखोलतेकडे, अर्थपूर्णतेकडे अधिक भर दिला जातो. येथे प्रथम परिकल्पना मांडणे ही प्रक्रिया नसते. विविध चलांचा एकमेकांशी परस्परांशी कोणता संबंध आहे हे

शोधण्यासाठी माहिती मिळविण्याची एक उत्तम प्रक्रिया पार पाडली जाते व संशोधनविषयीचा सर्वांगीण विचार केला जातो.

"any kind of research that produces findings not arrived at by means of statistical procedures or other means of quantification."

- Strauss and Corbin

संख्यात्मक प्रक्रिया न करता उपलब्ध माहितीच्या आधारे संशोधक गुणात्मक भूमिकेतून आकलन, प्रभावी अंदाज या माध्यमातून संशोधन समस्येची सर्वांगीण माहिती आकलन होण्यासाठी गुणात्मक संशोधन एक महत्त्वपूर्ण पद्धती ठरू शकते. अर्थात, गुणात्मक संशोधनात अगदी मर्यादित प्रसंगी संख्यात्मक माहिती आपण वापरू शकतो. उदा. एखादा प्रसंग किती वेळा घडला आहे याची नोंद ठेवणे; पण सर्वसामान्यपणे गुणात्मक संशोधनात संख्यात्मक माहिती न वापरता अर्थनिर्वचन केले जाते हे सूत्र अत्यंत महत्त्वाचे आहे.

१४.२ गुणात्मक संशोधनात माहिती संकलनासाठी आवश्यक साधने

गुणात्मक संशोधनात माहिती संकलनासाठी पुढील साधनांचा उपयोग केला जातो - १) सखोल, मुक्त मुलाखती २) प्रत्यक्ष निरीक्षण ३) लिखित साहित्य- दैनंदिनी, पत्रे, वृत्तपत्रातील बातम्या, अहवाल ४) ऑडिओ-व्हिडिओ टेप्स ५) विविध कसोट्या व शोधिका ६) इतरांचे अनुभव ७) मतावली ८) प्रतिसादकाचे बोलणे, लेखन, वागणे यांपैकीसुद्धा पहिल्या दोन तंत्राचा अधिक उपयोग केला जातो. ज्या लोकांच्या समस्यांचा अभ्यास करायचा त्यांच्यात जाऊन अत्यंत सविस्तरपणे त्यांची नोंद केली जाते. तत्संबंधी कागदपत्रे, वृत्तपत्रे, फोटोग्राफ्स यांचा आधार घेतला जातो. त्या विषयांची माहिती मिळण्याची प्रक्रिया संपेपर्यंत, माहिती घेतली जाते आणि विशेष महत्त्वाचा मुद्दा म्हणजे संख्यात्मक संशोधनात माहितीचे संकलन, सारणीकरण, संख्यात्मक पृथक्करण केल्यानंतर अर्थनिर्वचनाची प्रक्रिया सुरू होते तर गुणात्मक संशोधनात ती संशोधनाच्या पूर्ण प्रक्रियेत चालू असते.

१) सखोल, मुक्त मुलाखती : सहज संवाद काही नियोजित प्रश्न व योजनाबद्ध प्रमाणित मुक्त मुलाखत अशा चढत्या क्रमाने या साधनांचा वापर संशोधक करू शकतो. (पॉइंट १.३ पहावा.)

२) प्रत्यक्ष निरीक्षण : नैसर्गिक स्थितीतील वर्तन सुरू असताना सहभागी व्यक्तीचे केलेले प्रत्यक्ष निरीक्षण ही या संशोधन प्रकारातील सर्वोत्तम माहिती संकलनाची प्रक्रिया म्हणावी लागेल. घटना घडत असताना निरीक्षणात अनुभवाच्या पूर्णत्वाचा समावेश असतो. निरीक्षण विविध पद्धतींनी करता येते याचा पूर्वी आपण विचार केलेला आहेत. (पॉइंट १.२ पहावा.)

३) लिखित साहित्य : यात दैनंदिनी, पत्रे, वृत्तपत्रातील बातम्या, अहवाल इ. बाबींचा समावेश होतो.

४) ऑडिओ, व्हिडिओ टेप्स : प्रतिसादकाच्या संबंधातील ऑडिओ टेप्स ऐकून व व्हिडिओ टेप्स ऐकून, पाहून माहिती संकलित केली जाते.

५) विविध कसोट्या व शोधिका : विविध प्रकारच्या पण आवश्यक असणाऱ्या मानसशास्त्रीय कसोट्यांचा व शोधिकांचा वापर केला जातो.

६) इतरांचे अनुभव : इतरांचे प्रतिसादकाबाबतचे अनुभव विचारात घेतले जातात.

७) मतावली : प्रतिसादकाच्या संबंधातील इतरांना व प्रतिसादकाला मतावली देऊन अधिक माहिती प्राप्त केली जाते.

८) प्रतिसादकाचे विचार व वर्तन : प्रतिसादकाचे बोलणे, लेखन, वागणे या माध्यमातूनही सविस्तर माहिती मिळू शकते.

१४.३ गुणात्मक संशोधनाची वैशिष्ट्ये

१) गुणात्मक संशोधनाचे कार्यक्षेत्र कृत्रिम नसून नैसर्गिक असते. जे जसे घडते ते तसे संशोधक पहातो. २) एका पाठोपाठ घडणाऱ्या घटनांवरून उद्‌गामी पद्धतीने निष्कर्ष काढले जातात. ३) घटनेचे सविस्तर वर्णन असते. ४) संशोधन प्रक्रियेच्या अंतर्गत येणाऱ्या विविध व्यक्तींचा स्वतंत्रपणे, त्यांच्या अनुषंगाने, त्यांच्या विचार करण्याच्या पद्धतीचा अभ्यास करून अथ निर्वचन केले जाते. ५) हे संशोधन पूर्व नियोजनाचे प्रक्रियेने बंदिस्त नसते तर येणाऱ्या विविध अनुभवांनुसार त्यात खुलेपणा असतो. ६) या संशोधनात संशोधनास योग्य असणाऱ्या नमुना निवडीचे हेतुपुरस्सर आयोजन केले जाते जेणेकरून त्या संशोधन विषयाची मूलगामी व सविस्तर माहिती मिळेल. ७) प्रत्येक व्यक्ती ही इतरांपेक्षा वेगळी आहे. त्या व्यक्तीचे स्वतःचे काही स्वतंत्र गुणधर्म असतात. निसर्गानेच ही व्यक्तिभिन्नता ठेवली आहे याचा अधिक विचार होतो.

१४.४ गुणात्मक संशोधनाची गृहीतके

"Finally, six assumptions of qualitative research (Merriam,1988) include the following: it is descriptive; it involves fieldwork; it is " concerned primarily with process rather than outcomes or products" (p.19); it is inductive in that researchers build abstractions, concepts,theory and hypotheses from details; the "researcher is the primary instrument for data collection and analysis;" and it is primarily "interested in meaning- how people make sense of their lives, experiences and their structures of the world" (p.19)

(Research in Education, Ninth Edition - John W. Best, James V. Kahn 2006, Page 255).

अतिशय सुरेख पद्धतीने गुणात्मक संशोधनाची गृहीतके मेरियम यांनी सुचविलेली आहेत – १) गुणात्मक संशोधन वर्णनात्मक असते. संबंधित विषयाची भरपूर माहिती जमा केलेली असते व त्याची सविस्तर माहिती दिलेली असते. २) त्यामध्ये क्षेत्रकार्य समाविष्ट असते. संशोधनाशी संबंधित विषयांसंबंधी प्रत्यक्ष निरीक्षण, संवाद, भेटी, चर्चा यातून हे प्रत्यक्षात येते. ३) निष्पत्ती अथवा निर्मितीपेक्षा प्रक्रियेशी अधिक संबंध असतो. काय घडले यापेक्षा कसे घडले याकडे अधिक लक्ष असते. ४) सविस्तर माहितीच्या आधारे अमूर्त संकल्पना, कल्पना, सिद्धान्त, परिकल्पना यांची संशोधक उभारणी करीत असल्याने ही पद्धती उद्गामी आहे. ५) माहिती संकलन आणि पृथक्करणाचे प्राथमिक साधन व्यक्ती संशोधक असते. लोक अनुभवांचा अर्थ कशा प्रकारे लावतात, जीवन प्रक्रियेचा अर्थ कशा प्रकारे लावतात याचा अर्थ शोधण्याकडे या संशोधनाला विशेष आवड असते.

१४.५ गुणात्मक संशोधनात वापरल्या जाणाऱ्या विविध पद्धती

गुणात्मक संशोधक संशोधनाच्या कोणत्या भागाकडे लक्ष केंद्रित करू इच्छिते व संशोधक त्या विषयावर किती कालावधीपर्यंत काम करण्याचे नियोजन करतो यावर कोणती पद्धती वापरून संशोधन करायचे हे ठरते. पुढील काही पद्धतींची आपण थोडक्यात माहिती पाहू.

१) व्यक्तिअभ्यास : (या पुस्तकातील पॉइंट १२.६ पहावा.)

एक व्यक्ती, कुटुंब, समाज गट, संस्था, समुदाय यांपैकी कोणतेही एक एकक व्यक्तिअभ्यासात येते. त्या एककाचा जीवनक्रम समजणे अथवा जीवनक्रमाचा एक भाग समजणे हा प्रधान हेतू.

या ठरावीक कालावधीत विकास कसा झाला हे यात पाहिले जाते व या सर्व प्रक्रियेत एका एककावरून त्यासारख्या अनेकांसंबंधी माहिती मिळते म्हणून संशोधकाने एकक प्रातिनिधिक निवडावा.

प्रकार : एका घटकाचा विचार (Intrinsic), एका घटकाचा विस्तृत विचार (Instrumental), अनेक घटकांचा विचार (Collective) व्यक्ती अभ्यास गुणात्मक पद्धतीत वापरताना पद्धती बदलेल.

२) प्रकृतीवादी अन्वेषण (Naturalistic inquiry) **सांस्कृतिक मानववंशशास्त्र** (Cultural anthropology) **:** Ethnographic studies - Ethnomethodical studies - Ethnology = मानववंशशास्त्र (The Scientific description of different people races and their culture is Ethnography) – ही एक क्षेत्रीय अभ्यासाची पद्धती

आहे. निरीक्षण, संवाद व संबंधित अभ्यासगटाच्या गुणवैशिष्ट्यांचा सूक्ष्म व सविस्तर अभ्यास याद्वारे हे संशोधन केले जाते. १९ व्या शतकाच्या अखेरच्या कालखंडात या प्रकारच्या संशोधनाकडे संशोधकांचे अधिक लक्ष गेले. जगाच्या विविध भागात असे काही मानवी गट आहेत ज्यांची संस्कृती वेगळी आहे. त्यांच्या राहण्याच्या पद्धती, कुटुंबातील वेगवेगळ्या पद्धती, बालसंगोपन, संस्कार, रूढी, परंपरा यांचा अभ्यास या प्रकारच्या संशोधनात केला जातो. गुणात्मक संशोधनप्रक्रियेतील ही दुसरी महत्त्वपूर्ण पद्धती आहे. काही वर्तनप्रकार असे असतात की, त्यांचे निरीक्षण ते वर्तनप्रकार स्वाभाविकपणे घडत असताना करणे योग्य ठरते. अशा स्वाभाविकपणे घडणाऱ्या वर्तनाची नोंद ठेवून त्यांचा अभ्यास करणे हा या संशोधनाचा प्रमुख हेतू असतो. आदिवासी, वारली अशा लोकसमूहांचा अभ्यास या विभागामध्ये येईल.

शोधसामग्री प्राप्त करण्यासाठी प्रतिसादकांचे अलिप्तपणे केलेले निरीक्षण तसेच सहभागी होऊन केलेले निरीक्षण, मुलाखती, संबंधितांच्या रोजनिशींचा अभ्यास इ. तंत्रांचा वापर करण्यात येतो. या सर्व साधनांच्या माध्यमातून प्राप्त झालेल्या माहितीचा सामाजिक व सांस्कृतिक दृष्टिकोनात अर्थ शोधण्याचा प्रयत्न केला जातो व त्यातून सिद्धान्त निर्मिती केली जाते.

"It involves the prolonged, intensive ane direct involvement of the researcher in the lives and activities of the group in question. The aim of these researches is to share the experiences of those being studied in as natural as possible in order to understand better how these people viewed and made sense of their words." – हिचकाल आणि हचुजेस

इथनोग्राफीची व्याख्या : "Ethnography is a non manipulative study of the cultural characteristics of a group in real world rather than laboratory settings, utilizing ethnographic techniques and providing a sociocultural interpretation of the research data." – नूनान

या पद्धतीचा उपयोग करताना दोन संकल्पना पूर्णपणे समजून घेणे अत्यंत महत्त्वाचे आहे. त्यांपैकी पहिली Emic याचा अर्थ संशोधक ज्या गटाच्या संस्कृतीचा अभ्यास करणार आहे. त्या गटाला प्रतिसादकांना स्वत:च्या संस्कृतीबद्दल काय वाटते? आणि दुसरी संकल्पना Etic याचा अर्थ संशोधकाने त्या गटाच्या प्रतिसादकांच्या संस्कृतीसंबंधी बाह्यजग, बाह्यतज्ज्ञ तसेच स्वत: संशोधक यांना त्यासंबंधी काय वाटते? या संशोधनात काही वेळा संशोधक स्वत: त्या गटामध्ये एक घटक म्हणून प्रवेश करूनही त्या गटाच्या संस्कृतीचा अभ्यास करताना दिसतात.

एकापेक्षा अधिक तज्ज्ञ या गटात सहभागी झाले तर त्या गटातील विविध छटा असणाऱ्या विचारप्रणाली, मते संशोधकास प्राप्त होऊ शकतात. ज्यामुळे त्या

गटाच्या संस्कृतीचा अधिक सविस्तर परिचय संशोधकास होऊ शकतो. मिळालेल्या माहितीचा Etic पद्धतीने शास्त्रशुद्ध अभ्यास करता येतो.

इथनोग्राफीक (स्टडी/रिसर्च) म्हणजेच प्रकृतीवादी अन्वेषणात संशोधनामध्ये मिळालेल्या आधारसामग्रीचे माहितीचे अर्थ निर्वचन करताना वरील 'emic' व 'etic' या दृष्टिकोनांचा महत्त्वपूर्ण उपयोग होतो. त्याचबरोबर यासाठी तिसरा घटक म्हणजे symbols त्या संस्कृतीशी संबंधित वस्तू, कपडे, कलाकुसरीच्या वस्तू, तंत्रज्ञान वगैरे. चौथा घटक म्हणजे त्या संस्कृतीशी संबंधित काही श्रद्धा, विश्वास, मतप्रणाली. या सर्व माहितीच्या आधारे परिकल्पना निश्‍चित केल्या जातात. त्या परिकल्पनांना पूरक माहिती मिळत राहिली तर त्या परिकल्पना स्वीकारल्या जातात. अन्यथा, त्यांचा त्याग केला जातो. संबंधित गटातील प्रतिसादकांशी विचारांची देवाणघेवाणही होते व यानंतरच अर्थनिर्वचनाची प्रक्रिया होते.

प्रकृतीवादी अन्वेषणाची वैशिष्ट्ये : १) प्रतिसादक ज्या परिसरात, वातावरणात आपले जीवन जगत असतात व आपले दैनंदिन कार्य करत असतात त्या वातावरणात संशोधन प्रक्रिया कार्यान्वित होते. २) संशोधन प्रक्रिया प्रदीर्घ असते. ३) संशोधक संशोधन प्रक्रियेला कोणत्याही प्रकारे प्रभावित करीत नाही. ४) संशोधनात मिळालेली माहिती व त्या माहितीचे अर्थनिर्वचन यामध्ये आंतरक्रिया होते. ५) संशोधनप्रक्रिया सुरू झाल्यानंतर मिळालेल्या माहितीच्या आधारे परिकल्पना निश्चित केल्या जातात व पुढे गरज पडल्यास त्या त्याज्यही केल्या जातात. ६) माहितीचे संकलन व तिचे अर्थनिर्वचन एकाचवेळी सुरू असते. ७) संशोधक संशोधनातील वस्तू, घटना यांच्याशी एकरूप झालेला असतो. संख्यात्मक संशोधन प्रक्रियेमध्ये त्याची भूमिका अलिप्त असते.

मानवी वर्तनासंबंधीच्या पुढील दोन गृहीतकांवर ही पद्धती आधारित आहे.

१) प्रकृतीवादी गृहीतक (Cultural Hypothesis) : ज्या परिस्थितीत मनुष्य एखादी क्रिया करतो. त्या परिस्थितीचा त्याच्या वर्तनावर फार मोठा परिणाम होत असतो. मनुष्याचे वर्तन घरामध्ये, शाळेमध्ये, समाजामध्ये, मित्रांमध्ये घडणाऱ्या विविध प्रसंगांमध्ये परिस्थिती सापेक्ष असते. अशा वेळी त्याच्या वर्तनाचा नैसर्गिक परिस्थितीत अभ्यास करणे योग्य ठरते.

२) गुणात्मक गृहीतक (Qualitative hypothesis) : संशोधक व प्रतिसादक यांची मनोधारणा, विश्वासप्रणाली, विचारप्रणाली या बाबींचा संशोधन प्रक्रियेवर फार मोठा परिणाम होत असतो व त्याचा विचार केल्याशिवाय मानवी वर्तनाचे प्रामाणिक आकलन होऊ शकणार नाही; म्हणजेच संशोधक हा वस्तुनिष्ठ असतो हे गृहीतकच अमान्य आहे. त्याची व्यक्तीनिष्ठता संशोधन प्रक्रियेत दिसून येणार. पेला अर्धा भरलेला

आहे का अर्धा रिकामा आहे हे आपल्याला संशोधकच सांगणार.

३) अनुभवजन्य अभ्यास पद्धती (Phenomenological Studies) : Phenomenology ही तत्त्वज्ञानाची एक शाखा आहे. एखादा ज्ञानेंद्रियांनी समजण्यायोग्य अनुभव. या प्रकारच्या संशोधनात जे प्रतिसादक आहेत त्यांच्या अनुभवांचे व संकल्पनांचे सखोल पृथक्करण केले जाते. एखादी व्यक्ती जीवन जगत असताना सभोवतालची परिस्थिती जाणून घेण्याचा प्रयत्न करत असते. स्वत:च्या बुद्धीनुसार, भावनेनुसार, क्षमतेनुसार विशिष्ट परिस्थितीत विशिष्ट वर्तन करीत असते. एखाद्या विशिष्ट विषयाबाबत व्यक्तींचे विचार जाणून घेणे हे या प्रकारच्या संशोधनाचे उद्दिष्ट असते. साहजिकच, सखोल मुलाखतींचा आधार घेऊन या प्रकारचे संशोधन केले जाते. अर्थात, एका व्यक्तीचा विचार न करता अनेक प्रतिसादकांमध्ये सर्वसामान्य विचार शोधण्याचा प्रयत्न येथे केला जातो.

गुणात्मक संशोधनातील ही एक महत्त्वपूर्ण पद्धती आहे. एखाद्या सर्वसामान्य विषयाच्या संदर्भात, अनुभवाच्या संदर्भात माहिती जमा केली जाते. विद्यार्थ्यांना शाळेतील सर्वांत आवडणारा शिक्षक व त्याची गुणवैशिष्ट्ये यांचा शोध घेणे, गुणवत्तेत आघाडीवर असणाऱ्या विद्यार्थ्यांची गुणवैशिष्ट्ये कोणती ते पहाणे अशाप्रकारचे अभ्यास या प्रकारात येतात. यासाठी या संशोधनात प्रदीर्घ मुलाखती, चर्चा, सहभागी निरीक्षण, या साधनांचा वापर केला जातो. व्यक्तीच्या अनुभवाच्या आत्मनिष्ठतेवर फिनॉमेनॉलॉजिस्टचा विश्वास असतो. एखादी कथा वाचली, एखादा अनुभव घेतला तर प्रत्येक व्यक्ती स्वत:च्या क्षमतेनुसार त्यावर प्रतिक्रिया देताना दिसते. संशोधकाचा स्वत:चाही त्या विषयाबद्दल, अनुभवाबद्दल एक मतप्रवाह असतो. प्रत्येक विषयाचा, अनुभवाचा एक सर्वमान्य, सार्वत्रिक वैशिष्ट्यांचा गाभा असतो; म्हणजेच वरील उदाहरणामध्ये सर्वांत आवडणाऱ्या शिक्षकाची गुणवैशिष्ट्ये यांना एक सार्वत्रिक स्वरूप असते. ते महाराष्ट्रात, भारतात, जगात एकच असणार. उदा. विषय प्रभुत्व, भाषा प्रभुत्व, नियमितता, विद्यार्थ्यांबद्दल असणारा जिव्हाळा इ. अशा प्रकारे संशोधकाचे विचार, प्रतिसादकांच्या प्रतिक्रिया यांचा एकत्रित विचार करण्यात येतो; म्हणजेच संशोधक संशोधन प्रक्रियेशी पूर्णपणे एकरूप होतो.

एखाद्या इंद्रियजन्य अनुभवाचा, फिनॉमेननचा संशोधनाच्या दृष्टिकोनातून अभ्यास करीत असताना अर्थातच त्या विषयाबाबतचे पूर्वग्रह बाजूला टाकायचे असतात, सर्वसामान्य जनमत प्रवाह दूर ठेवायचा असतो. इतकेच काय तर्कशास्त्र, सामान्य विचारही दूर ठेवायचा असतो. इथे फक्त प्रतिसादकांनी व्यक्त केलेली मते, त्यांनी प्रकट केलेल्या भावना, त्यांना त्या अनुभवाची झालेली जाणीव, त्यांनी व्यक्त केलेले प्रतिसाद व संशोधकाची विचारप्रणाली यांचा एकत्रित विचार केला जातो.

या प्रकारच्या संशोधनात राष्ट्रीय स्तरावर 'आदर्श शिक्षक पुरस्कार' मिळालेल्या शिक्षकांचा, उच्चस्तरीय गुणवत्ता प्राप्त केलेल्या विद्यार्थ्यांचा त्यांनी प्राप्त केलेल्या वैशिष्ट्यपूर्ण अनुभव प्रणालीचा अभ्यास करता येतो.

४) उपलब्ध माहितीच्या पायावर उभा असणारा सिद्धान्त (Grounded Theory Research) : गुणात्मक संशोधनाचा हा एक प्रकार आहे. एखाद्या संकल्पनेवर आधारित प्राप्त माहितीतून कोणता सिद्धान्त निष्पन्न होतो? एखाद्या क्षेत्रातील वास्तवतेचे ज्ञान होते. निरीक्षण, मुलाखती, उपलब्ध साहित्य, इंटरनेट, व्हिडिओ टेप या माध्यमातून माहिती संकलन केले जाते. उद्गामी पद्धतीचा वापर केला जातो.

५) दस्तऐवज पृथक्करण पद्धती (Document or Content Analysis) : ऐतिहासिक संशोधनाप्रमाणेच ही पद्धती आहे. एक महत्त्वाचा फरक म्हणजे ऐतिहासिक संशोधनात भूतकाळातील माहितीचे पृथक्करण केले जाते तर या संशोधनात वर्तमानकाळातील माहितीचाही उपयोग केला जातो. (अधिक माहितीसाठी याच पुस्तकातील प्रकरण १२ मधील पॉइंट १२.११ पाहावा.)

सर्वेक्षण पद्धतीचा उपयोग करूनही गुणात्मक संशोधन केले जाते. अर्थनिर्वचनात्मक विविध संशोधन पद्धतींचाही उपयोग केला जातो. एक अथवा अनेक पद्धतीचे योग्य एकत्रीकरण करूनही गुणात्मक संशोधन केले जाते.

१४.६ संशोधकाने संशोधन विषयाची माहिती घेणे केव्हा थांबवावे?

Guba यांच्या मतानुसार गुणात्मक संशोधनाची उद्दिष्टे विचारात घेऊन, माहिती मिळण्याच्या केंद्राकडून सर्वदूर सखोल माहिती घेऊन, नमुना निवडीकडून ठरविलेली माहिती विस्तृत प्रमाणात प्राप्त करून – १) आधारभूत घटकांची माहिती पूर्ण घेऊन झाल्यावर २) नियमिततेचा उचित समावेश झालेला दिसल्यावर ३) संशोधनाच्या सीमारेषा पार केल्यावर संशोधकाने संशोधन विषयाची माहिती घेणे थांबवावे.

१४.७ गुणात्मक संशोधनात माहितीचे पृथक्करण व अर्थनिर्वचन

यापूर्वी संख्यात्मक संशोधनाच्या माहिती पृथक्करणाची व अर्थनिर्वचनाची प्रक्रिया आपण अभ्यासली आहे. गुणात्मक संशोधनाच्या माहितीचे पृथक्करण व अर्थनिर्वचन करताना आपल्याला पुढील घटकांचा विचार करावा लागेल.

माहिती विपुल प्रमाणात जमविलेली असते. विविध विभाग करून त्या माहितीचे मुद्दे, विभाग वा गटवार वा महत्त्वपूर्ण घटकांनुसार आयोजन करावे लागते.

माहितीचे गटवार वा मुद्यानुसार आयोजन केल्यानंतर संशोधकाने स्वतःच्या क्षमतेनुसार, बुद्धीनुसार, विचार प्रक्रियेनुसार त्या मुद्याची माहिती व नंतर त्या संबंधातील महत्त्वपूर्ण प्रश्नांची उत्तरे व त्यानुसार निष्कर्ष द्यावेत. संशोधनातील माहिती वास्तवातील

अचूकता संशोधनाची अंतर्गत वैधता वाढविते तर निष्कर्षांची सामान्य विधानक्षमता व पुनरावृत्ती करण्याची क्षमता संशोधनाची बाह्य वैधता वाढविते.

गुणात्मक माहितीचे पृथक्करण (Qualitative Data Analysis) : संशोधनात संख्यात्मक माहिती मिळते तशी गुणात्मक माहितीही मिळते. गुणात्मक संशोधनात गुणात्मक माहिती हा संशोधनाचा पायाच असतो. ही माहिती पुढील साधनांद्वारे मिळते. ती साधने म्हणजे मुक्त प्रश्नांची उत्तरे, विविध प्रकारचे निरीक्षण, चरित्रे, आत्मचरित्रे, प्रतिसादकांचे अनुभव, विविध प्रतिसादकांच्या दैनंदिनी, मते, वृत्तपत्रे, नोंदी, संकल्पना, श्रद्धा, पत्रे, जीवनेतिहास, ऑडिओ टेप इ. ही माहिती वर्णनात्मक स्वरूपाची असते.

अनेक वेळा ही माहिती संशोधकाने त्रोटक स्वरूपात नोंदवलेली असते. त्याचे पुन्हा सविस्तर लेखन करावे.

"Transcription is the process of converting audiotape recordings or field notes into text data." - Cresswell (P. 239)

संशोधकाने मिळालेल्या माहितीचे अर्थपूर्ण वाचन करावे. त्यानंतर त्या माहितीचे विविध विभागांमध्ये वर्गीकरण करावे व (Coding) सांकेतीकीकरण करावे. हे विभाग संशोधकाने संशोधन विषयाचा विचार करून स्वत: ठरवावे. या विविध विभागांमध्ये समन्वय कसा करावयाचा हे ठरवावे.

गुणात्मक माहितीचा विचार करताना संशोधकांमध्ये काही गुणवैशिष्ट्ये आवश्यक ठरतात. संशोधकाने समग्र विचार करणे, तर्कशुद्धता, प्रसंगाच्या संबंधात साधकबाधक विचार करणे, परिस्थिती घडण्यामागची कारणमीमांसा शोधणे, कल्पकता, खूप परिश्रम करण्याची तयारी, संशोधन विषयाशी असणारा सर्व घटकांचा संबंध, विषयाच्या मूळापर्यंत विचार करणे इ. गोष्टी आवश्यक असतात. तसेच आपल्या विषयाशी संबंधित प्रचंड माहिती संशोधकाने मिळविली तरी त्यातील महत्त्वपूर्ण व आवश्यक माहिती कोणती, विशेष महत्त्वाची नसलेली माहिती कोणती, हे ठरविणे आवश्यक. तसेच मिळालेल्या माहितीचा क्रम योग्य कसा राहील हेही पहाणे आवश्यक. यासाठी संशोधकाने आपणासमोर संशोधनाचे प्रश्न व संशोधनाची उद्दिष्टे ठेवली तर कोणती माहिती महत्त्वाची व संशोधन वृत्तान्तात ठेवायची व कोणती माहिती विशेष महत्त्वाची नाही व संशोधन वृत्तांतात ठेवायची नाही याचा योग्य निर्णय संशोधकाला घेता येतो; तसेच एखाद्या मुद्याचा विचार करताना संशोधकाने दोन पद्धतीने विचार करणे आवश्यक. पहिली पद्धत म्हणजे, त्या मुद्याशी संबंधित घटकांना त्याबद्दल काय वाटते. दुसरी पद्धत म्हणजे, त्या मुद्याशी संबंध नसलेल्या घटकांना त्याबद्दल काय वाटते. उदा. एखाद्या शाळेचा विचार करताना त्या शाळेतील मुख्याध्यापक, शिक्षक, विद्यार्थी यांचे विचार काय आहेत हे पहाणे. दुसरी पद्धत म्हणजे त्या शाळेसंबंधी बाह्य घटकांना,

परिसरातील लोकांना, समाजाला काय वाटते. शासकीय अधिकारी, शिक्षणतज्ज्ञ यांची त्या शाळेसंबंधी काय मते आहेत. असे केल्यानंतर त्या शाळेविषयी सर्वंकष माहिती मिळण्याची शक्यता आहे.

गुणात्मक संशोधनात संशोधकाने मिळालेली माहिती पुढीलपैकी वेगवेगळ्या पद्धतीने सादर करावी (Cresswell, P. 254) – १) तुलनात्मक तक्ता वापरून – उदा. संशोधनात विद्यार्थी व विद्यार्थिनी यांची माहिती असेल किंवा शहरी व ग्रामीण भागातील प्रतिसादकांची मते असतील तर तिथे असा तक्ता अवश्य वापरावा. २) कोष्टकांचा, टेबल्सचा वापर करून – जिथे आवश्यक असेल तिथे कोष्टकांचा टेबल्सचा वापर अवश्य करावा. ३) नकाशाचा वापर करून – विविध भौगोलिक ठिकाणे, शाळेतील विविध विभाग इ. सारख्या गोष्टींचा उल्लेख नकाशाचा वापर करून करावा. ४) झाडाच्या आकृतीचा वापर करून – संशोधन विषयाची गरज लक्षात घेऊन झाडाचा बुंधा हा प्रमुख विषय, प्रमुख मोठ्या फांद्या हे उपविषय व छोट्या छोट्या फांद्या हा छोटे छोटे उपविषय याद्वारेही सादरीकरण प्रभावी ठरते.

गुणात्मक संशोधन प्रक्रिया पद्धती : १) प्रथमत: संशोधक प्रचंड जमविलेल्या माहितीतून समस्येशी संबंधित माहिती ठेवेल व बाकीची अनावश्यक माहिती काढून टाकेल. २) त्यानंतर उद्दिष्टे, परिकल्पना यानुसार मिळालेल्या व आवश्यक म्हणून समोर असलेल्या माहितीवर सांकेतीकरण प्रक्रिया करेल. ३) त्यानुसार समस्या, संशोधन प्रश्न, उद्दिष्टे, परिकल्पना समोर ठेवून त्या सांकेतीकरण केलेल्या माहितीचे विभागवार आयोजन करेल. ४) विविध विभाग केलेल्या माहितीचा सखोल अभ्यास, पूर्व संशोधन निष्कर्षांशी साम्य-भेद यावर विचार, त्या विषयासंबंधी उपलब्ध साहित्यातील माहिती लक्षात घेऊन व मिळालेल्या माहितीशी त्या माहितीशी साम्य-भेद अशी तुलना करून, मिळालेल्या माहितीनुसारच अर्थनिर्वचन करण्याची प्रक्रिया करेल. ५) या निष्कर्षांच्या आधारे संशोधन समस्येची उत्तरे मांडेल.

निष्कर्ष प्रमाणित करण्याच्या पद्धती

१) त्रिकोणीकरण (Triangulation) : त्रिभुजन संशोधनात मिळालेल्या माहितीची वैधता वाढविणे हे त्रिकोणीकरणाचे मुख्य कार्य आहे. विविध माहिती स्रोत, विविध प्रक्रिया, विविध व्यक्ती याद्वारे संबंधित विषयाची अधिक बिनचूक माहिती मिळवणे व संशोधन प्रक्रिया अधिकाधिक परिपूर्ण करण्याची प्रक्रिया येथे अभिप्रेत आहे.

"Triangulation is an approach to research that uses a combination of more than one research strategy in a single investigation. Triangulation can be a useful tool for qualitative as well as quentitative researchers."

- Shefali R. Pandya (P. 443)

संशोधकाने समस्येसंदर्भात त्याच्याशी संबंधित वेगवेगळ्या प्रतिसादकांकडून माहिती प्राप्त करावी, वेगवेगळ्या ठिकाणांच्या प्रयोगातून माहिती मिळवावी व काही विशिष्ट कालावधीचे अंतर ठेवून माहिती मिळवावी. ज्यामुळे ठरावीक प्रतिसादकांकडूनच, ठरावीक भागामधूनच व ठरावीक वेळीच ही माहिती मिळाली त्यामुळे त्या माहितीवर या मर्यादांचा शिक्का पडून त्या माहितीचे महत्त्व कमी होऊ नये. याचबरोबर गुणात्मक संशोधनाची एकच पद्धत न वापरता दुसऱ्या योग्य पद्धतीचा संयुक्तपणे उपयोग करता आला तर वैधता व विश्वसनीयता वाढणार आहे. विषयाशी संबंधित इतर तज्ज्ञांचा सर्व प्रक्रियेसंबंधी चर्चा करून सहभाग घेतला व आपण जे निष्कर्ष काढले त्याची प्रक्रिया अधिक स्पष्टपणे कथन करून सामान्य वाचकांनाही ते सर्व व्यवस्थित समजले तर निश्चितपणे या गुणात्मक संशोधनाची वैधता व विश्वसनीयता वाढणार आहे.

प्रत्यक्ष संशोधन ज्या सदस्यांवर केले त्यांना निष्कर्ष दाखवून व ते योग्य असल्याची खात्री करून घेणे हा त्रिकोणीकरणाबरोबरचा दुसरा मार्ग की ज्याद्वारे संशोधक आपल्या संशोधनाची वैधता वाढवू शकतो.

२) सदस्यांची तपासणी (Member Checking) : "Researchers also check their findings with participants in the study to determine if their findings are accurate." - Cresswell (P. 259)

३) बिनचूक संशोधन (External Audit) : क्रेसवेलने संशोधनाची वैधता वाढविण्याचा हा तिसरा मार्ग सांगितला आहे. संशोधन प्रक्रियेच्या बाहेरील योग्य व निष्णात व्यक्तीला संशोधन प्रक्रिया सुरू असताना व संपल्यावर संशोधन प्रकल्पाची माहिती देणे व त्या व्यक्तीकडून लिखित स्वरूपात गुण-दोष जाणून घेणे व दोष टाळण्याचा प्रयत्न करून संशोधन बिनचूक, परिपूर्ण, वैध करण्याचा प्रयत्न हा तिसरा मार्ग आहे.

१४.८ ही पद्धती स्वीकारताना घ्यावयाची काळजी

आपण संशोधन करण्याचे ठरविल्यानंतर एखादा विषय, एखादी समस्या सोपी आहे म्हणून ती स्वीकारणे आणि एखादा विषय, एखादी समस्या अवघड आहे म्हणून ती न स्वीकारणे अशा पद्धतीने संशोधन समस्या स्वीकारू नये व त्याज्यही करू नये. संशोधकाला जी समस्या सर्वांत जास्त प्रखरतेने बेचैन करते ती स्वीकारावी. त्याचप्रमाणे संख्यात्मक पद्धतीपेक्षा गुणात्मक पद्धतीने संशोधन करण्याचे ठरविताना वरवर पहाता ही पद्धत सोपी वाटते म्हणून ती स्वीकारू नये. या पद्धतीचा पूर्ण अभ्यास करावा व आपल्या संशोधन विषयाला ही पद्धती योग्य आहे असे वाटल्यावरच स्वीकारावी. खरे पाहता ही पद्धती संशोधकाच्या संशोधनासाठी लागणाऱ्या क्षमतांना आव्हान देणारी आहे.

१४.९ गुणात्मक संशोधनाचे फायदे

१) उद्‌गामी पद्धतीचा उपयोग करून नवीन परिकल्पना मांडल्या जातात.

२) मानवी वर्तन हे व्यक्तिगत असते, प्रासंगिक असते, विशिष्ट संदर्भानुसार असते, व्यामिश्र असते अशा वेळेस संख्यात्मक अभ्यास हा अपुरा पडतो.

३) संबंधित प्रक्रियेचा सर्वांगीण विचार केला जातो.

४) संशोधकाचा व्यक्ती व घटनांशी प्रत्यक्ष संबंध येतो व त्यामुळे विषयाची व्याप्ती समजते.

५) नमुना छोटा व सहेतुक यामुळे कमी खर्चीक.

६) अभिकल्प पद्धती खुली असते, बंदिस्त नसते त्यामुळे संशोधक आवश्यकतेनुसार त्यामध्ये लवचीकता आणू शकतो.

१४.१० गुणात्मक संशोधनाच्या मर्यादा

१) छोटा नमुना त्यामुळे निष्कर्ष सामान्यीकरण कमी.

२) निरीक्षण व मुलाखतीसारख्या साधनांचा प्रामुख्याने वापर होतो व यावेळी व्यक्ती नाटकीपणाने, आदर्शवत वागण्याचा प्रयत्न करण्याची शक्यता म्हणून व्यक्तिनिष्ठता जास्त.

३) प्रक्रिया अधिक वेळ घेणारी आहे.

४) संख्यात्मक मापन नसल्याने वस्तुनिष्ठता कमी.

५) संशोधकाच्या मताचा प्रभाव पडल्यास व तो पुरेसा वस्तुनिष्ठ न राहिल्यास संशोधनात व्यक्तिनिष्ठता वाढेल.

१४.११ गुणात्मक संशोधनाची सार्थकता

पॅटनने पुढील सात प्रमुख प्रक्रियेने गुणात्मक संशोधनाची सार्थकता ठरवावी असे म्हटले आहे.

१) विरुद्ध परिकल्पना मांडून त्याने तपासणी करावी.

२) संशोधन प्रक्रियेत नकारार्थी उदाहरणे आहेत का याचा शोध घ्यावा.

३) संख्यात्मक पृथक्करणाच्या साहाय्याने इतर काही निष्कर्ष घेऊन तपासावेत.

४) माहिती मिळवण्याच्या साधनांची तुलना करावी. उदा. प्रश्नावली-निरीक्षण

५) निरीक्षकांची संख्या वाढवावी. त्रिभुजन त्रिकोणीकरण एक बाब अनेक बाजूंनी पहाता येते.

६) नमुना निवडीत अधिक सावधानता ठेवावी.

७) मूल्यमापन करणाऱ्या संशोधकामध्ये अधिक व्यक्तिनिष्ठता आणावी तसेच निष्पक्ष तज्ज्ञांकडून प्रक्रिया व परिणाम यांची तपासणी करून घ्यावी.

१४.१२ आराखडा व अहवाल लेखन पायऱ्या

आराखडा – गुणात्मक संशोधनात घडणाऱ्या घटनांचे संदर्भ हे परिस्थितीसापेक्ष असतात. त्यामुळे संशोधन प्रक्रियेची प्रत्यक्ष सुरुवात होण्यापूर्वी संशोधनाची काटेकोर रचना करता येत नाही. त्यामुळे आराखडा स्थूलस्वरूपात पुढीलप्रमाणे मांडावा. – १) प्राथमिक भाग–समस्या, उद्दिष्टे, जनसंख्या, व्याख्या, गृहीतके, व्याप्ती, मर्यादा. २) संबंधित साहित्य संशोधन परिशीलन पद्धतीचे समग्रवर्णन ३) कालावधी ४) संदर्भग्रंथ यादी

अहवाललेखन – गुणात्मक संशोधनाचे अहवाललेखनासाठी व्यक्तिअभ्यास पद्धतीचा वापर योग्य ठरतो.

पायऱ्या : १) प्राथमिक भाग व नंतर समस्या – व्याख्या – गृहीतके, व्याप्ती, मर्यादा २) संबंधित साहित्य परिशीलन ३) प्रक्रियेचे समग्र वर्णन ४) प्रक्रियेवरून अर्थनिर्वचनाची प्रणाली, कारणमीमांसा ५) निष्कर्ष ६) परिशिष्टे सर्व आधारभूत घटकांची सविस्तर मांडणी.

वरीलप्रमाणे प्रकरणांचा उपयोग संशोधक अहवाललेखनासाठी करू शकतो.

१४.१३ गुणात्मक संशोधन पद्धतीत वापरता येऊ शकणारे काही संशोधन विषय

१) 'सकाळ' वृत्तपत्रात १९९० ते २००५ या कालावधीत आलेल्या शिक्षणविषयक लेख व अग्रलेखांचा आढावा.

२) १९४७ पासून महाराष्ट्रातील राज्यकर्त्यांचे शिक्षणविषयक योगदान.

३) कोठारी आयोगानंतर महाराष्ट्रातील शिक्षण प्रणालीत केले गेलेले बदल.

४) १९४७ पासून महाराष्ट्रातील महाविद्यालयीन शिक्षक संघटनांचे उच्च शिक्षणातील योगदान.

५) एका माध्यमिक विद्यालयातील विद्यार्थी – शिक्षक यांचे नाते.

१५

साधन पद्धती

१५.१ अर्थ
१५.२ फायदे
१५.३ पायऱ्या

१५.१ अर्थ

संशोधन साधननिर्मिती म्हणजे संशोधन पद्धतीचा योग्य उपयोग करून तयार झालेली प्रयोगक्षम वस्तू होय. याला साधन निर्मितीद्वारे 'संशोधन' असेही म्हणता येईल. यशवंतराव चव्हाण महाराष्ट्र मुक्त विद्यापीठाने हा विषय चांगल्या प्रकारे विकसित केला आहे. शैक्षणिक संशोधनाच्या वेगवेगळ्या पद्धतींची यापूर्वी आपण ओळख करून घेतली आहे. त्या विविध पद्धतींमध्ये सर्व संशोधन प्रक्रिया प्रामुख्याने लिखित स्वरूपात असते पण साधन पद्धतीमध्ये ही संशोधनप्रक्रिया वस्तुनिर्मिती, साधननिर्मिती, साधनसंचनिर्मिती अशा स्वरूपाची असते. अर्थात, हे साधन प्रयोगसिद्ध हवे, शैक्षणिक उद्दिष्ट साध्य करावयास मदत करणारे हवे तसेच ते साधन कसे वापरावयाचे याची लिखित स्वरूपात माहिती त्यासोबत हवी. साधन पद्धतीने संशोधन प्रक्रिया करताना हे तीनही महत्त्वपूर्ण घटक लक्षात ठेवणे व त्याचा वापर करणे अत्यंत आवश्यक आहे. किंबहुना, या तीन घटकांशिवाय साधन पद्धती अपूर्ण ठरेल.

आता ही संशोधन पद्धती प्रत्यक्ष अस्तित्वात कशी येते त्या प्रक्रियेचा आपण विचार करू या. सद्य:परिस्थितीबद्दल असमाधान ही इतर सर्व संशोधन कार्याच्या मुळाशी असणारी स्थिती याही पद्धतीमध्ये दिसून येते. शिक्षण प्रक्रियेतील एखाद्या प्रश्नाबद्दल, विषयाबद्दल, घटकाबद्दल संशोधक असमाधानी असतो. संशोधकाच्या

मनात त्याबद्दल सतत विचार सुरू असतो. एखादे असे साधन करता येईल का की ज्याचा वापर करून ही समस्या सुटू शकेल? हा विषय अधिक चांगल्या पद्धतीने शिकविता येईल? हे प्रश्न संशोधकाच्या मनात सतत येत असतात. नंतर त्याच्या मनात त्या साधनाच्या जुळवाजुळवीचा विचार येऊ लागतो. एखाद्या उदाहरणाने हा भाग आपण समजून घेऊ या. इयत्ता आठवीच्या भूगोल विषयातील संज्ञा, संकल्पना केवळ व्याख्यान देऊन, माहिती सांगून, उपलब्ध शैक्षणिक साहित्याचा वापर करून विद्यार्थ्यांना व्यवस्थितरीत्या समजू शकत नाही असा एखाद्या शिक्षकाला अनुभव येतो. त्या शिक्षकांमधील संशोधक या असमाधानातून अधिक विचार करू लागतो. एक विशिष्ट प्रकारची सीडी तयार करून आपण संगणक साहाय्यित अनुदेशन केले तर या संज्ञा, संकल्पना आपण विद्यार्थ्यांना अधिक चांगल्या प्रकारे समजावून देऊ शकू अशी त्याची मनोभूमिका तयार होते. मनामध्ये त्या साधनाची जुळवाजुळव सुरू होते. त्यानंतरची स्थिती म्हणजे संशोधक प्रत्यक्ष ते साधन तयार करतो. पुढची पायरी म्हणजे अपेक्षित उद्दिष्ट त्या साधनाद्वारे प्राप्त होते का, हे संशोधनप्रक्रियेने तपासणे. तशी सीडी तयार करून व तिचा वापर करून भूगोलातील संज्ञा व संकल्पना त्याला विद्यार्थ्यांना नीट समजावून देता आल्या तर संशोधनाचा एक टप्पा पूर्ण झाला. त्यानंतरचा महत्त्वपूर्ण टप्पा म्हणजे इतरांनासुद्धा त्याचे यशस्वी उपयोजन करता येण्यासाठी या सर्व प्रक्रियेचे, साधनाचे व त्या साधनाच्या वापराचे सविस्तर स्वरूपात, लिखित स्वरूपात साहित्य तयार करणे.

ही सर्व संशोधन प्रक्रिया अत्यंत काटेकोर अशा प्रयोगक्षम पद्धतीने करणे महत्त्वाचे आहे. हे साधन, ही निर्मिती संशोधन प्रक्रियेच्या सर्व तत्त्वांचा अवलंब करणारी असावी.

औद्योगिक क्षेत्रात निर्माण होणाऱ्या विविध प्रकारच्या उत्पादनाच्या प्रक्रियेशी या पद्धतीचा कल झुकल्यासारखा आहे. तथापि, औद्योगिक उत्पादनात वस्तुनिष्ठता असते व शैक्षणिक साधननिर्मितीमध्ये व्यक्तिनिष्ठता असते. हा महत्त्वपूर्ण फरक दोन्हींमध्ये आहे.

आपण शैक्षणिक संशोधनाचे विद्यार्थी असल्याने या प्रकारच्या संशोधनात कोणकोणत्या प्रकारच्या साधनांचा समावेश होऊ शकतो याचा आता विचार करू. यामध्ये डीव्हीडी, व्हिसीडी, कॉम्प्यूटर, मल्टिमीडिया कार्यक्रम, हस्तपुस्तिका, छोटी बुकलेट्स, अध्यापन कार्यक्रम, प्रशिक्षण कार्यक्रम, स्वयंअध्ययन कार्यक्रम इ. चा समावेश होतो.

या प्रकरणाच्या सुरुवातीलाच आपण यशवंतराव चव्हाण महाराष्ट्र मुक्त विद्यापीठाने या पद्धतीच्या संदर्भात भरीव योगदान दिल्याचा उल्लेख केला आहे. आपण या प्रकरण लेखनामध्ये त्या विद्यापीठाच्या 'साधन निर्मितीद्वारे संशोधन' या पुस्तिकेचाच

प्रमुख आधार घेतला आहे. शैक्षणिक संशोधन क्षेत्रात अद्यापही या पद्धतीचा अधिक सखोलपणे विचार झालेला दिसून येत नाही. मुक्त विद्यापीठाने या संशोधन पद्धतीचा संप्रेषण प्रक्रियेतील विचार मांडला आहे. यासाठी आपल्याला संप्रेषणाच्या काही व्याख्या अभ्यासाव्या लागतील.

''संप्रेषण ही एक प्रक्रिया असून त्यात व्यक्तीव्यक्तीत किंवा संघटना यामध्ये माहितीचे किंवा विचारांचे किंवा भावनांचे वहन होऊन त्यातून अर्थपूर्ण प्रतिसाद निर्माण होतो.'' – पीटर लिटल

''दोन किंवा अधिक व्यक्तींमध्ये कल्पना, मते, विचार किंवा भावना यांच्या देवाणघेवाणीस संप्रेषण म्हणतात.'' – न्युमन आणि समर

(भाषा शिक्षण – यशवंतराव चव्हाण महाराष्ट्र मुक्त विद्यापीठ, नाशिक, प्रथम प्रकाशन, डिसेंबर २००७, पृष्ठ २२).

'संप्रेषण' हे एक कौशल्य आहे. शिक्षणप्रक्रियेचा विचार करताना संप्रेषणाचा विचार अपरिहार्य आहे. अध्ययन अध्यापन प्रक्रिया संप्रेषणाचा अभ्यास करून कौशल्य आत्मसात केल्याशिवाय परिपूर्ण होणार नाही. संप्रेषण ही संकल्पना शिक्षणाच्या इतकी जवळची आहे. आता आपण संप्रेषणातील संशोधन हे शिक्षणातील संशोधन या संशोधनाला कसे योग्य व उपयुक्त ठरेल याचा विचार करणार आहोत.

''संप्रेषण–साधन म्हणजे संप्रेषण प्रक्रिया परिपूर्ण अशी प्रयोगक्षम व प्रयोगसिद्ध वस्तू.''

('साधन –निर्मितीद्वारे संशोधन' यशवंतराव चव्हाण महाराष्ट्र मुक्त विद्यापीठ, नाशिक, १९९९, पुनर्मुद्रण मे २००६) या पुस्तकामधील पृष्ठ ८ या ठिकाणी Communication = संप्रेषण ही संकल्पना समजून घेणे आवश्यक आहे. Communication = संज्ञापन आपल्या संकल्पना, भावना व्यक्त करण्याची कृती अथवा प्रक्रिया.

''परस्पर सामंजस्याच्या भावनेतून कल्पना, भावना यांची परस्पर देवाणघेवाण करणे.''

''संदेश देणारा आणि घेणारा यांना समान अनुभव येईल अशा रीतीने संदेशाची देवाणघेवाण करणे.''

संज्ञापनाच्या वरील दोन व्याख्या 'शैक्षणिक तंत्रविज्ञान' यशवंतराव चव्हाण महाराष्ट्र मुक्त विद्यापीठ, लेखक डॉ. अ. न. जोशी, प्रा. चित्रा सोहनी, डॉ. सुमन ओक, प्रथम प्रकाशन १९९२ यातून घेतल्या आहेत.

म्हणजेच आपल्या अध्यापनात उपयुक्त ठरणारी, अध्ययनप्रक्रिया सुयोग्य करणारी, प्रयोगाने करता येण्यासारखी व प्रयोगाने, संशोधनाने सिद्ध झालेली वस्तू म्हणजे

साधननिर्मिती असे म्हणता येईल.

१५.२ फायदे

१) साधन हे संशोधनाच्या माध्यमातून सिद्ध झालेले असते.

२) साधन हे संशोधन साधनाद्वारे दृश्य रूपात असल्याने त्याचे प्रात्यक्षिक करून दाखविता येते.

३) शैक्षणिक संस्था हे साधन व त्यासोबतची माहितीपत्रिका छापून, प्रकाशित करू शकतात.

४) या विषयाशी संबंधित व्यक्ती या साधन व माहिती पत्रिकेद्वारा याचा उपयोग करू शकते.

५) शैक्षणिक संशोधनाचे हे नवीन क्षेत्र अनेक नवसंशोधकांना संशोधन करण्यासाठी आकर्षित करू शकते.

१५.३ पायऱ्या

१५.३.१ शिक्षणात साधनाचे स्थान (Place of product in education) : एखादा शैक्षणिक घटक स्पष्ट करताना संशोधकाला जाणवते की, केवळ कथन, स्पष्टीकरण व एखादं-दुसरे शैक्षणिक साहित्य वापरून अध्यापन करण्यापेक्षा एखादे मोठे साधन तयार करावे, जे हा घटक अधिक चांगल्या प्रकारे स्पष्ट करू शकेल. यासंबंधी संशोधकाचा सखोल विचार हवा. त्या घटकांसंदर्भात यापूर्वी काही साधननिर्मिती झाली आहे का? याचा शोध संशोधकाने घ्यावा. त्या घटका संदर्भात सर्व उपलब्ध साहित्य संशोधकाने वाचावे व मनामध्ये एक निश्चित कार्यवाही तयार व्हावी. उदा. १९९३ सालापासून महाराष्ट्रामध्ये इंग्रजी विषय माध्यमिक स्तरावर Communicative Approach ने शिकविणे इ. ५ वीपासून सुरू झाले. ५ वी चे पाठ्यपुस्तक नवीन स्वरूपात आले. ज्यामध्ये १२ युनिट्स होती व प्रत्येक युनिटमध्ये ५ भाग होते. ते म्हणजे Listening, Speaking, Reading, Writing व Conversation प्रस्तुत लेखक व त्यांचे सहलेखक प्राचार्य विश्वंभर कुलकर्णी यांनी यासंबंधी सखोल विचार करून एक स्वतंत्र शिक्षक हस्तपुस्तिका तयार करण्याचे ठरविले. संपूर्ण महाराष्ट्रातील इ. ५ वीच्या इंग्रजी विषय शिकविणाऱ्या शिक्षकांना मार्गदर्शनपर साहित्य असे याचे स्थान होते. यासारखी साधन निर्मितीद्वारे संशोधनाची असंख्य उदाहरणे आपण पाहू शकू. यापूर्वी उल्लेख केलेले इ. ८ वी भूगोल विषयातील संज्ञा व संकल्पना विद्यार्थ्यांना प्रभावी पद्धतीने समजण्यासाठी सीडी तयार करणे, एखाद्या इयत्तेतील एखाद्या विषयाची स्वयंअध्ययन कार्यक्रम पुस्तिका तयार करणे वगैरे! इथं एक महत्त्वपूर्ण मुद्दा लक्षात घ्या. तो म्हणजे यापुढे आपण या प्रकारच्या संशोधनाच्या ज्या पायऱ्या आपण पाहाणार

आहोत त्या पूर्ण केल्या तरच वरील तीन उदाहरणे ही संशोधन साधनांची होतील. अन्यथा, वरील तीन उदाहरणे फक्त साधन ठरतील. संशोधन साधन नाही.

१५.३.२ साधनाची उद्दिष्टे (Objectives of the product) : ही दुसरी पायरी आहे. साधन निर्मिती हे प्रमुख उद्दिष्ट आहेच पण या साधनाद्वारे तुम्ही अध्यापनाचा नेमका कोणता भाग स्पष्ट करू इच्छिता? त्याचा कालावधी किती राहील? अभ्यासकांमध्ये नेमका कोणता वर्तनबदल होईल अशी तुमची अपेक्षा आहे. या महत्त्वपूर्ण उद्दिष्टांचा अंतर्भाव या पायरीमध्ये हवा.

१५.३.३ साधनाचे नियोजन (Planning of the product) : उद्दिष्टांनुसार साधन तयार करण्याचे नियोजन याची माहिती या पायरीमध्ये द्यावी. तुम्ही साधन निर्माण करण्यासाठी कशा प्रकारे तयारी केली, कोणकोणत्या शास्त्रीय माहितीचा, तत्त्वांचा, साहित्याचा उपयोग केला, कुणी व कशा प्रकारे या प्रक्रियेसाठी तुम्हास मदत केली असा नियोजनाचा सर्व भाग येथे अपेक्षित आहे.

१५.३.४ साधन निर्मिती (Development of the product) : संशोधनाच्या उद्दिष्टांनुसार साधननिर्मितीचे नियोजन झाले. आता या नियोजनानुसार आपल्याला प्रत्यक्ष साधन निर्मितीची प्रक्रिया पूर्ण करावयाची आहे. इथे गरज असल्यास त्या त्या क्षेत्रातील तज्ज्ञांचे मार्गदर्शन घ्यावे. संगणक साहाय्यित अनुदेशन कार्यक्रम निर्मिती असेल तर गरजेनुसार संगणक तज्ज्ञांचे मार्गदर्शन घ्यावे, हस्तपुस्तिका अथवा स्वयंअध्ययन पुस्तिका तयार करावयाची असेल तर या क्षेत्रातील तज्ज्ञांचे मार्गदर्शन घ्यावे. हे सर्व कार्य आपला जो संशोधक मार्गदर्शक असेल त्यांच्या संमतीने मार्गदर्शनाने करावे. अशा तऱ्हेने परिपूर्ण साधन निर्मिती करावी.

१५.३.५ साधनाचे वर्णन (Description of the product) : आपण तयार केलेले साधन, त्याचे कार्य याची सर्व संबंधितांना व्यवस्थित माहिती होण्यासाठी या सर्व प्रक्रियेचे, त्याच्या वापराचे अगदी सविस्तर वर्णन या पायरीमध्ये अपेक्षित आहे. आपण त्यामध्ये काही चित्रांचा, चार्ट्सचा, नकाशांचा, आलेखांचा उपयोग केला असेल तर त्याचा आधार कोणता व त्या बाबींचा नेमका उपयोग याची सविस्तर माहिती संशोधकाने येथे द्यावी.

१५.३.६ साधनाची पूर्व चाचणी (Pilot study of the product) : संशोधकाने साधन तयार केले व त्याचा उपयोग कसा करावयाचा याची लिखित माहिती लिहिली. आता हे साधन संशोधकाला प्रत्यक्ष वापरून त्याची पूर्व चाचणी घ्यावी लागेल. संशोधकाने समोर ठेवलेली उद्दिष्टे यातून साध्य होतात का हे पहावे लागेल. हे साधन वापरताना काही अडचणी येतात का हे पहावे लागेल. यापूर्वी घेतलेले उदाहरण घेऊन असे म्हणता येईल की, इ. आठवी भूगोल विषयातील संज्ञा व संकल्पना विद्यार्थ्यांना

प्रभावी पद्धतीने समजण्यासाठी सीडी तयार केली असेल तर सीडीचा आठवीच्या वर्गात भूगोल अध्यापनासाठी उपयोग करून अपेक्षित परिणाम साधतो का, हे पहावे लागेल व अशा वेळी काही त्रुटी जाणवल्या तर त्या दूर कराव्या लागतील यासाठी आपण काही प्रतिसादकांवर याचे उपयोजन केले.

१५.३.७ साधनाची व चाचणीची वैधता व विश्वसनीयता पडताळणे (Testing the validity and reliability of the product and test) : ज्या उद्दिष्टांच्या पूर्ततेसाठी चाचणी तयार केली आहे तेच उद्दिष्ट त्यातून साध्य होत असेल तर ती चाचणी सप्रमाण मानली जाते व त्यातून होणारे मापन तंतोतंत, नेमके व अनेक वेळा मापन करूनही त्यात फरक पडत नसेल तर ती चाचणी विश्वसनीय मानली जाते. आता संशोधकाने तयार केलेल्या साधनाची सप्रमाणता व विश्वसनीयता पहावयाची आहे. वरील सहाव्या पायरीमध्ये तयार केलेल्या साधनाची पूर्वचाचणी मर्यादित प्रतिसादकांवर संशोधकाने वापरून पाहिली व आवश्यकतेनुसार त्यात काही बदलही केले. संशोधकाची ते साधन तयार करण्यामागे जी उद्दिष्टे आहेत त्यांचा विचार करून, साधन आणि मार्गदर्शक पुस्तिकेचा विचार करून, जो अभ्यासक्रम वा कार्यक्रम या साधनातून संप्रेषित करावयाचा त्याचा विचार करून, उद्दिष्टे, घटक, प्रश्नप्रकार, काठिण्यपातळीनुसार संविधान तक्ता तयार करून त्यानुसार या साधनाची उपयुक्तता पाहण्यासाठी एक चाचणी तयार करावी. चाचणीची विश्वसनीयता, सप्रमाणता, वस्तुनिष्ठता, प्रात्यक्षिकता, भेदभावक्षमता इ. सर्व घटकांचा विचार करून चाचणी तयार करावी; कारण संशोधकाने तयार केलेल्या साधनाची उपयुक्तता शोधण्यासाठी या चाचणीचा उपयोग केला जाणार आहे.

१५.३.८ प्रत्त्याभरणानुसार साधनात योग्य ते बदल (Modifications in the product as per the feedback) : संशोधकाने तयार केलेले साधन त्यावरील मार्गदर्शक पुस्तिका व त्या साधनाचा परिणाम पाहण्यासाठी तयार केलेली चाचणी हे साहित्य तयार आहे तसेच ते पायलट स्टडीसाठी वापरले आहे. त्यातून संशोधकाला जे प्रत्त्याभरण मिळाले असेल त्यानुसार या तीनही घटकांमध्ये योग्य बदल करावे लागतील. तसेच तज्ज्ञांना हे तीन घटक दाखवून त्यांच्या सूचनेनुसार योग्य बदल करावे लागतील.

१५.३.९ पूर्व चाचणी व अंतिमत: तयार साधन (Pretest and final form of the product) : संशोधकाने संशोधन करण्यासाठी आता अंतिमत: परिपूर्ण वाटणारी अशी साधननिर्मिती केली आहे. त्यासाठी आवश्यक अशी पूर्वचाचणी त्याने तयार करणे आवश्यक आहे. साधनाची परिणामकारकता पाहण्यासाठी योग्य गट ठरवावा लागेल. त्यांना ती पूर्वचाचणी द्यावी लागेल. काही उदाहरणांनी आपण हे स्पष्ट करून पाहू या. इयत्ता आठवीच्या भूगोल विषयातील संज्ञा, संकल्पना स्पष्ट करण्यासाठी संशोधकाने सीडी तयार केली असेल तर प्रायोगिक पद्धतीचा उपयोग करून त्यातला

एक प्रकारचा अभिकल्प घेतला तर आठवी इयत्तेचा एक वर्ग घ्यावा लागेल. त्यांना पारंपरिक पद्धतीने व नंतर तयार केलेल्या सीडीचा उपयोग करून अध्यापन करावे लागेल. याचेच अधिक स्पष्टीकरण पुढीलप्रमाणे राहील. एक गट पूर्व – उत्तर चाचणी अभिकल्प घेतला तर एक गट घ्यावा. त्या गटास पूर्व चाचणी द्यावी. त्या गटास तयार केलेल्या सीडीचा उपयोग करून संबंधित पाठ्यांशाचे अध्यापन करावे. नंतर उत्तर चाचणी द्यावी. पुन्हा त्याच गटाला काही दिवसानंतर पुन्हा पूर्व चाचणी द्यावी व पहिल्या पाठ्यांशाच्या क्षमतेचाच पाठ्यांश पारंपरिक पद्धतीने शिकवावा. नंतर उत्तर चाचणी द्यावी व दोन्हीतील फरक योग्य संख्याशास्त्राच्या आधारे शोधून काढावा. प्रायोगिक पद्धतीमधील इतरही योग्य अभिकल्प वापरता येतील. दुसरे उदाहरण आपण पाहू. संशोधकाने समजा इयत्ता पाचवीसाठी शिक्षक हस्तपुस्तिका तयार केली आहे. यासाठी त्याला शिक्षक गट लागेल. तिसरे उदाहरण आपण पाहू. संशोधकाने समजा एखाद्या कोर्ससाठी एखादा कृती कार्यक्रम तयार केला असेल तर त्या कोर्ससाठी योग्य असणारे प्रतिसादक संशोधन कार्यासाठी निवडावे लागतील.

१५.३.१० प्रत्यक्ष उपयोग (Actual use of the product) : वरीलप्रमाणे कार्यवाही करून संशोधन प्रक्रिया पूर्ण करावी लागेल.

१५.३.११ उद्दिष्टांची तपासणी (To review the objectives) : आपल्या संशोधन प्रक्रियेतून ठरविलेली उद्दिष्टे साध्य झाली का हे पडताळून पहावे लागेल. उदा. तयार केलेल्या साधनातून व मार्गदर्शक पुस्तिकेतून पारंपरिक पद्धतीने केलेल्या अध्यापनापेक्षा अधिक प्रभावी यशस्विता, परिणामकारकता, सफलता साध्य होते का, याचा योग्य संख्याशास्त्रीय पद्धतीने शोध घ्यावा लागेल.

१५.३.१२ निष्कर्ष व शिफारशी (Conclusions and recommendations) : संशोधनाच्या निष्कर्षांची व त्यास अनुसरून शिफारशींचा उल्लेख करावा.

१५.३.१३ अहवाल व साधनाचे सादरीकरण (Report and Presentation of the product) : संशोधन प्रक्रियेचा सविस्तर अहवाल तयार करावा व चाचणी, साधन, मार्गदर्शक पुस्तिका याचे योग्य ठिकाणी म्हणजेच ज्या हेतूने ही प्रक्रिया पूर्ण केली आहे त्या हेतुच्या परिपूर्तीसाठी संबंधित संस्थेकडे हे सुपुर्द करावे.

१६

माहिती संकलन, प्रक्रिया, निर्वचन, शिफारशी

१६.१ माहिती संकलन
१६.२ माहितीवर विविध प्रक्रिया-तपासणी, संस्करण, सांकेतीकरण, वर्गीकरण, सारणीकरण, पृथक्करण
१६.३ संख्याशास्त्राचा उपयोग
१६.४ विशदीकरण, निर्वचन
१६.५ परिकल्पनांची तपासणी
१६.६ सामान्य विधान
१६.७ शिफारशी
१६.८ पुढील संशोधनासाठी विषय

१६.१ माहिती संकलन (Data Collection)

संशोधनाच्या संदर्भात कोणती माहिती मिळवायची, ती केव्हा मिळवायची व कशी मिळवायची याचे नियोजन संशोधनाच्या सुरुवातीसच हवे. मिळालेल्या माहितीच्या अर्थनिर्वचनासाठी कोणते संख्याशास्त्र वापरायचे हेसुद्धा आधीच ठरविणे आवश्यक असते. यामुळे संशोधन-प्रक्रियेला एक दिशा मिळते. अनावश्यक माहिती गोळा केली जात नाही. जमविलेल्या माहितीचे निर्वचन आता कसे करायचे हाही प्रश्न त्रास देत नाही. संशोधन भक्कम पायावर उभे राहते. समस्येचे उत्तर शोधणे हे संशोधन-प्रक्रियेचे प्रमुख उद्दिष्ट साध्य होते. परिकल्पनांची तपासणी करता येते. थोडक्यात, यामुळे संशोधनाची सर्व उद्दिष्टे साध्य होतात असे म्हणता येईल.

माहितीच्या दर्जावर संशोधनाचा दर्जा अवलंबून असतो. ही माहिती प्रमाणित

चाचण्या, अप्रमाणित चाचण्या, संशोधकाने स्वत: तयार केलेली साधने आणि उपलब्ध संबंधित साहित्य त्याद्वारे मिळविता येते. माहिती प्रमाणित चाचण्या व उपलब्ध संबंधित साहित्याच्याद्वारे मिळाली तर ती शास्त्रीय, वस्तुनिष्ठ, विश्वसनीय व वैध असते. अप्रमाणित चाचण्या, संशोधकाने स्वत: तयार केलेली साधने जर जास्तीतजास्त परिपूर्ण असतील, विश्वसनीय असतील, वैध असतील तर एकूण मिळविलेल्या माहितीचा दर्जा अतिशय उच्च दर्जाचा राहतो. संपूर्ण संशोधन प्रक्रियेचा हा गाभा आहे हे या संबंधात ध्यानात घ्यावे.

शैक्षणिक संशोधनात मानवाकडून माहिती गोळा केली जाते. जी माहिती सांगताना प्रतिसादकाला संकोच वाटेल अशी माहिती विचारू नये. प्रतिसादकाला जी माहिती खासगी स्वरूपाची वाटते व सांगू नये असे वाटते अशी माहिती विचारू नये. त्याच्या व्यक्तिमत्त्वाचा योग्य आदर ठेवूनच माहिती विचारावी. प्रतिसादकाची सर्व माहिती गुप्त ठेवावी. संशोधन निष्कर्षात गटाची माहिती जाहीर केली जाते, व्यक्तीची नव्हे. संपूर्ण अहवालात (परिशिष्टातही) कुठेही प्रतिसादकाचे नाव येऊ नये. जेव्हा संशोधकाच्या संबंधात प्रतिसादकास अशा प्रकारे आत्मविश्वास वाटेल तेव्हाच प्रतिसादक अतिशय महत्त्वपूर्ण माहिती देईल व संशोधकास सहकार्य देईल.

संशोधक संशोधनासाठी जी माहिती मिळवतो ती दोन प्रकारची असते.

अ) संख्यात्मक माहिती : ही माहिती संशोधनातील विविध चलांसंबंधी असते. ही माहिती वस्तुनिष्ठ असते. यावर संख्याशास्त्रीय प्रक्रिया करता येते. संशोधनासाठी अशाप्रकारची माहिती घेणे योग्य असते.

ब) गुणात्मक माहिती : ही माहिती गुणधर्मविषयक असते. ही माहिती व्यक्तिनिष्ठ असते. याचे काही वेळा संख्यात्मक माहितीत रूपांतर करतात. असे रूपांतर केले नाही तर त्या गुणात्मक माहितीवर संख्याशास्त्रीय प्रक्रिया करता येत नाही.

१६.२ माहितीवर विविध प्रक्रिया – तपासणी, संस्करण, सांकेतीकरण, वर्गीकरण, सारणीकरण, पृथक्करण (Data Processing - Scutiny, Editing, Coding, Classification, Tabulation, Analysis)

संशोधकाने विविध साधनांच्याद्वारे जी माहिती संकलित केली आहे, त्यावर पूर्ण लक्ष केंद्रित करून त्याची फेररचना करावी लागते. तसे केले नाही तर त्या माहितीच्या ढिगातून काहीही निष्पन्न होणार नाही किंवा काहीतरीच निष्पन्न होईल. त्यातून योग्य अर्थ काढण्यासाठी त्याची पुनर्रचना, फेररचना, पुनर्मांडणी करणे आवश्यक आहे. या प्रक्रियेलाच संकलित माहितीवर विविध प्रक्रिया करणे (Data Processing) म्हणतात. या विविध प्रक्रिया पुढीलप्रमाणे आहेत.

१) माहितीची तपासणी (Scrutiny of Data) : मिळालेल्या संपूर्ण माहितीची सत्यतेच्या व उपयुक्ततेच्या दृष्टिकोणातून पाहणी करणे आवश्यक असते. तसेच काही माहिती ही अपूर्ण असते ती पूर्ण करणे आवश्यक असते. उदा. मुलाखत घेताना संशोधक काही वेळा उत्तरांसाठी विशिष्ट खुणा ठरवितो. त्या खुणांच्याऐवजी आता प्रत्यक्ष उत्तर नोंदवावे.

२) संस्करण (Editing) : संपूर्ण संशोधन-प्रक्रियेत मिळविलेली सगळीच माहिती निष्कर्ष व परिकल्पनांच्या दृष्टीने महत्त्वाची नसते. उदा. मुलाखतीच्या वेळी संशोधक व प्रतिसादक यांच्यात एकतानता निर्माण होण्यासाठी काही प्राथमिक प्रश्न विचारले जातात. अशी माहिती बाजूला ठेवणे आणि समस्या, उद्दिष्टे व परिकल्पनांशी संबंधित अशी माहितीच स्वीकारणे म्हणजे 'संस्करण.' ही माहिती पूर्ण बिनचूक असावी. हे काम अत्यंत काळजीपूर्वक करावे.

३) सांकेतीकरण (Coding) : संशोधनात विविध साधनांच्याद्वारे जी माहिती मिळालेली आहे तिचे पुढे वर्गीकरण व सारणीकरण करावे लागते. यासाठी या माहितीला विशेष चिन्हे, आकडे देणे हे सोईस्कर पडते. यालाच 'सांकेतीकरण' असे म्हणतात. उदा. पालकांचा पगार एक हजारपर्यंत असणाऱ्या प्रतिसादकांच्या प्रश्नावलीवर 'अ' किंवा 'एक' आकडा लिहिला, १००१ ते दोन हजारपर्यंत 'ब' किंवा '२' आणि २००१ किंवा त्यापुढे 'क' किंवा '३' आकडा लिहिला, तसेच साठ किंवा त्यापेक्षा जास्त टक्केवारी मिळविणाऱ्या प्रतिसादकांच्या प्रश्नावली 'एफ', ५० ते ५९ पर्यंत 'एस' व इतर उत्तीर्ण प्रतिसादकांच्या प्रश्नावलीवर 'पी' आणि अनुत्तीर्ण प्रतिसादकांच्या प्रश्नावलीवर 'यू' लिहिले तर वर्गीकरणाची प्रक्रिया अतिशय सोपी जाते.

४) वर्गीकरण (Classification) : संशोधनात विविध साधनांच्याद्वारे माहिती जमा केलेली असते. एक-एक उद्दिष्ट व परिकल्पना घेऊन त्या संबंधातील सर्व माहिती एकत्र करणे व असे मिळालेल्या माहितीचे विविध गट किंवा विभाग करणे म्हणजे माहितीचे वर्गीकरण करावे.

५) सारणीकरण (Tabulation) : संशोधनात विविध प्रश्नांच्या किंवा गटांच्या संदर्भात माहिती उपलब्ध होते. ती शब्द किंवा अंकांच्या साहाय्याने एकत्रित स्वरूपात एका कोष्टकात देणे म्हणजे 'सारणीकरण.' असे कोष्टक एका दृष्टिक्षेपात भरपूर माहिती देते. त्याला शीर्षक असते, स्तंभ असतात, पंक्ती असतात व गरज पडली तर आधारही असतात. प्रत्येक प्रश्न किंवा गटाच्या उत्तरातील चलांच्या वारंवारतेची बेरीज करून अशी कोष्टके तयार करता येतात. तसेच योग्य त्या ठिकाणी टक्केवारी दिली तर ही कोष्टके अधिक बोलकी होतात.

६) पृथक्करण (Analysis) : कोष्टके तयार झालेली आहेत. त्यामध्ये काही ठिकाणी साम्य दिसून येते; काही ठिकाणी फरक दिसून येतो; काही ठिकाणी एखादा नवीन विचार दिसून येतो; काही ठिकाणी एखादा महत्त्वपूर्ण मुद्दा दिसून येतो. त्या माहितीकडे अनेक दृष्टिकोनातून पाहावे लागते. हे सर्व अत्यंत काळजीपूर्वक करावे लागते. काही माहिती एकत्रित स्वरूपात तर काही माहिती पृथक् स्वरूपात अभ्यासावी लागते. या सर्व वेळी उद्दिष्टे व परिकल्पना सतत नजरेसमोर हव्यात. ही प्रक्रिया म्हणजेच पृथक्करण होय. या पृथक्करणाच्या प्रक्रियेला संख्याशास्त्राची अर्थपूर्ण, महत्त्वपूर्ण मदत होते.

१६.३ संख्याशास्त्राचा उपयोग (Use of Statistics)

संख्याशास्त्राचा जेव्हा आपण शैक्षणिक संशोधनासाठी उपयोग, या भूमिकेतून विचार करू लागतो तेव्हा आपल्याला त्याचे पुढील दोन विभाग माहीत असणे अपरिहार्य ठरते.

१) वर्णनात्मक संख्याशास्त्र (Descriptive Statistics) : निवडलेल्या नमुन्याची विभाजनाच्या संदर्भात कोणती गुणवैशिष्ट्ये आहेत हे वर्णनात्मक संख्याशास्त्राच्या आधारे सांगता येते. त्यावरून संपूर्ण जनसंख्येविषयी अनुमान काढता येत नाही. जर संशोधन-प्रक्रियेमध्ये संपूर्ण जनसंख्या घेतली असेल तरच वर्णनात्मक संख्याशास्त्राद्वारे संपूर्ण जनसंख्येच्या विभाजनाच्या गुणवैशिष्ट्यांसंबंधी कथन करता येते. Best, "Descriptive statistical analysis limits generalization to the particular group of individuals observed. No conclusions are extended beyond this group and any similarity to those outside the group cannot be assumed. The data describe one group and that group only."

वर्णनात्मक संख्याशास्त्रात पुढील प्रकारांची माहिती संशोधकास असणे आवश्यक आहे.

१) वारंवारता विभाजन २) केंद्रीय प्रवृत्तीची परिमाणे ३) विचलन-शीलतेची परिमाणे ४) आलेख पद्धती, शततमक ५) प्रसामान्य विभाजन ६) सहसंबंध

याद्वारे विभाजनाची वर्णनात्मक माहिती मिळते. तसेच विभाजनाची मध्यवृत्ती कशी आहे, विभाजनाच्या विचलनाची प्रक्रिया कशी आहे, दोन गटांत सहसंबंध कसे आहेत हे समजते.

२) अनुमानात्मक संख्याशास्त्र : जेव्हा निवडलेल्या नमुन्यावरून संपूर्ण जनसंख्येच्या संबंधात निष्कर्ष काढावे लागतात तेव्हा जे संख्याशास्त्र वापरावे लागते. त्यास 'अनुमानात्मक संख्याशास्त्र' असे म्हणतात. यामध्ये पुढील प्रकारांची माहिती संशोधकास असणे आवश्यक असते.

विविध मापनाच्या प्रमाणत्रुटी, टी परीक्षिका, काय स्क्वेअर परीक्षिका, (Analysis of Variance and co-variance), प्रचलनाचे व सहप्रचलनाचे विश्लेषण, द्विश्रेणिक सहसंबंध, Partial & Multiplc Correlation, Regression (Factor Analysis) इ.

याद्वारे दिसून येणारा फरक हा नमुना त्रुटीमुळे आहे का ? महत्त्वपूर्ण आहे का ? याची उत्तरे मिळतात.

संशोधकाने संख्याशास्त्र हा विषय अवगत करणे अत्यंत आवश्यक आहे. परंतु, संशोधकाने या अभ्यासाचे उद्दिष्टही विसरता कामा नये. ते उद्दिष्ट म्हणजे शैक्षणिक संशोधन–प्रक्रिया बिनचूक, प्रभावी होणे. संख्याशास्त्राच्या आणि शैक्षणिक संशोधनातील संख्याशास्त्राच्या अभ्यासासाठी पुढील पुस्तकांचा अवश्य उपयोग करावा.

1) Statistics in Psychology and Education. H. E. Garrett.
2) Research in Education John W. Best.

१६.४ विशदीकरण–निर्वचन (Interpretation)

विशदीकरण करताना संशोधकाने संख्याशास्त्राचा आधार घ्यावा, स्वत:ची बुद्धी, तर्क, कल्पनाशक्ती व उपलब्ध ज्ञान यांचा आधार घ्यावा व मिळालेल्या माहितीचा वस्तुनिष्ठतेने अर्थ लावावा. ही प्रक्रिया प्रत्येक प्रश्नाच्या, कोष्टकाच्या, प्रतिसादाच्या संदर्भात करावी.

पुढील घटकांमुळे विशदीकरण चुकीचे होते म्हणून संशोधकाने या गोष्टी टाळाव्यात.

१) अभ्यास न केलेल्या घटकाचा समावेश : काही वेळा संशोधनात एखादा घटक अभ्यासातून सुटून जातो व निर्वचन केले जाते. उदा. प्रायोगिक पद्धतीत दोन गट समान करताना सर्व घटक सारखे, फक्त एकच वेगळा ठेवला तर दिसून येणारा फरक त्या वेगळ्या घटकामुळे घडून आला असे म्हणता येईल; पण जर एखादा चल दुर्लक्षित राहिला तर दिसून येणारा परिणाम कदाचित त्या दुर्लक्षित म्हणजे अभ्यास न केलेल्या घटकामुळे घडून आला असेही होऊ शकेल. संशोधनात व निर्वचनात संशोधकाने अशी चूक करू नये.

२) अप्रातिनिधिक नमुना : काही वेळा निवडलेला नमुना हा प्रातिनिधिक नसतो. त्यामुळे त्यापासून मिळालेले निष्कर्ष संपूर्ण जनसंख्येला लागू पडत नाहीत.

३) व्यक्तिनिष्ठ माहितीचा सखोल विचारांचा अभाव : प्रश्नावलीमधील किंवा इतर कोणत्याही साधनापासून जी वस्तुनिष्ठ माहिती मिळालेली असते तिचे निर्वचन योग्य पद्धतीने केले जाते. परंतु, जी माहिती व्यक्तिनिष्ठ स्वरूपाची असते तिचे निर्वचन अवघड असते. ते अत्यंत काळजीपूर्वक करावे लागते. अंतर्गत नियंत्रणासाठी त्या साधनात जे इतर प्रश्न विचारलेले असतात, त्यांचा निर्वचन करताना एकत्रित विचार

करावा लागतो. उदा. प्रश्नावलीत पुढील प्रश्न आहेत.

प्रश्न : तुमचे सर्वांत आवडते शिक्षक कोणते ?

उत्तर : क्ष

प्रश्न : ते शिक्षक आवडण्याची कारणे सांगा.

उत्तर : कारणे – १) ते नेहमी गोष्टी आणि विनोद सांगतात. २) गृहपाठ आणला नाही तरी शिक्षा करीत नाहीत.

असा प्रतिसाद देणारे ७०% प्रतिसादक असले तरी 'क्ष' हे शिक्षक विद्यार्थ्यांचे सर्वांत आवडते व म्हणून आदर्श शिक्षक असे निर्वचन चुकीचे ठरेल; म्हणून अशा व्यक्तिनिष्ठ माहितीचे निर्वचन फारच विचारपूर्वक करावे.

निर्वचनाचे पुढील तीन प्रकार पडतात.

१) वस्तुस्थितीचे, वस्तुनिष्ठ माहितीचे निर्वचन : जी माहिती वस्तुस्थितीवर आधारित आहे, वस्तुनिष्ठ आहे तिचे निर्वचन करणे हे त्या मानाने सोपे असते. कोणत्याही दोन संशोधनांत अशा एका प्रकारच्या माहितीच्या निर्वचनात फरक पडण्याची शक्यता नसते.

२) तुलनात्मक निर्वचन : आजपर्यंत अनेक शिक्षण-तज्ज्ञांनी, संशोधकांनी शिक्षणक्षेत्राला काही तत्त्वे, सिद्धान्त, सूत्रे, शोध, नियम दिलेले आहेत व ते सर्वमान्य आहेत. ज्यावेळेस संशोधक, त्याला मिळालेल्या माहितीची अशा माहितीशी तुलना करतो तेव्हा ही निर्वचनाची प्रक्रियासुद्धा संशोधनाच्या दृष्टीने महत्त्वपूर्ण ठरते.

३) व्यक्तिनिष्ठ निर्वचन : काही प्रश्न व्यक्तिगत स्वरूपाचे, व्यक्तिनिष्ठ असतात. काही माहिती व्यक्तिनिष्ठ असते, त्याचे निर्वचनही व्यक्तिनिष्ठ पद्धतीने करावे लागते. हे निर्वचन काळजीपूर्वक करावे. याही निर्वचनाला महत्त्व आहे.

याचप्रमाणे संशोधनाच्या प्रक्रियेमध्ये संशोधकाचा प्रतिसादकांशी घनिष्ठ संबंध आलेला असतो, त्याने विविध अनुभव घेतलेले असतात आणि संशोधन समस्येचा प्रत्यक्ष आणि संबंधित साहित्य व संशोधनाच्या आधारे अभ्यास केलेला असतो. त्यामुळे या निर्वचन प्रक्रियेत त्याला स्वतःला जे वाटते तेही तेवढेच महत्त्वाचे असते; पण ते व्यक्तिनिष्ठ असते. यामुळे निर्वचन प्रक्रियेत हे व्यक्तिनिष्ठ निर्वचन द्यावे पण स्वतंत्र, वेगळे द्यावे. प्रकार एक व दोन यापेक्षा व्यक्तिनिष्ठ निर्वचन वेगळे दिसावे, वेगळ्या परिच्छेदात द्यावे.

विशदीकरण, स्पष्टीकरण, निर्वचन या सर्वांचा अर्थ एकच. ही एक मूलगामी, उपलब्ध माहितीचा योग्य अर्थ व्यक्त करणारी, संख्याशास्त्र, विषयाचे ज्ञान व अनुभवाच्या आधारावर केलेली अत्यंत महत्त्वपूर्ण प्रक्रिया आहे. विषयाचा सखोल अभ्यास व संशोधन पद्धतीचे योग्य ज्ञान असेल तर यामध्ये अडचण येत नाही. या प्रक्रियेत संकलित

माहितीची कठोर परीक्षा करावी लागते.

१६.५ परिकल्पनांची तपासणी (Testing of hypotheses)

यानंतर परिकल्पनांची तपासणी करावी. एकेक परिकल्पना घेऊन तिच्याशी संबंधित सर्व निर्वचन, सर्व विशदीकरण एकत्रित करावे व परिकल्पनेची सत्यता, यथार्थता, समर्थनीयता पडताळून पाहावी. परिकल्पना ही मान्य किंवा त्याज्य ठरते. परिकल्पनांच्या बाबतीत सिद्ध करणे अशी शब्दरचना करू नये, कारण तसे केले तर तसा हेतू तुम्ही पूर्वीपासून ठेवला होता असे सूचित होते. परिकल्पनेच्या तपासणीचे दोन प्रकार आहेत.

१) परिणामांची तपासणी : अनुमान व शास्त्रीय नियमांशी सुसंगत अशी एखादी परिकल्पना मान्य होणे म्हणजे तिचे निश्चित असे परिणाम दिसून येणे. संबंधित संशोधनात तसे परिणाम येतात का हे पाहणे व त्यावरून अनुमान काढणे. त्याचबरोबर ही परिकल्पना शास्त्रीय नियमांशी सुसंगतही हवी.

२) पूर्वमान्य सत्य व स्थितीशी सुसंगती : त्या विशिष्ट घटकाच्या संबंधात आजपर्यंत अनेक संशोधकांनी काही सत्ये, काही तत्त्वे शोधून काढलेली आहेत, त्यांच्याशी ती परिकल्पना साधर्म्य दर्शविणारी असावी.

शून्य परिकल्पना संख्याशास्त्रीय पद्धतीने मान्य वा त्याज्य ठरविता येते. परिकल्पना हा सिद्धान्त नव्हे, परिकल्पना पुढे बदलू शकते.

ज्या संशोधनात परिकल्पना नसतात आणि फक्त उद्दिष्टेच असतात, तिथे एकेका उद्दिष्टाशी संबंधित, संशोधन प्रक्रियेत विविध साधनांच्याद्वारे गोळा केलेली माहिती, निष्कर्ष, टक्केवारी, विधाने एकत्र येऊन त्या उद्दिष्टांच्या संबंधातील संशोधकाने वस्तुनिष्ठ अभिप्राय द्यावा व त्यावरून निष्कर्ष काढावा.

निष्कर्ष (Conclusion): सबळ पुराव्याच्या आधारावर, विशदीकरणाचा आधार घेऊन, अत्यंत काळजीपूर्वक, अवगामी विचारप्रणालीचा वापर करून, साध्या शब्दांत, संशोधन समस्यांच्या संदर्भात उपलब्ध झालेली उत्तरे म्हणजे 'निष्कर्ष'. समस्या कथनाच्या वेळी निर्माण झालेल्या प्रश्नांची उत्तरे देण्यास हे निष्कर्ष समर्थ असावेत. या निष्कर्षांनी परिकल्पनांना पुष्टी द्यावी किंवा विरोध करावा. विशदीकरणातील एका गटातील एकत्रित अशा विशदीकरण केलेल्या वाक्यांचा समुच्चय एक निष्कर्ष सांगू शकतो. या निष्कर्षांचे यापूर्वीची जी संशोधने झाली त्यातील महत्त्वपूर्ण निष्कर्षांशी साम्य व वेगळेपण स्पष्ट करावे.

१६.६ सामान्य विधान (Generalization)

निष्कर्षांच्या आधारावर, अत्यंत काळजीपूर्वक व अचूकपणे, संशोधन समस्येच्या संदर्भात केलेले सामान्य कथन म्हणजे 'सामान्य विधान'. काळजीपूर्वक निरीक्षण

करण्याने, तर्कशक्ती व बुद्धिमत्तेचा योग्य उपयोग करून, उपलब्ध माहितीमधून काढलेल्या निष्कर्षांचा योग्य विचार केला, तर सामान्य विधान तयार करण्यात अडचण येत नाही. ही सामान्य विधानेसुद्धा प्रचलित निसर्गनियम, सिद्धान्त, तत्त्वे यांना विरोध करणारी नसतात. सामान्य विधाने साध्या शब्दांत, सोप्या भाषेत व सरळ अर्थ स्पष्ट करणारी असावीत.

१६.७ शिफारशी (Recommendations)

संशोधन प्रक्रियेमधून जे निष्कर्ष निघालेले आहेत त्यावर आधारित व्यवहार्य अशा सूचना म्हणजे 'शिफारशी'. शिफारशी या तात्त्विक स्वरूपाच्या असू नयेत. हे दोष सुधारण्याचे मार्ग असतात. हे मार्ग संशोधकाने सुचविलेले असतात. या सूचना सुचण्यासाठी संशोधकाने आपल्या निर्मितीक्षमतेचा उपयोग करावा. तथापि, प्रत्येक शिफारस ही विशिष्ट निष्कर्षावर आधारित हवी.

१६.८ पुढील संशोधनासाठी विषय (Topics for Further Research)

संशोधकाने ज्या विषयावर संशोधन पूर्ण केलेले असते तो विषय एका विशिष्ट विषय विभागाचा एक भाग असतो. उदा. एखाद्या संशोधकाने पुढील विषयावर संशोधन पूर्ण केले, प्राथमिक शाळेत शिकणाऱ्या 'भूमिहीन शेतमजुरांच्या पाल्यांच्या शैक्षणिक समस्या व त्यावर उपाय.' या विषयाचा पुढील विशिष्ट विषयभाग होऊ शकेल. 'निम्न सामाजिक-आर्थिक स्थितीमुळे आपल्या पाल्यांना योग्य सुविधा व वातावरण उपलब्ध करू न शकणारे पालक.' त्या विषय विभागातील इतर विषयांवर संशोधन होणे आवश्यक असते.

त्याचप्रमाणे विशिष्ट वेळेत व खर्चात संशोधन-प्रक्रिया पूर्ण करणे गरजेचे असल्याने नमुना निवड, क्षेत्र, पद्धती इत्यादी गोष्टींवर बंधने येतात, मर्यादा पडतात. तोच विषय वेगळ्या पद्धतीने, वेगळ्या भौगोलिक परिसरात, वेगळा नमुना घेऊन संशोधन विषय म्हणून घेणे आवश्यक असते. दोन्ही निष्कर्षांत सारखेपणा आला तर ती दोन्ही संशोधनांना एक प्रकारची पुष्टीच असते.

अशा त्या विषयाच्या इतर विषय विभागांशी संबंधित, तसेच संशोधन पद्धतीच्या मर्यादेमुळे इतर संशोधकांना संशोधन करता येईल अशा विषयांची यादी म्हणजेच पुढील संशोधनासाठी विषय.

त्याचप्रमाणे संबंधित शिफारशींमधूनही काही संशोधन विषय सुचू शकतात. हे विषय सुचविताना, संबंधित संशोधन विषयाशी त्यांचा वरीलपैकी कोणत्या ना कोणत्या प्रकारे संबंध आहे, याची संशोधकाने खात्री करून घ्यावी.

१७

संशोधनात संख्याशास्त्राचा उपयोग

१७.१ मध्यमान-मध्यांक-बहुलक
१७.२ प्रमाण विचलन
१७.३ सहसंबंध गुणक
१७.४ परिकल्पना परीक्षण
१७.५ काय स्केअर परीक्षिका
१७.६ टी परीक्षिका
१७.७ ॲनोव्हा

१७.१ मध्यमान-मध्यांक-बहुलक

संशोधकाला संशोधनामध्ये मिळालेल्या माहितीचे शास्त्रीय पद्धतीने व सुस्पष्टपणे वर्णन करण्यास संख्याशास्त्राची मोठी मदत होते. मिळालेल्या माहितीचे योग्य पद्धतीने विशदीकरण, अर्थनिर्वचन करण्यास मदत होते. शून्य परिकल्पना स्वीकारायची का तिचा त्याग करायचा हे ठरविता येते.

यापूर्वी आपण हा मुद्दा पाहिला आहे की, संख्याशास्त्राचे दोन भाग पडतात. ते म्हणजे १) वर्णनात्मक संख्याशास्त्र व २) अनुमानात्मक संख्याशास्त्र. वर्णनात्मक संख्याशास्त्रात Descriptive Statistics मध्यमान, मध्यांक, बहुलक, विस्तार, चतुर्थक विचलन, मध्यविचलन व प्रमाणविचलन, शततमक, शततमकक्रम, सहसंबंध गुणक इ. प्रकार येतात.

दुसरा प्रकार म्हणजे अनुमानात्मक सांख्यिकी (Inferential Statistics) यामध्ये विविध मापनाच्या प्रमाणत्रुटी, 'टी' परीक्षिका, काय स्केअर परीक्षिका (Analysis of

Variance and co-variance), म्हणजेच प्रचलनाचे व सहप्रचलनाचे विश्लेषण, द्विश्रेणिक सहसंबंध (Partial and multiple correlation, Regression (factor analysis)) इ. घटक येतात.

निवडलेल्या नमुन्याची विभाजनाच्या संदर्भात कोणती गुणवैशिष्ट्ये आहेत हे वर्णनात्मक संख्याशास्त्राच्या आधारे सांगता येते. त्यावरून संपूर्ण जनसंख्येविषयी अनुमान काढता येत नाही. जर संशोधन प्रक्रियेमध्ये संपूर्ण जनसंख्या घेतली असेल तरच वर्णनात्मक संख्याशास्त्राद्वारे संपूर्ण जनसंख्येच्या विभाजनाच्या गुणवैशिष्ट्यांसंबंधी कथन करता येते. याद्वारे विभाजनाची मध्यवृत्ती कशी आहे, विभाजनाच्या विचलनाची प्रक्रिया कशी आहे, दोन गटांत सहसंबंध कसे आहेत हे समजते.

निवडलेल्या नमुन्यावरून संपूर्ण जनसंख्येच्या संबंधात निष्कर्ष काढावे लागतात तेव्हा अनुमानात्मक संख्याशास्त्राचा उपयोग होतो.

आता आपण शैक्षणिक संशोधनाच्या अर्थनिर्वचन प्रक्रियेस मदत होईल अशा संख्याशास्त्रीय संकल्पनांचा थोडक्यात विचार पाहू.

मध्यमान mean एखाद्या श्रेणीतील सर्व प्राप्तांकाची सरासरी म्हणजे 'मध्यमान' होय. मध्यमान कसे काढावे.

१) केवळ गुण असतील तर मध्यमान = $\frac{\sum x}{N}$

यामध्ये $\sum$ सिग्मा म्हणजे एकूण

$\sum x$ म्हणजे गुणांची बेरीज

N म्हणजे एकूण (विद्यार्थी) संख्या

२) जर वर्गांतर असेल तर - मध्यमान = $\frac{\sum fxm}{N}$

xm - वर्गांतरमध्य

f - वारंवारता

N - एकूण (विद्यार्थी) संख्या

३) वर्गांतर असून दुसरी पद्धती वापरण्यासाठी

$$\text{मध्यमान} = A.M. + \frac{\sum fd'}{N} \times i$$

A. M. = Assumed Mean गृहीत मध्यमान

$\sum fd'$ = वारंवारता X विचलन यांची बेरीज

i = वर्गांतर

मध्यांक (Median) : एखाद्या श्रेणीत फार टोकाचे प्राप्तांक असतील तर ती

श्रेणी चढत्या किंवा उतरत्या क्रमाने लावून घेतल्यावर त्या श्रेणीच्या मध्यावर येणारा प्राप्तांक म्हणजे 'मध्यांक' होय. मध्यांक काढण्याची पद्धत

$$\text{मध्यांक} = l + \frac{\frac{1}{2}N - fb}{fm} \times i$$

l = ज्या वर्गांतरात मध्यांक आहे त्या वर्गांतराची खालची प्रत्यक्ष मर्यादा.

$\frac{1}{2}N$ = एकूण वारंवारतेच्या निम्मी संख्या.

fb = ज्या वर्गांतरात मध्यांक आहे त्या खालच्या सर्व वारंवारतांची बेरीज.

fm = मध्यांक असलेल्या वर्गांतराची वारंवारता.

i = वर्गांतर लांबी.

बहुलक (Mode) : प्राप्तांक सुटे दिले तर सर्वांत जास्त वेळा येणारा प्राप्तांक म्हणजे बहुलक. बहुलक = ३ मध्यांक - २ मध्यमान

१७.२ प्रमाण विचलन (Standard Deviation)

अत्यंत उपयुक्त असे परिवर्तनशीलतेचे परिमाण म्हणजे 'प्रमाण विचलन.' याची आवश्यकता सहसंबंध गुणक काढण्यासाठी, दोन भिन्न गटांची तुलना करण्यासाठी, गटातील एखाद्या विद्यार्थ्याने जे गुण मिळविले आहेत ते इतरांच्या गुणांच्या तुलनेत कसे आहेत हे समजण्याची गरज भासते. प्रमाण विचलन पुढील पद्धतीने काढता येते. प्राप्तांक सुट्या स्वरूपात असतील तर,

प्रमाण विचलन म्हणजेच Standard Deviation म्हणजेच SD

म्हणजेच $\sigma = \sqrt{\frac{\sum d^2}{N}}$

म्हणजेच प्राप्तांकांच्या मध्यमानापासून काढलेल्या विचलनाच्या वर्गाची बेरीज करून त्यास प्राप्तांकांच्या संख्येने भागावे व येणाऱ्या संख्येचे वर्गमूळ काढावे म्हणजे प्रमाण विचलन येते.

शततमक आणि शततमक क्रम (Percentile & percentile Rank) : शततमक याचा अर्थ असा प्राप्तांक की ज्याच्याखाली शेकडा विशिष्ट प्राप्तांक येतात

$$p_p = L + \left(\frac{\frac{P}{100}N - fb}{fm} \times i \right)$$

शततमक क्रम PR म्हणजे दिलेल्या श्रेणीमध्ये एखाद्या प्राप्तांकाच्या खाली

शेकडा किती प्राप्तांक आहेत हे दर्शविणारा आकडा

$$PR = 100 - \frac{(100R - 50)}{N}$$

यामध्ये म्हणजे R साधा क्रम, N म्हणजे प्राप्तांक संख्या.

शततमक आणि शततमक क्रम यांचे उपयोग पुढीलप्रमाणे आहेत – • प्रमाणित कसोट्यांचे प्रमाणक म्हणजे Norms देण्याकरिता • एखाद्या विद्यार्थ्याच्या गुणांचे त्याच्या गटातील इतर विद्यार्थ्यांच्या गुणांमध्ये कोणते स्थान आहे हे शततमक क्रमावरून अधिक चांगले समजण्याकरिता. • शततमक क्रमावरून एखाद्या विद्यार्थ्याने वेगवेगळ्या विषयात जे गुण मिळविले आहेत त्यांची तुलना करण्याकरिता • एकाच विषयात दोन वेगळ्या गटातील विद्यार्थ्यांनी जे गुण मिळविले आहेत त्यांची तुलना करण्याकरिता. • एका विषयात निरनिराळ्या परीक्षेत एखाद्या विद्यार्थ्याने जे गुण मिळविले आहेत त्यांची तुलना करण्याकरिता.

१७.३ सहसंबंध गुणक (Coefficient of correlation)

सहसंबंध गुणक म्हणजे असा अंक जो दोन प्राप्तांक मालिकेतील अथवा चलांमधील सहसंबंधाचे प्रमाण दर्शवितो. यामुळे कसोटीची सप्रमाणता व विश्वसनीयता ठरविता येते, व्यवसायगुण व व्यक्तिमत्त्व पैलूंचा सहसंबंध माहीत असेल तर व्यवसाय मार्गदर्शन करता येते, दोन परीक्षांच्या निकालांची तुलना करता येते.

सहसंबंध गुणक हा + 1. 0 ते - 1. 0 या मर्यादेत असतो. जेव्हा दिलेली माहिती गुणावरून क्रमांकाच्या स्वरूपात असते तेव्हा स्पिअरमनच्या पद्धतीने पुढीलप्रमाणे सहसंबंधगुणक काढला जातो.

$$\text{सहसंबंध गुणक} = P = 1 - \left[\frac{6\sum D^2}{N(N^2 - 1)}\right]$$

यामध्ये D म्हणजे दोन क्रमांकांमधील अंतर, N म्हणजे नमुना आकार, सहसंबंध म्हणजे कारण नव्हे.

१७.४ परिकल्पना परीक्षण

ज्या संशोधनामध्ये परिकल्पना वापरली आहे त्या संशोधनातील एक अत्यंत महत्त्वाची प्रक्रिया म्हणजे परिकल्पना तपासणी. आपण परिकल्पनांच्या विविध प्रकारांचे एक उदाहरण पाहू. म्हणजेच एक उदाहरण वेगवेगळ्या परिकल्पनेत कसे असेल हे पाहू.

दिशादर्शक परिकल्पना (Declarative Hypothesis) : संशोधन परिकल्पना – मध्यम, आर्थिक, सामाजिक, शैक्षणिक दर्जा असणाऱ्या पालकांची माध्यमिक शाळेत शिकणारी मुले ही कनिष्ठ आर्थिक, सामाजिक, शैक्षणिक दर्जा असणाऱ्या

पालकांच्या माध्यमिक शाळेत शिकणाऱ्या मुलांपेक्षा अधिक शैक्षणिक प्रावीण्य मिळवतात.

शून्य परिकल्पना (Null Hypothesis)/**संख्याशास्त्रीय परिकल्पना/सांख्यिकी परिकल्पना** (Testing Hypothesis) HO : मध्यम आर्थिक, सामाजिक, शैक्षणिक दर्जा असणाऱ्या पालकांच्या माध्यमिक शाळेत शिकणाऱ्या मुलांच्या शैक्षणिक प्रावीण्यामध्ये आणि कनिष्ठ आर्थिक, सामाजिक, शैक्षणिक दर्जा असणाऱ्या पालकांच्या माध्यमिक शाळेत शिकणाऱ्या मुलांच्या शैक्षणिक प्रावीण्यामध्ये विशेष उल्लेखनीय फरक नसतो.

प्रश्न परिकल्पना (Hypothesis in Question form) : मध्यम आर्थिक, सामाजिक, शैक्षणिक दर्जा असणाऱ्या पालकांच्या माध्यमिक शाळेत शिकणाऱ्या मुलांच्या शैक्षणिक प्रावीण्यामध्ये आणि कनिष्ठ आर्थिक, सामाजिक शैक्षणिक दर्जा असणाऱ्या पालकांच्या माध्यमिक शाळेत शिकणाऱ्या मुलांच्या शैक्षणिक प्रावीण्यामध्ये विशेष उल्लेखनीय फरक असतो?

वरील तीन प्रकारातील मधली म्हणजे शून्य परिकल्पना अथवा HO जिचे 'सांख्यिकी परिकल्पना' असेही नाव आहे ती संख्याशास्त्राच्या आधारे तपासता येते.

संशोधनकर्त्याने किती संभाव्यतामात्रेपर्यंत .०५ का .०१ स्वीकारावी हे आधीच निश्चित करावे.

शून्य परिकल्पना HO त्याग म्हणजे दिशादर्शक अथवा मुख्य परिकल्पना स्वीकार व शून्य परिकल्पना HO स्वीकार म्हणजे H1 चा त्याग.

सार्थकता स्तर १०० प्रयोगांमध्ये ५ वेळा चुका होण्याची शक्यता ०.०५

१०० प्रयोगांमध्ये १ वेळा चूक होण्याची शक्यता ०.०१ यालाच Alpha Level.P असेही म्हणतात.

सार्थकता स्तर - अल्फा या ग्रीक अक्षराने व्यक्त केला जातो.

१७.५ काय स्क्वेअर परीक्षिका (Chi Square Test)

जेव्हा प्रश्नाचे उत्तर होय, नाही, सांगता येत नाही असे असते किंवा पंचबिंदू शलाकांचे पर्याय म्हणजेच निकृष्ट, बरा, चांगला, उत्तम, उत्कृष्ट असे दिलेले असतात. त्या वेळी उत्तर तीन अथवा पाच या गटात मिळते. अशा वेळी प्राप्त वारंवारता आणि अपेक्षित वारंवारता यांची तुलना काय स्क्वेअर परीक्षिकेने केली जाते. त्याचे सूत्र पुढीलप्रमाणे -

काय स्क्वेअर = $x^2 = \Sigma\left[\frac{(fo-fe)^2}{fe}\right]$

यामध्ये fo म्हणजे उत्तरात दिसलेली वारंवारता.

fe म्हणजे अपेक्षित वारंवारता.

म्हणजेच प्रत्येक गटात दिसून आलेली वारंवारता आणि अपेक्षित वारंवारता यांच्या फरकाच्या वर्गाला अपेक्षित वारंवारतेने भागले असता येणाऱ्या सर्व भागाकारांच्या बेरजेचा अंक काय स्क्वेअर दर्शवितो. त्यानंतर स्वाधीनता मात्रा, सार्थकता स्तर व मूल्य तक्ता, काय स्क्वेअर सार्थ आहे की नाही हे दर्शवितो व त्यावरून शून्य परिकल्पनेसंबंधी निर्णय घेता येतो. आपण याचे एक उदाहरण पाहू.

विधान : अभिनय प्रशिक्षणाने उत्तम अभिनेता तयार होतो.

निरीक्षण केलेल्या वारंवारता

पूर्ण सहमत	सहमत	निश्चित सांगता येत नाही	असहमत	पूर्ण असहमत
27	12	6	3	2

यावरून पुढील कोष्टक तयार करू

	पूर्ण सहमत	सहमत	निश्चित सांगता येत नाही	असहमत	पूर्ण असहमत
fo म्हणजे दिसून आलेली वारंवारता	27	12	6	3	2
fe अपेक्षित वारंवारता	10	10	10	10	10
fo - fe	17	2	-4	-7	-8
$(fo - fe)^2$	289	4	16	49	64
$\frac{(fo-fe)^2}{fe}$	28.9	.4	1.6	4.9	6.4

$\sum x^2 = 28.9 + .4 + 1.6 + 4.9 + 6.4$

$x^2 = 42.2$

स्वाधीनता मात्रा = ओळींची संख्या -1 × स्तंभांची संख्या -1

= 2 - 1 × 5 - 1

= 1 × 4

= 4

आता आपण 42.2 हा काय स्क्वेअर 4 या स्वाधीनता मात्रेवर 0.5 आणि .01 सार्थकता स्तरावर तक्त्यात पाहू.

4df व .05 सार्थकता स्तरावर 9.49

4df व .01 सार्थकता स्तरावर 13.28

हे अंक संख्याशास्त्रीय तक्त्यात आहेत. यावरून वरील दोन्ही स्तरावरील संख्यांपेक्षा 42.2 ही संख्या अधिक असल्याने शून्य परिकल्पनेचा त्याग करून अभिनय प्रशिक्षणाने उत्तम अभिनेता तयार होतो. हे विधान स्वीकारावे लागेल.

१७.६ टी परीक्षिका ('t' Test)

आपल्याला आपल्या संशोधनात ज्याची सर्वांत जास्त मदत होणार ती संख्याशास्त्राच्या या प्रकाराने होणार आहे आणि आपले संशोधन जर प्रायोगिक पद्धतीत होणार असेल तर हा भाग आपल्याला समजणे हे अपरिहार्य, आवश्यक व गरजेचे आहे.

या प्रकाराची आवश्यक अशी माहिती घेण्याचा आपण प्रयत्न करू या.

दोन गटांच्या मध्यमानात उल्लेखनीय फरक आहे का? हे ठरविण्यासाठी 'टी' परीक्षिकेचा उपयोग केला जातो. दोन गटांच्या मध्यमानात जितका फरक असेल तितका फरक त्या दोन गटांमध्ये निश्चितपणे असतो.

'टी' परीक्षिकेचा उपयोग करताना पुढील तीन बाबी गृहीत धरलेल्या असतात–

गृहीतके : १) जनसंख्येतून यादृच्छिक पद्धतीने नमुना घेतलेला आहे. २) जनसंख्येतील गुण हे प्रसामान्य पद्धतीने विभागलेले आहेत. ३) जनसंख्येचे प्रचरण Variance सारखे आहे. म्हणजेच S1 = S2

मध्यमानापासून विचलनाच्या वर्गाची बेरीज करून त्याला एकूण पदांच्या (N) संख्येने भागले असता Variance प्रचरण मिळते. (नमुना Sample घेताना हे सूत्र)

त्याचे सूत्र $S^2 = 6^2 = \frac{\sum \times x^2}{N-1}$

हे प्रचरणाचे सूत्र

याचे वर्गमूळ म्हणजेच Standard Deviation = S = 6 = $\sqrt{\frac{\sum x^2}{N-1}}$

म्हणजेच हे प्रमाण विचलनाचे सूत्र.

आता 'टी' परीक्षिकेसंबंधी असलेल्या काही संकल्पनांचा आपण परिचय करून घेऊ.

स्वाधीनता मात्रा Degree of Freedom म्हणजे गुणांक संख्या उदा. 7, 9, 11, 13, 15 हे गुण तर गुणांक संख्या ५ आहे यालाच आपण 'N' म्हणतो.

मध्यमान काढताना सर्व गुणांकसंख्या विचारात घ्यावी. वरील उदाहरणात N = 5 प्रमाण विचलन काढताना मध्यमानापासून विचलने घ्यावी लागतात. ती बेरीज शून्य रहाते. त्यामुळे शेवटच्या एका गुणसंख्येचे विचलन आकडेमोडीशिवायही काढता येते. यामुळे या स्थितीत स्वाधीनता मात्रा 1 ने कमी होते. वरील उदाहरणात N - 1 = 4.

सहसंबंध गुणक काढताना दोन गुणांक याद्या, दोन प्रमाणविचलने म्हणून स्वाधीनता मात्रा N -2 राहील.

When we are hypothesizing a direction of difference, rather than the mere existence of a difference, we make use of one tailed test.

- Koul (P. 404)

दिशादर्शक परिकल्पना (directional hypothesis): one tailed hypothesis.

उदाहरण – संशोधन समस्या – इंग्रजी लेखनात विद्यार्थिनी विद्यार्थ्यांपेक्षा अधिक प्रावीण्य मिळवतात.

शून्य परिकल्पना (HO) : विद्यार्थिनी विद्यार्थ्यांपेक्षा इंग्रजी लेखनात अधिक प्रावीण्य मिळवत नाहीत.

संशोधन परिकल्पना (Hl) : विद्यार्थिनी विद्यार्थ्यांपेक्षा इंग्रजी लेखनात अधिक प्रावीण्य मिळवतात.

शून्य परिकल्पनेचे HO परीक्षण करून (येथे संख्याशास्त्राचा 't' Test चा उपयोग होतो.) ती त्याज्य ठरल्यास संशोधन परिकल्पना Hl स्वीकारावी लागते.

दिशादर्शक one tailed - directional null hypothesis साठी

मोठ्या नमुन्यासाठी 't' critical values पुढीलप्रमाणे

.05 स्तरावर 1.64

0.1 स्तरावर 2.33

अदिशादर्शक परिकल्पना non directional hypothesis two.tailed hypothesis

उदाहरण संशोधन समस्या – इंग्रजी लेखनात विद्यार्थिनी आणि विद्यार्थी यांच्यामध्ये संख्याशास्त्रीयदृष्ट्या उल्लेखनीय फरक असतो ?

शून्य परिकल्पना (HO) : विद्यार्थिनी आणि विद्यार्थी यांच्यामध्ये इंग्रजी लेखनात संख्याशास्त्रीयदृष्ट्या उल्लेखनीय फरक नसतो.

संशोधन परिकल्पना (Hl) : विद्यार्थिनी आणि विद्यार्थी यांच्यामध्ये इंग्रजी लेखनात संख्याशास्त्रीयदृष्ट्या उल्लेखनीय फरक असतो.

अदिशादर्शक Two tailed non-directional Null hypothesis साठी मोठ्या नमुन्याच्या 't' Critical Values

पुढीलप्रमाणे

0.05 स्तरावर 1.96

0.01 स्तरावर 2.58

'Critical values are the values that lie exactly on the boundary of the region of rejection.' - Dr. Radha Mohan (P. 312).

सार्थकता स्तर (The Level of Significance) : एखादा प्रयोग १०० वेळा केला असता त्यामध्ये ५ वेळा चुका होण्याची शक्यता असते तेव्हा .०५ सार्थकता स्तर.

एखादा प्रयोग १०० वेळा केला असता त्यामध्ये १वेळ चूक होण्याची शक्यता असते तेव्हा .०१ सार्थकता स्तर.

संशोधक सार्थकता स्तर निश्चित करू शकतो.

क्रांतिक अंक (C. R. = Critical Ratio) : दोन मध्यमानातील फरक घेऊन त्याला दोन मध्यमानातील फरकाच्या प्रमाणत्रुटी Standard Error ने भागले असता क्रांतिक अंक निघतो. सार्थकता स्तर व क्रांतिक अंक यांच्या आधारे परिकल्पना स्वीकारायची का तिचा त्याग करायचा हे ठरविता येते. त्यासाठी टेबल्स संख्याशास्त्राच्या पुस्तकात उपलब्ध आहेत.

प्रायोगिक पद्धतीमध्ये पुढील प्रकारचे अभिकल्पाचे गट करून त्यानुसार CR काढला जातो. वेगवेगळ्या अभिकल्पनांच्या प्रकारानुसार प्रमाणत्रुटी काढण्याच्या पद्धतीत फरक पडल्याने ही सूत्रे वेगवेगळी होतात.

याच्यासंबंधी प्रथम अभ्यासाचे श्रेय इंग्रज संख्याशास्त्रज्ञ गॉसेट याच्याकडे जाते. त्यास 't' अंक असे म्हणले जाते.

अभिकल्पांचे गट : १) एकल गट (Single Group.) २) दोन यादृच्छिक गट (Two Random Groups and quasi experimental Design.) ३) दोन समान गट (Two matched Groups.)

'When samples are large (more than 30 in size) the 't' critical value approaches the Z(Sigma) Score.' - Best & Kahn (P. 409).

प्रकार १

१) एकल गट Single Group Design साठी 't' test चे सूत्र पुढीलप्रमाणे -

$$t = \frac{m_1 - m_2}{\sqrt{\sigma^2_{m_1} + \sigma^2_{m_2} - 2r\,\sigma m_1\,\sigma m_2}}$$

यामध्ये M_1 प्रथम कसोटीचे मध्यमान

M_2 द्वितीय कसोटीचे मध्यमान

σM_1 प्रथम कसोटीच्या मध्यमानाची प्रमाणत्रुटी

σM_2 द्वितीय कसोटीच्या मध्यमानाची प्रमाणत्रुटी

r प्रथम व द्वितीय कसोटी गुणांचा सहसंबंध गुणक

आपण याचे स्पष्टीकरण देणारे एक उदाहरण पाहू. एका शिक्षकाने इ. ८ वीच्या १० विद्यार्थ्यांच्या गटाला इंग्रजी आकलनासहित वाचनाची एक कसोटी दिली. त्यानंतर एक महिना त्या गटाला उपचारात्मक अध्यापन केले. त्यानंतर त्या गटाला तीच कसोटी पुन्हा दिली. त्या उपचारात्मक अध्यापनाची उपयुक्तता पहावयाची आहे. कसोटी ५० गुणांची आहे.

इ. ८ वीच्या १० विद्यार्थ्यांना इंग्रजी आकलनासहित वाचनाच्या दिलेल्या पहिल्या व दुसऱ्या कसोटीचे गुण पुढीलप्रमाणे -

अ. क्र.	कसोटी 1 x 1	कसोटी 2 x 2	विचलन 1	विचलन 2	विचलन 1 चा वर्ग	विचलन 2 चा वर्ग
1.	30	36	-1	-2	1	4
2.	31	42	0	+ 4	0	16
3.	28	38	-3	0	9	0
4.	15	25	-16	- 13	256	169
5.	36	40	+ 5	+ 2	25	4
6.	25	26	- 6	-12	36	144
7.	33	45	+ 2	+ 7	4	49
8.	40	39	+ 9	+ 1	81	1
9.	34	44	+ 3	+ 6	9	36
10.	38	45	+ 7	+ 7	49	49
	Σ x 1 = 310	Σ x 2 = 380			एकूण 470	एकूण 472

$$S_1 = \sigma_1 = \sqrt{\frac{\Sigma \times 2}{N-1}}$$

(नमुना ३० पेक्षा कमी असल्यास N -1)

म्हणजेच मध्यमानापासून काढलेल्या विचलनाच्या वर्गाची बेरीज करून त्याला प्राप्तांकाने भागून त्याचे वर्गमूळ काढावे.

पहिल्या कसोटीचे मध्यमान

$$S_1 = \sqrt{\frac{470}{9}}$$

$= 7.22$

$S_2 = 7.24$

दुसऱ्या कसोटीचे गुणांचे मध्यमान

$M_1 = 31.00$

σ_2 प्रमाण विचलन $= \sqrt{52.2}$

$= 7.22$

X_1 मध्यमानाची प्रमाणत्रुटी = 2.28

$6m_1$

दुसऱ्या कसोटीचे गुणांचे मध्यमान

$M_2 = 38.00$

σ_2 प्रमाण विचलन $= \sqrt{52.44}$

$= 7.24$

X_2 मध्यमानाची प्रमाणत्रुटी = 2.29

$6m_2$

आता वरील t च्या सूत्रातील सहसंबंध गुणक काढणे बाकी आहे तो आपण काढू या. पुन्हा मागील भागात लिहिलेले कसोट्यांचे गुण लिहू.

X कसोटी 1	Y कसोटी 2	X मध्यमानापासून फरक कसोटी1	Y मध्यमानापासून फरक कसोटी2	X^2	Y^2	XY
30	36	-1	-2	1	4	+ 2
31	42	0	+ 4	0	16	+ 4
28	38	-3	0	9	0	-3
15	25	-16	- 13	256	169	+ 208
36	40	+ 5	+ 2	25	4	+ 10
25	26	- 6	-12	36	144	+ 72
33	45	+ 2	+ 7	4	49	+ 14
40	39	+ 9	+ 1	81	1	+ 9
34	44	+ 3	+ 6	9	36	+ 18
38	45	+ 7	+ 7	49	49	+ 49
$\Sigma X^1/\Sigma Y^2$= एकूण = 310 मध्यमान सरासरी ३१	380 सरासरी ३८			ΣX^2 470	ΣY^2 472	ΣXY 383

$$r = \frac{\sum xy}{\sqrt{(\sum x^2)(\sum y^2)}}$$

$$= \frac{383}{\sqrt{470 \times 472}}$$

$$= \frac{383}{\sqrt{221840}}$$

$$= \frac{383}{\sqrt{470.99}}$$

$$r = .813$$

$$\text{Standard error of the mean} = \frac{S}{\sqrt{n}}$$

म्हणजेच $\sigma \times = \frac{6}{\sqrt{n}}$

$$\sigma m_1 = \frac{7.22}{\sqrt{10}} = \frac{7.22}{3.16}$$

$$\sigma m_2 = \frac{7.24}{\sqrt{10}} = \frac{7.24}{3.16}$$

$$\sigma m_1 = 2.28$$

$$\sigma m_1 = 2.29$$

आता 't' चे सूत्र घेऊ.

$$t = \frac{m1 - m2}{\sqrt{6^2_{m_1} + 6^2_{m_2} - 2r6m_1 6m_2}}$$

दोन मध्यमानातील फरक काढताना चिन्हाचा विचार न करता मोठ्या संख्येतून लहान संख्या वजा करतात.

$$= \frac{31 - 38}{\sqrt{(2.28)^2 + (2.29)^2 - 2 \times .813 \times 2.28 \times 2.29}}$$

$$= \frac{7}{\sqrt{5.20 + 5.24 - 8.49}}$$

$$= \frac{7}{\sqrt{1.95}}$$

$$= \frac{7}{1.40}$$

$$t = 5$$

हेच उदाहरण आणखी एका सोप्या पद्धतीने करता येते. ती पद्धत आता आपण पाहू.

$$t = \frac{m_1 - m_2}{\sqrt{\dfrac{\sum D^2 - \dfrac{(\sum D)^2}{N}}{N(N-1)}}}$$

X कसोटी 1	Y कसोटी 2	दोन्हीतील फरक D	त्याचा वर्ग D^2
30	36	-6	36
31	42	-11	121
28	38	- 10	100
15	25	-10	100
36	40	- 4	16
25	26	-1	1
33	45	-12	144
40	39	1	1
34	44	-10	100
38	45	- 7	49
XYΣ 310	Σ = 380	ΣD - 70	$\Sigma D^2 = 668$

मध्यमान $m_1 = 31 \quad m_2 = 38$ याचा वर्ग 4900

वरील सूत्राप्रमाणे

$$t = \frac{31-38}{\sqrt{\dfrac{668-4900 \div 10}{10(10-1)}}}$$

$$= \frac{7}{\sqrt{\dfrac{668-490}{90}}}$$

$$= \frac{7}{\sqrt{\dfrac{178}{90}}}$$

$$= \frac{7}{\sqrt{1.98}}$$

$$= \frac{7}{1.40}$$

$t = 5$

एकूण १० विद्यार्थी म्हणून df = 10-1=9. परिकल्पना दिशादर्शक आहे म्हणून ०.०५ स्तरावर कोष्टकातील ९ df चे मूल्य १.८३३ व ०.०१ स्तरावर २.८२१ आहे. 't' च्या सूत्रानुसार आलेले वरील प्राप्त मूल्य ५ आहे. हे मूल्य वरील दोन्ही स्तरावर मोठे असल्याने Null hypothesis चा त्याग करून संशोधन परिकल्पना आपण स्वीकारतो व उपचारात्मक अध्यापन उपयुक्त आहे असा अर्थ निघतो.

प्रकार २ : दोन यादृच्छिक गट Two Random Groups पद्धतीही अभिकल्पांनाही (Quasi Experimental) उपयुक्त आहे. येथेही आपण दोन सूत्रांचा उपयोग करून हे समजून घेऊ.

उदाहरण : एका वर्गातील २० विद्यार्थी यादृच्छिक पद्धतीने प्रयोगासाठी घेतले. त्यांचे पुन्हा यादृच्छिक पद्धतीने १०,१० चे २ गट केले. एक प्रायोगिक व दुसरा नियंत्रित गट हेही यादृच्छिक पद्धतीने केले. प्रायोगिक पद्धतीचा योग्य वापर केला. त्यानंतर प्रायोगिक गटाला संगणकाचा उपयोग करून एका विषयाचे एक युनिट शिकविले व दुसऱ्या गटाला पारंपरिक पद्धतीने ते युनिट शिकविले. त्यानंतर त्या युनिटवर एक कसोटी दिली. कसोटी १० गुणांची आहे. त्याचे गुण पुढीलप्रमाणे –

पारंपरिक पद्धती कसोटी गुण X_1	संगणकाचा वापर कसोटी गुण X_2	पारंपरिक पद्धती मध्यमानापासून विचलन	याचा वर्ग	संगणक वापर मध्यमानापासून विचलन	याचा वर्ग
4	5	-.5	0.25	-1.4	1.96
2	4	-2.5	6.25	-2.4	5.76
3	5	-1.5	2.25	-1.4	1.96
6	7	+1.5	2.25	+.6	0.36
5	7	+.5	0.25	+.6	0.36
7	8	+2.5	6.25	+1.6	2.56
3	6	-1.5	2.25	-.4	0.16
3	7	-1.5	2.25	-.6	0.36
7	9	+2.5	6.25	+2.6	6.76
5	6	+.5	0.25	-.4	0.16
$\Sigma X_1 = 45$	$\Sigma X_2 = 64$		$\Sigma x_1^2 = 28.50$		$\Sigma x_2^2 = 20.40$

मध्यमान m_1=4.5 m_2=6.4

पहिले सूत्र

$$t=\frac{m_1-m_2}{\sqrt{\left[\frac{\sum x_1^2+\sum x_2^2}{N_1+N_2-2}\right]\times\left[\frac{1}{N_1}+\frac{1}{N_2}\right]}}$$

येथे m_1 = पहिल्या गटाचे मध्यमान

m_2 = दुसऱ्या गटाचे मध्यमान

$\sum x_1^2$ = पहिल्या गटातील मध्यमानापासून गुणसंख्येच्या विचलनाच्या वर्गांची बेरीज

$\sum x_2^2$ = दुसऱ्या गटातील मध्यमानापासून गुणसंख्येच्या विचलनाच्या वर्गांची बेरीज

N_1 = पहिल्या गटातील विद्यार्थी संख्या

N_2 = दुसऱ्या गटातील विद्यार्थी संख्या

सूत्राप्रमाणे किमती –

$$t=\frac{4.5-6.4}{\sqrt{\left[\frac{28.50+20.40}{18}\right]\times\left[\frac{1}{10}+\frac{1}{10}\right]}}$$

$$t=\frac{1.9}{\sqrt{\frac{48.90}{18}\times .2}}$$

$$t=\frac{1.9}{\sqrt{2.716\times .2}}=\frac{1.9}{\sqrt{.737}}=2.58$$

याचे दुसरे सूत्र –

$$t=\frac{m_1-m_2}{\sqrt{\left[\frac{\sum x_1^2-\frac{(\sum x_1)^2}{N_1}+\sum x_2^2-\frac{(\sum x_2)^2}{N_2}}{N_1+N_2-2}\right]\left[\frac{1}{N_1}+\frac{1}{N_2}\right]}}$$

यामध्ये M_1 = पहिल्या गटाचे मध्यमान M_2 = दुसऱ्या गटाचे मध्यमान

N_1 = पहिल्या गटातील विद्यार्थी संख्या N_2 = दुसऱ्या गटातील विद्यार्थी संख्या

$\sum x_1^2$ = पहिल्या गटाच्या गुणांकांच्या वर्गांची बेरीज

$\sum x_2^2$ = दुसऱ्या गटाच्या गुणांकांच्या वर्गांची बेरीज

$(\sum x_1^2)^2$ = पहिल्या गटाच्या गुणांकांच्या बेरजेचा वर्ग

$(\Sigma x_2)^2$ = दुसऱ्या गटाच्या गुणांकांच्या बेरजेचा वर्ग.

पुन्हा मागील गुण घेऊ.

पारंपरिक पद्धती कसोटी गुण x_1	**संगणकाचा वापर कसोटी गुण x_2**	**x_1 चा वर्ग**	**x_2 चा वर्ग**
4	5	16	25
2	4	4	16
3	5	9	25
6	7	36	49
5	7	25	49
7	8	49	64
3	6	9	36
3	7	9	49
7	9	49	81
5	6	25	36
$\Sigma x_1 = 45$	$\Sigma x_2 = 64$	$\Sigma x_1^2 = 231$	$\Sigma X_2^2 = 430$

मध्यमान $m_1 = 4.5$ $(\Sigma x_1)^2 = 2025$, $m_2 = 6.4$ $(\Sigma x_2)^2 = 4096$

सूत्रात किमती घातल्यावर

$$t = \frac{4.5-6.4}{\sqrt{\left[\dfrac{231-\dfrac{2025}{10}+430-\dfrac{4096}{10}}{10+10-2}\right]\left[\dfrac{1}{10}+\dfrac{1}{10}\right]}}$$

$$t = \frac{1.9}{\sqrt{\left[\frac{28.50+20.4}{18}\right]\times(.2)}}$$

$$t = \frac{1.9}{\sqrt{\frac{48.9}{18}\times .2}}$$

$$t = \frac{1.9}{\sqrt{2.716\times .2}} = \frac{1.9}{\sqrt{.737}} = 2.58$$

मिळालेल्या 't' मूल्याची सार्थकता ठरविणे.

स्वाधीनता मात्रा $N_1 + N_2 - 2$

$= 10 + 10 - 2 = 18$

परिकल्पना दिशात्मक आहे म्हणून onetailedच्या कोष्टकातील

.05 स्तरावर 1.734 ही मूल्ये विचारात घेऊन

.01 स्तरावर 2.552

t = 2.58 18 df वर वरील क्रांतिक मूल्ये येतात त्यापेक्षा किंवा त्याच्यावर आलेली 't' मूल्याची किंमत अधिक असल्याने Null hypothesisचा त्याग करून, संगणकाचा उपयोग करून अध्यापन केले ते अधिक परिणामकारक आहे असा निष्कर्ष निघतो.

प्रकार ३

अ) दोन समान गट Two Matched Groups

प्रकार एक प्रमाणेच याची कार्यवाही करावी.

ब) मध्यमान व प्रमाणविचलन यामध्ये समानता आणून दोन गट केले व नंतर प्रायोगिक पद्धतीचा उपयोग केला तर पुढील सूत्र वापरावे व 't' मूल्य काढावे.

$$t = \frac{m_1 - m_2}{\left(\sigma_{m1}^2 + \sigma_{m2}^2\right)\left(1 - r^2\right)}$$

यामध्ये σ_{m1} = पहिल्या गटाच्या मध्यमानाची प्रमाणत्रुटी.

σ_{m2} = दुसऱ्या गटाच्या मध्यमानाची प्रमाणत्रुटी.

r = प्रारंभी व अखेरीस दिलेल्या चाचण्यांमधील सहसंबंधगुणक.

१७.७ ANOVA (Analysis of Variance)

दोन मध्यमानांची तुलना करून त्यांच्यातील फरक उपचाराने झालेला आहे का केवळ योगायोगाने हे पहाण्यासाठी 't' Test टेस्टचा आपण उपयोग करतो हे आपल्याला माहीत आहे. परंतु, जर तीन किंवा त्यापेक्षा जास्त मध्यमानांची तुलना करावयाची असेल तर काय करावे? म्हणजेच स्वाश्रयी चलाच्या दोनपेक्षा अधिक स्तरांसाठी काय करावे? त्या वेळी आपण One way analysis of variance ANOVA वापरतो व F परीक्षिका वापरतो यामधील शून्य परिकल्पनेची रचना पुढीलप्रमाणे असते.

विविध उपचारांच्या मध्यमानामध्ये सार्थ संख्याशास्त्रीय फरक नाही. म्हणजेच सर्व मध्यमाने समान आहेत.

F परीक्षण करतो म्हणजेच आपण संचामधील व संचातर्गत प्रचलनाचा विचार करतो. या दोन्हीचे गुणोत्तर मांडले तर,

$$F = \frac{\text{संचामधील प्रसरण किंवा प्रचरण}}{\text{संचातर्गत प्रसरण किंवा प्रचरण}} = \frac{\text{Variance between Groups}}{\text{Variance within Groups}}$$

Anovaची संकल्पना एका उदाहरणाच्याद्वारे आपण समजून घेण्याचा प्रयत्न करू.

एका शिक्षकाने ९ वी च्या वर्गातून १५ विद्यार्थी यादृच्छिक पद्धतीने निवडले. त्यांची तीन गटात यादृच्छिक पद्धतीने निवड केली. एका गटास इंग्रजीचे एक युनिट Translation cum Grammar पद्धतीने शिकविले, दुसऱ्या गटास तेच युनिट The Direct Method ने शिकविले व तिसऱ्या गटास तेच युनिट The Bilingual पद्धतीने शिकविले. या पद्धतींची निवड कोणत्या गटासाठी कोणती हेही यादृच्छिक पद्धतीने ठरविले. ते युनिट तीनही गटांना २ आठवडे शिकविले. नंतर त्यांना त्यावरील कसोटी दिली. कसोटी १० गुणांची होती.

कसोटीचे गुण प्राप्तांक

	Tr. Cum	Direct	Bilingual
1	5	7	8
2	6	8	9
3	4	6	6
4	3	6	8
5	7	8	9
एकूण	25	35	40
मध्यमान	5	7	8

प्रत्येक गटातील गुणांची बेरीज करून त्याचे मध्यमान काढले. तीनही बेरजा एकत्र केल्या = 20

या बेरजेचे मध्यमान काढले = $\frac{20}{3}$=6.66

प्रत्येक गटाच्या मध्यमानापासून प्राप्तांकाचे विचलन काढले

गट 1	गट 2	गट 3
0	0	0
+1	+1	+1
-1	-1	-2
-2	-1	0
+2	+1	+1

वरील विचलनाचे वर्ग केले.

	गट 1	गट 2	गट 3
	0	0	0
	1	1	1
	1	1	4
	4	1	0
	4	1	1
बेरीज	10	4	6

ΣX^2 = 20 संचांतर्गत विचलन वर्गांची बेरीज

प्रत्येक गटातील मध्यमानाचे सामान्य मध्यमानापासून विचलन काढले. नंतर त्यांचे वर्ग केले व त्यांची बेरीज केली.

		d
गट 1 मध्यमान 5 –	सामान्य मध्यमान	6.66 - 5 = -1.66
गट 2 मध्यमान 7 –	-----------	6.66 - 7 = +0.34
गट 3 मध्यमान 8 –	-----------	6.6 - 8 = + 1.40

वरील विचलनाचे वर्ग केले = d^2

गट 1 2.755

गट 2 0.115

गट 3 $\frac{1.96}{4.83}$ $\Sigma d^2 = 4.83$

$d^2 \times n$ गटातील नंबर $\sum d^2$

$2.755 \times 5 = 13.775$

$0.155 \times 5 = 0.775$

$1.96 \times 5 = 9.8$

$24.35 = ssb = \sum d^2$

म्हणजेच गटातील वर्गाची बेरीज होय.

गटामधील df

df = स्तंभसंख्या - *l*

= 3 - 1 = 2

गटांतर्गत df

df = एकूण प्राप्तांक संख्या - स्तंभसंख्या

= 15 - 3 = 12

गटामधील प्रसरण $= \frac{ssb}{df} = \frac{n\sum d^2}{df} = vb$

$= \frac{24.35}{2}$

$= 12.175$

गटांतर्गत प्रसरण $= \frac{ssw}{df} = \frac{\sum x^2}{df} = vw$

$= \frac{20}{12}$

$= 1.66$

$F = \frac{vb}{vw} = \frac{12.175}{1.66}$

$= 7.33$

Critical value of the F distribution in the table

2 Numerator

↓

.05 = 3.89

Denominator 12→.01 = 6.93

प्राप्त ७.३३ ही किंमत वरील दोन्ही स्तरावरील Fच्या किमतीपेक्षा अधिक

असल्याने प्राप्त F सार्थक आहे; म्हणून शून्य परिकल्पना त्यागावी लागेल व Translation cum Grammar, The Direct Method व The Bilingual पद्धतीने अध्यापन केल्यानंतर विद्यार्थ्यांच्या अध्ययन निष्पत्तीवर सांख्यिकीयदृष्ट्या परिणाम होतो असे दिसून येते. आता प्रश्न असा की, या तीन पद्धतींपैकी 1 व 2, 2 व 3, 1 व 3 यामध्ये फरक आहे का? म्हणजेच दोन पद्धती अंतर्गत फरक आहे का हे समजत नाही. त्यासाठी Scheffe, Tukeym Neuman-Keuls, Duncan यांचे Post-hoc, analysis उपलब्ध आहे. (Best and Kahn P. 427). अभ्यासकांनी याचा विचार करावा.

आपण 't' परीक्षिकेच्या मदतीने या पद्धती अंतर्गत फरक पडताळून पाहू.

वरील उदाहरणात गटांतर्गत प्रसरण = Vw = 1.66 आहे. त्याचे वर्गमूळ काढू.

$\sqrt{1.66}$

$= 1.288$

याला पुढील सूत्रात टाकू.

$$\sigma D = \text{गटांतर्गत प्रसरणाचे वर्गमूळ} \times \sqrt{\frac{1}{n_1}+\frac{1}{n_2}}$$

$$= 1.288 \times \sqrt{\frac{1}{5}+\frac{1}{5}}$$

$$= 1.288 \times \sqrt{\frac{2}{5}}$$

$$= 1.288 \times 63$$

$$= .811$$

$M_1 = 5 \quad M_2 = 7 \quad M_3 = 8$

गटांतर्गत df 12 आहे.

.05 स्तरावर नमुना टी 2.179 आहे.

.01 स्तरावर नमुना टी 3.055 आहे. } Two tailed test level of significance

आता $.811 \times 2.179 = 1.767$ .05 स्तर

$.811 \times 3.055 = 2.477$ .01 स्तर

या किमती येतात.

वरील 5, 7, 8 यातील कमीतकमी व जास्तीतजास्त फरक पाहू.

$M_1 - M_2$ 5 - 7 = 1 दोन्ही स्तरावर सार्थक नाही.

$M_1 - M_3$ 5 - 8 = 3 .05 स्तरावर सार्थक व .01 स्तरावर सार्थक नाही.

$M_2 - M_3$ 7 - 8 = 1 दोन्ही स्तरावर सार्थक नाही.

Translation cum Grammar पद्धती आणि Direct Methodने केलेले

अध्यापन यांचा विद्यार्थ्यांवरील अध्ययन निष्पत्तीमध्ये फरक पडला नाही. Direct Method आणि Bilingual Methodने केलेले अध्यापन यांचा विद्यार्थ्यांवरील अध्ययन निष्पत्तीमध्ये फरक पडला नाही. Translation cum Grammar Method आणि Bilingual Method ने केलेले अध्यापन यांच्या विद्यार्थ्यांवरील अध्ययन निष्पत्तीमध्ये .05 स्तरावर सार्थक फरक दिसून आला. .01 स्तरावर दिसून आला नाही.

१८

अहवाल लेखन व त्याचे मूल्यमापन

१८.१ अहवाल लेखनाचा हेतू
१८.२ अहवाल लेखनाची भाषा व अहवाल लेखनासाठी सूचना
१८.३ संशोधन अहवालाचे स्वरूप
१८.४ प्राथमिक विभाग
१८.५ प्रमुख गाभा
१८.६ संदर्भ विभाग
१८.७ संदर्भसाहित्यसूची व तळटिपा
१८.८ टंकलेखनाचे नियम
१८.९ संख्यालेखन
१८.१० एपीए पद्धत
१८.११ संशोधन अहवालाचे मूल्यमापन
१८.१२ संशोधन अहवाल : स्वयंमूल्यमापन

१८.१ अहवाल लेखनाचे हेतू

संशोधकाने जे संशोधन कार्य हाती घेतलेले असते व प्रदीर्घ परिश्रमाने ते पूर्ण केलेले असते, त्या कार्याची शेवटची पायरी म्हणजे त्या संशोधनाचा अहवाल लिहिणे. अहवाल लेखन केल्याने अनेक उद्दिष्टे, हेतू साध्य होतात.

संशोधकाने अहवाल लेखन केल्याने त्याला स्वत:ला त्याने ज्या ज्या कृती केल्या, पद्धती वापरल्या, निष्कर्ष काढले त्यांची क्रमाने, सूत्रबद्ध व लिखित स्वरूपात माहिती मिळते. अहवाल लेखनाची एक ठरावीक अशी चौकट, नमुना आहे. त्या

नमुन्याप्रमाणे अहवाल लिहिल्याने संशोधकाला स्वत:लाच स्वत:च्या संशोधनाची क्रमवार, लिखित माहिती मिळते; म्हणजे अहवालाचा पहिला उपयोग स्वत: संशोधकालाच होतो.

संबंधित संशोधन अहवालाने संशोधकाला एक प्रकारचा निर्मितीचा आनंद मिळतो.

त्या संशोधन कार्यात अनेक प्रतिसादक, संस्था यांचा समावेश असतो. संशोधकाने अनेक तज्ज्ञांशी, हितचिंतकांशी, मित्रांशी, सहकाऱ्यांशी त्या संबंधात चर्चा केलेली असते. मार्गदर्शकाकडून त्या संशोधनाच्या संदर्भात मार्गदर्शन घेतलेले असते. या सर्वांना संशोधकाने आपले संशोधन कार्य कसे पूर्ण केले, निष्कर्ष काय आले, शिफारशी काय केल्या हे जाणून घ्यायची इच्छा असते. या सर्व संबंधितांना अहवाल लेखनाने एक सूत्रबद्ध प्रत पाहावयास मिळते. अहवाल लेखनाचा हाही एक उद्देश आहे.

संशोधन अहवालाची एक प्रत, ज्या संस्थेत ते संशोधन पूर्ण केले त्या संस्थेच्या ग्रंथालयात राहते. या संशोधनाची सारांश रूपाने केलेली माहिती पुढे संपादित संशोधन अहवाल ग्रंथात समाविष्ट होते. ती माहिती वाचून एखाद्या संशोधकाला, तज्ज्ञाला किंवा वाचकाला त्या संशोधनाची सविस्तर माहिती वाचावीशी वाटली तर तो संबंधित संस्थेच्या ग्रंथालयातून तो संशोधन अहवाल प्राप्त करू शकतो. अहवाल लेखनानेच हा हेतू साध्य होऊ शकेल.

संशोधकाने विशिष्ट पदवी प्राप्त करण्यासाठी संशोधन कार्य हाती घेतलेले असते. काही संशोधन कार्य पदवी प्राप्त करण्याशी संबंधित नसते हेही या ठिकाणी ध्यानात घेणे आवश्यक आहे. तथापि, पदवी प्राप्त करण्यासाठी संशोधन कार्य हाती घेतले असेल तर अहवाल लेखनाशिवाय हा हेतू साध्य होऊ शकणार नाही.

कृतिसंशोधनात होकारात्मक निर्णयांची अंमलबजावणी करायची असते. ज्या संस्थेत या निर्णयांची अंमलबजावणी करायची तेथील संबंधितांना अहवाल लिखित स्वरूपात असेल तर तो वाचून अंमलबजावणीचे कार्य योग्य पद्धतीने करता येते. अंमलबजावणी सुकर जाते.

काही वेळा संशोधकाने एखाद्या संस्थेकडून संशोधन कार्यासाठी अनुदान घेतलेले असते. संशोधनाचा अहवाल लिहिल्यामुळे ज्या संस्थेकडून असे अनुदान घेतलेले असते, तिच्या अनुदान देण्याच्या हेतूची पूर्तता झाल्यासारखे होते. त्यांच्यापैकी काही संस्थांकडे अहवालाची प्रतही पाठवावी लागते.

अशा अनेक उद्दिष्टांच्या पूर्ततेसाठी 'अहवाल लेखन' हे एक आवश्यक कार्य आहे. अहवाल लेखन ही एक स्वतंत्र निर्मिती आहे. संबंधित विषयाच्या ज्ञानक्षेत्रात टाकलेले हे एक पुढचे पाऊल आहे हे निश्चित.

१८.२ अहवाल लेखनाची भाषा व अहवाल लेखनासाठी सूचना – अहवाल लेखनाची भाषा :

अहवालाची भाषा साधी व सोपी हवी. ती अर्थवाही असावी. विचार सहजपणे स्पष्ट करणारी असावी. त्यामध्ये अचूकपणा हवा. अलंकारिक भाषेचा वापर करू नये. संभाषणवजा लेखनाची पद्धत टाळावी. संशोधन अहवाल म्हणजे दुसऱ्या लोकांना काही पटविणे नसून, जे घडले ते सांगणे. म्हणून इतरांना काही भूमिका, विचार पटवून देताना जो एक अट्टाहास, आर्जवीपणा, आग्रही भूमिका असते तशी भूमिका अहवालात येण्याची गरज नाही.

अहवाल लेखनासाठी सूचना : अहवाल लिहिताना पुढील सूचना ध्यानात ठेवाव्यात –

१) अहवाल लेखनाचे एक सर्वसाधारण व मान्य असे स्वरूप आपण पुढे पाहणार आहोत. तथापि, विविध संस्था, विद्यापीठे यांच्या काही विशेष अपेक्षा असतात. त्यांचे अहवाल लेखनाचे काही ठरावीक नियम असतात. संशोधकाने ती नियमावली पाहून त्याप्रमाणेच अहवाल तयार करावा.

२) संशोधन–अहवाल म्हणजे इतरांच्या संशोधन–अहवालांमधून, पुस्तकांमधून जमा केलेल्या प्रचंड स्वरूपाच्या माहितीचे संकलन नव्हे. संशोधन–अहवाल म्हणजे संशोधकाने स्वत: काय वाचले, माहिती मिळविली, अनुभविले, विचार केला, निष्कर्ष काढले या सर्व बाबींचे एकत्रीकरण, संकलन. या सर्वांच्या पुष्टीसाठी इतरांच्या कार्याची नोंद तुरळक स्वरूपात केली तर ते नुसतेच योग्य नाही तर आवश्यक ठरेल. संशोधन–अहवाल लिहिताना स्वत:चे हे सर्व अनुभव, विचार, माहिती एकसूत्रीपणाने यावी. एकामधून दुसरी गोष्ट पुढे यावी. त्यामध्ये खंड पडला तर वाचकाला तो भाग लवकर आकलन होणार नाही व अहवालाचा हेतू पूर्णांशाने साध्य होणार नाही.

३) संशोधन–अहवालाचे उद्दिष्ट म्हणजे एका सामान्य व्यक्तीशी हितगुज नसून बुद्धिमान समुदायाला उद्देशून केलेले सुयोग्य कथन हे होय. यामुळे लेखनात सतत जागरूकता हवी. सुयोग्य तर्कशक्ती, पुरावे, बुद्धिप्रामाण्यवाद यांचा जागोजागी प्रत्यय यावा.

४) अहवाल लेखनात भूतकाळ वापरावा कारण संशोधनात जे घडले त्याचा वृत्तान्त अहवालात द्यायचा असतो. काळांचा योग्य क्रम हवा (Sequence of tenses). इतर काळांचा गरज असेल तेथे उपयोग करण्यास हरकत नाही.

५) संशोधन अहवालात संशोधकाने 'मी असे केले' 'मी असे पाहिले' असे न लिहिता नम्रता व्यक्त करण्यासाठी 'मी' ऐवजी 'संशोधक' असा शब्द वापरावा

आणि तटस्थता, अलिप्तपणा व्यक्त करण्यासाठी कर्मणी रचना करावी. जसे 'संशोधकाकडून असे पाहण्यात आले.'

६) सुरुवातीचा आराखडा व प्रत्यक्ष संशोधन यामध्ये संशोधकाला काही परिस्थितीसापेक्ष बदल करावे लागतात. या बदलांचीही नोंद अहवालात करण्यास हरकत नाही. ते बदल का करावे लागले याची माहिती द्यावी. इतकेच नव्हे तर संशोधन कार्यात जे अपयश आले, ज्या विभागात काही ठरावीक मर्यादा आल्या त्या अपयशाची व मर्यादांची नोंदही करावी. यामुळे संशोधकाचा प्रामाणिकपणा वाचकांच्या प्रत्ययास येतो.

७) संशोधन अहवाल लिहिताना प्रमाणित शब्दकोश, व्याकरणाचे पुस्तक व अहवाल लेखनाच्या सूचनांची पुस्तिका सतत जवळ हवी. लेखनात येणाऱ्या कोणत्याही शंकेचे यामुळे निरसन होण्यास मदत होते.

८) प्रदीर्घ परिच्छेद नकोत. परिच्छेदांना शीर्षक देणे योग्य.

९) इतर ग्रंथ, लेख, संशोधन वृत्तान्त यामधून काही भाग घेऊन त्याचा समावेश संशोधन अहवालात केला असेल तर तसा स्पष्ट शब्दांत उल्लेख हवा. योग्य त्या ठिकाणी अवतरण चिन्हे किंवा वेगळ्या पद्धतीने टंकलेखन हवे. (याच प्रकरणातील पॉइंट १८.८ पाहा.) इतरांच्या समाविष्ट भागाचा योग्य उल्लेख हवा.

१०) संशोधन अहवालात जर मान्यवर लोकांचा उल्लेख करायचा असेल तर नुसते आडनाव लिहावे. त्याच्यामागे डॉ., अधिष्ठाता, विभागप्रमुख वगैरे उपाधी लिहिण्याची आवश्यकता नसते.

१८.३ संशोधन अहवालाचे स्वरूप :

संशोधन अहवालाचे स्वरूप पुढीलप्रमाणे असते. यामध्ये तीन विभाग असतात.

अ) प्राथमिक विभाग : १) मुखपृष्ठ २) ऋणनिर्देश ३) अनुक्रमणिका ४) कोष्टक यादी ५) चित्रे नकाशे, आलेख यादी.

ब) प्रमुख गाभा : १) प्रस्तावना, समस्येची गरज, समस्याकथन (महत्त्वाच्या शब्दांच्या कार्यात्मक व्याख्यांसह) समस्येचे महत्त्व, उद्दिष्टे, परिकल्पना (महत्त्वाच्या शब्दांच्या कार्यात्मक व्याख्यांसह), गृहीतके, व्याप्ती व मर्यादा, परिमर्यादा २) संबंधित साहित्याचे व संशोधनाचे परिशीलन. ३) संशोधन पद्धतीची माहिती – मार्गदर्शक अभ्यास, नमुना निवड, चल, साधने, वर्गीकरण, कोष्टके, संख्याशास्त्र, कालावधी. ४) माहितीचे संकलन व विशदीकरण. ५) सारांश व निष्कर्ष – प्रस्तावना, समस्याकथन, संशोधन पद्धती, प्रमुख निष्कर्ष परिकल्पनांची तपासणी, शिफारशी, पुढील संशोधनासाठी विषय.

क) पुरवणी, संदर्भ विभाग : १) संदर्भसाहित्यसूची २) परिशिष्टे, साधने, मोठी कोष्टके.

वरील अ, ब, क या तीनही प्रमुख विभागांत जे जे उपविभाग येतात त्यामध्ये कोणकोणत्या बाबींचा समावेश होतो त्याची आता आपण थोडक्यात माहिती पाहू.

१८.४ प्राथमिक विभाग :

१) मुखपृष्ठ : यामध्ये विषयाचे नाव, संशोधकाचे नाव, मार्गदर्शकाचे नाव, कोणत्या विद्यापीठाच्या कोणत्या पदवीसाठी प्रस्तुत अहवाल सादर केला आहे, संशोधन संस्थेचे नाव, दिनांक या बाबींचा उल्लेख असतो. यासाठी इतर संशोधन अहवालांचे मुखपृष्ठ पाहावे व पुढील मुद्दे ध्यानात ठेवावेत. विषयाचे नाव पहिल्या लिपीमध्ये, दोन्ही बाजूंना समान अंतर सोडून मध्यभागी उलट्या शंकूच्या आकारात म्हणजे पहिल्या ओळीपेक्षा दुसरी व दुसरीपेक्षा तिसरी लहान या क्रमाने व एकेरी अंतरात द्यावे. ज्या विद्यापीठाला किंवा संस्थेला प्रस्तुत प्रबंध सादर करायचा त्याची या बाबतीत काही विशिष्ट अपेक्षा असेल तर त्यानुसार वरील रचनेत अवश्य बदल करावा. यानंतर मार्गदर्शकाचे मान्यतेचे प्रमाणपत्र जोडावे.

२) ऋणनिर्देश : येथे प्रथमपुरुषी सर्वनामाचा उपयोग करावा. अत्यंत साध्या भाषेत औपचारिक ऋणनिर्देश हा या भागाचा हेतू आहे. संशोधन कार्यात ज्यांचे खरोखर संस्मरणीय असे मार्गदर्शन व मदत झाली असेल त्यांचे अवश्य आभार मानावेत. तथापि, कुटुंबातील सभासद, सहकारी, ग्रंथपाल, कार्यालयीन कर्मचारी इत्यादींचे आभार मानणे अनावश्यक औपचारिकपणाचे होईल म्हणून योग्य मानले जात नाही. शेवटी दिनांक व संशोधकाची सही असावी.

३) अनुक्रमणिका : संशोधन अहवालातील अ, ब, क हे प्रमुख विभाग व त्या प्रत्येकामध्ये असलेले विविध उपविभाग व प्रकरणे व प्रकरणांचे उपविभाग या सर्वांची क्रमबद्ध यादी व त्यांच्यासमोर पानक्रमांक देणे म्हणजे अनुक्रमणिका.

४) कोष्टक यादी : अहवालाच्या 'ब' आणि 'क' विभागात जी कोष्टके आहेत, त्यांना अनुक्रम देऊन त्यांची योग्य नावे असलेली यादी व ती कोष्टके ज्या पानावर आहेत त्यांचे क्रमांक द्यावे. कोष्टक दोन पानांपेक्षा मोठे असेल तर परिशिष्टात टाकावे. कोष्टक पानाच्या मध्यभागी असावे. संदर्भ आला की लगेच असावे. संदर्भासाठी कोष्टक क्रमांक वापरावा. कोष्टक पुढील पानावर शक्यतो घ्यावे लागू नये. तसे घ्यावे लागले तर स्तंभांचे शीर्षक पुन्हा द्यावे. कोष्टकांना रोमन आकडे I, II, III, IV, V.

५) चित्रे, नकाशे, आलेख, यादी : अहवालात चित्रे, नकाशे, आलेख असतील तर त्यांची क्रमवार यादी व पान क्रमांक द्यावा. चित्रे, नकाशे, आलेख यांची नावे त्याच्या खाली द्यावीत. क्रमांक अरेबिक 1, 2, 3, 4 असे द्यावेत. 'अ' विभागाला रोमन क्रमांक द्यावेत (i, ii, iii, iv) व ते पानाच्या खाली व मध्यभागी द्यावेत.

१८.५ प्रमुख गाभा

प्रकरण १ प्रस्तावना : या प्रकरणात समस्येची गरज, समस्याकथन, समस्येतील महत्त्वाच्या शब्दांच्या कार्यात्मक व्याख्या, गृहीतके, व्याप्ती व मर्यादा अशा घटकांचा समावेश करावा.

प्रकरण २ संबंधित साहित्य व संशोधनाचे परिशीलन : संशोधन विषयाच्या संबंधात जे महत्त्वपूर्ण ज्ञान विविध ग्रंथांमध्ये आहे त्याचा थोडक्यात उल्लेख करणे. त्या विषयात आजपर्यंत जे ज्ञान उपलब्ध आहे त्याचा आधार घेऊन त्यापुढील ज्ञानाचा शोध घेण्यासाठी संबंधित उपलब्ध साहित्याचे वाचन, मनन व नंतर लिखित स्वरूपात आढावा घेणे. तसेच उपलब्ध ज्ञानाचा नवीन परिस्थितीत बदललेला अर्थ विशद करण्यासाठी संबंधित उपलब्ध साहित्याचे वाचन, मनन व नंतर लिखित स्वरूपात परिशीलन करणे, आढावा घेणे ही प्रक्रिया म्हणजे संबंधित साहित्याचे परिशीलन करणे. याचप्रमाणे संशोधकाने आपला विषय ज्या संशोधन विषय क्षेत्रात येतो त्यात झालेल्या महत्त्वपूर्ण व संबंधित संशोधनांचा आढावा घेणे या प्रकरणाच्या दुसऱ्या भागात अपेक्षित आहे. हा आढावाही योग्य विभागवार करावा. म्हणजेच हे वर्गीकरण आंतरराष्ट्रीय, राष्ट्रीय, राज्य, विद्यापीठ तसेच पीएच.डी., एम.फिल., एम.एड. असे विभाग करून करावे. येथे केवळ इतर ठिकाणची माहिती नको तर परिशीलन हवे.

प्रकरण ३ – संशोधन पद्धती : संशोधन कोणत्या पद्धतीने केले त्याची सविस्तर माहिती द्यावी. यामध्येच मार्गदर्शक अभ्यासाचा थोडक्यात आढावा घ्यावा. नमुना कसा निवडला, कोणकोणत्या चलांचा विचार केला, माहिती संकलनासाठी कोणती साधने वापरली या बाबींची सविस्तर माहिती द्यावी. त्यानंतर वर्गीकरण कसे केले, कोष्टके कशी तयार केली याची माहिती द्यावी. कोणते संख्याशास्त्र वापरले याचा उल्लेख करावा व या प्रत्येकाचा कालावधी कोणता याचाही उल्लेख करावा. (अधिक माहितीसाठी प्रकरण ४ मधील ४.५ अभ्यासावा.)

प्रकरण ४ – माहितीचे संकलन आणि विशदीकरण : या प्रकरणात विविध साधने, त्यातील प्रश्न, त्यांना मिळालेले प्रतिसाद, कोष्टके, विशदीकरण असे विविध घटक येतात. या प्रकरणाची पृष्ठसंख्या फार वाढत असेल तर योग्य पद्धतीने यातील माहितीचे विभाजन करून एकापेक्षा अधिक प्रकरणात दिली तरी चालते, हा अहवालातील एक महत्त्वाचा भाग असतो. यातील विभागांना व परिच्छेदांना संशोधकाने अनुक्रम व योग्य शीर्षके दिली तर पुढे त्यांचा संदर्भ घेणे सोपे जाते. माहिती संकलनापासून विशदीकरणापर्यंत आपण यापूर्वी (प्रकरण १७ मधील पॉइंट १७.१ ते १७.४ पाहा.) ज्या पायऱ्या पाहिल्या आहेत त्या पद्धतीने सविस्तर नोंद करावी.

प्रकरण ५ – सारांश व निष्कर्ष : या प्रकरणात पुन्हा थोडक्यात प्रकरण पहिले,

प्रस्तावना व प्रकरण तिसरे संशोधन पद्धतीची थोडक्यात माहिती द्यावी. त्यानंतर विभागानुसार, गटानुसार निष्कर्ष द्यावेत. सामान्यीकरण करणे व परिकल्पनांची तपासणी करावी; नंतर त्यानुसार केलेल्या शिफारशी व पुढील संशोधनासाठी विषय यांची नोंद करावी.

१८.६ संदर्भ विभाग

या विभागात पुढील बाबींचा समावेश करावा.

१) संदर्भसाहित्यसूची (Bibliography) – संशोधन–विषयाच्या व पद्धतीच्या संदर्भात संशोधकाने अगदी सुरुवातीपासून अखेरपर्यंत जी पुस्तके, नियतकालिके , वृत्तपत्रे, अहवाल, कागदपत्रे असे प्रकाशित व अप्रकाशित साहित्य वाचले असेल व संशोधन–प्रक्रियेमध्ये ज्या साहित्याचा प्रत्यक्ष व अप्रत्यक्ष उपयोग केला असेल अशा सर्व साहित्याची एका विशिष्ट क्रमाने व पद्धतीने केलेली यादी म्हणजे संदर्भसाहित्यसूची.

२) संशोधनात माहिती संकलनासाठी वापरलेली विविध साधने.

३) मोठी कोष्टके.

१८.७ संदर्भसाहित्यसूची व तळटिपा

प्रथम संदर्भसाहित्यसूची कशी लिहावी ते पाहू.

अ) संदर्भसाहित्याचीसूची : संशोधन विषयाच्या व पद्धतीच्या आकलनासाठी संशोधनाच्या सुरुवातीपासून अखेरपर्यंत संशोधकाने जी पुस्तके, नियतकालिके, (वृत्तपत्रे), अहवाल, कागदपत्रे, अप्रकाशित साहित्य वाचले असेल अशा सर्व साहित्याची लेखकाच्या आडनावाच्या अकारविल्हेवारीने पुढील पद्धतीने केलेली नोंद म्हणजे संदर्भसाहित्यसूची. एक महत्त्वाची सूचना एपीए पद्धतीत जेवढ्या पुस्तकांचा संदर्भ प्रत्यक्ष असेल तेवढीच पुस्तके घ्यावीत. आता या संबंधात आवश्यक अशी अधिक माहिती पाहू.

१) एक लेखक असल्यास – बापट, डॉ. भा. गो. (१९७७). शैक्षणिक संशोधन. पुणे : नूतन प्रकाशन.

२) दोन लेखक असल्यास – आफळे, रा. रा. आणि बापट, भा. वे. (१९७३). शिक्षणाचे मानसशास्त्रीय अधिष्ठान. पुणे : श्रीविद्या प्रकाशन.

३) दोनपेक्षा अधिक लेखक असल्यास वरीलप्रमाणे.

४) पुस्तक संपादित असल्यास – वरीलप्रमाणे फक्त लेखकाच्या नावापुढे (संपादक) असे लिहावे.

५) पुढची आवृत्ती असल्यास – खरात, आ. पां. (१९८२). प्रगत शैक्षणिक

मानसशास्त्र. (द्वितीयावृत्ती). पुणे : श्रीविद्या प्रकाशन.

६) नियतकालिकातील लेख असल्यास लेखकाचे नाव. (वर्ष, महिना), लेखाचे नाव - नियतकालिकाचे नाव, पान क्र. पासून-पर्यंत (१९७३).

७) प्रबंध असल्यास - भिंताडे, डॉ. वि. रा. (१९८६).
A Critical study of educational problems of the textile mill workers' children studying in the secondary schools in Solapur city with a view to suggesting problem solutions. Unpublished doctoral thesis The University of Poona.

८) Internet Source.
"American Psychological Association (2001). APA Style Homepage.
Retrieved, July 30, 2001, from http:// www. apastyle.org/." (Best. 69).

९) Unpublished paper presented at a meeting.
लेखकाचे नाव. (वर्ष, महिना) विषयाचे नाव. तो पेपर कुठे सादर केला त्याचा उल्लेख.

१०) Corporate or association authar : NCERT. (1970). Education and National Development. 1964-66 Report of the Education Commission Vol. 3. New Delhi : Author.

११) दुसऱ्या लेखकाचा एखाद्या पुस्तकातील संदर्भ द्यायचा असेल तर दुसऱ्या लेखकाची वाक्ये (वर्ष) याचा (या लेखकाने - वर्ष - मध्ये दिलेला संदर्भ) असे म्हणावे. प्रबंधात म्हणावे व संदर्भ ग्रंथयादीमध्ये ज्या पुस्तकातून संदर्भ घेतला त्याचाच उल्लेख करावा.

१२) लेखकाचे नाव मिळत नसल्यास, पुस्तकाचे नाव. (प्रकाशन वर्ष). गाव : प्रकाशन संस्था.

सूचना : वरील सर्व ठिकाणी, एखाद्या पुस्तकातील संदर्भाची नेमकी पाने कुठपासून कुठपर्यंत pp म्हणून, सर्वांत शेवटी द्यावीत.

तळटिपा कशा लिहाव्यात याची माहिती पाहू.

ब) तळटिपा : संशोधन विषयाच्या संबंधामध्ये अहवालात इतर लेखकांच्या महत्त्वपूर्ण अशा संदर्भ साहित्याचा - १) अवतरणे २) अनुवाद ३) सारांश ४) मूल्यमापन या चार प्रकारांपैकी कोणत्याही प्रकारचा उल्लेख केल्यानंतर त्यास प्रकरणाप्रमाणे सलग क्रमांक द्यावा व त्याच पानाच्या शेवटी एक रेघ मारून तो क्रमांक लिहून पुढील नोंदी करणे म्हणजे तळटिपा.

लेखकाचे नाव प्रथम पहिले नाव, वडिलांचे/पतीचे नाव अथवा आद्याक्षरे, नंतर आडनाव या स्वरूपात लिहावे. नंतर पुस्तकाचे नाव, प्रकाशक, स्थळ, वर्ष, आवृत्ती, संबंधित पान क्रमांक, अवतरणाव्यतिरिक्त अनुवाद, सारांश, मूल्यमापन असेल तसा उल्लेख करावा. पुस्तक संपादित असेल तर 'संपादक' म्हणावे. एकापेक्षा जास्त लेखक असतील तर दुसरे, तिसरे नाव पहिल्याप्रमाणेच लिहावे.

काही वेळा तळटिपा देण्याऐवजी प्रकरणाच्या शेवटी तसा उल्लेख केला जातो. त्या ठिकाणी लिहिण्याची सर्व पद्धत वरीलप्रमाणेच ठेवावी. फक्त यास तळटिपा याऐवजी संदर्भ म्हणावे.

लेख असेल तेव्हा लेखकाच्या नावाची आद्याक्षरे, नंतर आडनाव, लेखाचे नाव, नियतकालिकाचे नाव अधोरेखित, अंक क्रमांक, महिना, वर्ष असा क्रम ठेवावा. वृत्तपत्रातील लेख असेल तर वृत्तपत्राचे नाव अधोरेखित करावे व दिनांक लिहावा.

अप्रकाशित साहित्य, भाषणे, पत्रे यांचा उल्लेख प्रथम आद्याक्षरे, नंतर आडनाव, शीर्षक, स्वरूप, हे कुठे उपलब्ध आहे, दिनांक असा क्रम ठेवावा.

तळटिपेत पाठोपाठ त्याच पुस्तकाचा व त्याच पृष्ठ क्रमांकाचा संदर्भ द्यायचा असेल तर फक्त Ibid – कित्ता असे म्हणतात. पान क्रमांक वेगळा असेल तर Ibid म्हणून पुढे पृष्ठ क्रमांक देतात.

त्याच पुस्तकाचा पुन्हा वेगळ्या संदर्भानंतर १, २ पानांमध्ये संदर्भ आला असेल तर लेखकाचे नाव, आडनाव व op. cit म्हणजे त्याच संदर्भात असे म्हणतात व पृष्ठ क्रमांक देतात.

त्याच पुस्तकाचा व त्याच पानाचा संदर्भ, मध्ये काही संदर्भ गेल्यानंतर द्यायचा असेल तर लेखकाचे आडनाव व Loc Cit म्हणजे त्याच ठिकाणी किंवा परिच्छेदामध्ये असे म्हणतात.

एका लेखकाच्या एकापेक्षा अधिक पुस्तकांचा संदर्भ घेतला असेल तर गोंधळ टाळण्यासाठी प्रत्येक वेळी सर्व माहिती पुन्हा द्यावी.

तळटिपेचे उदाहरण–

भा. गो. बापट : शैक्षणिक संशोधन, नूतन प्रकाशन, पुणे ३० : द्वितीयावृत्ती, (१९७७). पृष्ठ क्र. ४५ (सारांश)

१८.८ टंकलेखनाचे नियम

१) थेसिससाईज किंवा ए-४ साईजचा कागद वापरावा.

२) १२ पॉइंट स्टॅण्डर्ड फाँट वापरावा

३) फक्त एकाच बाजूने कागदावर टंकलेखन करावे.

४) कागदाच्या डाव्या बाजूला २ इंच, उजव्या बाजूला वर व खाली १इंच मार्जिन देऊन टायपिंग करावे.

५) डबलस्पेस मध्ये टायपिंग करावे.

१) 'अ' विभागातील पृष्ठांना रोमन अंकात व 'ब', 'क' विभागातील पृष्ठांना अरेबिक क्रमांक द्यावेत. प्रकरणाच्या सुरुवातीच्या पृष्ठाला क्रमांक देऊ नये, पण तो हिशोबात धरावा. 'अ' विभागात पानाच्या खाली आणि 'ब' व 'क' विभागात पृष्ठाच्या वर उजव्या कोपऱ्यात पृष्ठक्रमांक द्यावेत व त्याच्याखाली तीन ओळींचे अंतर (स्पेस) ठेवून मजकूर टंकलेखित करावा.

२) प्रमुख शीर्षक पानाच्या मध्यभागी द्यावे व तीन ओळींचे अंतर ठेवून मग मजकूर टंकलेखित करावा. उपशीर्षके अधोरेखित करावीत व त्यांना क्रमांक द्यावेत.

३) मजकूर दुहेरी अंतरात टंकलिखित करावा. तीन ओळीपर्यंतची अवतरणे अवतरण चिन्हात व त्यापेक्षा मोठी अवतरणे एकेरी अंतरात व चार अंतर डावीकडे व उजवीकडे समास ठेवून अवतरण चिन्हांशिवाय टंकलिखित करण्याची पद्धत आहे.

४) ओळीच्या शेवटचा शब्द शक्यतो विभागू नये.

१८.९ संख्यालेखन

१) वाक्याच्या सुरुवातीस येणारी संख्या शब्दात लिहावी.

२) नव्याण्णवपर्यंतच्या सर्व संख्या नंतर येणाऱ्या दहाच्या पटीतील पूर्ण संख्या (130, 240, 360) आणि अपूर्णांक उदा. अर्धा व पाऊण हे सर्व शब्दांत लिहावे. याऐवजी (एकशेतीस, दोनशेचाळीस, तीनशेसाठ) जेव्हा या संख्या दशांश चिन्हाने किंवा अपूर्णांकाने जोडल्या जातात तेव्हा अंकात लिहाव्यात. जसे 5½, 90.5, 8½.

३) वाक्याच्या सुरुवातीला नसेल तर अमुकतमुक टक्के हे अंकातच २ लिहावे. उदा. ४३टक्के, ६९टक्के . कोष्टके व आकृत्यांमधील संख्या अंकात लिहाव्यात.

४) शंभरच्या आधीपासून काही संख्या क्रमाने लिहायच्या असल्यास त्या अंकांमध्ये लिहाव्यात. उदा. ९८, ९९, १००, १०१. चार आकडी किंवा त्यापेक्षा मोठी संख्या असेल तर हजारचे आकड्यानंतर स्वल्पविराम हवा.

५) क्रम दर्शविणाऱ्या अंकाच्या पुढे पूर्णविराम द्यावा.

६) नेहमीच्या प्रचारातील संख्याशास्त्रीय फॉर्म्युला व एकूण आकडेमोड यांचा अहवालात समावेश करू नये.

१८.१० एपीए पद्धत

यापूर्वी आपण प्रकरण ४ मधील पॉइंट ४.४ संदर्भसाहित्य लेखनपद्धती यामध्ये आणि पॉइंट १८.७ संदर्भसाहित्यसूची व तळटिपा यामध्ये आपण आपल्या संशोधनासाठी जे बाह्य संदर्भ घेतले त्यांची नोंद कशी करावयाची याची माहिती घेतली. त्याचप्रमाणे पॉइंट ३.१५ या विभागात 'शैक्षणिक संशोधनात मानवावर संशोधन करताना ध्यानात ठेवण्याची नीतितत्त्वे' यामध्ये अमेरिकन सायकॉलॉजिकल असोसिएशनच्या स्थापनेपासूनच्या कामकाजाची व महत्त्वपूर्ण शिफारशींची माहिती पाहिलेली आहे.

American Psychological Association याचा यापुढे आपण फक्त APA एपीए असाच उल्लेख करू.

"There are seven main sections in an APA style research report manuscript : the title page, abstract, introduction, method, results, discussion and references." - Bordens & Abbott, 2006, (P. 459)

यांपैकी आपण आपल्या आवश्यकता व सोयीनुसार फक्त संदर्भ विभागासंबंधीच माहिती पाहणार आहोत. याचे कारण असे की महाराष्ट्रातील विद्यापीठांनी लघुसंशोधन प्रबंध (एम. एड. व एम. फिल. साठी) आणि संशोधन प्रबंध (पीएच. डी. साठी) यासाठी संदर्भलेखन एपीए पद्धतीनुसार करावे असे सांगितले आहे. यापुढे आपण हे संदर्भलेखन एपीए पद्धतीने कसे करावे याचे नियम पाहू.

"Each reference cited in the body of your paper should be listed in expanded format in your reference section." - Bordens & Abbott, 2006, (P. 497-498).

संदर्भसाहित्यसूची : संदर्भ ग्रंथसूची मध्ये यापूर्वीच्या पद्धतीत आपण संशोधनासाठी जे जे साहित्य (पुस्तके, नियतकालिके, लेख, प्रबंध, वेबसाईट इ.) वाचले त्याचा उल्लेख करीत होतो. यापैकी काही साहित्याचा प्रत्यक्ष उपयोग अहवालात असे आणि काही साहित्य आपण वाचलेले असे की ज्याने आपली मानसिकता तयार झालेली असे, माहिती मिळालेली असे तथापि, आपण त्याचा अहवालात प्रत्यक्ष उपयोग केलेला नसे. Bibliography मध्ये हे चालत असे. आता APA पद्धतीत No Bibliography. या पद्धतीत संदर्भ (References) असा शब्द येईल व आपण जेवढ्या पुस्तकांचा - साहित्याचा अहवालात प्रत्यक्ष संदर्भ दिलेला असेल तेवढेच साहित्य या संदर्भ विभागात येणार. वीस पुस्तके वाचली असतील, वीस प्रकारचे साहित्य वाचले असेल व त्यांपैकी फक्त १२ साहित्याचाच प्रत्यक्ष अहवालात संदर्भ असेल तर संदर्भ विभागात फक्त १२ साहित्य प्रकारांची नावेच फक्त येतील.

"A reference section should not be confused with bibliography : a bibliography contains everything in the reference section plus other useful publications not cited in the manuscript. Bibliographies are not generally provided for research reports; only references are usually included."

- Best & Kahn, 2006 (P. 65).

प्रकरणाच्या अंतर्गत संदर्भ देताना –

१) प्रकरणामध्ये संदर्भ देताना प्रत्यक्ष लेखकाची वाक्ये घेतली असतील आणि एकच लेखक असेल तर व एकाच पानातील वाक्य किंवा वाक्ये असतील तर कंसात लेखकाचे आडनाव, प्रकाशनवर्ष व P लिहून पृष्ठक्रमांक द्यावा. जर लेखकाचे नाव लेखनात आले असेल तर कंसात प्रकाशनवर्ष व पृष्ठ क्रमांक द्यावा. उदा. १) (जगताप – 2000 P 231) २) (2000 P 231).

३) जर अधिक सलग पृष्ठे असतील तर ऐवजी PP 231- 232

२) दोन लेखक असल्यास उदा. (मुळे, उमाठे : १९८७)

बाकी रचना वरीलप्रमाणे.

तीन किंवा जास्त लेखक असल्यास लेखनात पहिला संदर्भ देताना सर्वांची नावे लिहावीत. त्यानंतर फक्त पहिल्या लेखकाचेच नाव व नंतर e.tal म्हणजे आणि इतर.

३) पुस्तकाच्या लेखकाने दुसऱ्या लेखकाचा संदर्भ दिलेला असेल तर त्याचा उल्लेख पुढीलप्रमाणे करावा. उदा. Lovell and Lawson (1973) study Cas cited in Lokesh Koul, 2009 P 223.

डायरेक्ट कोटेशन असल्यामुळे P. 223, अन्यथा त्याची आवश्यकता नाही. संदर्भ विभागात ज्या पुस्तकातून अथवा लेखातून ते घेतले त्याचा उल्लेख करावा.

प्रबंधाच्या शेवटच्या तिसऱ्या भागात संदर्भ विभागात संदर्भ देताना.

आता आपण संदर्भ विभागाकडे वळू या.

येथे आपण काही विभाग पाडू या. पहिला विभाग – यामध्ये मराठी पुस्तके, नियतकालिके, अप्रकाशित लेख, पीएच. डी. प्रबंध, एम. फिल., एम. एड., लघुशोध प्रबंध, दुसरा विभाग याच क्रमाने इंग्रजीचा राहील.

१) पुस्तक एक लेखक एक : भाळवणकर, वा. गो. (२००८), प्राथमिक शिक्षण : सद्य:स्थिती समस्या व उपाय, पुणे : सुविचार प्रकाशन.

भिंताडे, वि. रा. (१९८९) शैक्षणिक संशोधन पद्धती : (प्रथम आवृत्ती) पुणे: नूतन प्रकाशन.

एकाच लेखकाची दोन पुस्तके आल्यास आधी प्रकाशित झालेले आधी घ्यावे.

२) दोन किंवा अधिक लेखक : कुलकर्णी, व्ही. एम., आणि भिंताडे, व्ही. आर. (२००६)

भारतीय आधुनिक शिक्षण : समस्या आणि उपाय (2nd edition) : पुणे : श्रीविद्या प्रकाशन.

३) संपादक : वरीलप्रमाणे फक्त लेखकाच्या नावानंतर कंसात (संपादक) शब्द हवा.

४) नियतकालिकातील लेख : लेखकाचे नाव. (वर्ष-मासिक असल्यास महिन्याचे नाव). लेखाचे नाव. नियतकालिकाचे नाव, पृष्ठ कोठपासून कुठपर्यंत.

५) प्रबंध पीएच. डी., एम. फिल. : भिंताडे, व्ही. आर. (1986) A critical study of the educational problems of the textile mill workers children studying in the secondary schools of Solapur city. अप्रकाशित पीएच. डी. प्रबंध, पुणे विद्यापीठ, पुणे.

६) इंटनेटवरील मजकूर : हा घेताना तारीख असल्यास ती द्यावी. नसल्यास "N. D." No date असे लिहावे.

७) संकेतस्थळे : Websites असल्यास लिहाव्यात.

जेथे शाब्दिक वर्णन करणे अवघड असेल, क्लिष्ट असेल तिथे कोष्टके व संख्यांचा उपयोग करावा.

एपीए स्टाईल ही मानसशास्त्र, सामाजिक व वर्तनवादी शास्त्रासाठी त्यातील रिसर्च पेपर्स, रिसर्च आर्टिकल्स, लघुशोध निबंध, लघुशोध प्रबंध व प्रबंध यासाठीच वापरली जाते. शास्त्रीय पद्धतीने या प्रकारात लेखन केले जावे या हेतूने ही पद्धत अस्तित्वात आली. याचा थोडक्यात आढावा आपण पॉइंट ३.१५ मध्ये घेतलेला आहे. वाचकांनी या महत्त्वपूर्ण माहितीची कृपया नोंद घ्यावी.

१८.११ संशोधन अहवालाचे मूल्यमापन

संशोधन प्रक्रिया कोणत्या पद्धतीने पूर्ण केली जाते व संशोधन अहवाल कसा लिहिला जातो याची माहिती आपण आतापर्यंत पाहिली. या विभागात संशोधन अहवालाचे मूल्यमापन कसे करतात याची माहिती पाहू. या माहितीच्या आधारे एखाद्या लिखित अहवालाचे मूल्यमापन ज्याप्रमाणे करता येईल, त्याप्रमाणेच संशोधकाने आपल्या संशोधनाचा अहवाल लिहिण्यापूर्वी, जर ही माहिती वाचली तर त्याच्या अहवाल लेखनातील त्रुटी निश्चितपणे कमी होतील. या माहितीचा उपयोग करून आधी तयार झालेल्या काही संशोधन अहवालांचे संशोधकाने जर मूल्यमापन केले तर त्याचा स्वत:चा संशोधन अहवाल तो अधिक निर्दोष बनवू शकेल.

संशोधन अहवालाचे मूल्यमापन करणे म्हणजे अहवालात क्रमाने येणाऱ्या विभागांचे किंवा घटकांचे किंवा प्रकरणांचे पृथक्करण करून त्याचा योग्य दर्जा आहे का नाही हे पाहणे. आता आपण एकेक घटक, विभाग किंवा प्रकरण क्रमाने घेऊ

व त्याचा दर्जा कसा असावा हे पाहू.

१) शीर्षक : संशोधन अहवाल हातामध्ये घेतल्यावर आपले लक्ष प्रथमत: आकर्षित करणारी बाब म्हणजे त्याचे शीर्षक. शीर्षक स्पष्ट हवे. बिनचूक हवे, त्याची शब्दरचना योग्य हवी, संशोधन समस्येचे नेमके स्वरूप त्यातून स्पष्ट व्हावे. शीर्षक अतिव्यापकही नसावे व फार संकुचितही नसावे तर पर्याप्त असावे. शास्त्रीय पद्धतीने मोजता येणाऱ्या घटकांचा त्यात समावेश असावा.

२) प्रस्तावना : यामध्ये प्रथमत: समस्येची निश्चित गरज स्पष्ट केली आहे का हे पाहणे, नंतर येणारा भाग म्हणजे समस्याकथन. समस्या प्रश्न व विधान अशा दुहेरी पद्धतीने मांडता येते. यामध्ये विविध चलांचा संबंध योग्यपणे दाखविला आहे का व त्या चलांची कार्यात्मक व्याख्या दिली आहे का? हे पाहणे. त्यानंतर येणारा घटक म्हणजे महत्त्व. या संशोधनाच्या निष्कर्षांमुळे शैक्षणिक सिद्धान्त अथवा कार्यप्रणाली यात कोणता बदल घडून येईल याचा उल्लेख या विभागात केलेला आहे का? हे पाहणे. पूर्वी केलेल्या विषयावर पुन्हा संशोधन केले असेल तर त्याची पुन्हा गरज का वाटली याचा स्पष्ट आढावा घेतला आहे का, हे पाहणे. कदाचित खूप कालावधी उलटून गेला असेल किंवा पूर्वीच्या संशोधनात काही त्रुटी संशोधकाला जाणवल्या असतील, पण याचा उल्लेख महत्त्व या सदरात हवा. त्यानंतरचा पाहावयाचा भाग म्हणजे उद्दिष्टे. संशोधनाची उद्दिष्टे योग्य पद्धतीने मांडली आहेत का पाहणे. संशोधकाला भेडसावणाऱ्या समस्यांवरच उद्दिष्टांची रचना झालेली आहे का हे पाहणे. उद्दिष्टांनंतर पाहावयाचा घटक म्हणजे 'परिकल्पना'. परिकल्पना योग्य स्वरूपात दिल्या आहेत का ? त्यामध्ये दोन किंवा अधिक चलांचा परस्परांशी असणारा संबंध सांगितला गेला आहे का ? त्यातील महत्त्वाच्या शब्दांच्या कार्यात्मक व्याख्या दिलेल्या आहेत का ? संशोधन समस्या व उद्दिष्टे यांच्याशी परिकल्पनांचे उचित संबंध आहेत का ? हे पाहणे. नंतरचा भाग गृहीतके. या अहवालात गृहीतके कोणती दिली आहेत व ती योग्य आहेत का? हे पाहणे. त्यानंतर संशोधनाची व्याप्ती कोणकोणत्या घटकांशी संबंधित आहे व ती उचित आहे का व संशोधनाच्या मर्यादा व परिमर्यादा योग्य पद्धतीने मांडल्या आहेत का? हे पाहणे.

३) संबंधित साहित्य व संशोधनाचे परिशीलन : हे परिशीलन केलेले साहित्य संशोधन विषयाशी खरोखरी संबंधित आहे का व ते महत्त्वपूर्ण आहे का? हे पाहणे. जसा जुन्या महत्त्वपूर्ण साहित्याचा परामर्श घेतला गेला, तसा नवीन महत्त्वपूर्ण साहित्याचा परामर्श घेतला गेला का, हे पाहणे. तसेच परिशीलन केले गेलेले संशोधन विषयाशी खरोखरी संबंधित आहे का व ते महत्त्वपूर्ण आहे का? हे पाहणे. काही वेळा या विभागात असंबद्ध मजकूर एकत्रित केलेला असण्याची शक्यता असते. तसे होत

असल्यास तो मोठा दोष ठरतो. याचबरोबर हे परिशीलन विशिष्ट क्रमाने आयोजित केलेले असणे आवश्यक असते. आयोजनात विस्कळितपणा नसावा.

४) संशोधन पद्धती : संशोधनासाठी योग्य पद्धतीची निवड केली आहे का? हे पाहणे. प्रायोगिक पद्धती वापरली असेल, तर निवडलेला अभिकल्प योग्य आहे का व नियंत्रण परिपूर्ण आहे का? हे पाहणे. मार्गदर्शक अभ्यासाचा व्यवस्थित आढावा घेतला आहे का ? मार्गदर्शक अभ्यासानंतर केलेले बदल नोंदविलेले आहेत का ? संशोधनासाठी निवडलेला नमुना समर्पक आहे का ? उचित पद्धतीने निवडला आहे का ? विविध चलांची योग्य माहिती दिली आहे का ? माहिती संकलनासाठी वापरलेली साधने योग्य दर्जाची आहेत का? या प्रश्नांचा शोध घेणे.

५) माहितीचे संकलन व विशदीकरण : आवश्यक माहितीचेच संकलन केले आहे का? हे पाहणे. काही वेळा परिकल्पनांशी संबंधित नसलेली अनावश्यक माहितीही गोळा केली जाते. संकलित केलेल्या माहितीचा दर्जा कसा आहे पाहणे; कारण माहितीच्या दर्जावर संशोधनाचा दर्जा अवलंबून असतो. माहितीवरून तयार केलेली कोष्टके योग्य तऱ्हेने केलेली आहेत का? हे पाहणे. संपूर्ण माहितीचे आयोजन योग्य पद्धतीने केले आहे का व वापरलेले संख्याशास्त्र समर्पक व बिनचूक आहे का? हे पाहणे. या संबंधात केले गेलेले विशदीकरण वस्तुनिष्ठ व योग्य पुराव्यावर आधारित आहे का? हे पाहणे.

६) सारांश व निष्कर्ष : प्रस्तावना या प्रकरणातील सर्व घटकांची पुन्हा थोडक्यात माहिती दिलेली आहे का? हे पाहणे. संशोधन पद्धती या प्रकरणातील सर्व विभागांची पुन्हा थोडक्यात माहिती दिली आहे का? हे पाहणे. संशोधन अहवालातील सर्व महत्त्वपूर्ण गोष्टींची अत्यंत थोडक्यात सारांशरूपाने नोंद करणे, हे या प्रकरणातील सारांश या भागाचे उद्दिष्ट असते.

यानंतरचा भाग म्हणजे परिकल्पनांची तपासणी बिनचूक आहे का? हे पाहणे. सर्व महत्त्वपूर्ण निष्कर्ष योग्य पद्धतीने एकत्रित केले आहे का? हे पाहणे. त्यावरून केलेली सामान्य विधाने समर्पक आहेत का? निष्कर्ष व शिफारशी यांचा उचित संबंध आहे का ? पुढील संशोधनासाठी सुचविलेले विषय मूळ संशोधन विषयाशी अथवा शिफारशींशी उचित संबंध ठेवतात का?

सारांश व निष्कर्ष या प्रकरणातील वरील सर्व मुद्यांचा परामर्श घ्यावा. परंतु, याबरोबरच या प्रकरणात विशेष लक्ष निष्कर्षांकडे द्यावे लागते. निष्कर्षांनी प्रस्तावनेतील विविध संशोधन समस्यांची उत्तरे दिली आहेत का? हे पाहावे. तसेच शैक्षणिक सिद्धान्तामध्ये अथवा कार्यप्रणालीमध्ये या निष्कर्षांनी कोणती विशेष भर घातली व संशोधकाने या गोष्टींचा स्वतंत्र उल्लेख केला आहे? का हे पाहणे.

७) तांत्रिक बाजू : संशोधन अहवालाची भाषा, टंकलेखन योग्य आहे का हे पाहणे. परिच्छेदांना दिलेली शीर्षके अचूक आहेत का? हे पाहणे. तळटिपा व संदर्भ ग्रंथ सूचीमधील मजकूर निर्दोष आहे का? हे पाहणे. प्रकरणे योग्य क्रमाने आहेत का? हे पाहणे. अहवालातील अ, ब, क विभागातील सर्व तांत्रिक बाजू योग्य पद्धतीने पूर्ण केल्या आहेत हे पाहणे आवश्यक असते.

थोडक्यात, संशोधन अहवालाचे मूल्यमापन म्हणजे संशोधकाने संशोधन-प्रक्रियेतील सर्व पायऱ्या योग्य पद्धतीने पूर्ण केल्या आहेत व योग्य पद्धतीने लिहिल्या आहेत का? हे पाहणे. संबंधित संशोधनाची परिपूर्ण माहिती जमा केली आहे का? हे पाहणे. यातून संशोधकाची शास्त्रीय पद्धती, वस्तुनिष्ठता, बिनचूकपणा आणि प्रामाणिकपणा दिसून यावा.

१८.१२ संशोधन अहवाल – स्वयंमूल्यमापन

तुम्ही एम. एड., एम. फिल. अथवा पीएच. डी. ची संशोधन प्रक्रिया योग्य प्रकारे पूर्ण केलेली आहे. त्यानंतर अहवाल लेखनाची (मॅन्युस्क्रिप्ट) प्रक्रियाही तुम्ही पूर्ण केली आहे. आता ती लेखी प्रत संगणक टायपिंगसाठी तयार झाली आहे. यावेळेस खालील प्रश्न स्वत:ला विचारून तुमच्या अहवाल लेखनात काही त्रुटी, उणिवा राहिल्या असतील तर त्या लगेचच दूर करा. संशोधन प्रक्रियेत, अहवाल लेखनात परिपूर्णता (Perfection) हा सर्वांत महत्त्वाचा घटक आहे. संशोधन जेवढे बिनचूक आणि अहवाल जेवढा परिपूर्ण तेवढे ते दर्जेदार बनते, त्याचे मूल्य वाढते. उत्तम व अभ्यासपूर्ण पुस्तकांचे वाचन, इंटरनेटवरील संदर्भ, गाईडचे मार्गदर्शन आणि संशोधनाची सुनियोजित कार्यवाही यामुळे तुमचे संशोधन परिपूर्ण होईलच पण त्याचबरोबर तर्कशास्त्र याचाही तुम्हाला पदोपदी उपयोग होईल. संशोधनातील प्रत्येक प्रक्रियेची तार्किक कारणमीमांसा तुम्हाला करता यायला पाहिजे. आता आपण पुढील प्रश्न स्वत:ला विचारू व गरज पडल्यास आपल्या मॅन्युस्क्रिप्टमध्येही योग्य तिथे बदल करू.

१) आपण शिक्षणशास्त्रातील एका समस्येचा अभ्यास करीत आहोत. शिक्षणामध्ये अनंत समस्या आहेत. मग आपण हीच समस्या संशोधनासाठी का निवडली याची माहिती प्रस्तावनेत आपण वाचकांना दिली आहे का?

२) संशोधन अहवालाचे आपण तीन भाग केले आहेत का? पहिल्या भागात मुखपृष्ठ, प्रास्ताविक, अनुक्रमणिका, कोष्टकांची व आकृत्यांची सूची.
दुसऱ्या भागात प्रस्तावना, संदर्भ साहित्य व संशोधनाचे परिशीलन, संशोधन कार्यपद्धती, माहिती संकलन व त्यावर प्रक्रिया, सारांश, निष्कर्ष, शिफारशी, पुढील संशोधनासाठी विषय आणि तिसऱ्या भागात परिशिष्टे व संदर्भग्रंथसूची असे योग्य विभाजन केलेले आहे का?

३) आपण दिलेल्या कार्यात्मक व्याख्या खरंच कार्यात्मक व्याख्या आहेत का त्या सर्वसामान्य किंवा संकल्पनात्मक व्याख्याच आहेत?

४) आपल्या संशोधनात आपण दिलेल्या गृहीतकांना कोणता आधार आहे? ती गृहीतके आपण कशासाठी घेतली हे आपणास निश्चित माहीत आहे का? त्या गृहीतकांचा आपल्या संशोधनप्रक्रियेत आपण योग्य ठिकाणी उपयोग केला आहे का?

५) आपल्या संशोधनाच्या परिमर्यादा Delimitations व मर्यादा Limitations यातील फरक आपण योग्य प्रकारे स्पष्ट केला आहे का?

६) आपण ज्या साहित्याचा व संशोधनाचा 'संदर्भ साहित्य व संशोधनाचे परिशीलन' या प्रकरणात समावेश केला आहे ते साहित्य व संशोधन आपल्या संशोधन समस्येशी खरोखरी संबंधित आहे का? त्याची योग्य रचना केली आहे का? त्याचे आपण योग्य परिशीलन केले आहे का, आढावा घेतला आहे का? का केवळ अवतरणेच दिली आहेत?

७) आपल्या लेखनातील मुद्यांमध्ये एक निश्चित क्रम आहे का? त्या मुद्यांमध्ये तार्किकता आहे का?

८) प्रत्येक प्रकरणाचे शीर्षक व प्रकरणातील मजकूर यामध्ये नेमकेपणा व योग्य सहसंबंध आहे का?

९) संपूर्ण अहवाललेखनात इतर पुस्तकातून, संशोधन अहवाल ग्रंथांमधून, नियतकालिकांमधून, वर्तमानपत्रांमधून, इंटरनेटवरून आपण जी माहिती लिहिली आहे. त्या सर्व संबंधितांची अहवालात योग्य नोंद घेऊन त्याचे योग्य श्रेय त्यांना लिखित स्वरूपात आपण दिले आहे का?

१०) आपण अहवालात लिहिलेली सर्व माहिती आपल्या संशोधन समस्येशी निगडीत असून एकही अनावश्यक वाक्य आपल्या अहवालात आपण लिहिले नाही ना?

११) प्रत्येक प्रकरणाच्या शेवटी, त्या प्रकरणात आपण घेतलेल्या बाह्य संदर्भांना अनुक्रमांक देऊन, त्या क्रमाने आपण संदर्भसूची दिली आहे का?

१२) संदर्भसूची (प्रत्येक प्रकरणाचे शेवटी दिलेली) बरोबर आपण इतरही अनेक पुस्तके वाचली आहेत, नियतकालिके वाचली आहेत. वेबसाईटवरून माहिती घेतली आहे. या सर्वांनी तुमची मानसिकता तयार झाली आहे. त्या सर्वांची अकार विल्हेवारीने व योग्य विभाग पाडून अहवालाच्या शेवटी आपण Bibliography संदर्भग्रंथसूची तयार केली आहे का?

१३) आपण वरील प्रश्न क्र. ११ व १२ मध्ये संदर्भसूची व संदर्भग्रंथसूचीबाबत जी

माहिती पाहिली त्यापेक्षा A P A म्हणजेच American Psychological Associationने संदर्भ व ते देण्याची वेगळी पद्धत जाहीर केलेली आहे. (२००१, २००२ साली) ती आपल्याला मान्य आहे का व आपण त्यानुसार संदर्भ देण्याची पद्धती स्वीकारणार आहात का? का वरील ११ व १२ प्रमाणेच माहिती देणार आहात? १४) आपली संशोधनसमस्या, त्यातून निर्माण झालेली उद्दिष्टे, त्या उद्दिष्टांशी संबंधित परिकल्पना (असल्यास) त्यांना योग्य संशोधन पद्धती, त्या पद्धतीला आवश्यक असणारी माहिती संकलनाची साधने, त्यावर योग्य प्रक्रिया, तर्कशुद्ध अर्थनिर्वचन, सामान्यीकरण, त्याला योग्य शिफारशी व यासर्वांशी संबंधित पुढील संशोधनासाठी विषय या सर्वांमध्ये परस्परसंबंधांचा सुरेख धागा गुंफला असून तो आपल्या अहवाल लेखनातून व्यवस्थित दिसतो आहे का?

१५) योग्य संख्याशास्त्राचा योग्य उपयोग केला आहे का?

१६) आपल्या संशोधनातील निष्कर्ष हे यापूर्वी यासारख्या झालेल्या महत्त्वपूर्ण संशोधन निष्कर्षांपैकी कोणत्या निष्कर्षांशी साम्य दर्शवितात व कोणत्या निष्कर्षांशी वेगळेपणा दर्शवितात हे आपण स्पष्टपणे मांडले आहे का?

१७) आपल्या संशोधनप्रक्रियेत प्रामुख्याने परिकल्पना असल्यास त्यामध्ये शिक्षणशास्त्रातील एखादा सिद्धान्त आधार म्हणून घेतला आहे का? व याचा उल्लेख केला आहे का? म्हणजेच आपल्या संशोधनाची सैद्धांतिक पार्श्वभूमी काय आहे?

१८) आपल्या संशोधनाने शिक्षणशास्त्रात नेमकी कोणती भर पडणार आहे याचे विवेचन केले आहे का?

१९) कॉम्प्यूटर टायपिंग करणाऱ्या व्यक्तीला आपण लिखित स्वरूपात टायपिंग कसे हवे यासंबंधी सूचना दिल्या आहेत का? पहिली प्रत तपासून आवश्यक तिथे दुरुस्त्या केल्या आहेत का?

२०) आपले संशोधन प्रायोगिक पद्धतीचे असल्यास आपणास त्यातील चलांचे प्रकार माहीत आहेत का? आपण विशिष्ट अभिकल्पच का घेतला हे सांगू शकाल का?

२१) आपले संशोधन प्रायोगिक पद्धतीचे असल्यास आपण अंतर्गत वैधता व बाह्य वैधता म्हणजेच दोन्ही एकत्र केल्यास प्रायोगिक वैधता बाळगण्याबाबत कोणती काळजी घेतली आहे?

संदर्भसूची

मराठी

- आफळे, रा. रा., आणि बापट, भा. वे., (१९७३). शिक्षणाचे मानसशास्त्रीय अधिष्ठान, श्रीविद्या प्रकाशन, पुणे – ३०.
- आयरेकर, जयश्री अनील, (२०११). आपत्ती व्यवस्थापन प्रशिक्षण कार्यक्रमाचा माध्यमिक स्तरावरील विद्यार्थ्यांच्या जाणीवजागृतीवर होणाऱ्या परिणामांचा अभ्यास. पीएच. डी. प्रबंध. पुणे विद्यापीठ.
- उपासनी, डॉ. ना. के. आणि कुलकर्णी, के. वि., (१९८७).नवे शैक्षणिक मूल्यमापन आणि संख्याशास्त्र, श्रीविद्या प्रकाशन, पुणे – ३०.
- कदम, डॉ. तेजस्विनी अनिल, (२००५). सेट मार्गदर्शन–शिक्षणशास्त्र, याज्ञी प्रकाशन, नाशिक.
- कुंभोजकर ग. वि., (१९८९). संशोधन पद्धती व संख्याशास्त्र. (सुधारित तिसरी आवृत्ती), फडके प्रकाशन, कोल्हापूर.
- कुऱ्हाडे, शुभांगी सूर्यकांत, (२०११). इयत्ती ६ वी च्या भूगोल पाठ्यपुस्तकातील घटकांवर आधारित संगणक साहाय्यित अनुदेशन कार्यक्रम निर्मिती व परिणामकारकतेचा अभ्यास पीएच. डी. प्रबंध. पुणे विद्यापीठ.
- खरात, आ. पां., (१९८२). प्रगत शैक्षणिक मानसशास्त्र. (द्वितीयावृत्ती), श्रीविद्या प्रकाशन, पुणे ३०.
- खांदेवाले, डॉ. श्री. श. (१९९९). संशोधनासाठी विविध चाचण्यांचे उपयोजन, यशवंतराव चव्हाण महाराष्ट्र मुक्त विद्यापीठ, नाशिक.
- घोरमोडे, डॉ. के. यू. आणि घोरमोडे, डॉ. कला. (२००८). शैक्षणिक संशोधनाची मूलतत्त्वे, विद्या प्रकाशन, नागपूर.
- चव्हाण, डॉ. दीपक आणि मुळे, संदीप. (२०१०). शैक्षणिक संशोधन आराखडा, इनसाईट पब्लिकेशन्स, नाशिक.
- पंडित, बन्सीबिहारी आणि मोरे, डॉ. लता. (२०१०). शिक्षणशास्त्र संशोधनात संख्याशास्त्रीय परीक्षिकांचा उपयोग, पिंपळापुरे ॲण्ड कं. पब्लिशर्स, नागपूर.
- पंडित, बन्सीबिहारी. (२००७). शिक्षणातील संशोधन (संख्यात्मक आणि गुणात्मक), नित्यनूतन प्रकाशन, पुणे – ३०.
- पाटील, कृष्णा आणि चित्रकार, राहूल. (२०१०). शिक्षणशास्त्र 'सेट' मी होणारच! (तृतीयावृत्ती), फडके प्रकाशन, कोल्हापूर.

- पाटील, ज. फा. आणि पठाण, डॉ. के. जी. आणि ताम्हणकर, पी. जे. अर्थशास्त्र संशोधनाची तोंडओळख. कॉन्टिनेंटल प्रकाशन, पुणे.
- पाटील, डॉ. वा. भा. (२०१०) संशोधन पद्धती, प्रशांत पब्लिकेशन्स, जळगाव.
- पोखरापूरकर, डॉ. द. खं. (राजा) आणि श्री. चव्हाण, बबन. (१९९९). संशोधनासाठी संदर्भ साहित्याचा उपयोग, यशवंतराव चव्हाण महाराष्ट्र मुक्त विद्यापीठ, नाशिक.
- बापट, डॉ. भा. गो. (१९८८). शैक्षणिक संशोधन. (तृतीयावृत्ती), नूतन प्रकाशन, पुणे.
- बी. आर. जोशी (२००७). डायमंड सामाजिक ज्ञानकोश, खंड - २, डायमंड पब्लिकेशन्स, पुणे.
- बेळे, गो. रा., कक्कड, डॉ. गुरूप्रसाद. (१९९२). कृतिसंशोधन, यशवंतराव चव्हाण महाराष्ट्र मुक्त विद्यापीठ, नाशिक.
- भिंताडे, डॉ. वि. रा. (२०११). शैक्षणिक संशोधन पद्धती, नित्यनूतन प्रकाशन, पुणे - ३०.
- भिंताडे, डॉ. वि. रा. आणि जगताप, डॉ. ह. ना. आणि बोंदार्डे, डॉ. कै. मु. (२००७).आशययुक्त अध्यापन पद्धती, नित्यनूतन प्रकाशन, पुणे - ३०.
- मस्के, डॉ. टी. ए. (२००७). शैक्षणिक संख्याशास्त्र. (तृतीयावृत्ती), इनसाईट पब्लिकेशन्स, नाशिक.
- मुळे, रा. शं. आणि उमाठे, वि. तु. (१९८७). शैक्षणिक संशोधनाची मूलतत्त्वे, (द्वितीयावृत्ती), महाराष्ट्र विद्यापीठ ग्रंथ निर्मिती मंडळ, नागपूर.
- मेहेंदळे, डॉ. सुहास. (१९९९). साधननिर्मितीद्वारे संशोधन, यशवंतराव चव्हाण महाराष्ट्र मुक्त विद्यापीठ, नाशिक.
- शेटे, शा. शं. आणि केसकर, पु. दि. (१९७२). शालेय संशोधन प्रकल्प, महाराष्ट्र ग्रंथ भांडार, कोल्हापूर - २.
- संत, डॉ. दु. का. (१९८८). संशोधन पद्धती, प्रक्रिया व अंतरंग.(द्वितीयावृत्ती), पुणे विद्यार्थी गृह प्रकाशन, पुणे - ३०.
- सूर्यवंशी, अंजली रामदास. (२०१३). सर्व शिक्षण मोहिमेअंतर्गत राबविण्यात येणाऱ्या उपक्रमाचा अभ्यास पीएच. डी. प्रबंध. पुणे विद्यापीठ.

इंग्रजी

- Aggarwal, J. C. (1975). Educational Research an Introduction. (Second Edition). Arya Book Depot, New Delhi - 5.

- Aggarwal, J. C.(1994). Landmarks in the History of Modern Indian Education. (Second revised edition), Vikas Publishing House Pvt. Ltd.
- Bajpai, S. R. (1974). Methods of Social Survey and Research. Kitab Ghar, Kanpur - 3.
- Best, John W. (1982). Research in Education. (Fourth Edition) : Prentice Hall of India Private Limited, New Delhi - 1.
- Best, John W. and Kahn, James V. (1996). Research in Education. (Seventh Edition) : Prentice Hall of India Private Limited, New Delhi - 1.
- Best, John W. and Kahn, James V. (2009). Research in Education. (Tenth Edition) : Prentice Hall of India Private Limited, New Delhi - 1.
- Bhintade, V. R. (1986). A Critical Study of Educational Problems of the Textile Mill Workers' Children studying in the secondary schools in Solapur city with a view to suggesting Probable Solutions: Ph. D. Thesis. The University of Poona.
- Biswas, A. and Aggarwal, J.C. (1987). Encyclopaedic Dictionary and Directory of Education, Vol. I. (Second Edition). The Academic Publishers (India), New Delhi – 5.
- Biswas, A. and Aggarwal, J.C. (1987). Encyclopaedic Dictionary and Directory of Education, Vol. II. (Second Edition) : The Academic Publishers (India), New Delhi - 5.
- Bordens, Kenneth S.and Abbott, Bruce B. (2007). Research Design and Methods (Sixth Edition) : Tata McGraw Hill Publishing Company Limited, New Delhi.
- Borg, Walter R. (1963). Educational Research an Introduction: David Mckay Company Inc.
- Buch, M. B. (Editor) (1974). A Survey of Research in Education Baroda : Centre of Advanced Study in Education.
- Buch, M. B. (Editor) (1979). Second Survey of Research in Education: Society for Educational Research and Development, Baroda.
- Buch, M. B. (Editor). Fourth Survey of Research in Education 1983-1988 Volume I : NCERT, New Delhi.
- Buch, M. B. (Editor). Fourth Survey of Research in Education; 1983-1988, Volume II. NCERT, New Delhi.
- Creswell, John W. (2011). Educational Research. (Fourth Education): PHI Learning Private Limited, New Delhi.

- Deshpande, Dr. Prakash M. and Patole, Dr. N. K. (1993). Research Methods. Yashwantrao Chavan Maharashtra Open University Nashik.
- Foskett, D. J. (1965). How to Find out Educational Research. Pergamon Press Ltd., London.
- Garrett, Henry E. Statistics in Psychology and Education. (fifth Edition) Vakils, Feffer and Simons Pvt. Ltd., Bombay.
- Good, Carter V. (1966). Essentials of Educational Research. Meredith Publishing Company, New York.
- Good, Carter V. and Barr, A.S. and Scates Douglas. The Methodology of Educational Research. Appleton, Centure Crofts Inc., New York.
- Khan, Mohd. Shariff. (1990). Educational Research. : Ashish Publishing House, New Delhi - 26.
- Kothari, C. R. (1993). Research Methodology, Methods & Techniques. (Second Edition) Wiley Eastern Limited.
- Koul, Lokesh. (1984). Methodology of Educational Research. Vani Educational Books, New Delhi.
- Koul, Lokesh. (2007). Methodology of Educational Research, Vikas Publishing House Pvt. Ltd., Noida.
- Koul, Lokesh. (2010). Methodology of Educational Research., Vikas Publishing House Pvt. Ltd., Noida.
- Lulla, Dr. B. P. and Murty and Janeja (1978).Essentials of Educational Research., Mohindra Capital Publishers, Chandigarh.
- Mason, Emanuel J. and Bramble, William J. (1978). Understanding and Conducting Reserach., Mcgraw-Hill Book Company, New York.
- NCERT. (1970). Education and National Development, 1964-66 Report of the Education Commission- Vol. 3., Author, New Delhi.
- NCERT. (1997) fifth Survey of Educational Research. 1988-92. Trend Reports, Vol. 1. Author, New Delhi.
- NCERT. fifth Survey of Educational Research. 1988-92- Vol. 1. Author, New Delhi.
- Page, Terry and Thomas, J. B. with Marshall, A. R.(1979). International Dictionary of Education., Pitman Publishing Ltd. ELBS Edition, London.
- Pandya, Shefali R. (2010) Educational Research. APH Publishing Corporation, New Delhi - 2.
- Parsons, C. J. (1973) Theses and Project Work : George Allen & Unwin Ltd., London.
- Radha, Mohan. (2011). Research Methods in Education,

Neelkamal Publication Pvt. Ltd., Hyderabad.

- Rohilla, Pradeep.(2010). Research Methodology, APH Publishing Corporation, New Delhi, 2.
- Samant, D. G. (1966). The Making of Educational Research, Popular Prakashan, Bombay.
- Sharma, R.A. (84-85). Fundamentals of Educational Research, International Publishing House, Meerut.
- Sharma, S.R. (1994). History of Educational Research, Anmol Publications Pvt. Ltd., New Delhi.
- Sharma, S.R. (2004). Philosophy of Educational Research, Anmol Publications Pvt. Ltd., New Delhi.
- Sidhu, Kulbir Singh. (1987). Methodology of Research in Education. (Second Edition), Sterling Publishers Pvt. Ltd, New Delhi.
- Sidhu, Kulbir Singh. (2007). Methodology of Research in Education. (Fifteenth Edition), Sterling Publishers Pvt. Ltd., New Delhi.
- Singh, K. Technique and Method of Social Survey, Research and Statistics, Prakashan Kendra, Lucknow.
- Stodola, Quentin and Stordah, Kalmer. (1972). Basic Educational Tests and Measurement, Thomson Press (India), New Delhi.
- Sukhia, S.P. and Mehrotra, P.V. and Mehrotra, R. N. (1974). Elements of Educational Research. (Third Edition), Allied Publishers, Bombay.
- Travers, Robert M. W. (1971). An Introduction to Educational Research. (Third Edition, Fourth Printing), The MacMillan Ltd., London.
- Tuckman, Bruce W. (1978). Conducting Educational Research. (Second Edition) : Horcourt Brace Jovanovich Inc.
- Vockell, Edward L. (1983). Educational Research, MacMillan Publishing Co. Inc., New York.
- Wilkinson T. S. and Bhandarkar, P. L. (1977). Methodology & Techniques of Social Research., Himalaya Publishing House, Bombay - 54.

Web sites

- http://scholar.lib.vt.edu/ejournals/JTE/vgnl
- http://en. wikipedia.org/wiki/ multidisciplonarity

निवडक प्रश्न

प्रकरण एक

१) शैक्षणिक संशोधनातील विविध संज्ञांचा अर्थ व व्याप्ती यांचा आढावा घ्या.

प्रकरण दोन

१) शैक्षणिक संशोधनाचा पाश्चात्त्य देशातील इतिहासाचा आढावा घ्या.
२) शैक्षणिक संशोधनाचा भारतातील विकास कसा झाला?
३) शैक्षणिक संशोधनाच्या संदर्भात भारतातील स्वातंत्र्योत्तर कालखंडात कोणत्या शिफारशी आढळतात?

प्रकरण तीन

१) मूलभूत संशोधनाची गरज आणि त्याचे उपयोग स्पष्ट करा.
२) मूलभूत संशोधन आणि कृतिसंशोधन यातील फरक स्पष्ट करा.
३) शैक्षणिक संशोधन ही संज्ञा विशद करा. शैक्षणिक संशोधनाचे महत्त्व स्पष्ट करा. शैक्षणिक संशोधनाचे विशेष गुणधर्म कोणते? उदाहरणे सांगा.
४) वैज्ञानिक पद्धती म्हणजे काय? मूलभूत शैक्षणिक संशोधन प्रक्रियेत वैज्ञानिक पद्धतीची कोणती वैशिष्ट्ये अंतर्भूत झालेली असतात.
५) शैक्षणिक संशोधनाचे प्रमुख प्रकार कोणते हे सांगून मूलभूत व उपयोजित संशोधनातील फरक स्पष्ट करा.
६) खालील मुद्यांच्या आधारे शैक्षणिक संशोधनाची संकल्पना स्पष्ट करा.
१) अर्थ आणि स्वरूप २) शिक्षणातील महत्त्व ३) शैक्षणिक संशोधनाची व्याप्ती.
टिपा लिहा –
१) शैक्षणिक संशोधनाचा अर्थ व महत्त्व.
२) शैक्षणिक संशोधन व भौतिक संशोधन–साम्य व फरक.
३) संशोधनाची गुणवैशिष्ट्ये.
४) चांगल्या संशोधकाची गुणवैशिष्ट्ये.
५) शास्त्रीय पद्धतीची तत्त्वे कोणती ती लिहा.

प्रकरण चार

१) शैक्षणिक संशोधनाची विविध क्षेत्रे कोणती? शैक्षणिक संशोधनात

आधारसामुग्रीची उपयुक्तता काय?

२) संशोधनाचा विषय निवडणे व संबंधित साहित्याचा व संशोधनाचा अभ्यास यांच्या महत्त्वाबद्दल सोदाहरण चर्चा करा.

३) 'शैक्षणिक संशोधनातील अत्यंत महत्त्वाची बाब म्हणजे योग्य विषयाची निवड' हे विधान स्पष्ट करा.

टिपा लिहा -

१) संशोधन विषयाची निवड.

२) संबंधित साहित्य व संशोधन अहवालाचे परिशीलन.

३) संशोधनामध्ये संबंधित साहित्य व संशोधनाच्या परिशीलनाचा हेतू व गरज.

प्रकरण पाच

१) शैक्षणिक संशोधनात सिद्धान्ताचे योगदान स्पष्ट करा.

२) सिद्धान्त निर्मितीची प्रक्रिया स्पष्ट करा.

टिपा लिहा -

१) सिद्धान्ताची गुणवैशिष्ट्ये लिहा.

२) सिद्धान्ताचा अर्थ स्पष्ट करा.

३) संख्यात्मक सिद्धान्त, गुणात्मक सिद्धान्त याचा अर्थ स्पष्ट करा.

प्रकरण सहा

१) 'आंतरविद्याशाखीय उपागम' ही संकल्पना स्पष्ट करा. आंतरविद्याशाखीय व बहुविद्याशाखीय उपागम यातील फरक स्पष्ट करा.

२) आंतरविद्याशाखीय संशोधनाचे महत्त्व स्पष्ट करा. शैक्षणिक संशोधनात त्याचा उपयोग करताना कोणते मूलभूत घटक लक्षात घ्यावे लागतील ते स्पष्ट करा.

३) आंतरविद्याशाखीय उपागम वापरण्याच्या पद्धतींचे सोदाहरण विवेचन करा.

टिपा लिहा -

१) आंतरविद्याशाखीय उपागमाच्या शैक्षणिक संशोधनातील मर्यादा स्पष्ट करा.

२) शैक्षणिक संशोधनातील बहुविद्याशाखीय उपागम सोदाहरण स्पष्ट करा.

३) आंतरविद्याशाखीय उपागम शैक्षणिक संशोधनात तुम्ही कसा वापराल?

प्रकरण सात

१) शैक्षणिक संशोधनासाठी एक विषय सांगा आणि तुम्ही आपल्या संशोधनकार्याचे नियोजन कसे कराल हे तुमच्या विषयाच्या संदर्भात स्पष्ट करा.

२) ग्रामीण विभागातील प्राथमिक शाळांमधील गळती आणि स्थगन या विषयांवर संशोधन करण्यासाठी तुम्ही नियोजन कसे कराल हे स्पष्ट करा.

३) शैक्षणिक संशोधनाच्या आराखड्यातील आवश्यक बाबींचे सोदाहरण स्पष्टीकरण करा.

४) संशोधन परिकल्पना म्हणजे काय? संशोधन परिकल्पनेचे विविध प्रकार उदाहरणासह स्पष्ट करा. चांगल्या संशोधन परिकल्पनेची वैशिष्ट्ये कोणती?

टिपा लिहा –

१) शून्य परिकल्पना.

२) चांगल्या परिकल्पनेची वैशिष्ट्ये.

३) पथदर्शक अभ्यास.

४) संशोधन आराखड्याची आवश्यकता.

५) संशोधन आराखड्याचे मूल्यमापन करण्यासाठी उपयुक्त मुद्दे.

प्रकरण आठ

१) नमुना निवडीचे महत्त्व कोणते? उदाहरण देऊन त्याच्या विविध प्रकारांची माहिती द्या.

२) संशोधनामध्ये नमुना निवडीला महत्त्व कोणते ? उदाहरणे देऊन नमुना निवडीच्या दोन पद्धतींचे विवरण करा.

३) संशोधनातील नमुना निवड पद्धतीचा अर्थ स्पष्ट करून त्या पद्धतीचे फायदे-तोटे विशद करा.

४) 'नमुना निवड' म्हणजे काय? संभाव्यतेवर आधारित नमुना निवडीच्या कोणत्याही तीन प्रकारांचे सोदाहरण स्पष्टीकरण करा.

टिपा लिहा –

१) सुगम यादृच्छिक नमुना निवड पद्धती व प्रकार.

२) स्तरीय यादृच्छिक नमुना निवड पद्धती.

३) प्रासंगिक नमुना निवड पद्धती.

प्रकरण नऊ

१) पदनिश्चयन श्रेणी आणि निरीक्षण यांच्यातील फरक उदाहरणे देऊन स्पष्ट करा.

२) पुढील संशोधन साधनांचा उपयोग उदाहरणे देऊन स्पष्ट करा. त्यांच्या गुणांची आणि मर्यादांची चर्चा करा. १) प्रश्नावली २) मुलाखत

३) पदनिश्चयन श्रेणी म्हणजे काय? संशोधनात तिचा कसा उपयोग होऊ शकतो

हे सोदाहरण सांगा.

४) मुलाखतीचे विविध प्रकार आणि त्यांचे संशोधनातील उपयोग स्पष्ट करा.

५) मानसशास्त्रीय कसोट्या म्हणजे काय? त्यांचे प्रकार कोणते ?

टिपा लिहा -

१) समाजमिती तंत्र.

२) निरीक्षण.

३) शेड्यूल.

४) मनोवृत्ती मापन थर्स्टन पद्धती-लिकर्ट पद्धती.

५) चांगल्या प्रश्नावलीची गुणवैशिष्ट्ये.

प्रकरण दहा

१) कृतिसंशोधनाची उद्दिष्टे स्पष्ट करा.

२) कृतिसंशोधनाची विविध क्षेत्रे स्पष्ट करा.

३) कृतिसंशोधनाची समस्या निवडताना कोणकोणते मुद्दे लक्षात ठेवावेत ते विशद करा.

४) कृतिसंशोधन आराखड्यात कोणकोणते घटक येतात?

५) कृतिसंशोधन पद्धतीचे तुम्हाला लक्षात आलेले वेगळेपण थोडक्यात स्पष्ट करा.

६) कृतिसंशोधनासाठी तुम्हाला योग्य वाटणाऱ्या पाच समस्या व त्यांची शीर्षके लिहा.

टिपा लिहा -

१) कृतिसंशोधनाची वैशिष्टे.

२) कृतिसंशोधनाचे फायदे.

३) कृतिसंशोधनाच्या मर्यादा.

४) कृतिसंशोधनाची आवश्यकता स्पष्ट करा.

प्रकरण अकरा

१) 'ऐतिहासिक पद्धती' म्हणजे काय हे सांगून या पद्धतीच्या विविध पायऱ्या स्पष्ट करा.

२) ऐतिहासिक संशोधन करीत असताना तुम्ही कोणत्या पायऱ्यांचा अवलंब कराल ऐतिहासिक संशोधनाचे विविध प्रकार स्पष्ट करा.

३) ऐतिहासिक संशोधन म्हणजे काय हे सांगून ही पद्धती वापरताना लक्षात ठेवण्याच्या महत्त्वपूर्ण बाबी कोणत्या हे स्पष्ट करा.

४) मिश्र पद्धतीने केलेले शैक्षणिक संशोधन ही संकल्पना स्पष्ट करून मिश्र पद्धतीचे प्रकार स्पष्ट करा.

टिपा लिहा -

१) प्राथमिक स्रोत, दुय्यम स्रोत.

२) बाह्य चिकित्सा,आंतरिक चिकित्सा.

३) मिश्र पद्धतीच्या पायऱ्या.

प्रकरण बारा

१) ऐतिहासिक आणि सामान्य सर्वेक्षण पद्धती यामधील फरक सोदाहरण स्पष्ट करा.

२) वांशिक पद्धती आणि व्यक्तिअभ्यास पद्धती या दोन संशोधन पद्धतींतील फरक सोदाहरण स्पष्ट करा.

३) शैक्षणिक संशोधनाची वर्णनात्मक पद्धती स्पष्ट करून सांगा. ती केव्हा उपयोगात आणली जाते, तिच्या मर्यादा कोणत्या?

४) तौलनिक कार्यकारण पद्धती आणि व्यक्तिअभ्यास पद्धती या दोन पद्धतींची प्रमुख वैशिष्ट्ये विशद करा. यांचा उपयोग कसा केला जातो हे सोदाहरण स्पष्ट करा.

५) सर्वेक्षण म्हणजे काय? सर्वेक्षणाचे विविध प्रकार कोणते?

६) सर्वेक्षण पद्धतीची सविस्तर माहिती लिहून व्यवसाय पृथक्करण पद्धतीचे फायदे सांगा.

टिपा लिहा -

१) सहसंबंध आणि पूर्वानुमान पद्धती.

२) तिर्यक संस्कृती आणि तुलनात्मक अध्ययन पद्धती.

३) दस्तऐवज पृथक्करण.

४) लोकमत सर्वेक्षण म्हणजे काय?

प्रकरण तेरा

१) प्रायोगिक संशोधन म्हणजे काय? प्रायोगिक संशोधनातील पायऱ्या स्पष्ट करा. सर्वेक्षण संशोधनातून ते वेगळे कसे आहे?

२) 'प्रायोगिक पद्धती' म्हणजे काय? या पद्धतीचे महत्त्व व मर्यादा स्पष्ट करा.

३) प्रायोगिक पद्धती म्हणजे काय हे सांगून त्या पद्धतीतील विविध अभिकल्प उदाहरणे देऊन स्पष्ट करा.

४) ऐतिहासिक पद्धती आणि प्रायोगिक पद्धती यातील साम्य आणि भेद स्पष्ट करा.

टिपा लिहा -

१) प्रायोगिक पद्धतीमधील नियंत्रण.

२) प्रायोगिक पद्धतीच्या मर्यादा.

३) प्रायोगिक पद्धतीचे महत्त्व.

४) संशोधनातील विविध चलांची संकल्पना व प्रकार.

प्रकरण चौदा

१) गुणात्मक संशोधनाची संकल्पना स्पष्ट करा.

२) गुणात्मक संशोधनात माहिती संकलनासाठी कोणकोणत्या साधनांचा उपयोग केला जातो त्यांची माहिती लिहा.

३) गुणात्मक संशोधनाची वैशिष्ट्ये सांगा.

४) मेरियम यांनी सुचविलेली गुणात्मक संशोधनाची गृहीतके विशद करा.

५) गुणात्मक संशोधनात कोणकोणत्या पद्धती वापरल्या जातात त्याची माहिती लिहा.

टिपा लिहा -

१) व्यक्तिअभ्यास.

२) गुणात्मक पद्धतीने माहितीचे पृथक्करण व अर्थनिर्वचन.

३) गुणात्मक पद्धतीत घ्यावयाची काळजी.

प्रकरण पंधरा

१) साधन पद्धतीची माहिती सांगून या पद्धतीच्या पायऱ्यांचे सविस्तर वर्णन करा.

२) कोणताही एक योग्य विषय घेऊन साधन पद्धतीने संशोधन करण्यासाठी त्याचा आराखडा तयार करा.

टिपा लिहा -

१) साधन पद्धती.

२) साधन पद्धतीचे फायदे.

प्रकरण सोळा

१) परिकल्पना म्हणजे काय? ती कशी तयार केली जाते व तपासली जाते हे सांगा.

२) संकलित माहितीच्या विश्लेषणाचे व विशदीकरणाचे शैक्षणिक संशोधनात काय स्थान आहे?

३) संकलित माहितीवर कोणत्या विविध प्रक्रिया केल्या जातात त्यांची माहिती लिहा.

टिपा लिहा –

१) निष्कर्षाचे विशदीकरण.

२) संख्याशास्त्राचा उपयोग.

३) परिकल्पनांची तपासणी.

प्रकरण सतरा

१) ताणाच्या चाचणीतील गुणावर आधारित आठवीतील विद्यार्थ्यांचे प्रत्येक गटात 100 याप्रमाणे दोन समान गट X आणि Y ह्या जोडीद्वारे केले; फक्त प्रायोगिक गटासाठी योगा कार्यक्रमाची अंमलबजावणी केली. पंधरा महिन्यानंतर अंतिम चाचणीवरून संकलित केलेली माहिती पुढीलप्रमाणे आहे.

	प्रायोगिक गट	नियंत्रित गट
विद्यार्थी संख्या	१००	१००
मध्यमान	९६.६९	६७.३६
प्रमाण विचलन	१०.३२	११.००

अंतिम चाचणीतील सहसंबंध गुणक = 0.76

प्रायोगिक व नियंत्रित गटाच्या मध्यमानातील फरकाची सार्थकता तपासा. तुमच्या उत्तराचा अन्वयार्थ सांगा.

२) खालील माहितीवरून मध्यांक आणि चतुर्थक विचलन काढा.

C.I	९०-९९	८०--८९	७०-७९	६०-६९	५०-५९	४०-४९	३०-३९	२०-२९	१०-१९	०-९
F	७	१०	६	६	८	६	५	७	३	२

३) खालील वारंवारता वितरणावरून प्रमाण विचलन काढा व अर्थ निर्वचन करा.

वर्गांतर	४५-४९	४०-४४	३५-३९	३०-३४	२५-२९	२०-२४	१५-१९	१०-१४	५-९
वारंवारता	२	४	३	५	६	९	७	७	८

४) अजयच्या वर्गात ५० विद्यार्थी असून वार्षिक परीक्षेत त्याचा वर्गात पाचवा क्रमांक आला, अनिताच्या वर्गात ८० विद्यार्थी असून तिचा वर्गात तिसरा क्रमांक आला. दोघांपैकी कोणाची शैक्षणिक प्रगती चांगली आहे हे शततमक क्रमाचे आधारे ठरवा.

टिपा लिहा –

१) शततमक क्रम.

२) विचलनशीलतेची परिमाणे.

३) मध्यमानाची गुणवैशिष्ट्ये लिहा.

४) केंद्रीय प्रवृत्तीची परिमाणे.

५) शून्य परिकल्पनांचा त्याग व स्वीकार आणि निर्णय त्रुटीतील पहिल्या व दुसऱ्या प्रकारची त्रुटी.

६) तुम्ही तुमच्या संशोधनात सांख्यिकीय साधनांचा उपयोग कसा केला.

७) खालील प्राप्तांक श्रेणीचा मध्यांक काढा.
४, ६, ८, ८, १०, १२, १६, १६

प्रकरण अठरा

१) तुम्ही संशोधन अहवाल कसा तयार कराल? उदाहरणे देऊन उत्तर लिहा.

२) संशोधित अहवालाच्या मूल्यमापनाच्या निकषांची सोदाहरण चर्चा करा.

३) संशोधनाचा अहवाल सादर करणे का आवश्यक आहे? प्रबंधाकरिता सामान्यत: वापरला जाणारा आकृतिबंध द्या.

टिपा लिहा –

१) तळटिपा.

२) अहवाल लेखनाची भाषा.

३) अहवाल लेखनासाठी सूचना.

शैक्षणिक संशोधन – शब्दकोश

Ability	:	क्षमता
Abstract	:	गोषवारा, सारांश
Achievement	:	संपादन
Acknowledgement	:	ऋणनिर्देश
Action Research	:	कृतिसंशोधन
Adequate	:	पर्याप्त
Appendix	:	परिशिष्ट
Applied Research	:	उपयोजित संशोधन
Aptitude	:	अभियोग्यता
Areas, Fields of Research	:	संशोधनाची विषयक्षेत्रे
Assessment	:	परीक्षण
Assumption	:	गृहीतक
Attitude	:	अभिवृत्ती
Attribute	:	गुणधर्म
Average Deviation	:	सरासरी विचलन
Basic	:	मूलभूत
Bibliography	:	संदर्भग्रंथसूची, संदर्भसाहित्यसूची
Case Study	:	व्यक्तिअभ्यास
Category	:	प्रवर्ग
Causal Comparative Method. Ex-post-Facto research	:	तौलनिक कार्यकारण पद्धती
Check-list	:	पडताळा सूची
Classification	:	वर्गीकरण
Cluster	:	गुच्छ
Coding	:	सांकेतीकरण
Comparative	:	तुलनात्मक
Conclusion	:	निष्कर्ष
Confidence Level	:	विश्वासस्तर
Continuous	:	अखंडित

Correlation Co-efficient : सहसंबंध गुणक
Correlation and prediction mcthod : सहसंबंध व पूर्वानुमान पद्धती
Creativity : निर्मितीक्षमता
Criterion : निकष
Cross-cultural and Comparative Method : तिर्यक संस्कृती आणि तुलनात्मक पद्धती
Data (Plural) : संकलित माहिती
Data processing : संकलित माहितीवर प्रक्रिया
Deductive : अवगामी
Definition : व्याख्या
Dependent : अवलंबित
Descriptive Method : वर्णनात्मक पद्धती
Descriptive Statistics : वर्णनात्मक सांख्यिकी
Deviation : विचलन
Dichotomous : दोन किमती घेऊ शकणारे
Direct Source : मूलभूत स्रोत, प्रमुख आधार
Discipline : विद्याशाखा, शिस्त
Discrete : खंडित
Dissertation : लघुशोध प्रबंध
Documentary Analysis : दस्तऐवज पृथक्करण
Editing : संस्करण
Error : चूक
Ethnographic : मानववंशशास्त्रीय
Experimental Method : प्रायोगिक पद्धती
External Criticism : बाह्य परीक्षण
Extraneous : बाह्य
'F' Test : 'एफ' कसोटी
Fact : तथ्य
Factor Analysis : घटक विश्लेषण
Follow up Method : अनुधावन पद्धती
Foot notes : तळटिपा

Frequency	:	वारंवारता
Fundamental Research,		
Basic Research	:	मूलभूत संशोधन
Generalization	:	सामान्य विधान
Genetic Method	:	वांशिक पद्धती
Histograph	:	आयतालेख
Historical Method	:	ऐतिहासिक पद्धती
Hypothesis	:	परिकल्पना, गृहीतकृत्य
Incidental	:	प्रासंगिक
Independent	:	स्वतंत्र, स्वाश्रयी
Indirect Source	:	दुय्यम आधार, दुय्यम स्रोत
Inferential Statistics	:	अनुमानात्मक सांख्यिकी
Intelligence	:	बुद्धिमत्ता
Interdisciplinary Research	:	आंतरविद्याशाखीय संशोधन
Interest Inventory	:	अभिरुची शोधिका
Internal Criticism	:	आंतरपरीक्षण
Interpretation	:	विशदीकरण, निर्वचन
Intervening	:	दरम्यान येणारे
Interview	:	मुलाखत
Kurtosis	:	शिखरदोष
Limitation	:	मर्यादा
Longitudinal and Cross		
sectional Studies	:	रेखांशात्मक व तिर्यक छेदात्मक अभ्यास
Method	:	पद्धती
Maturation	:	परिपक्वता
Mean	:	मध्यमान
Median	:	मध्यांक
Mode	:	बहुलक
Measures of Central Tendency	:	केंद्रीय प्रवृत्तींचीमापने
Multi stage	:	बहुस्तरीय
Null hypothesis	:	शून्य परिकल्पना
Non probability	:	असंभाव्यता

Objectives	:	उद्दिष्टे
Observation	:	निरीक्षण
Operational definition	:	क्रियात्मक व्याख्या
Opinionnaire	:	मनोवृत्ती मापन
Ordinal Scale	:	क्रमांकन श्रेणी
Period	:	कालावधी
Personality	:	व्यक्तिमत्त्व
Phenomenology	:	अनुभवजन्य
Physical science	:	भौतिकशास्त्र, भौतिक
Pilot Study	:	पथदर्शी अभ्यास, पथदर्शक अभ्यास
Population	:	जनसंख्या
Positive Correlation	:	धनसहसंबंध
Post Test	:	उत्तर कसोटी, चाचणी
Pre Test	:	पूर्व कसोटी, पूर्व चाचणी
Probability	:	संभाव्यता
Problem	:	समस्या
Programmed Learning	:	अभिक्रमित अध्ययन
Proposal	:	आराखडा
Purposive Sample	:	सहेतुक नमुना
Qualitative	:	गुणात्मक
Quantitative	:	संख्यात्मक
Questionnaire	:	प्रश्नावली
Quota sampling	:	निर्दिष्टांश नमुना पद्धती, हिश्शखानी पद्धती
Random sample	:	यादृच्छिक नमुना
Rating scale	:	पदनिश्चयन श्रेणी
Ratio	:	गुणोत्तर
Recommendations	:	शिफारशी
Reliability	:	विश्वसनीयता
Report writing	:	अहवाल लेखन
Research in Physical Science	:	भौतिक संशोधन
Review of Related Literature and Research	:	संबंधित साहित्य व संशोधनाचे परिशीलन

Sampling	:	न्यादर्शन, नमुना निवड
School Appraisal	:	शालेय मूल्यमापन
Scientific Method	:	वैज्ञानिक पद्धती
Scope	:	व्याप्ती
Score card	:	गुणांक पत्रिका
Scrutiny of data	:	संकलित माहितीची तपासणी
Significance, Importance	:	महत्त्व
Stratified	:	स्तरीय
Sociometry	:	समाजमिती
Standard Deviation	:	प्रमाण विचलन
Standard error	:	प्रमाणत्रुटी
Standardised tests	:	प्रमाणित कसोट्या
Statement of the problem	:	समस्या कथन
Survey	:	सर्वेक्षण
Synopsis	:	सारांश
't' Test	:	'टी' परिक्षिका
Table	:	सारणी
Tabulation	:	सारणीकरण
Theory	:	सिद्धान्त
Thesis	:	प्रबंध
Title	:	शीर्षक
Title page	:	मुखपृष्ठ
Tools	:	साधने
Topic	:	विषय
Topics for further research	:	पुढील संशोधनासाठी विषय
Trend studies	:	प्रवृत्ती अध्ययन पद्धती
Triangulation	:	त्रिकोणीकरण
Two tailed test	:	द्विपुच्छ परीक्षिका
Validity	:	सप्रमाणता
Variable	:	चल
Variance	:	प्रसरण, प्रचलन
Viva voce	:	तोंडी परीक्षा, मुलाखत

विषयसूची

अ

अनुक्रमणिका : चार, १७४, २८८, २८९, ३००.

अनुमानात्मक संख्याशास्त्र : ११३, २५८, २६३, अनुमानात्मक सांख्यिकी कुठेही नाही

डॉ अलेक्झांडर गोल्डन वाईझर : ८३

अहवाल लेखन व मूल्यमापन, टंकलेखन : १६५, १७३

- भाषा : ५८, १६१, २८७
- सूचना : १३९, २८७, २९२
- स्वरूप : ९२, १९४, २८८, २८९

आ

Indian Council of Social Science Research (I.C.S.S.R.) : आय.सी.एस.एस.आर

आराखडा : ९०, ९१, ९२, १७०, २४७

- प्रस्तावना : ९२, ११५, २९०, २९८
- संशोधन समस्या विधान : ९३, ९४.
- गरज व महत्व : ९४.
- उद्दिष्टे : १९७, १९८, २५२.

कार्यात्मक व्याख्या : ३, ९६, ९८–१००

- उपयोग : ८०, ८१, ८४, ८६, ८८, ९१, ९४, ९६, १०१, १०६, १०८, १११, ११३, ११६, ११९–१२१, १२५
- संबधित साहित्य व संशोधनाचे परिशीलन : २, ६९, २२२, २९०, २९८.
- गृहीतके : १०२, १०३, ११९, २३७, २३८, २६९.
- व्याप्ती : ४, ११४,
- मर्यादा : ४, ५, ८८, ११४, १३१, १३६, १४०, १४४, १६७, १७८, २०१, २०५
- परिमर्यादा : ५, ११४,
- संदर्भ :१९, २१, ४७, ६५, ६६, ६८, ७१, ७२, ११६, २९१, २९२, २९३, २९५, २९६
- परिशिष्टे : ११६, १७४

आंतरविद्याशाखीय उपागम : ८, ८१, ८५, ८९.

- महत्व : ५

मर्यादा : ४, ५, ६४, ८८, ११४

आंतरिक चिकित्सा : १८३, १८४.

ऑलपोर्ट : १५२.

इ

इंटरनेट : १६३

ए

एन.सी.ई.आर.टी. : १९

एन.सी.टी.ई. : १५.

ऐ

ऐतिहासिक पद्धती :८

- पायऱ्या : १८१, १८२
- महत्वपूर्ण बाबी : १८४

क

कर्मवीर भाऊराव पाटील : १८५
कसोट्यां व साधने यांची वैधता : १५३, १५४, १५५
- विश्वसनीयता : १५३, १५४, १५५, १५७, २५३
कोलन वर्गीकरण : ४५
कोष्टक यादी : २८९
क्रियात्मक व्याख्या : ९६
Cronbach : १४८
कृतिसंशोधन : ३६-३७, १६५ ते १७४

ग

डॉ. वाय. आर. गांधी : १८०
गुड अन्ड हेट : ७३
सी.व्ही. गुड : ३४
गुणांक पत्रिका : १४४
गुणात्मक संशोधन : १११, १७६, १७७, २३४ ते २४७
- साधने : २३६, २३७
- वैशिष्ट्ये : २३७
- पद्धती : २३८, २३९, २४०, २४१, २४२
- व्यक्तिअभ्यास : १९९, २००, २०१, २०३
- प्रकृतीवादी अन्वेषण : २३८ ते २४०
- दस्तऐवज पृथक्करण : २१५, २१६, २१७, २४२
- पृथक्करण : ९
- गृहीतक : १०२, १०३, २४०
- ग्रीड पद्धती : १२३
- ग्रंथालयाचा उपयोग : ४४, ४५

चल : २१९, २२०, २२१
- अखंडीत : २१९
- अवलंबित चल किंवा आश्रयी चल : २१९, अवलंबित चल : २१९, २२१, २२२. आश्रयी चल : २१९
- खंडीत : २१९
- जैविक गुणधर्म :
- दरम्यान येणारे : २१९, २२१
दोन किमती घेऊ शकणारे : २१९
- स्वतंत्र किंवा स्वाश्रयी : २१९, २२१, २३०
- बाह्य : २१९
- डॉ. सी. चटर्जी : १८०. चटर्जी सी. : नाही
- मेरीयम : ७९

ज

जनसंख्या : ११८, ११९, १९३, २२७, २२८, २६४.
जॉन इयुई : ३७
जॉन हॉवर्ड : ३८
जॉन व हेट : ११९

ट

टर्मन : १३, ७८, १५१
G.Terry Page & J. B. Thomas, A.R. Marshall : ४७
Robert M. W., Travers : २३, ३५.

ड

इयुई दशांश वर्गीकरण पद्धती : ४५.

त

तळटिपा : १०, २९१-२९३
- अनुवाद : ४३, ६५, ६६, २९२, २९३

- अवतरण : ६५, ७१, २९२, २९४, ३०१
- मूल्यमापन : ६६, ७२, १७३, १८९, १९१, २८५, २९७
- सारांश : १२, ४३, ६६,१०२, ११५, २८६, २९०, २९२, २९३, २९९, ३००
तिर्यक संस्कृती आणि तुलनात्मक : २१०
तोंडी परीक्षा : १२, व्हायव्हा
मुलाखती : २३६, २४१, २४२
तौलानिक कार्यकारण पद्धती : ११०
- वस्तुनिष्ठ : २५९-२६१
- व्यक्तिनिष्ठि : २५९, २६०
त्रिकोणीकरण : २४४, २४५

थ

थर्स्टन पद्धती : १४५

द

- दस्तऐवज पृथक्करण : १११, २१५, २१६, २१७, २४२
- दुय्यम आधार किंवा (दुय्यम स्त्रोत) : ६८, १२८, १८३, १८४.

न

नमुना निवड : ११२, ११३, ११८-१२६
- गृहीतके : ७४, १०२, १०३
- तोटे : ११८, १२०
- पद्धती : ११८ ते १२६
असंभाव्यतेवर आधारित : ११२, १२४, १२५
- प्रासंगिक : ११२, १२५, १४६
- सहेतुक : ११२, १२५, १४६
- हिश्शेखानी : ११२, १२५
संभाव्यतेवर आधारित : ११२, १२१, १२५
- नियमबद्ध : ११२, १२३
- बहुस्तरीय : ११२, १२४
- यादृच्छिक गुच्छ : ११२, १२४.
- सुगम यादृच्छिक : ११२, १२२, १२४
- फायदे-तोटे : १२०
- महत्व : ११९
निरीक्षण : १२९, १३२
- अनियंत्रित व नियंत्रित : १३०
- सहभागी व स्वतंत्र : १३०
- निर्वचन :
- विशदीकरण : } १०, २५९-२६१
निष्कर्ष : १०, ४३, १२६, २६१

प

पडताळा सूची : १४२
पथदर्शी अभ्यास : ८, ११६, ११७
पथदर्शक अभ्यास :
पदनिश्चयन श्रेणी : १४२, १४३, १४४
परिकल्पना : १०३-१०९
परांजपे एल.एस. : ३५
- तपासणी : २०२, २६१, २६६
- महत्व : १०४, १०५
- प्रकार : १०८, १०९
- शून्य : ४, १०९, २६१
- वैशिष्ट्ये : १०६, १०७, १०८
परिशिष्ट : ११
Parten : १२५
पुढील संशोधनासाठी विषय : २६२
पृथक्करण : २५८
प्रबंध : १२
प्रमुख आधार :
प्राथमिक स्त्रोत : १८३
प्रश्नावली : १५४, १५६

प्रस्तावना : ९२, ११५, २८८, २९०, २९८
प्रायोगिक पद्धती : २१८ ते २३३
- अभिकल्प : ११०, २२९ ते २३१
- मर्यादा : २३२ ते २३३
-महत्व : २३३
- वैधता २२३ ते २२७

फ

आर. ए. फिशर : ११२, २२०
फ्राईड : ७७, ७८, २००
फ्रान्सिस गाल्टन : १३

ब

बहुविद्याशाखीय : ८, ८१, ८३
Barr, David, Johnson : १३७, १४२
बाह्य चिकित्सा : १८३, १८४
बेस्ट : १२१, १२९
बोगार्डस : ११९, १४७

म

मनोवृत्ती मापन : १४५
मर्यादा : ११४, २८८
महात्मा गांधी : ५२, १८५.
महाराष्ट्र राज्य पाठ्यपुस्तक निर्मिती व अभ्यासक्रम संशोधन मंडळ, पुणे : ५
मानसशास्त्रीय कसोट्या : ११३, १४८, १४९, १५०, १५१, १५२, १५३
- प्रकार : १५० ते १५३
- अभियोग्यता : १५०-१५२
- अभिरुची शोधिका : १५२
- निर्मितीक्षमता : १५३
- प्रावीण्य : } १५१, १९५
- बुद्धिमापन : } १५१, १९५
- व्यक्तिमत्व मापन : १५२
- प्रमाणित : १४८, १४९
- अप्रमाणित : १४८, १४९
- लेखी : १४९
- कृती : १४९
वेग : } १४९, १५०
समर्थता : } १४९, १५०
माहितीची तपासणी : २५७
Mouley : २४
मुलाखत : १२८, १५७, २३६, १३२ ते १३७
- नियंत्रित निर्देशित : १३४
- मुलाखतकार अनेक : १३४
- मुलाखतकार एक : १३४
- व्यक्तिगत : १३४
- सखोल : १३५
मूलभूत संशोधन : ३४, ३५
Emanuel J. Mason, William J. Bramble :११२

य

यादृच्छिक नमुना : ११२, १२२, १२४
यू.जी.सी. : १५, १९
पी.व्ही.यंग : ११९

र

रचना : ७५, ७६
रविंद्रनाथ टागोर : ८९, १८५
डॉ. राधाकृष्ण : १६, १८
राष्ट्रीय शैक्षणिक धोरण : १७, १८, २८, २१६
रेव्हन : १९५

व

वर्गीकरण : ३३, ३४,

वर्णनात्मक संख्याशास्त्र : ९, १०, २५८, २६३
बांशिक पद्धती : १८९
विकासात्मक पद्धती : २१३, २१४, २१५
– अनुवाधन पद्धती : २१४
– प्रवृत्ती अध्ययन पद्धती : २१४
विद्यापीठ शिक्षण आयोग : १६, १८
Wilkinson & Bhandarkar : १२३
विवेकानंद : १८५
विषय : ५१, ५२
वैज्ञानिक पद्धती : ७
व्यक्तिअभ्यास : २०२, २०३
व्याख्यांचे प्रकार ३, ९६
व्याप्ती : ४, ११४
व्हिटने एफ.एल. : २३, २४
Van Dalen : १९८

श

शिफारशी : १०, २५४, २६२
शीर्षक : ९३
शेड्यूल : १४१
शैक्षणिवक व भौतिक संशोधन : ३१, ३२

स

समस्या : २, ३
समस्याकथन : ३, ९३,
समाजमिती तंत्र : १४६, १४७, १४८
– लिकर्ट पदद्धती : १४६
– ओळखा पाहू तंत्र : १४७
– सामाजिक अंतर मापन श्रेणी : १४७
सर्वेक्षण : ७, १९२–१९४
– लोकमत : १९८, १९९
– शालेय : १९४ ते १९८
– अभ्यासक्रम संशोधन : पाच, १९६
– आर्थिक (सर्व्हे) सर्वेक्षण : १९७
– इमारत सर्वेक्षण : १९६, १९७
– चाचणीची विरचना : १९५
– व्यवसाय पृथकरण : १९८, २१७
सहसंबंध व पूर्वानुमान पद्धती : २०७, २०८, २०९, २१०
साधन पद्धती :२४८ ते २५४
साधने : १५१, १५२
सामान्य विधान : १०, २६१
सारणीकरण : ९, २५७
सिद्धांत : ७३–८०
– गुणवैशिष्ट्ये : ७६, ७७
– निर्मिती : ७८
– प्रकार : ७८, ७९
– योगदान : ८०
तथ्य : ७, २५, ७५
संकलित माहिती : ६
– तपासणी : ९, २६, २०२, २३३, २४५, २५४, २५७, २६१, २६६, २८८, २९१, २९९
संख्यालेखन : २९४
संख्याशास्त्र : २, ९, १०, ६४, ७१, ११३, ११५,१३७, १५०, २५५, २५८, २५९, २६०, २६३
– 'टी' परीक्षिका : २६३
– अनोव्हा : ११३, २६३
संगणक : १५८–१६०, १६१, १६२, १६३, १६४
संदर्भ विभाग : ११, २९१, २९२, २९३
संदर्भ साहित्य लेखन पद्धती : ६५, ६६, २९५

संदर्भसाहित्यसूची : ११, २९२, २९५
संबंधित साहित्य व संशोधनाचे परिशीलन : ६७, ६९, २८८,२९०, २९८
संशोधकाची गुण वैशिष्ट्ये : २२, ३७
संशोधन अहवाल : ११५, २८२ ते ३०२
- अर्थ :
- आवश्यकता : २२, २३,
- उपयोजित : ७, ३५, ३६
- तत्त्वे : २६, २७
- निकष : ३०, ३१
- नितितत्वे : ४० ते ४३
- पथदर्शक अभ्यास : ११६, ११७
- महत्त्व : ५, ९४
- विषय-वर्गीकरण : ९, ३३, ३४,
- विषयक्षेत्रे : २, ५१, ५२ ते ६३
- विषयाची निवड : ६३, ६४, ६५
- साहाय्यक : ३९, ४०
- संवस्करण : २५७
- सांकेतीकरण : ९, २५७
- स्टर्न : ७८, १५१
- सॉलोमन : २३० (अभिकल्प)
अभिकल्प : ७१, ११०, १७१, १७७, २१८, २२०, २२२, २२४, २२६, २२७-२३०, २३१, २३३, २४२, २५४, २९९
- सडलर आयोग : १५

ह

जॉन हावर्ड : ३८

डॉ. विनायक रामचंद्र भिंताडे
एम्.ए.(मराठी), एम्.एड्.,
पीएच्.डी. (शिक्षणशास्त्र)

लेखक-परिचय

अनुभव

प्राचार्यपदी - १९ वर्षे, विभाग प्रमुख - ३ वर्षे, प्राध्यापक - १५ वर्षे, पर्यवेक्षक - १ वर्ष, माध्यमिक शिक्षक - ८ वर्षे.

लेखन

१) स्थानिक वृत्तपत्रांतून स्फुट लेखन.
२) शिक्षक हस्तपुस्तिका इ. पहिली व पाचवी ते दहावीपर्यंत इंग्रजीसाठी प्राचार्य विश्वंभर कुलकर्णी यांच्यासमवेत.
३) 'आशययुक्त अध्यापन पद्धती' या पुस्तकाचे लेखन डॉ. जगताप व डॉ. बोंदार्डे यांच्यासमवेत.
४) 'भारतीय आधुनिक शिक्षण' समस्या आणि उपाय, इंग्लिश (English Language) D.Ed. Second Year प्राचार्य विश्वंभर कुलकर्णी यांच्यासमवेत.
५) Basic English Grammar, Elementary Pocket Dictionary, Basic English Conversations प्राचार्य विश्वंभर कुलकर्णी यांच्यासमवेत.
६) पूर्व प्राथमिक शिष्यवृत्ती बुद्धिमत्ता-सामान्यज्ञान प्राचार्य विश्वंभर कुलकर्णी यांच्यासमवेत.
७) Stories from Ramayan, Stories from Mahabharat with Prin. Vishwambhar Kulkarni and Animal Stories and stories of Patriots independently - Total 25 books published.

FCW - #0209 - 061026 - C48 - 216/140/22 - PB - 9789386401489 - Gloss Lamination